மரணத்தின் கதை
நக்சல் மண்ணில் கனவுகளும் நிராசைகளும்

மரணத்தின் கதை

நக்சல் மண்ணில் கனவுகளும் நிராசைகளும்

ஆசுதோஷ் பரத்வாஜ்

பத்திரிகையாளர், புனைகதை எழுத்தாளர், இலக்கிய விமர்சகர். தொடர்ந்து நான்கு ஆண்டுகள் (2012–2015) சிறந்த பத்திரிகையாளருக்கான ராம்நாத் கோயங்கா விருதைப் பெற்றவர். 2015ஆம் ஆண்டில், சர்வதேசப் பத்திரிகையாளர் விருதுக்கான ராய்ட்டர்ஸின் கர்ட் ஷார்க் விருதுக்கான (Reuters' Kurt Schork) இறுதிப் பட்டியலில் இவர் பெயர் இடம்பெற்றிருந்தது. பல நாவல்கள், ஒரு சிறுகதைத் தொகுப்பு, இலக்கியம் பற்றிய கட்டுரைகளின் தொகுப்பு ஆகிய நூல்களின் ஆசிரியர். 2012இல் புனைகதைக்கான கிருஷ்ணா பல்தேவ் வைட் ஃபெலோஷிப் பெற்றார். 2013இல் பெங்களூரில் உள்ள சங்கம் ஹவுஸில் Writer in Residence ஆக இருந்தார். சிம்லாவில் உள்ள இந்தியன் இன்ஸ்டிடியூட் ஆஃப் அட்வான்ஸ்டு ஸ்டடியில் (2017–19) ஃபெலோவாக இருந்தார். 2020இல் இலக்கிய நகரமான பராகில் Writer in Residenceஆக இருந்தார்.

அரவிந்தன் (பி. 1964)
மொழிபெயர்ப்பாளர்

இதழாளர், எழுத்தாளர், மொழிபெயர்ப்பாளர்.

இதழியல் துறையில் 32 ஆண்டுக் கால அனுபவம் கொண்டவர். இந்தியா டுடே, காலச்சுவடு, சென்னை நம்ம சென்னை, நம் தோழி, தி இந்து தமிழ், டைம்ஸ் ஆஃப் இந்தியா ஆகிய இதழ்களில் பணியாற்றியுள்ளார். தற்போது காலச்சுவடு பதிப்பகத்தின் பதிப்பாசிரியராகப் பணியாற்றி வருகிறார்.

இலக்கியம், தத்துவம், பெண் உரிமை, அரசியல், மொழி, திரைப்படம், கிரிக்கெட் ஆகியவை குறித்த கட்டுரைகளை எழுதிவருகிறார்.

சிறுகதைகள், நாவல், இலக்கிய விமர்சனக் கட்டுரைகள், அரசியல் விமர்சனம், மொழிபெயர்ப்பு, மகாபாரதச் சுருக்கம், திரைப்படம், கிரிக்கெட் குறித்த கட்டுரைகள் என இதுவரை 24 நூல்கள் வெளியாகி யுள்ளன.

பால சரஸ்வதி மொழியாக்க நூலுக்கு 'கனடா இலக்கியத் தோட்டம்' வழங்கும் சிறந்த மொழிபெயர்ப்பு நூலுக்கான விருதைப் (2017) பெற்றிருக்கிறார்.

ஆசுதோஷ் பரத்வாஜ்

மரணத்தின் கதை
நக்சல் மண்ணில் கனவுகளும் நிராசைகளும்

தமிழில்
அரவிந்தன்

காலச்சுவடு பதிப்பகம்

● அன்பார்ந்த வாசகருக்கு,

வணக்கம்.

காலச்சுவடு நூலை வாங்கியமைக்கு நன்றி.

நூலின் உள்ளடக்கம், உருவாக்கம், அட்டைப்படம் இன்ன பிற அம்சங்கள் பற்றிய உங்கள் கருத்துகளையும் ஆலோசனைகளையும் காலச்சுவடு வரவேற்கிறது. தகவல், எழுத்து, வாக்கியப் பிழைகள் தென்பட்டால் அவசியம் தெரிவித்து உதவுங்கள். நூல் தயாரிப்பில் கடும் குறைபாடு இருப்பின் மாற்றுப் பிரதி உங்களுக்குக் கிடைக்கக் காலச்சுவடு ஏற்பாடு செய்யும்.

மின்னஞ்சல்: **publisher@kalachuvadu.com**

காலச்சுவடு நாகர்கோவில் அலுவலகத்திற்குக் கடிதம் அனுப்பலாம்.

தங்கள்
எஸ்.ஆர். சுந்தரம் (கண்ணன்)
பதிப்பாளர் — நிர்வாக இயக்குநர்

The Death Script By Ashutosh Bhardwaj

மரணத்தின் கதை ♦ களமுனைப் பதிவு ♦ ஆசிரியர்: ஆசுதோஷ் பரத்வாஜ் ♦ தமிழில்: அரவிந்தன் ♦ © ஆசுதோஷ் பரத்வாஜ் ♦ முதல் பதிப்பு: டிசம்பர் 2022, மூன்றாம் பதிப்பு: ஜனவரி 2025 ♦ வெளியீடு: காலச்சுவடு, 669, கே.பி. சாலை, நாகர்கோவில் 629001 ♦ நூலில் இடம்பெற்றிருக்கும் புகைப்படங்களை எடுத்தவர் நூலாசிரியர் ஆசுதோஷ் பரத்வாஜ்

maraNattin Katai ♦ War Reportage ♦ Author: Ashutosh Bhardwaj ♦ Translation Tamil by Aravindan ♦ © Ashutosh Bhardwaj ♦ Language: Tamil ♦ First Edition: December 2022, Third Edition: January 2025 ♦ Size: Demy 1x8 ♦ Paper: 18.6 kg maplitho ♦ Pages: 344

Published by Kalachuvadu, 669, K.P. Road, Nagercoil 629001, India ♦ Phone: 91-4652-278525 ♦ e-mail: publications@kalachuvadu. com ♦ Printed at Adyar Students xerox Pvt. Ltd., No. 275 Habibullah Road, Triplicane high Road, Opp Triplicane Post Office, Triplicane, Chennai 600005

ISBN: 978-93-5523-252-6

பஸ்தரின் குடிமக்களுக்கு

பொருளடக்கம்

முன்கதை — 15

பகுதி 1
கனவு 1 — 19
இடப்பெயர்ச்சி 1 — 22
மரணம் 1 — 28
மரணத்தின் கதை 1 — 36
கனவு 2 — 38
மரணத்தின் கதை 2 — 42

பகுதி 2
இடப்பெயர்ச்சி 2 — 55
நிராசை 1 — 58
இடப்பெயர்வு 3 — 62
மரணம் 2 — 66
மரணத்தின் கதை 3 — 73
நிராசை 2 — 77
மரணம் 3 — 82
மரணத்தின் கதை 4 — 85

பகுதி 3
நிராசை 3 — 91
மரணத்தின் கதை 5 — 99

நிராசை 4	119
மரணம் 4	123
கனவு 3	126
மரணம் 5	129
மரணத்தின் கதை 6	133

பகுதி 4

கனவு 4	139
விடியல் 1	142
கனவு 5	163
விடியல் 2	168
கனவு 6	181
விடியல் 3	184

பகுதி 5

நிராசை 5	203
மரணத்தின் கதை 7	212
இடப்பெயர்வு 4	217
கனவு 7	224
மரணத்தின் கதை 8	226
மரணத்தின் கதை 9	236
இடப்பெயர்வு 5	247
மரணத்தின் கதை 10	252

பகுதி 6

இடப்பெயர்வு 6	261
கனவு 8	267
மரணத்தின் கதை 11	274
கனவு 9	278
நிராசை 6	284
கனவு 10	288
நிராசை 7	293
கனவு 11	297

பகுதி 7

மரணம் 6	303
மரணம் 7	309
மரணத்தின் கதை 12	314
கனவு 12	318
இடப்பெயர்வு 7	324
மரணத்தின் கதை 13	329
நூலாசிரியர் பின்னுரை	335

ரண பூமியில் துண்டிக்கப்பட்ட தலைகளும் கைகளும் உறுப்புகளும் சிதறிக் கிடக்கின்றன. தலையற்ற உடல்களையும் துண்டிக்கப்பட்டுக் கிடக்கும் தலைகளையும் கண்டு பெண்கள் மூர்ச்சையாகிறார்கள். தலையற்ற உடலில் ஒவ்வொரு தலையாகப் பொருத்திப் பொருத்திப்பார்த்து, 'இது அவரது அல்ல' என்கிறார்கள். உடலுக்கான தலையை அவர்களால் கண்டுபிடிக்க முடியவே இல்லை.

மகாபாரதம்

இதையெல்லாம் நான் எப்படிச் சித்தரிப்பேன்? இந்தக் கதையைச் சொல்லக் கடவுள்தான் வர வேண்டும்.

தி எலியட்

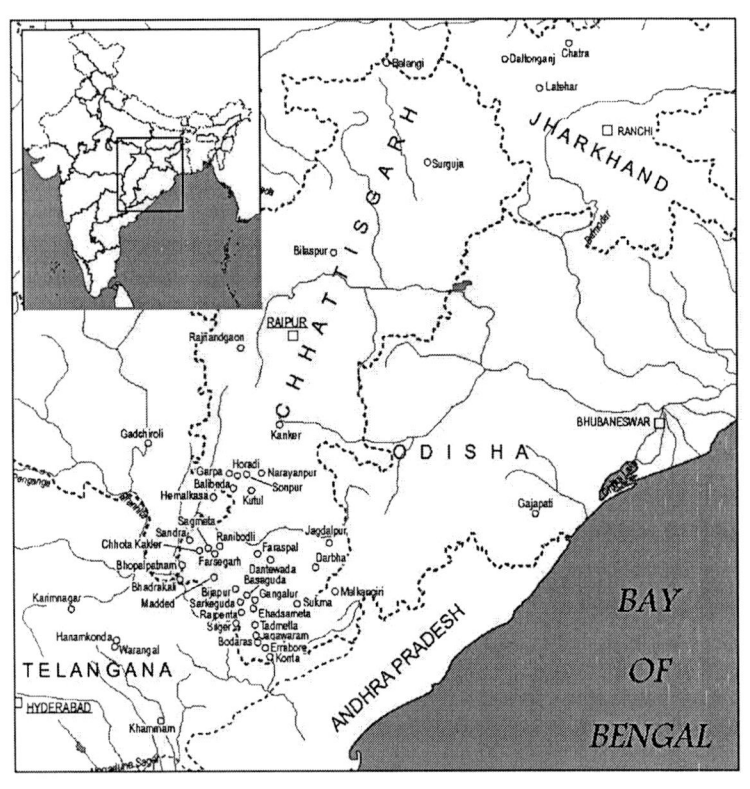

நூலில் குறிப்பிடப்பட்டுள்ள மாவோயிசக் கிளர்ச்சியோடு
தொடர்புடைய இடங்களின் வரைபடம்

முன்கதை

ஆதியில் ஏக்கம் இருந்தது. அதற்கு முன்னால் தேடல் இருந்தது. அந்தத் தேடல்தான் உங்களைக் காட்டுக்குள் அழைத்து வந்தது என்பதைப் பின்னால் நீங்கள் உணரப்போகிறீர்கள். யுத்தத்தின் முடிவற்ற ரத்த வெள்ளத்தால் கறைபடிந்த வனாந்தரம்தான் சாத்தியமற்ற உங்கள் ஏக்கங் களை நிறைவேற்றிக்கொள்வதற்கான களம் என்பதையும் பின்னால் உணர்ந்துகொள்வீர்கள்.

உங்களில் சிலர் கெரில்லாப் போராளிகள். சிலர் சீருடை அணிந்த சிப்பாய்கள். சிலர் பத்திரிகையாளர்கள். சிலர் நாவலாசிரியர்கள். தொலைதூரப் பகுதிகளிலிருந்து வனம் வரவழைத்த, உங்கள் அனைவருக்கும் பொதுவான ஒரு அம்சம் இருந்தது – காட்டிற்குக் கிளம்புவதற்கு முன் கடந்தகாலத்தைக் கழற்றிவைத்துவிட்டீர்கள், அதனோடான அனைத்துத் தொடர்புகளையும் அறுத்துக்கொண்டுவிட்டீர்கள். உங்களில் சிலர் எதையும் யோசிக்காமல் உள்ளே வந்த அப்பாவிகள்; வனம் தன்னுடைய புதிருக்குள் நுழைய அனுமதிப் பதற்கு முன்னால் தங்களின் கடந்த காலத்தைக் கைப்பற்றிக்கொள்ளும் என்பதைச் சீக்கிரமாகவே அவர்கள் உணர்ந்துவிட்டார்கள்.

தண்டகாரண்யம் விசித்திரமான பல வாழ்க்கையை வாழ்ந்திருக்கிறது. பல மாநிலங் களில் விரிந்து பரந்திருக்கும் இந்தக் காடு கடந்த 40 ஆண்டுகளாகச் சுடுகாடாக மாற்றப்பட்டு விட்டது. செடிகொடிகள் அடர்ந்திருக்கும் அதன்

பாதைகளின் கீழே ஏராளமான வெடிபொருள்கள் அமைதி யாகப் புதைந்துகிடக்கின்றன. இந்த வெடிபொருள்கள் உங்கள் கனவுகளையும் அடைகாத்து வைத்திருந்தன – புரட்சி செய்வது, கிளர்ச்சியாளர்களை அடக்குவது, செய்திக் கட்டுரை எழுதுவது, நாவல் எழுதுவது போன்ற கனவுகள். குலைந்துகொண்டிருக்கும் உங்கள் வாழ்க்கைக்கு ஏதோ அர்த்தத்தைத் தரக்கூடிய கனவுகள்; நீங்கள் வாழ்வைத் தொடர்வதற்கான ஏதோ ஒரு காரணத்தை – அது எவ்வளவு பலவீனமானதாக இருந்தாலும் – தரும் கனவுகள்.

உங்கள் வாழ்வின் கடைசிக் கதையைத் தேடிவந்த கதைசொல்லிகளாக நீங்கள் அனைவரும் உங்களைப் பற்றி நினைத்துக்கொண்டீர்கள். ஆனால் யாரிடமாவது கதை என்பது இருந்திருக்க முடியுமா? சடலத்தின் கண்களில் உங்கள் வாழ்வின் பொருளை நீங்கள் தேடினீர்கள். இதைவிடவும் தன்னைத் தானே ஏமாற்றிக்கொள்ளும் செயல் ஏதேனும் இருக்க முடியுமா? ஒரு பெண்ணின் போலிப் பிணக்கூராய்வு அறிக்கையைக் கண்டுபிடித்ததைப் பெரிய சாதனையாக நினைத்துக்கொண்டீர்கள். இதைவிடப் பெரிய துரோகம் ஏதாவது இருக்க முடியுமா?

கதைசொல்லி என்னும் இறுமாப்புடன் வாழ்ந்துவந்த நீங்கள் மரணத்தின் கதையின் பாத்திரமாக மாறிப்போனீர்கள்.

இந்தக் காட்டிற்கு நீங்கள் வருவதற்கு நெடுங்காலத்திற்கு முன்பே, வரலாறு பிறப்பதற்கும் நெடுங்காலத்திற்கு முன்பே, இந்தப் பூமி தன்னில் குடியிருந்த உயிர்களுடன் இணக்கமாக இருந்துவந்தது என்னும் உண்மையை உங்கள் ஆணவம் அலட்சியப்படுத்தியது. அவர்களால் உங்களுடைய சக பயணிகளாக இருக்க முடியாது. எனவே உங்கள் பயணத்தில் மௌன சாட்சியாக இருக்க அவர்கள் முடிவு செய்தார்கள். வனத்தின் நிரந்தர அடையாளமான இலுப்பை மரத்தின் இலைகள் உங்கள் துரோகங்களைப் பதிவு செய்துகொள்ளப்போகின்றன. இலுப்பை மரத்தின் கிளைகளில் இருக்கும் கதைகள் கண்ணுக்குத் தெரியாத வேதாளம்போல உங்கள் தலைமீது நிரந்தரமாகத் தொங்கிக்கொண்டிருக்கும்.

பகுதி 1

கனவு 1

என்னுடைய மேடம். அப்படித்தான் அவளைக் குறிப்பிடுவேன். அவளிடம் ஒரு குழந்தை பெற்றுக் கொள்ள வேண்டும் என்று விரும்பினேன். இப்போது நான் இறந்துவிட்டேன். யாருடன் அவள் குழந்தை பெற்றுக்கொள்வாள் என்று எனக்குத் தெரியாது. அப்போது என் பெயர் கோர்சா ஜோகா. இப்போதும்தான். கொல்லப்பட்ட பிறகு பெயர் மாறுவதில்லை. காவல் துறைப் பதிவேடு இப்படிச் சொல்கிறது: கோர்சா ஜோக்ராம் என்கிற ரஞ்சித் மட்காம் என்கிற சிவாஜி. ஊரறிந்த மாவோயிஸ்ட். வயது 35. கோண்டு பழங்குடி.

14 நாட்களுக்கு முன்பு நான் கொல்லப்பட்டேன். 2015ஆம் ஆண்டின் முதல்நாள். சத்தீஸ்கர் மாநிலத்தில் பஸ்தர் டிவிஷனில் உள்ள பீஜப்பூர் மாவட்டத்தில். காவல் துறையினர் என்னுடைய சடலத்தைப் பிணக்கூராய்வு செய்தார்கள். நான் எப்படிக் கொல்லப்பட்டேன், எனக்கு எத்தனை காயங்கள் ஏற்பட்டன, எங்கெல்லாம் கத்திகள் என்னைத் துளைத்தன என்றெல்லாம் ஒரு துண்டுத்தாளில் எழுதினார்கள். நான் பதினொரு ஆண்டுகள் கட்சியில் இருந்தேன். என்னிடம் ஏ.கே.47 துப்பாக்கி இருந்தது. தண்டகாரண்யப் பகுதிதான் என் களம். எனக்கு ஒரு காயம்கூடப் பட்டதில்லை. நான் காவல் துறையில் சேர்ந்த 18 மாதங்களுக்குள் என்னுடைய முன்னாள் தோழர்கள் என்னைக் கொன்றுவிட்டார்கள். கங்களூர் அருகே உள்ள என் கிராமத்திற்குச் சென்றுகொண்டிருந்தபோது என்னை அவர்கள் தாக்கினார்கள். அவர்களில் ஒருவன் மூன்று

ஆண்டுகளுக்கு முன்பு நான் கட்சியில் சேர்த்துவிட்ட பையன். என்னுடைய கிராமத்திற்கு அருகில் வசித்தான். அவனைக் கட்சிக்குள் நான் கொண்டுவந்தேன். அவன்தான் என்னை முதலில் குத்தினான். கொன்ற பிறகு என்னைத் தூக்கிச் சாலையில் வீசி எறிந்தார்கள்.

அவர்கள் என்னைக் கொல்லத் திட்டமிட்டிருந்தார்கள் என்பது எனக்குத் தெரியும். அடிஷனல் சாஹேப் – பீஜப்பூரின் கூடுதல் காவல் துறை சூப்பிரன்டென்டென்ட் – நான் அவர்களுடைய தாக்குதல் பட்டியலில் இருப்பதால் எச்சரிக்கையாக இருக்கும்படி சொல்லியிருந்தார். காவல் துறையினரின் முகாம்களிலேயே வசிக்கும்படி அறிவுறுத்தினார். சரணடைந்த நக்சல்கள் காவல் துறைக் குடியிருப்புகளிலேயே தங்கிப் பாதுகாப்பாக இருப்பார்கள். ஆனால் என்னுடைய பழைய தோழர்களை என்னால் எளிதாகச் சமாளிக்க முடியும் என்று நினைத்தேன். ஆயுதங்களுடனும் காவலர்களுடனும் வாழ்வதற் காக நான் வனத்தை விட்டு வெளியேறவில்லை. என்னுடைய கிராமத்தில் என் மேடத்துடன் (மனைவியுடன்) வாழ வேண்டும் என்று விரும்பினேன். எங்களுக்காகச் சிறிய வீடொன்றைக் கட்டிக்கொண்டிருந்தேன். கட்டிட வேலை நடந்துகொண்டிருந்த இடத்திற்குப் போய்க்கொண்டிருக்கும்போதுதான் நான் தாக்கப்பட்டேன்.

வனத்தைப் பற்றிய தகவல் அறிய சாஹேப் அடிக்கடி என்னை அழைப்பார். 'கோபானியா சைனிக்' (தகவல் சொல்பவர்) என்று எனக்குப் பெயர் வைத்திருந்தார். கட்சியைப் பற்றிய பல ரகசியங்களை நான் அவருக்குச் சொன்னேன். ஒருமுறை நான் முர்கீனரில் பயணிகள் பேருந்து ஒன்றை நிறுத்தினேன். அன்றே தோழர்களுடன் அதை ஓட்டிச்சென்று காவல் சாவடி ஒன்றைத் தகர்த்தேன். 2005, பிப்ரவரி 9 அன்று தண்டேவாடாவில் உள்ள பைலாதிலாவில் இருக்கும் நேஷனல் மினரல் டெவலப்மென்ட் கார்ப்பரேஷனில் உள்ள வெடிமருந்துக் கிடங்கைக் கொள்ளையடித்தேன். 19 கிலோ வெடிமருந்துகள், தானாகவே லோட் செய்துகொள்ளும் ரைஃபிள்கள் 14, 2430 வெடிமருந்துப் பெட்டிகள் ஆகியவற்றைக் கொள்ளையடித்தோம். நக்சலைட்டுகளான நாங்கள் அந்த அளவுக்கு வெடிபொருள்களைக் கொள்ளையடித்ததில்லை. அதன் பிறகு பேட்டரியால் இயங்கும் கண்ணிவெடிகளை தண்டகாரண்யம் முழுவதும் எங்களால் புதைக்க முடிந்தது. அவை சாதாரண மோட்டார் சைக்கிள் டயர் பட்டாலே வெடிக்கக்கூடியவை. காவல் துறையிடம் கண்ணி வெடிகளைத் தாக்குப் பிடிக்கும் வாகனங்கள் இருந்தன. அவற்றையும் எங்களால் தகர்க்க முடிந்தது. அச்சத்திற்கு உள்ளான

காவலர்கள் முகாம்களுக்குள்ளேயே முடங்கினார்கள். காட்டில் எங்கள் அதிகாரம் கொடிகட்டிப் பறந்தது.

2002இல் நான் கட்சியில் சேர்ந்தேன். கங்கலூருக்குக் கிழக்கில் இருக்கம் பீஜப்பூர் மாவட்டத்தில் சில்கர் கிராமத்தில் வசித்தேன். சில்கருக்குப் பக்கத்தில் இருக்கும் சர்கேகுடா கிராமத்தில் காவல் துறையினர் 2012இல் பழங்குடிகள் பலரைக் கொன்றார்கள். ஆனால் வேறொரு காரணத்திற்காக அந்த ஆண்டை நான் நினைவில் வைத்திருக்கிறேன். அப்போது இந்திய கம்யூனிஸ்ட் கட்சியின் (மாவோயிஸ்ட்) தெற்கு பஸ்தர் பிரிவு கமிட்டியின் உறுப்பினராக இருந்தேன். படைப் பிரிவொன்றுக்குத் தலைவனாக இருந்தேன். என்னிடம் ஏ.கே. 47 இருந்தது. ஒரு முறை பெங்க்ராம் கிராமத்தில் என்னுடைய படையினருடன் தங்கினேன். அவள் அரசுப் பள்ளியில் ஆசிரியராக இருந்தாள். நான் அவளைப் பார்த்தேன். பார்த்த மாத்திரத்தில் ஈர்க்கப்பட்டேன்.

அடுத்த நாள் அந்த ஊரை விட்டுக் கிளம்பினோம். நான் மீண்டும் அங்கே போக விரும்பினேன். ஆனால் நான் சீனியர் கமாண்டர். நான் அங்கு செல்ல வேண்டுமென்றால் அதற்கொரு காரணம் வேண்டும். எனவே ஒரு திட்டம் போட்டேன். மாவோயிஸ்ட் கமாண்டர்கள் அடிக்கடி பஞ்சாயத்துத் தலைவர்கள், ஆசிரியர்கள், சுகாதாரப் பணியாளர்களை அழைத்துக் கூட்டம் போடுவார்கள். நான் அந்தப் பகுதியின் ஆசிரியர்களுக்கான கூட்டங்களை நடத்த ஆரம்பித்தேன். அந்தக் கூட்டத்திற்கு அவள் வருவாள். அதன் பிறகு...

என்னால் இதற்குமேல் பேச முடியவில்லை. இறந்தவர்கள் உளறிக்கொண்டிருக்கக் கூடாது. மைசூரிலேயே தங்கிவிடும்படி அவள் என்னிடம் சொன்னாள். திரும்பிப் போக அவள் விரும்ப வில்லை. ஆனால் அவளுடைய சொற்களின் முக்கியத்துவத்தை நான் உள்வாங்கிக்கொள்ளவில்லை. நாங்கள் மைசூரிலேயே இருந்திருந்தால் அந்த நகரத்தின் சில இயல்புகளை மெல்ல மெல்லக் கற்றுக்கொண்டிருந்திருப்பேன். கொலை செய்யப்பட்டிருக்க மாட்டேன். அவள் சொன்னபடி நான் கேட்டிருக்க வேண்டும். அவள் என் குரு. என் மேடம்.

இடப்பெயர்ச்சி 1

உங்களிடம் நான் சொல்லவிருக்கும் விஷயத்தை வெளியார் யாரிடமும் இதுவரை பகிர்ந்துகொண்டதில்லை. என்னுடைய துறையின் ரகசியக் கோப்புகளில்கூட இது பதிவாகவில்லை.

ஆம். பஸ்தரில் எண்ணற்ற மாவோயிஸ்டுகள் சரணடைவதை நான் உறுதிசெய்கிறேன். சரணடைந்த மாவோயிஸ்டுகளைக் காவல் படையில் கான்ஸ்டபிள்களாக நியமிக்கவும் செய்கிறேன். சிலரைத் தகவல் சொல்லும் படையினராக நியமிக்கிறேன். சிலரை நடவடிக்கைகளுக்காக வனத்திற்கு என்னோடு அழைத்துச் செல்கிறேன். சரணடைந்தவர்கள் பற்றிய விவரத்தை அதிகாரபூர்வமான கோப்புகளில் உடனடியாகப் பதிவுசெய்து ராய்ப்பூர் காவல் துறைத் தலைமையகத்திற்குத் தெரிவிக்க வேண்டியது கட்டாயம். தலைமையகம் தில்லி உள்துறை அமைச்சகத்திற்கு இதுபற்றிய அறிக்கையை அனுப்பும். இந்த நடைமுறைகளை நான் பின்பற்றுவதில்லை. என்னால் பின்பற்ற இயலாது என்பதுதான் உண்மை.

நான் சட்டத்தை மீறுகிறேன் என்று சொல்பவர்கள் சட்டத்தைச் சரியாகப் புரிந்து கொள்ளவில்லை. தண்டேவாடா தில்லி அல்ல. இங்கே காவல் பணி என்பதும் அங்கே நடப்பதுபோல அல்ல. குற்றவியல் நடைமுறைச் சட்டத்தின்படி ஒருவரைக் கைதுசெய்தால் அவரை 24 மணிநேரத் திற்குள் மாஜிஸ்திரேட்டின் முன் நிறுத்த வேண்டும்.

பஸ்தரில் இது சாத்தியமில்லை. என்னுடைய படையினர் கோம்பாடுக்கோ குட்ரூலுக்கோ போகிறார்கள் என்று வைத்துக் கொள்ளுங்கள். யாரையாவது அவர்கள் பிடித்தால் அவரை நகரத்தில் இருக்கும் என்னிடம் அழைத்துவருவதற்கு 48 மணிநேரம் ஆகும். கையில் ஒருவர் சிக்கினால் முதலில் அவரை விசாரித்து அவரிடமிருந்து ரகசியங்களைப் பெறுவேனா அல்லது மாஜிஸ்திரேட்டிடம் கொண்டுபோய் நிறுத்துவேனா?

மாவோயிஸ்டுகளின் உயர்மட்டத் தலைவர் கணபதியோ அல்லது அவர்களுடைய கட்சியின் பொலிட்பீரோ உறுப்பினர் பூபதியோ பிடிபட்டால் அவர்களைக் கடமை தவறாமல் நீதிமன்றத்திற்கு அழைத்துச் செல்ல வேண்டுமா அல்லது மாதக்கணக்கில் பாதுகாப்பானதொரு வீட்டில் அவர்களை வைத்திருந்து அவர்கள் வரலாற்றைத் தோண்டி எடுக்க வேண்டுமா? டிவிஷனல் கமிட்டி உறுப்பினர் யாராவது பிடிபட்டால்கூட அதுபற்றி யாருக்கும் தெரியவிடாமல் பார்த்துக்கொள்வேன். பல வாரங்களுக்கு அவரைக் குடைந்தெடுப்பேன். அவரிடமிருந்து எல்லாவற்றையும் கறந்த பிறகே அவரை ஊடகங்கள் முன்பும் நீதிமன்றத்திலும் நிறுத்துவேன்.

சரணடையும் நக்சல்கள் விஷயத்திலும் இதே உத்தியைத்தான் பின்பற்றுகிறேன். சட்டவிரோத நடவடிக்கைகளில் ஈடுபடும் அவர்கள் என்னுடைய இடத்திற்கு வந்ததும் அதுபற்றி அதிகாரபூர்வமாக எப்படி அறிவிக்க முடியும்? வாரக்கணக்கில், மாதக்கணக்கில் அவரை வைத்திருந்து அவரிடமிருந்து எல்லா வற்றையும் ஒட்ட ஒட்டக் கறந்த பிறகுதான் வெளியே சொல்வேன்.

நக்சல்கள் என்னும் பெயரால் அரசு ஆவணங்களில் பதிவாகும் அனைவரும் நக்சல்கள் அல்லர் என்பது எனக்கும் தெரியும். அவர்களில் பலர் கிராமத்து மக்கள், கீழ்மட்டத்தில் இருக்கும் ஆயுதம் ஏந்தாத ஆதரவாளர்கள். ஆனால் அதனால் யாருக்குப் பிரச்சினை? நான் யாரையாவது கொலை செய்கிறேனா? காவல் நிலையத்தில் பூட்டிவைக்கிறேனா? கிராமத்திலிருந்து பழங்குடியினர் சிலரைக் கூட்டிவருகிறேன். சரணடைந்த நக்சல்கள் என்று அவர்களை அறிவிக்கிறேன். ஊடகங்கள் அவர்களைப் படம் எடுத்துக்கொள்ள ஏற்பாடு செய்கிறேன். பிறகு அவர்களிடம் ஆளுக்கு 2000 ரூபாயையும் ஒரு பாட்டில் மதுவையும் கொடுத்து அனுப்பிவிடுகிறேன். இதன்மூலம் அவர்கள் எனக்கு விசுவாசமாகச் செயல்பட்டு நக்சல்களை ஒழிக்க உதவுவதற்கான சாத்தியக்கூறை உருவாக்குகிறேன். இதன் மூலம் கிராமவாசிகளுக்கும் நக்சல்களுக்கும் இடையே உரசலை ஏற்படுத்த முயல்கிறேன்.

போர் என்பது போர்க்களத்தில் நடப்பதல்ல. அது உங்கள் மனதில் உள்ள சதுரங்கப் பலகையில் நடப்பது. என் விருப்பப்படி செயல்பட வாய்ப்புக் கிடைத்தால் பஸ்தரில் இருக்கும் நக்சல்கள் அனைவரையும் ஒழித்துக்கட்டிவிடுவேன்.

புத்திசாலிகள் என் வழியில் செயல்பட என்னை அனுமதிக்கிறார்கள். ஆனால் சரணடையும் கிளர்ச்சியாளர்களை என் படையில் சேர்த்துக்கொண்டு காவல் துறை நடவடிக்கைகளுக்கு அவர்களை அனுப்புவது ஏன் என்று கேட்கிறார்கள். நக்சல் ஒருவர் என்னை ஏமாற்றுவதற்காகவே சரணடைந்துவிட்டு, வனத்திற்குள் நடவடிக்கை மேற்கொள்ளும்போது நமக்கு எதிராகவே திரும்பிவிட்டால் என்ன செய்வது என்று கேட்கிறார்கள். என்னுடைய திட்டமெல்லாம் ஒரு நொடியில் தவிடுபொடியாகிவிடும். சரணடைந்த நக்சல்கள் பலர் காவல் துறைக்குச் சொந்தமான ஏ.கே. 47 துப்பாக்கிகளுடன் தப்பிச் சென்றிருக்கிறார்கள். நக்சல்கள் என்னுடைய படையினரைத் தாக்கியது பற்றிக் காவல் துறையின் முகாம் படையினர் என்னிடம் சொல்லியிருக்கிறார்கள். காவலர்களுடன் சென்று நக்சல்கள் வனத்தினுள் காவலர்களுக்கு எதிராகத் திரும்பித் தாக்குதல் நடத்தியது பற்றிச் சொல்லியிருக்கிறார்கள்.

இதில் உள்ள ஆபத்தை ஒப்புக்கொள்கிறேன். ஆனால் எனக்கு வேறு வழி இல்லை. சரணடைந்த நக்சல்களைப் பணியமர்த்தித்தான் ஆக வேண்டும். சரணடைந்த போராளிகளுக்கான மறுவாழ்வுக் கொள்கை என்னுடைய செயல்களுக்கு எதிரானது என்பது எனக்குத் தெரியும். சரணடைந்த நக்சலிடம் ஆயுதங்களைக் கொடுத்துக் காவல் துறை நடவடிக்கைக் குழுவுடன் அவரை அனுப்புவது நல்லதல்ல என்கிறது அந்தக் கொள்கை. மாறாக, தொலைபேசி பழுது பார்ப்பவர், தச்சர், எலக்ட்ரீஷியன் என்பன போன்ற வேலைகளுக்கான பயிற்சியை அவர்களுக்கு அளிக்க வேண்டும். காவல் துறைக் குடியிருப்புகளில் அவரை வைத்திருக்கவே கூடாது. அவருக்கு வீடளித்து வாழ்வாதாரத்தையும் ஏற்பாடு செய்ய வேண்டும். சரணடைந்த பின் காவல் துறையில் இணைந்த நக்சல்களைத்தான் நக்சல்கள் கொல்கிறார்கள் என்பதும் எனக்குத் தெரியும். சரணடைந்த பிறகு கிராமங்களுக்குத் திரும்பிச் சென்று விவசாயம் பார்க்கும் நக்சல்களை அவர்கள் ஒன்றும் செய்வதில்லை என்பதையும் அறிவேன்.

ஆனால், பஸ்தரில் உயிர் மிகவும் மலிவானது என்பது உங்களுக்குத் தெரியாது. மனித உயிரானது அரசியல் சட்டம் என்னும் அரசு ஆவணத்தால் இங்கே உத்தரவாதம் பெறவில்லை. அது துப்பாக்கிக் குண்டின் முனையில் ஊசலாடுகிறது. அந்தக்

குண்டு சரியான இடத்தைத் தீண்டினால் மனிதன் சட்டென்று பிணமாகிவிடுவான். குண்டு கொடூரமானதோ அநியாயமானதோ அல்ல.துப்பாக்கியின் விசையை அழுத்தும் விரல் கருணையற்றது என்று தவறாகக் கருதப்படுகிறது. உண்மையில் அந்த விரல் தன்னுடைய அச்சத்தைத்தான் விரட்டுகிறது. இரவில் வனத்திற்குள் மாட்டிக்கொள்ளும் சிப்பாய் ஒருவர் நொடிக்குப் பத்துக் குண்டுகளை உமிழும் துப்பாக்கியை நாலாபுறமும் சுட்டுக் குழந்தைகள்முதல் இளைஞர்கள்வரை சிலரைச் சடலங்களாக ஆக்கும்போது அவர் தான் சடலமாகிவிடக் கூடாது என்பதற்காகவே அப்படிச் செய்கிறார். அவர் ஒரு சடலத்தின் மார்பில் கத்தியைச் சொருகி எடுத்து அதில் படிந்திருக்கும் ரத்தத் துளிகளை அந்தச் சடலத்தின் துணியில் துடைக்கும்போது அந்தக் கொலை பதிவுசெய்யப்படுகிறது.

பஸ்தரில் உயிரோடு இருப்பதற்கும் சாவதற்கும் இடையே உள்ள வித்தியாசம் அதிருஷ்டம்தான். பஸ்தரில் உயிரோடு இருப்பவர்களை யாரும் தேடுவதில்லை. இறந்தவர்களைத்தான் தேடுகிறார்கள். பிணங்களைத் தேடும் வேலையில் என் படையினர் அடிக்கடி ஈடுபடுவதில்லை. ஆனால் அது வேறு கதை. அதைப் பிறகு சொல்கிறேன்.

சரணடையும் நக்சலுக்கு வனத்தின் எல்லாப் பாதைகளும் எல்லா ரகசியங்களும் தெரியும். மாவோயிஸ்ட் கமாண்டர்களின் மறைவிடங்கள், அவர்களை முற்றுகையிடுவதற்கான பல்வேறு வழிகள் ஆகியவையும் தெரியும். நக்சல்களுக்கு எதிரான போரில் ஒரு சிப்பாயாக அவருடைய மதிப்பு அளப்பரியது. இந்த வேலையில் அவருடைய உயிருக்கு ஆபத்து இருக்கிறது என்பது உண்மைதான். ஆனால் என்னுடைய உயிரும் வனத்தில் அவர் காட்டும் விசுவாசத்தைத்தான் நம்பியிருக்கிறது. வனத்தில் உயிர் என்பது உள்ளங்கைக்குள் இருக்கிறது. காவலர்களின் தாக்குதல் என்னும் அபாயத்தை எதிர்கொண்டு வனத்தில் இருந்தவர் அவர். அப்போது எந்த நேரத்திலும் அவர் கொல்லப்பட்டிருக்கக்கூடும். அவர் நக்சலாக இருந்தபோது என்னால் அவருக்கு இருந்த அபாயத்தைக் காட்டிலும் குறைவான அபாயமே இப்போது உள்ளது. அவருடைய முன்னாள் தோழர்களின் தோட்டாவால் அவருக்குக் காயம் ஏற்பட்டால் அவருக்கு நல்ல முறையில் சிகிச்சை அளிக்க நான் ஏற்பாடு செய்வேன். அவர் இறந்துபோனால் அவர் மனைவிக்கு நஷ்ட ஈடு கிடைக்க ஏற்பாடு செய்வேன்.

பஸ்தரின் விடுதலைக்காக, இந்திய அரசியல் சட்டத்திற்காக நான் இந்த அபாயகரமான நடவடிக்கையை எடுத்துத்தான் ஆக வேண்டும். அவர் சரணடைந்த உடனேயே நான் அவரைக்

காவல் துறை நடவடிக்கைக்கு அனுப்புவதில்லை. பல மாதங்கள் அவரைக் கவனித்துவருவேன்; அவர் எங்கே போகிறார், யாரைச் சந்திக்கிறார், என்ன சாப்பிடுகிறார் என்பதையெல்லாம் கவனிப்பேன். அவருக்குக் கோழி இறைச்சியும் ஆட்டிறைச்சியும் தருவேன். நிறையக் குடிக்கவைப்பேன். வனப்பகுதியில் வாழ்ந்து இறுகிப்போயிருக்கும் அவருடைய புலன்கள் அப்போதுதான் தளர்வடையும். அவரிடம் ஒரு கைபேசியைக் கொடுத்து அந்த எண்ணைக் கண்காணிப்பில் வைத்திருப்பேன். அவரை முன்னணியில் நிறுத்தி அவர் முதுகுக்குப் பின்னால் துப்பாக்கியை வைத்திருப்பேன். நான் அப்படிச் செய்வது அவருக்கு நன்றாகத் தெரியும். காவல் துறை நடவடிக்கை முடிந்து அவர் வரும்வரை அவருடைய மனைவி காவல் துறையின் கண்காணிப்பில் இருப்பதும் அவருக்குத் தெரியும். நாங்கள் ஒருவரை ஒருவர் சந்தேகப்படுகிறோம். அந்த அவநம்பிக்கைதான் எங்கள் வாழ்க்கையின் போக்கை எழுதுகிறது.

ஒரு நிகழ்வு என் நினைவுக்கு வருகிறது. விடுமுறையின்போது கல்லூரி நண்பன் ஒருவனை என்னுடைய சொந்த ஊரில் சந்தித்தேன். அவனுடைய படுக்கை அறையில் இருந்தபடி நாங்கள் பேசிக்கொண்டிருந்தோம். என்னுடைய பார்வை எதையோ தேடிக்கொண்டிருந்தது.

"உனக்கு ஏதாவது வேண்டுமா?" என்று அவன் கேட்டான்.

"இந்த ரூமுக்கு எத்தனை கதவு?" என்று கேட்டேன்.

"நீ உள்ளே வந்தாயே, அந்த ஒரே ஒரு கதவுதான். ஏன் கேட்கிறாய்?" என்றான்.

"ஒண்ணே ஒண்ணா?"

"பெட்ரூமுக்கு எத்தனை கதவு வேண்டும்?"

"திடீரென்று யாராவது உள்ளே வந்து தாக்கினால் தப்பித்துப் போக இன்னொரு கதவு வேண்டாமா?"

நண்பன் திகைத்துப்போனான். "இங்கே நம்மை யார் தாக்குவார்கள்?" என்றான்.

தாக்குதல்கள் எங்கு வேண்டுமானாலும் எப்போது வேண்டுமானாலும் நடக்கலாம்.

அதன் பிறகு அங்கே இருந்த 83 நிமிடங்களும் நான் கதவையே பார்த்துக்கொண்டிருந்தேன். என் காதுகள் எச்சரிக்கையோடு இருந்தன. என் விரல்கள் பெல்ட்டில் சொருகியிருந்த ரிவால்வரைப் பற்றியபடி இருந்தன.

மற்ற மாகாணங்களில் காவல் துறை அதிகாரிகளாக என் நண்பர்கள் இருக்கிறார்கள். அவர்கள் பல்லரங்கங்களில் திரைப்படம் பார்க்கிறார்கள். பல்லங்காடியில் பொருள்களை வாங்கச் செய்கிறார்கள். என் மனைவியும் பெண் குழந்தையும் மாநிலத்தின் தலைநகரில் வசிக்கிறார்கள். பஸ்தருக்கு அழைத்து அவர்கள் உயிர்களை அபாயத்திற்குள்ளாக்க நான் விரும்ப வில்லை. ராய்ப்பூருக்குச் செல்லும்போது அவர்களுடன் படம் பார்க்கச் செல்வேன். படம் முடியும்வரை ஆயுதம் ஏந்திய கமாண்டோக்கள் திரையரங்க வாசலில் காவலுக்கு நிற்பார்கள்.

மரணம் 1

நான் அவனைச் சந்தித்த இரண்டு ஆண்டு களில் அவன் கொலை செய்யப்பட்டான். என்னால் அவனைக் காப்பாற்றியிருக்க முடியுமா? அற்புதமானதொரு காதல் கொடூரமான முடிவை எட்டாமல் என்னால் தடுத்திருக்க முடியுமா?

2013, மார்ச் மாதத்தில் சத்தீஸ்கர் காவல் துறையின் புலனாய்வுத் துறை அலுவலகத்தில் அந்த இணையர் என் கவனத்தைக் கவர்ந்தார்கள். அறைக்கு வெளியே போடப்பட்டிருந்த பெஞ்சில் அவர்கள் உட்கார்ந்திருந்தார்கள். அந்த ஆளின் முடி சுருட்டையாக இருந்தது. சட்டை, கால்சட்டை அணிந்திருந்தான். சட்டைக்கு மேல் கண்ணைப் பறிக்கும் சிவப்பு நிறத்தில் அரைக்கை ஸ்வெட்டரை அணிந்திருந்தான். அந்தப் பெண் புடவை அணிந்திருந்தாள். அவர்களை நோட்டமிடுவதற்காகவும் அவர்கள் கவனத்தைக் கவர்ந்து பேச்சைத் தொடங்குவதற்காகவும் ஒரு சில முறைகள் அவர்களைக் கடந்து சென்றேன். தங்களைத் தாண்டிச் சென்று சில எட்டுக்கள் வைத்துவிட்டுத் திரும்பி மீண்டும் தங்களைக் கடந்து செல்லும் என்னை அவர்கள் சுத்தமாகக் கண்டுகொள்ளவே இல்லை. என்னைக் கவனிக்க முடியாத அளவுக்கு பேச்சில் ஒன்றும் அவர்கள் மூழ்கிவிடவில்லை. அவர்கள் ஒருவரை ஒருவர் பார்த்துக்கொள்ளவில்லை. இருவரது பார்வைகளும் பெரும்பாலும் அவரவரது பாதங்களின் மேல் நிலை குத்தியிருந்தன. எப்போதாவது ஒருமுறை முகத்தை

மேலே உயர்த்தினார்கள். என்றாலும் அவர்களுடைய மவுனமே அவர்களுடைய நெருக்கத்தைப் பிரதிபலித்தது. அந்த மவுனத்தில் பதற்றமோ தவிப்போ வெளிப்படவில்லை. தெளிவான மவுனம். வெதுவெதுப்பான நீரில் மூழ்கியிருக்கும் உணர்வு.

புதியவர்கள் நமது கவனத்தை அவ்வப்போது கவரத்தான் செய்வார்கள். ஆனால் அந்தத் தருணம் விரைவில் கடந்து சென்றுவிடும். அவர்களைப் பற்றி நம் மனதில் எழுந்த கற்பனைகள் மட்டுமே எஞ்சியிருக்கும். அறுங்கோண வடிவிலான ஒரு முகம். மெல்லிய துணியாலான ஒரு அங்கி. பூங்காவில் தனியாக அமர்ந்திருக்கும் முதியவர்.

தில்லியில் ஒருமுறை ஆட்டோவில் போய்க்கொண்டிருந்தேன். சிக்னலில் வாகனங்கள் நின்றன. பக்கத்தில் நின்றுகொண்டிருந்த ஒரு காரின் ஜன்னல் கீழே இறங்கியது. ஒரு கை வெளியே நீண்டது. அது ஒரு ஆணின் கை. அந்தக் கை ரியர் வியூ கண்ணாடியின் மீது படிந்தது. விரல்களுக்கிடையில் இருந்த சிகரெட்டிலிருந்து மெல்லிய புகை வளையம் எழுந்தது. சட்டென்று அந்தக் கை உள்ளுக்கு இழுத்துக்கொள்ளப்பட்டது. ஓட்டுநருக்குப் பக்கத்தில் உட்கார்ந்திருந்த பெண்ணின் முகம் கண்ணாடியில் பளிச்சிட்டது. கை மீண்டும் கண்ணாடியின் மீது படிந்தது. இந்த முறை அந்தப் பெண்ணின் முகம் கண்ணாடியில் தெரியும் விதத்தில் அந்தக் கையின் இடம் அமைந்திருந்தது.

கண்ணாடி. சிகரெட். புகை. கண்ணாடி பிம்பம்.

பச்சை விளக்கு எரிந்தது. ஒரு குலுக்கலுடன் அந்தக் கார் கிளம்பி வேகமெடுத்து வாகனக் கடலில் கலந்து மறைந்தது.

காவல் நிலையத்தில் அமர்ந்திருந்த அந்த இணையரின் எதிரில் குறுக்கும் நெடுக்குமாகப் போய் வந்த பிறகு அவர்கள் ஏதோ மனு அல்லது புகார் கொடுக்க வந்திருக்கிறார்கள் என்று நான் அனுமானித்துக்கொண்டேன். காவலர்கள் சிலரும் அவர்களைக் கடந்து சென்றார்கள். யாரும் அவர்களைக் கவனிக்கவில்லை.

சிறிது நேரம் கழித்து எனக்குள் இருந்த பத்திரிகையாளன் தலை தூக்கினான். அவர்களிடம் பேசிவிடுவது என்று முடிவுசெய்தேன். "யாருக்காகவது காத்திருக்கிறீர்களா?" என்று கேட்டேன்.

அந்த ஆள் சட்டென்று எழுந்து விறைப்பாக நின்றான். "சாஹேப் எங்களை இங்கே இருக்கச் சொன்னார்" என்றான்.

அவன் குரல் சட்டென்று குழறியது. என்னால் உடனடியாகப் புரிந்துகொள்ள முடிந்தது.

"போன் இருக்கிறதா?"

மரணத்தின் கதை

அவன் சீன மாடல் போனைத் தன் பாக்கெட்டிலிருந்து எடுத்தான். "சாஹேப் கொடுத்தார். இன்னும் இது வேலை செய்யவில்லை." அந்த போனை நான் ரிப்பேர் செய்துதரக்கூடும் என்பதுபோல அவன் அதை என்முன் நீட்டினான். அவன் முகத்தில் அப்பாவித்தனம் படிந்திருந்தது.

"இங்கிருந்து எப்போது கிளம்புவீர்கள்?"

அவன் தலையாட்டினான். ஒன்றரை மணிநேரத்திற்குப் பிறகு பக்கத்தில் இருக்கும் என்னை வந்து பார்க்கும்படி சொன்னேன். "உங்ககிட்ட வாட்ச் இருக்கா?" என்று கேட்டேன். அவன் தன் சட்டைக் கையை மேலே இழுத்துவிட்டான். பழைய எச்.எம்.டி. கைக்கடிகாரத்தைக் கட்டியிருந்தான்.

கோஸ்ரா ஜோகாவுடனும் அவன் மனைவி (மேடம்) வரலட்சுமியுடனுமான என்னுடைய உறவு இப்படித்தான் தொடங்கியது. அவன் கோண்டு பகுதியைச் சேர்ந்த பழங்குடி. அவள் ஹல்பி. வசந்த காலத்தில் மலரும் ரோஜாவின் இதழ்களைப் போல என்முன் அற்புதமான காதல் ஒன்று மடலவிழ்ந்தது. சில மாதங்களுக்கு முன்புவரை ஜோகா மாவோயிஸ்ட் சீருடையில், தோளில் ஏ.கே. 47 துப்பாக்கியைச் சுமந்தபடி பஸ்தர் காட்டினூடே அலைந்துகொண்டிருந்தான். வரலட்சுமியை அழைத்துக்கொண்டு கோதாவரி ஆற்றைக் கடந்து சென்று ஹைதராபாத், பெங்களூர், மைசூர் ஆகிய நகரங்களில் வசித்தான். பஸ்தருக்குத் திரும்பி வரும்படி அவனுக்கு எதிர்பாராத விதமாக அழைப்பு வந்தது.

பீஜப்பூர் மாவட்டத்தில் தன் படையினருடன் ஒரு கிராமத்தின் வழியே சென்றபோதுதான் அவன் அவளைச் சந்தித்தான். அவள் உள்ளூர் அரசுப் பள்ளியின் ஆசிரியை. "அவளைப் பார்த்தேன்... பார்த்ததும் மனதைப் பறிகொடுத்துவிட்டேன்..."

அடிக்கடி அவளைப் பார்ப்பதற்கான சாக்கைத் தேட ஆரம்பித்தான் ஜோகா. அந்தப் பகுதியில் உள்ள ஆசிரியர்களை யெல்லாம் ஓரிடத்திற்கு வரச் சொல்வது இருப்பதிலேயே எளிதான வழி. இருவரும் தங்களுக்கான நேரத்தை எப்படியோ கண்டுபிடித்துக்கொண்டார்கள். தண்டகாரண்யத்தின் அடர்வனப் பகுதி...

ஆனால் ஜோகாவுக்கு அது அவ்வளவு எளிதாக இல்லை. அவனுக்கு ஏற்கெனவே திருமணம் ஆகியிருந்தது. அவன் மனைவி சவிதா மட்கமும் சீருடை அணிந்த நக்ஸல்தான். அவள் கங்களூரில் பணியில் இருந்தாள். அரசுப் பள்ளி ஆசிரியையுடன் ஜோகாவுக்கு ஏற்பட்ட நெருக்கத்தைப் படையில் இருந்த அவனுடைய மேலதிகாரிகள் கடுமையாக எதிர்த்தார்கள்.

மாவோயிஸ்ட் கிளர்ச்சியாளர் யாரேனும் கிராமவாசியையோ அல்லது வெளியாளையோ மணம் செய்துகொள்ள விரும்பினால் அந்த நபர் முதலில் கட்சியில் சேர்ந்து சில ஆண்டுகள் பணிபுரிய வேண்டும். அதன் பிறகுதான் மேல்மட்டத் தலைவர்களிடம் திருமணத்திற்கு அனுமதி கேட்க வேண்டும். இது மாவோயிஸ்ட் கட்சியின் விதி. அவர்களுடைய மண வாழ்க்கையும் 'புரட்சியின் தேவை'களுக்கு ஏற்ப அமைய வேண்டும். இணையர் 'தோழர்'களாகவே வாழ வேண்டும். இணையர்கள் ஒரே படையில் பணியமர்த்தப்படுவது வழக்கமில்லை.

ஏற்கெனவே திருணமான ஜோகா, நக்சல் படையின் முக்கிய மான கமாண்டர். இரண்டாவது திருமணத்திற்கு அவனுக்கு அனுமதி கிடைக்க வாய்ப்பு இல்லை. 'தோழ'ரைத் திருமணம் செய்துகொள்ள அவனும் விரும்பவில்லை. வரலட்சுமியுடனான அவன் உறவு புரட்சியின் லட்சியங்களுக்கு எதிரான ஒழுங்கீனம். அவனுடைய படை அதிகாரிகள் ஒப்புக்கொள்ளாத நிலையில், தான் பத்தாண்டுகளுக்கும் மேலாக இணைந்திருந்த கட்சியை விட்டு விலக ஜோகா விரைவிலேயே முடிவுசெய்துவிட்டான். 'நீர், வனம், நிலம்' (ஜல், ஜங்சில், ஜமீன்) ஆகியவற்றை மீட்பதற்கான ஆயுதப் போராட்டம் என்னும் கனவைத் துறக்க முடிவுசெய்தான். தொலைவில் உள்ள நகரம் ஒன்றில் தன்னுடைய மேடத்துடன் புதிய வாழ்க்கையைத் தொடங்கக் கனவு கண்டான். "எல்லாம் முடிந்துவிட்டதாகவே எனக்குத் தோன்றியது" என்றான் அவன்.

வரலட்சுமிக்கு நம்பிக்கை ஏற்படவில்லை. ஆனால் ஜோகா வற்புறுத்தி இணங்கவைத்தான். உயர்மட்ட நக்சல் கமாண்டர் என்ற முறையில் அவன் தனியார் ஒப்பந்ததாரர்களிடம் பணம் பறித்துக் கட்சியின் கருவூலத்தில் சேர்த்துவந்தான். அந்தப் பணத்தில் பத்து லட்ச ரூபாயை ரகசியமாகத் தனக்காகச் சேர்த்துவைத்திருந்தான். கட்சியில் யாருக்கும் தன்னுடைய திட்டம்பற்றித் தெரியாமல் பார்த்துக்கொண்டான். 2013, பிப்ரவரி 1 அன்று தன்னுடைய சீருடையையும் துப்பாக்கியையும் விட்டுவிட்டு பஸ்தரிலிருந்து கிளம்பினான். தன்னுடைய கடந்த காலத்தைத் தள்ளிவைத்துவிட்டு வரலட்சுமியுடன் புதிய வாழ்க்கையைத் தொடங்க, பன்முக அடையாளங்களையும் கனவுகளையும் பாதுகாக்கும் பூமி என்றும் பெருமை கொண்ட தென்னிந்தியாவை நோக்கிப் பயணமானான்.

"எங்களிடம் பத்து லட்ச ரூபாய் இருந்தது. புதிய வாழ்க்கையைத் தொடங்க, வீடு வாங்க அது போதும் என்று நாங்கள் நம்பினோம். நாங்கள் முட்டாள்கள்" என்று சொல்லிவிட்டுச் சிரித்தான். வாழ்நாள் முழுவதும் தண்டகாரண்ய வனத்திலேயே கழித்த

அவன் ஒருசில முறை மட்டும் கட்சிரோலி, கம்மம், வாரங்கல் போன்ற பக்கத்தில் இருக்கும் சில நகரங்களுக்கு ரகசியமாகப் போய் வந்திருக்கிறான். பழங்குடி மக்களின் மொழியான கண்டி மட்டும்தான் அவனுக்குப் பேசத் தெரியும். கொஞ்சம் தெலுங்கும் இந்தியும் தெரியும். வரலட்சுமிக்கு வெளிஉலகம் பற்றிச் சிறிதளவு கூடுதலாக அனுபவம் உண்டு என்றாலும் அவர்கள் சென்ற நகரம் அவளுக்கும் அன்னியமானதாகவே இருந்தது. என்றாலும் அவர்கள் பெருநகரங்களுக்குச் சென்றார்கள். ஆந்திரப் பிரதேசத்தைத் தாண்டி, பெங்களூருக்குச் சென்று கடைசியில் மைசூரில் போய்த் தங்கினார்கள். 1200 கிலோமீட்டர் தொலைவிலான அந்தப் பயணத்தில் பல விடுதிகளில் தங்கி னார்கள். "தென்னிந்தியாவில் குடியேற விரும்பினோம். ஆனால் நகர வாழ்க்கை எங்களுக்கு அன்னியமானதாக இருந்தது. அங்கே உள்ள மொழிகூட எங்களுக்குத் தெரியாது" என்று சொல்லும்போதும் ஜோகாவில் முகத்தில் புன்னகை இருந்தது. வனத்தின் நீரோடையைப் பிரதிபலிக்கும் புன்னகை அது.

வாழ்வின் மீது அந்த அளவுக்கு ஆசை வைத்திருந்த அவர்களைக் காவல் துறையின் வாகனத்தில் மீண்டும் பஸ்தருக்குத் திரும்ப வைத்தது எது? அவர்கள் காதல் பாதியில் முறிந்தது ஏன்?

கையிலிருந்த பணம் வேகமாகக் கரைந்தது. பெங்களூரிலோ மைசூரிலோ அவர்களுக்கு வேலை எதுவும் கிடைக்கவில்லை. தினக் கூலிக்கான வேலைகளைத் தவிரப் பழங்குடி இன மக்களுக்கு இந்தியாவின் பெருநகரங்களில் வேறு என்ன வேலை கிடைத்து விடும்? அவர்கள் கனவு விரைவாகச் சிதைந்துபோகக்கூடிய நிலையில் இருந்தது. ஆந்திரப் பிரதேசத்திற்குப் போகலாம் என்று ஜோகா யோசனை சொன்னான். கம்மம், பத்ராசலம் ஆகிய ஊர்களில் அவனுக்குச் சில தொடர்புகள் இருந்தன. பஸ்தருக்குப் பக்கத்தில் இருக்கும் அந்த ஊர்களில் கோண்டு பழங்குடியினரும் இருப்பதால் அங்கே குடியேறுவது எளிதாக இருக்கும் என்று நினைத்தான். ஆந்திரப் பிரதேசக் காவல் துறையிடம் அவன் ஜாதகமே இருக்கக்கூடும் என்பதால் அங்கே தங்குவதில் உள்ள அபாயம் அவனுக்குத் தெரிந்திருந்தது. என்றாலும் இத்தனை நாட்களில் காவல் துறையினர் தன்னை மறந்திருப்பார்கள் என்று தனக்குத் தானே சொல்லிக்கொண்டான்.

தன் திட்டத்தில் எங்கே தவறு நடந்தது என்பதை அவனால் சரியாக நினைவுகூர முடியவில்லை. ஹைதராபாத்துக்கு வந்ததும் ஒரு நண்பனிடம் தொலைபேசியில் பேசினான். அடுத்த நிமிடம் காவலர்கள் அவன் முன் வந்து நின்றார்கள். அந்த நண்பனின் தொலைபேசி ஒட்டுக் கேட்கப்பட்டதா? அல்லது அவன் ஜோகாவைக் காட்டிக் கொடுத்துவிட்டானா? அல்லது

ஹைதராபாத் பேருந்து நிலையத்தில் பணியில் இருந்த புலனாய்வுப் பிரிவினர் இவர்களைப் பார்த்துச் சந்தேகப்பட்டார்களா?

எப்படி வேண்டுமானாலும் இருந்திருக்கலாம். அவனைக் கைதுசெய்து சத்தீஸ்கருக்கு அழைத்துச் சென்றார்கள். கட்சியிலிருந்து அவன் வெளியேறிவிட்டான் என்பது காவல் துறைக்குத் தெரியும் என்பதால் அவர்கள் அவனை முறையாகக் கைதுசெய்து நீதிமன்றத்திற்குக் கொண்டுசெல்லவில்லை. 'சரணடைந்த' போராளியாகத் தன்னை அறிவித்துக்கொண்டு தகவல் தெரிவிப்போனாகச் சேரும்படி அவனிடம் சொன்னார்கள். வனமும் ஆயுதங்களுமான வாழ்க்கை அவனுக்கு அயர்ச்சியை ஏற்படுத்தியிருந்தது. நகரத்தில் தனக்கு இடமில்லை என்பதும் அவனுக்குக் கடந்த நாற்பது நாட்களில் தெளிவாகப் புரிந்து விட்டிருந்தது. காவல் துறை வேலையைச் செய்யலாம் என்று நினைத்தான்.

காதல் வாழ்வின் மீது ஆசை கொண்டு எந்தக் காட்டை விட்டு வெளியேறினானோ அதே பீஜப்பூர் காட்டிற்கு மீண்டும் வந்து சேர்ந்தான். அச்சமூட்டும் நக்சல் கமாண்டராக இருந்த அவன் இப்போது எதிர்ப் பாசறையில் இருந்தான். யாருடன் சேர்ந்து புரட்சிக் கனவை நிறைவேற்றப் பத்து ஆண்டுகள் கனவு கண்டானோ அந்த முன்னாள் தோழர்களின் கொலைப் பட்டியலில் இப்போது அவன் இருந்தான்.

நக்சல் போராளி எப்படித் திடீரென்று இப்படி மாறுகிறார்? கட்சியை விட்டு வெளியேறி அமைதியான வாழ்வைத் தொடங்க வேண்டும் என்ற ஆசை புரிந்துகொள்ளக்கூடியதுதான். ஆனால் தன்னுடைய கொள்கையைத் துறந்து தன்னுடைய முன்னாள் நண்பர்களுக்கு எதிராக ஆயுதம் ஏந்தவும் அவர்களைப் பற்றிய ரகசியங்களைச் சொல்லவும் கெரில்லாப் போராளியைத் தூண்டியது எது? கடந்த காலத்துடனான தொடர்பைத் துண்டித்துக்கொள்ளலாம். ஆனால் அதை முற்றாகத் துறந்து அதற்கு எதிராகத் துரோகம் செய்ய முடியுமா? அதுவும் அந்தக் கடந்த காலம் நீங்கள் முற்றிலுமாக அர்ப்பணம் செய்துகொண்ட லட்சியங்களை ஆதாரமாகக் கொண்டிருக்கும்போது இது எப்படிச் சாத்தியம்?

கைதுசெய்யப்பட்ட நக்சல்கள் பணிந்துவிடுகிறார்களா? காவல் துறையின் சித்திரவதைகளால் சிறைவாசத்தில் பல ஆண்டுகள் கழித்த நக்சல்கள் பலரைச் சந்தித்திருக்கிறேன். விடுதலையான உடன் அவர்கள் மீண்டும் போரில் இறங்கினார்கள். சிறையில் இருந்தபோது அவர்கள் எந்த ரகசியத்தையும் வெளியிட வில்லை. ரஜ்னு மாண்டவி ஐ.என்.எஸ்.ஏ.எஸ். ரைஃபிளுடன்

மரணத்தின் கதை

அபுஜ்மாதில் செயல்பட்டுக்கொண்டிருக்கிறார். அவர் ஜக்தல்பூர் சிறையில் ஆறு ஆண்டுகள் இருந்தார். "போலீசார் என்னைக் கடுமையாகத் தாக்கினார்கள். நான் ஒரு வார்த்தைகூடப் பேசவில்லை" என்று அவர் ஒருமுறை என்னிடம் சொன்னார்.

காவல் துறை விசாரணை தன்னிடம் இருக்கும் ரசசியங்களைத் தோண்டி எடுத்துவிடும் என்பது சரணடையும் முடிவை எடுக்கும் மாவோயிஸ்டுக்குத் தெரியும். அணி மாறுவதற்கு முன்பு மன அளவில் அவர் தன்னை நெடுங்காலமாகத் தயார்ப்படுத்திக்கொண்டிருப்பார். ஆனால் ஜோகா சரணடைந்த போராளி அல்ல. குடும்ப வாழ்க்கையைத் தொடங்குவதற்காகக் காட்டை விட்டு வெளியேறியவன். காவல் துறையில் சேர நிர்ப்பந்திக்கப்பட்டவன். சத்தீஸ்கரின் வரலாற்றில் மாவோயிஸ்ட் கிளர்ச்சி மிகப் பெரிய அளவில் பரவியிருக்கும் ஒரு பகுதியில் 'சரணடைந்த' மிகவும் மூத்த மாவோயிஸ்ட் தளபதி. சரணடையும் நக்சல்களின் மறுவாழ்வுக்காக அரசு பல திட்டங்களை வைத்திருக்கிறது. அவற்றின் கீழ் வீடு, வேலை, குறைந்தபட்சமாக 25 லட்ச ரூபாய் போன்ற சலுகைகளை அவன் பெற்றிருக்க வேண்டும். சரணடையும் நக்சலுக்குப் பாதுகாப்பான முறையில் அமைதியான வாழ்க்கையை ஏற்பாடு செய்ய அரசு உறுதியளிக்கிறது. ஆனால் ஜோகா காவல் துறைக்குத் உளவு சொல்பவனாக ஆக்கப்பட்டு மீண்டும் காட்டுக்கு அனுப்பப்பட்டான்.

ஜோகாவும் வரலட்சுமியும் ஸ்டூடியோ ஒன்றில் எடுத்துக் கொண்ட ஒரே ஒரு புகைப்படம் மட்டும்தான் என்னிடம் இருக்கிறது. வரலட்சுமி நாற்காலியில் உட்கார்ந்திருக்கிறாள். ஜோகா அவளுக்குப் பின்னால் நிற்கிறான். அவன் கை அவளுடைய வலது தோள்பட்டையை உறுதியாகவும் பாசத்துடனும் பற்றியிருக்கிறது. அவனுடைய கைவிரலில் மோதிரம் பளபளக்கிறது. தங்க முலாம் பூசப்பட்டதாக இருக்கலாம். வரலட்சுமி ஊதா நிறப் புடவை அணிந்திருக்கிறாள். தலைமுடியை நேர்த்தியாக வகிடு எடுத்து வாரியிருக்கிறார். கழுத்தில் தாலிக்கயிறு நீளமாகத் தொங்குகிறது.

வரலட்சுமியுடன் புதிய வாழ்வைத் தொடங்குவதில் ஜோகாவுக்குள்ள ஆசையை உணர்ந்த நான் பீஜப்பூருக்குச் செல்வதைத் தவிர்க்கும்படி சொன்னேன். காவல் துறையில் வேலை செய்வதைத் தவிர வேறு வழியில்லை என்றால் தலைநகரான ராய்ப்பூரில் இருப்பதே பாதுகாப்பானது என்றேன். தன்னுடைய முன்னாள் தோழர்கள் தன்னைத் தேடிக்கொண்டிருப்பது ஜோகாவுக்குத் தெரியும். என்றாலும் அவன் தன் கிராமத்திற்குச் செல்ல வேண்டும் என்று விரும்பினான். அவன் உயிருக்கு ஆபத்து என்பது காவல் துறையில் அவனுடைய மேலதிகாரிகளுக்குத் தெரியும். ஆனால் காட்டில் அவன் அவர்களுக்கு மிகப் பெரிய

சொத்து. மாவோயிஸ்டுகளுக்கு எதிராக அரசு தொடுக்கும் போரில் வியூக ரீதியாக அதிகபட்ச உதவியைச் செய்யக்கூடிய இடத்தில் அவனைப் பணியமர்த்தக் காவல் துறை விரும்பியது.

ஜோகா கொல்லப்பட்ட சில நிமிடங்களில் சாலையில் ரத்தக் குளத்தில் அவன் சடலம் கிடப்பதைக் காட்டும் படம் எனக்கு வாட்ஸ்அப்பில் வந்தது. ஜோகா கொல்லப்பட்ட சில நிமிடங்களில் எனக்குள் ஆழமாக உறைந்திருக்கும் காதலிக்கும், காதலை விரும்பும் ஒரு மனிதனும் கொல்லப்பட்டுவிட்டான்.

வரலட்சுமி மீண்டும் ஆசிரியர் பணியைத் தொடங்கிவிட்டார். பீஜப்பூரின் உட்பகுதியில் இருக்கும் கிராமம் ஒன்றில் அவர் இப்போது வசிக்கிறார்.

மரணத்தின் கதை 1

சாவதற்கான அமைதியான இடத்தை நான் தேடிக்கொண் டிருந்தேன். புரூக்லீனை யாரோ பரிந்துரைத்தார். அடுத்த நாள் வெஸ்ட்செஸ்ட்ரிலிருந்து புறப்பட்டு அங்கே போய்ச் சேர்ந்தேன்.

சில நாவல்கள் எந்த முன்னறிவிப்பும் இல்லாமல் எதிர்பாராத விதமாக நம் வாழ்க்கையில் நுழையும். நாம் மறந்துபோன மூதாதையரின் குரலைப் போல. ஆனால் நமக்குத் தேவையான சரியான தருணத்தில் அவை நம் வாழ்விற்குள் வரும். பிறகு அவை நம் வாழ்க்கையையே மாற்றிவிடும். இந்த நாவல் பல கடல்களுக்கு அப்பால் வசிக்கும் ஒருவர் எழுதியதா என்ற திகைப்பை நமக்குள் ஏற்படுத்தும்.

மரணத்தைப் பற்றிய செய்திகளைத் தரும் நிருபராக ஒருவரை மாற்றியது எது? மரணத்தின் கதை எப்போது தொடங்கியது? 2011, ஆகஸ்ட் 15 அன்று விடாமல் மழை பெய்துகொண்டிருந்த அந்தக் காலைப் பொழுதிலா? சுதந்திர தினத்தன்று தில்லியை விட்டுக் கிளம்பிய அந்த நாளிலா? மத்திய இந்தியாவின் வழியே பயணம் செய்து ஆகஸ்ட் 17 அன்று ராய்ப்பூருக்கு வந்து சேர்ந்த அந்த நாளிலா? அல்லது தங்க வீடு கிடைக்காமல் விடுதி யில் தங்கியிருந்தபோது ஆகஸ்ட் 19 அன்று மாலை பத்ரகாளியில் நக்சல்கள் நடத்திய தாக்குதலில் 10 காவலர்கள் கொல்லப்பட்டதை அறிந்த அந்த மாலை நேரத்திலா? அந்த இடத்திற்குப் புதிதாக வந்தவனை மரணம் வரவேற்றது. அவன் அந்த அழைப்பை ஏற்று அந்தக் கிராமத்தை நோக்கிய தன் 18 மணிநேரப் பயணத்தைத் தொடங்கினான்.

மரணத்தின் கதை நூலின் முதல் அத்தியாயம் வெகுகாலத் திற்கு முன்பாகவே எழுதப்பட்டுவிட்டது. 2011, பிப்ரவரி மாதத்தில் நேரு பிளேஸில் (தில்லி) பழைய புத்தகக் கடையில் ஒரு நாவலை[1] நீங்கள் வாங்கினீர்கள். ஆனால் அதைப் படிக்க நேரம் கிடைக்கவில்லை. காரில் செல்லும்போது அது தனக்கான நேரத்தைக் கண்டுபிடித்துக்கொண்டது. ஜான்சிக்கு அருகில் உள்ள சிறிய உணவகத்தில் அதைப் படிக்கத் தொடங்கியபோது அதன் முதல் வரியே என்னைத் தாக்கி வீழ்த்திவிட்டது.

தன்னுடைய வாழ்க்கையை அருவருப்பானதாகவும் வெறுக்கத்தக்கதாகவும் கருதிய ஒருவனின் கதை அது. துயர மேகங்கள் அவனைச் சூழ்ந்திருந்தன. அவன் தொலை தூரத்திற்குச் சென்றுவிட விரும்பினான். நாவலை விரைவாகப் படித்து முடித்தேன். என் வாழ்வில் எதிர்பாராத விதத்தில் அது வந்து சேர்ந்ததை எண்ணித் திகைத்துப்போனேன்.

காட்டில் நான்கு ஆண்டுகளைக் கழித்த பிறகு நகரத்திற்குத் திரும்பிக் கிட்டத்தட்ட ஐந்து ஆண்டுகள் ஆகின்றன. அந்த முதல் வாழ்க்கையைப் பற்றி நான் தீவிரமாக ஆராய்ந்தேன். எது என்னை இங்கே அழைத்து வந்தது என்று என்னை நானே கேட்டுக்கொண்டேன். இடைவிடாமல் நிகழ்ந்துகொண்டிருந்த மரணங்களுக்குச் சாட்சியாக நீ எப்படி மாறினாய் என்று கேட்டுக்கொண்டேன். ஒவ்வொரு முறையும் எனக்குக் கிடைத்த விடை 'தி ப்ரூக்லீன் ஃபாலிஸ்' என்னும் நாவலின் முதல் வரியில் இருக்கிறது.

1 'தி புரூக்லின் ஃபாலீஸ்', பால் ஆஸ்டர் எழுதிய நாவல்

கனவு 2

இரண்டு நாட்களுக்கு முன்பு பீஜப்பூர் காவல் துறை 'சீருடை அணிந்த நக்சல்' ஒருவரையும் இரண்டு இளம்பெண்களையும் ஊடகங்களின் முன் நிறுத்தியது. "சிறுமிகளை நக்சல்களுக்கு சப்ளை செய்யும்" மாபெரும் மோசடி ஒன்றைக் கண்டுபிடித்திருப்பதாகக் காவல் துறை கூறியது. 'அபாயகரமான நக்சல்' குஜ்ஜா என்பவன்தான் முதன்மை சப்ளையர் என்றும் காவல் துறை கூறியது. களத்தில் இறங்கி விசாரித்ததில் காவல் துறையின் கூற்று பொய் என்பது இரண்டே நாட்களில் அம்பலமானது.

ஆனால் அந்தப் பயணம் வேறொரு காரணத்திற்காக எனக்கு நினைவிருக்கிறது. குஜ்ஜாவுக்கு முன்பு நடந்த நிகழ்வுகளை ஆராய்வதற்காகப் போன வழியில் சத்யநாராயண் மாஸ்டர்ஜியைச் சந்தித்தேன். பஸ்தர் அவருடைய சொந்த ஊர் அல்ல. அரசுப் பள்ளி ஒன்றில் ஆசிரியப் பணிபுரிவதற்காக பீஜப்பூருக்கு வந்திருந்தார். மாடட் கிராமத்திலுள்ள தன் வீட்டுக்கு என்னை அழைத்துச் சென்றார். அகலமான வாய் கொண்ட கிணறு ஒன்று அங்கே இருந்தது. நீருக்குள் ஆமைகள் சோம்பலுடன் நகர்ந்துகொண்டிருந்தன. சில ஆமைகள் பகலில் குட்டித் தூக்கம் போட்டுக் கொண்டிருந்தன. கிணற்றிலிருந்து ஒரு ஆமையை யாரோ திருடிக்கொண்டு போய்விட்டார்கள் என்று வருத்தமாக இருந்தார். வீட்டுக்குள் வந்து கிணற்றுக்குள் இறங்கி எப்படி ஆமையைத் திருட முடிந்தது என்ற வியப்பும் அவருக்கு இருந்தது.

அதுவும் ஒன்றே ஒன்று. ஆமை தானாகவே கிணற்றிலிருந்து வெளியே வந்து திருடனின் கையில் சிக்கியிருக்க முடியாது. கிணறு நல்ல ஆழம். பெரிய பெரிய ஆமைகள் நீரின் மேற்பரப்பில் மிதந்துகொண்டிருந்தன. மாஸ்டர்ஜி காவல் துறையில் புகாரளிக்கவும் ஆமையைக் கண்டுபிடித்துக் கொடுப்பவருக்கு வெகுமதி அளிக்கவும் விரும்பினார். புகார் கொடுக்கக் காவல் நிலையத்திற்குச் சென்றபோது அங்கிருந்தவர்கள் அவரைப் பார்த்துச் சிரித்தார்கள். இந்தத் திருட்டைப் பற்றிப் பத்திரிகையில் எழுத வேண்டும் என்று என்னிடம் கேட்டுக்கொண்டார்.

"நான் போலீஸின் அறிவிப்புக்கு எதிரான கட்டுரையை இப்போதுதான் எழுதினேன். பொதுவாக நான் புலனாய்வுக் கட்டுரைகள்தான் எழுதுவேன்" என்று சொன்னேன்.

"என்னுடைய ஆமை காணாமல்போனதுகூடப் புலனாய்வுக் கான விஷயம்தானே. போலீஸ் எனக்கு உதவவில்லை. நீங்களாவது உதவி செய்யுங்களேன்."

"என்னுடைய பத்திரிகை டெல்லியிலிருந்து வருகிறது. சத்தீஸ்கருக்கான 8 பிரதிகள் காலை விமானத்தில் ராய்ப்பூருக்கு வரும். உங்கள் கிராமத்தை விடுங்கள், பீஜப்பூருக்குக்கூட அது வராது. உள்ளூர் பேப்பரில் வந்தால்தான் இந்தச் செய்திக்கு ஏதாவது தாக்கம் இருக்கும்."

"டெல்லியில் இந்தச் செய்தி பரவினால் நன்றாக இருக்கும். மடாடில் இருக்கும் போலீசுக்கு நெருக்கடி ஏற்படும்" என்ற அவர், புகைப்படங்களை எடுத்துக்கொள்ளச் சொன்னார்.

கேமராவின் கண் வழியே அந்தக் கிணற்றையும் ஆமைகளையும் பார்க்கும்போது பருவ மழைக்காலமான ஜூலை அல்லது ஆகஸ்ட் மாதத்தில் ராய்ப்பூரில் இருக்கும் என் வீட்டிலிருந்த ஒரு தவளை மர்மமான முறையில் திடீரென்று மறைந்துவிட்டது. அது எப்படி என் வீட்டுக்குள் வந்ததோ அப்படியே மர்மமாக மறைந்துபோனது.

ஒருநாள் மாலை வீட்டுக்கு வந்து கதவைத் திறந்தபோது கூடத்தின் மையத்தில் தவளை ஒன்று தியானம் செய்து கொண்டிருப்பதைப் பார்த்தேன். தவம் செய்யும் துறவிபோல அது அமர்ந்திருந்தது. தொலைக்காட்சித் திரையில் அதன் பிம்பம் அசைவற்றிருந்தது. திரையில் தெரிந்த எங்கள் பிம்பங்களை நாங்கள் பரஸ்பரம் வெறித்துப் பார்த்தோம். அந்தத் தவளையின் உறவினராக என்னை நான் உணர ஆரம்பித்தேன். தவளையை அப்போதுதான் முதல் முறையாகப் பார்ப்பதாக உணர்ந்தேன். தவளையின் கண்களாலேயே பார்ப்பதாகவும் உணர்ந்தேன்.

என் வீட்டுக் கூடத்தின் வாசல் தரையிலிருந்து பல அங்குலங்கள் உயரத்தில் இருக்கும். தவளையால் எளிதில் குதித்து உள்ளே வந்திருக்க முடியாது. வீட்டின் முன் நீளமான புல்தரை இருந்தது. அங்கிருக்கும் மண்ணில் மண்புழுக்களுக்கும் பூச்சிகளுக்கும் நடுவில் தவளை மிகவும் மகிழ்ச்சியாக இருந்திருக்க முடியும். அது ஏன் மெனக்கெட்டு என் வீட்டிற்குள் வந்தது?

என் வீட்டில் மூன்று அறைகள் உண்டு. சில நாற்காலிகள், ஒரு மேசை, புத்தக அலமாரி, தொலைக்காட்சிக்கான கேபினெட் ஆகியவற்றைத் தவிர வேறு அறைக்கலன் ஏதும் இல்லை. நான் தரையில்தான் படுப்பேன். மூன்று அறைகளிலும் அவ்வப்போது மாறிமாறிப் படுத்துக்கொள்வேன். புதிய விருந்தாளிக்காக ஒரு அறையை ஒதுக்கினேன். பிரட் துண்டுகளை அதற்குச் சாப்பிடக் கொடுத்தேன். புல்வெளியிலிருந்து ஒரு தட்டில் மண் எடுத்துக்கொண்டு வந்து தந்தேன். அதிலிருக்கும் புழுக்களும் பூச்சிகளும் அதற்குத் தேவையான சத்துணவாக இருக்கும் என்று நினைத்தேன். ஒரு பாத்திரத்தில் தண்ணீரும் வைத்தேன். தப்பித்துப் போகாத வகையில் கதவை மூடிவைத்தேன். டூட்டுஜி என்று அதற்குப் பெயர் வைத்தேன்.

டூட்டுஜி விரைவிலேயே எனக்கு நண்பனாகிவிட்டது. நாங்கள் இருவரும் ஒருவரையொருவர் நெடுநேரம் பார்த்துக் கொண்டிருப்போம். யார் முதலில் கண் சிமிட்டுகிறார் என்ற விளையாட்டில் ஈடுபடுவோம். எப்போதும் நான்தான் தோற்றுப்போவேன். டூட்டுஜி தன் கழுத்தைச் செல்லமாக வருடிக்கொடுக்கச் சில சமயம் என்னை அனுமதிப்பார் (கழுத்துக்கு அடியில் இருக்கும் சதையை). தவளை இளவரசன், இளவரசி கதை எனக்கு நினைவுக்கு வந்தது. பள்ளிக்கூடத்தில் தவளையை ஒரு தட்டில் வைத்து அதன் உறுப்புகளை ஆணியால் அறைந்தது நினைவுக்கு வந்தபோது மிகவும் வருத்தப்பட்டேன். டூட்டுஜியின் மூதாதையரில் ஒருவரை நான் கொன்றிருக்கிறேன்.

டூட்டுஜி ஒருநாள் திடீரென்று காணாமல் போய்விட்டார். ஒருநாள் மாலை நான் வீட்டுக்குத் திரும்பியபோது டூட்டுஜியைக் காணோம். ஜன்னல் வழியாகப் போய்விட்டாரா? ஆனால் ஜன்னல்தான் நன்றாக மூடப்பட்டிருக்கிறதே. தரையிலிருந்து அது மிகவும் உயரத்தில் இருந்தது. டூட்டுஜியால் அந்த அளவுக்குக் குதித்திருக்க முடியாது. அறைக்குள் பூனை வந்திருக்கவும் வாய்ப்பில்லை. தரைக்கும் கதவுக்கும் இடையே நுழைத்துவிடும் அளவுக்கு இடைவெளியே இல்லை. கதவுக்கு அடியில் உள்ள மில்லிமீட்டர் இடைவெளிக்குள் டூட்டுஜி நுழைந்து வெளியே போய்விட்டாரா? அப்படிப் போக வேண்டும் என்று நினைத்திருந்தால் முதல் நாளே போயிருக்க முடியும்.

டூட்டுஜி எப்படி மறைந்தார் என்பது இன்றுவரை மர்மமாகவே இருக்கிறது.

கிணற்றைப் புகைப்படம் எடுத்த பிறகு, ஆமையை யாரும் திருடியிருக்க மாட்டார்கள்; அது குதித்து வெளியே போயிருக்கக்கூடும் என்று நான் மாஸ்டர்ஜியிடம் சொன்னேன். "என்ன சொல்கிறீர்கள்? இது எவ்வளவு ஆழமான கிணறு, இதிலிருந்து எப்படிக் குதித்து வெளியே போயிருக்க முடியும்? இதைப் பற்றி ஏன் நீங்கள் எழுதக் கூடாது?" என்றார்.

ராய்ப்பூருக்குத் திரும்பிச் செல்லும் வழியில், கிராமத்து ஆசிரியர் ஒருவரின் கிணற்றிலிருந்து ஆமை காணாமல் போன கதையைத் தேசிய முக்கியத்துவம் வாய்ந்ததாகச் சித்தரித்து தில்லியில் பிரசுரிக்க முடியுமா என்பதுபற்றி யோசித்துக் கொண்டிருந்தேன். ஒருவாரம் கழித்து ஒரு கனவு கண்டேன். மாஸ்டர்ஜியின் ஆமை பற்றிய என் கட்டுரை நான் எடுத்த புகைப்படத்துடன் என்னுடைய செய்தித்தாளின் முதல் பக்கத்தில் பிரசுரமாகியிருந்தது. புகைப்படத்தை எடுத்தவர் என்று என் பெயரும் குறிப்பிடப்பட்டிருந்தது.

2012, நவம்பர் 13, தீபாவளி.
ராஜஸ்தானி போஜனாலயா, பீஜப்பூர்.

மரணத்தின் கதை 2

இறந்தவர்களுடன் கொண்டிருக்கும் உணர்வு பிணைப்பு நாகரிக சமூகத்தின் அடையாளங்களில் ஒன்று என்று சொல்லலாம். இறந்தவர்கள் நிரந்தரமாக மறைந்துவிட்டார்களா? உயிருடன் இருப்பவர்களை அவர்கள் எப்போதாவது சந்திக்கிறார்களா? அல்லது நித்தியக் காதலர்கள்போல அவர்கள் உயிருடன் இருப்பவர்களுடன் எப்போதும் இணைந்தே பயணிக்கிறார்களா?

2014இல், வாராணசி கங்கைக் கரையில் பிரதமர் பதவிக்காகப் போட்டியிடும் இருவரின் தேர்தல் கள மோதல்களைப் பற்றி எழுதுவதற்காகப் போயிருந்தபோது, பதிவு செய்த மரணக் கதைகளின் நினைவுகள் என்னைப் பின்தொடர்ந்தன. இறந்தவர்களின் நிழல்கள் எப்போதும் என்னைப் பின்தொடர்கின்றன. அவர்களுக்கு நான் சிறிதளவு இடம்கொடுத்தாலும் அவர்கள் என்னிடம் கேள்வி எழுப்புவார்கள். பத்திரிகையாளனாக என் இருப்பையே நிராகரிப்பார்கள். (அப்படிச் சிலர் இருப்பதாகவே கண்டுகொள்ளாமல் அவர்களிடமிருந்து தப்பித்துக்கொள்ளும் எளிய வழியை நாடும் நிலைக்கு நான் தள்ளப்பட்டேன்.)

மத்திய இந்தியாவின் காடுகளிலிருந்து தப்பிப்பதற்கான களமாக வாராணசி எனக்கு அமைந்தது. மாவோயிசக் கிளர்ச்சிபற்றி எழுதிக் கொண்டிருந்தேன். சடலங்களைத் துரத்திக்

கொண்டிருந்தேன். மரணங்கள் என்னை அலைக்கழித்தன. மரண பூமியான பஸ்தரை விட்டு வெளியேறித் தேர்தல் செய்திகளின் வெம்மைக்குள் என்னைப் புதைத்துக்கொண்டேன்.

ஆனால் நான் இன்னொரு மரண பூமிக்குத்தான் வந்திருந்தேன். இறந்தவர்களின் அபிலாஷைகள் மணிகர்ணிகாவின் தீப்பிழம்புகளில் மேலெழும்பி வந்தன. இந்துத் தொன்மங்களில் இடம்பெற்றுள்ள நிரந்தர மயானமான மணிகர்ணிகா ஒருபோதும் அமைதியாக இருப்பதில்லை. ஒருபோதும் அங்கு ஆசுவாசம் இல்லை. எண்ணற்ற ஆன்மாக்கள் விடுதலையை எதிர்நோக்கி அங்கே காத்திருக்கிறார்கள். உறவினர்கள் தரும் நெய், வறட்டி, விறகுகள் ஆகியவற்றை விழுங்கும் அந்த ஆன்மாக்களின் தீராத பசியைக் காசி நகரமே கொண்டாடுகிறது.

தசாஸ்வமேத கட் என்னும் பகுதியில் உள்ள சிறிய விடுதியில் தங்கியிருக்கிறேன். படைப்புக் கடவுளான பிரம்மா அழிக்கும் கடவுளான சிவனைத் தரிசிப்பதற்காகப் பத்துக் குதிரைகளைப் பலி கொடுத்த இடம் இது என்பது ஐதீகம். வெவ்வேறு பண்பாடுகளில் மரணம் என்பதன் பொருள் என்ன என்பது பற்றிய ஆவணப்படம் ஒன்றை எடுப்பதற்காக ஃபின்லாந்திலிருந்து வந்திருந்த ஜுடித் மெய் என்னும் பெண் ஒருவரும் இதே விடுதியில் தங்கியிருந்தார். “ஐரோப்பாவில் மரணம் என்பது அலட்சியப்படுத்தப்படுகிறது. மருத்துவமனைகள் அல்லது முதியோர் இல்லங்களுடன் அது முடிந்துபோகிறது. சடலங்கள் கறுப்புப்பெட்டிகளில் வைக்கப்பட்டு ரகசியமாகப் புதைக்கப்படுகின்றன” என்றார் அவர். “இந்தியாவில் நீங்கள் சாவைக் கண்டு பயப்படுவதே இல்லை. பொது இடத்தில் வைத்துச் சாவைக் கொண்டாடுகிறீர்கள்”என்று வியப்புடன் கூறினார். மணிகர்ணிகாவின் அணையாத தீப்பிழம்புகள் பொன்னிற விளிம்புகளுடன் கங்கை நதியையே விழுங்கிவிடத் துடிப்பதுபோலக் கரிய வான்வெளியில் தாவி எழும்பின.

கேள்வி இப்போது உள்முகமாகத் திரும்பியது. எனக்குள் இருக்கும் மரணங்களை நான் எப்படிச் சுமப்பது? என்னுடைய இருப்பின் எந்தப் பெட்டியில் அவர்கள் நிரந்தரமாக உறைகிறார்கள்? என்னுடைய மூச்சுக் காற்றினால் உயிர்பெறும் பிணங்களை என்றேனும் என்னால் கணக்கிட முடியுமா?

தண்டகாரண்யத்தின் காடுகளின் இலுப்பை மரங்களுக்கு நடுவில் என்னை முதன் முதலில் தாக்கிய கேள்வி கங்கையின் முன் புதிய வடிவம் எடுத்தது. யட்சனின் தத்துவக் கேள்விகளுக்குத் தேர்தல் பிரச்சாரத்தில் எந்த இடமும் இல்லை. காசியின்

அஸ்திவாரத்தை உருவாக்கிய சிதைகளைப் பற்றிய பிரக்ஞை ஏதும் அரசியலுக்கு இல்லை.[1]

○

கடந்த ஐந்து ஆண்டுகளில் பல வகையான மரணங்களைப் பார்த்துவிட்டேன். அவை மிகவும் கவனமாக என்னுடைய (நினைவுக்) கோப்புகளில் மறைத்துவைக்கப்பட்டுள்ளன. கடந்த நூற்றாண்டில் நாவலாசிரியர் ஒருவர் பட்டாம்பூச்சிகளைச் சேகரிப்பதற்காகச் சாலைகளில் அடிக்கடி பயணம் செய்வார். பட்டாம்பூச்சிகளின் எண்ணற்ற வடிவங்களும் சாயல்களும் அவருடைய படைப்பூக்கத்திற்குச் செழுமை சேர்த்தன. அவருடைய பிரபலமான நாவல் இத்தகைய பயணங்களில் ஒன்றின்போது பிறந்தது.[2]

பட்டாம்பூச்சிகளின் இடத்தில் பிணங்கள். இறந்தவர்களுடன் சேர்ந்து நானும் இறந்தவனாக உணர்ந்தேன். என்னுடன் வந்தவர்கள், பாதுகாவலர்கள் ஆகியோர் என்னுடைய இருப்பின் அடையாளங்களானார்கள். 90,000 சதுர கிலோமீட்டருக்குப் பரந்து விரிந்து பல்வேறு மாகாணங்களைத் தன்னுள் அடக்கியுள்ள

---

1 ஒரே எல்லைகளைக் கொண்ட வாராணசி, பனாரஸ், காசி ஆகிய மூன்று பகுதிகளும் திரிவேணி என்று அழைக்கப்படுகின்றன. பெருநகரங்கள் பல தமக்குள் பல நகரங்களைக் கொண்டுள்ளன. எடுத்துக்காட்டாக, தில்லியில் ஏழு நகரங்கள் உள்ளன. இவற்றின் எல்லைகள் தெளிவாக வரையறுக்கப்பட்டுள்ளன. வாராணசி, பனாரஸ், காசி ஆகிய நகரங்கள் கங்கை நதியுடன் இணைந்து ஒன்றுடன் ஒன்று கலந்தபடி இருக்கின்றன (கங்கை நதியை ஒட்டி). என்றாலும் இவை மூன்றும் தனித்தும் நிற்கின்றன. காசி என்பது பிரகாசம், ஞானம் ஆகியவற்றைப் பெறுவதற்கான நகரம். வாராணசி மனிதர்களின் பாவங்களைப் போக்குவதற்கான இடம். பனாரஸ் (வாராணசி என்னும் சொல்லின் பிராகிருத மொழி வடிவம்) மகிழ்ச்சியின் உறைவிடம்.

வாராணசிக்குள் சாரநாத் என்ற இன்னொரு நகரம் உள்ளது. காசியின் அதிகாரத்திற்கு எதிரான தத்துவார்த்தமான முதல் மாபெரும் சவால் அங்குதான் எழுந்தது. புத்தர் கயையில்தான் ஞானம் பெற்றார். ஆனால் 250 கிலோமீட்டருக்கு அப்பால் இருக்கும் காசிக்கு வந்து தன்னுடைய முதல் உரையை நிகழ்த்தினார். தான் பின்னாளில் விஷ்ணுவின் ஒன்பதாவது அவதாரமாக முடிசூட்டப்படுவோம் என்பதையோ கங்கை சாரநாத்தையும் தனக்குள் இழுத்துக்கொள்ளும் என்பதையோ புத்தர் அறிந்திருக்க மாட்டார்.

ஆனால் காசி மகத்தான நகைமுரண்கள் பலவற்றைக் கொண்டது. கங்கைக் கரையில் உள்ள காசி விஸ்வநாதர் ஆலய வளாகத்தினுள் அவுரங்கசீப் கட்டிய மசூதியைக் காட்டிலும் பெரிய நகைமுரண் எதுவும் இருக்க முடியாது. வகுப்புப் பதற்றத்தின் மையமாக இருக்கும் இந்த மசூதி ஞானவாபி (ஞானக் கிணறு) மசூதி என்று அழைக்கப்படுகிறது. உலகிலேயே சமஸ்கிருதப் பெயர் கொண்ட ஒரே மசூதி இதுவாக இருக்கலாம்.

2 விளாடிமீர் நபகோவின் 'லோலிடா' நாவல். இந்தக் கூற்று ஜெர்மன் எழுத்தாளர் வால்டர் பெஞ்சமினின் கட்டுரையான 'பெர்லின் கிரானிக்கி'ளிலிருந்து எடுத்தாளப்பட்டுள்ளது.

தண்டகாரண்ய வனத்தில் சுமார் 200 மரணங்களைப் பதிவு செய்திருக்கிறேன். பதின்பருவத்துச் சிறுவர்கள், கிளர்ச்சியின் காதலர்கள், கர்ப்பிணிகள், காவல் துறையைச் சேர்ந்தவர்கள், கால்களுக்கு நடுவே சுடப்பட்ட பெண்கள். புலனாய்வு இதழியலுக்காக நான் பெறக்கூடிய கோப்பையில் பொறிக்கப்பட வேண்டிய பொருட்களாக அவர்களை இந்த உலகம் கருதுகிறது. நான் எழுதுவதற்கான பொருள் என்று உலகம் அவர்களைக் கருதலாம். ஆனால் நான்தான் அவர்களுடைய சாதனம் என்பது எனக்கு மட்டும்தான் தெரியும். என் மூலமாக அவர்கள் தங்கள் கதையை எழுதிக்கொள்கிறார்கள். நான் அவர்கள் தேர்ந்தெடுத்த கதைசொல்லி.

அவர்களுடைய அஞ்சலிக் குறிப்புகளை நான் எழுதுகிறேன். அவர்களுடைய குடும்பத்தினர் அவர்களுக்கு இறுதிச் சடங்கு செய்கிறார்கள். ஆனால் அவர்கள் மறைந்துவிடுவதில்லை. தங்கள் மரணத்தைப் பதிவுசெய்தவனைப் பார்க்கப் பனிபடர்ந்த இரவில் அவர்கள் வருகிறார்கள். ஒரு பெண் தன்னுடைய தலையில் குண்டு துளைத்த ஓட்டையை அவனிடம் காட்டுவாள். முதலில் அதை அவன் கவனிக்கத் தவறியிருந்தான். நடுத்தர வயதுப் பெண் ஒருத்தி, கொல்லப்பட்ட தன்னுடைய மருமகன் மாவோயிஸ்ட் அல்ல என்று நீ எழுதியது சரிதான்; ஆனால் அவன் உடலில் இருந்தது ஒரு கத்திக் குத்து அல்ல, இரண்டு என்று சொல்லுவார்.

இறந்தவர்களால் முற்றுகையிடப்பட்ட நான் தப்பித்து ஓட விரும்புவேன். ஆனால் அவர்கள் என் சட்டைக் காலரைப் பிடித்து இழுத்துக் கீழே தள்ளுவார்கள். ஜெர்மானிய எழுத்தாளரின் வாக்கியம் ஒன்று எனக்கு நினைவுக்கு வரும்:

"தனக்குத் திறனில்லாத விஷயங்களில் ஒருவரால் சிறந்து விளங்க முடியாது... (மேலும்) இந்தத் திறனின்மை என்பது அந்த விஷயம் தொடர்பான போராட்டத்தின் தொடக்கத்திலோ அதற்கு முன்போ வருவதல்ல. அதன் ஆதார மையத்தில் இருப்பது."

○

2012, ஜூன் 30, மதிய நேரம். தண்டகாரண்ய வனத்தின் ஆழத்தில் உள்ள தொலைதூரக் கிராமமான சர்க்கேகுடா. 15 பிணங்கள் என்னை உற்றுப் பார்க்கின்றன. உப்பிப்போய்க் கறுத்த பிணங்கள். சத்தீஸ்கரில் மாவோயிஸ்டுகளுக்கு எதிராக நடந்த மாபெரும் 'மோதல் கொலை' என்று அரசு கூறுகிறது.

பிணங்கள் எரிக்கப்படுவதற்கு முன்பு அங்கே செல்கிறேன். ஒன்றுக்கு மேற்பட்ட பிணங்களை ஒரே சமயத்தில் பார்ப்பது அதுதான் முதல் முறை. பல உடல்களில் கூர்மையான கத்தியால்

ஏற்பட்ட காயங்கள் உள்ளன. தொலைவிலிருந்து சுடப்பட்ட குண்டுகளால் அவர்கள் கொல்லப்படவில்லை. அருகிலிருந்து குத்திக்கொல்லப்பட்டிருக்கிறார்கள். அவர்களுடைய உறவினர்கள் கதறி அழுகிறார்கள். சடலங்களின் நிர்வாண உடல்களை மூடியிருக்கும் போர்வையை விலக்குகிறார்கள். துப்பாக்கிச் சண்டையில் அவர்கள் சாகவில்லை; கொடூரமாகச் சித்திரவதை செய்யப்பட்டு இறந்திருக்கிறார்கள் என்பதைக் காட்டப் புகைப்படம் எடுக்கும்படி என்னிடம் கேட்டுக்கொள்கிறார்கள். என்னால் புகைப்படம் எடுக்க முடியவில்லை. ஆனால் இறந்து போனவர்களைப் பற்றி எழுதுகிறேன். அவர்களில் ஒருவர், "பிரபல மாவோயிஸ்ட்" என்று இந்திய உள்துறை அமைச்சரால் குறிப்பிடப்பட்ட 15 வயதுச் சிறுவன்.

ஆதாரம் இல்லை என்று சொல்லி அரசு என்னுடைய செய்திக் கட்டுரையை மறுக்கிறது. இறந்தவர்கள் அனைவருக்கும் முறையாகப் பிணக்கூராய்வு செய்யப்பட்டதாகவும் சொல்கிறது. பிணக்கூராய்வின் வீடியோ பதிவை வெளியிடுகிறது. கத்தியால் குத்தப்பட்ட காயம் எதுவும் சடலங்களில் காணப்படவில்லை என்றும் எல்லாமே குண்டு துளைத்த காயங்கள்தாம் என்றும் அதில் கூறுகிறது. அந்த ரகசிய வீடியோவின் அசல் பதிவை மூன்றே நாட்களில் நான் பெற்றுவிடுகிறேன். உயர்மட்ட அதிகாரிகள் அப்பட்டமாகப் பொய் சொல்லியிருக்கிறார்கள். வீடியோவில் உள்ள பல சடலங்களில் கத்தியால் குத்தப்பட்ட அறிகுறிகள் தெளிவாகக் காணப்படுகின்றன.

இரண்டு ஆண்டுகள் கழித்து 2014 ஜூலை மாதத்தில் விசாரணைக் கமிஷன் முன்பு நிற்கிறேன். புகைப்படங்களை எடுக்க முடியாமல் போனது ஏன் என்பதைச் சொல்கிறேன். "பிணக் குவியலைப் பார்த்ததும் அதிர்ந்துபோனேன்" என்று சொல்கிறேன். "என்னுடைய செய்திக் கட்டுரைக்கு நம்பகத்தன்மை கூட்டுவதற்காகக் குழந்தைகளின் சடலங்களைப் படமெடுத்து அவற்றை என் மடிக்கணினியில் சேமித்து வைத்துக்கொள்வது மனிதாபிமானமற்ற செயல் என்று தோன்றியது" என்று வாக்குமூலம் அளிக்கிறேன். இறந்தவர்களில் 12 வயதுச் சிறுமியும் அடக்கம்.

அது முதல் சம்பவம். அப்படிப்பட்ட எண்ணம் எதுவும் அதன் பிறகு எனக்கு வந்ததில்லை. பிணங்களைப் படம் எடுப்ப தற்குத் தயங்கியதில்லை. நாவல் ஒன்றில் மையக் கதாபாத்திரமாக வரும் முதியவரைப்போல ஆகிவிட்டேன். நோயுற்ற, வயதான நாய்களைக் கொல்ல உதவி செய்வதுதான் அவர் வேலை. முதலில் மிகவும் தயங்கிய அவர் போகப்போக அந்த நாய்களின் சடலங்களைப் பையில் போட்டு உலைக்களத்துக்கு அனுப்பும்

வேலையை மிக இயல்பாகச் செய்யும் அளவுக்கு மரணம் அவருக்குச் சாதாரணமாகிவிட்டது.[3]

○

ஒருநாள் நீண்ட நேரம் களத்தில் இருந்த பிறகு சிக்ரா சௌக்கில் உள்ள உணவகத்திற்குச் செல்கிறேன். அந்தப் பெண் எனக்குப் பக்கத்தில் உள்ள மேசையில் அமர்ந்திருக்கிறாள். சிறிது நேரம் கழித்து அவள் எழுந்து வந்து எனக்கு எதிரில் உள்ள நாற்காலியில் உட்காருகிறாள். வாராணசிக்கு இப்போதுதான் நான் முதல் முறையாக வருகிறேன். இந்த நகரத்தைப் பற்றி எனக்கு இருக்கும் எண்ணம் இந்த இடத்தில் இரவு ஒன்பதே முக்கால் மணிக்கு ஒரு பெண் இப்படி என் எதிரில் வந்து உட்காருவதை நம்பவிடாமல் தடுக்கிறது. எனக்கான உணவு வந்துவிட்டது. அவள் தன் உணவைப் பார்சல் செய்யும்படி சொல்கிறாள். வீட்டுக்குச் சாப்பாடு வாங்கிக்கொண்டு போவதற்காக வந்திருக்கிறாள். அவளை என்னால் புரிந்துகொள்ள முடியவில்ல. என்னுடைய அவஸ்தையைப் புரிந்துகொண்ட அவள் மெதுவாக ஏதோ சொல்கிறாள்...

அவள் பக்கத்தில்தான் வசிக்கிறாள். இன்றைக்குச் சமைக்க விருப்பம் இல்லை. பரிமாறுபவர் அவளுடைய பார்சலை எடுத்துக்கொண்டு வருகிறார். எனக்கான உணவு இன்னும் வரவில்லை. என் கையில் இருக்கும் குறிப்பேட்டையும் கேமராவையும் பார்த்ததும் நான் வெளியூர் ஆள் என்று அவளுக்குப் புரிந்துவிட்டது. அவள் சண்டீகரிலிருந்து வந்திருக்கிறாள். கோடோவ்லியாவில் உள்ள வங்கி ஒன்றில் வேலை செய்கிறாள். பயிற்சி அதிகாரிக்கான தேர்வில் தேர்ச்சி பெற்றுச் சில மாதங்களுக்கு முன்பு இங்கே வேலையில் சேர்ந்திருக்கிறாள். அவளுக்கு ஒரு பையன். அவன் அவளுடைய பெற்றோருடன் இருக்கிறான். பையனின் அப்பா இமாச்சலப் பிரதேசத்தில் வங்கியில் வேலை செய்கிறார்.

“பையனுக்கு என்ன வயசு?”

“ரொம்பச் சின்னக் குழந்தை” என்று புன்னகையுடன் கூறுகிறாள். பிறகு, தன் சோகத்தை மறைத்துக்கொள்ள எந்த முயற்சியும் எடுத்துக்கொள்ளாமல், “ஆறு மாசம்தான் ஆகுது. அவனை இங்கே வைத்துக்கொள்ள முடியாது. நான் வேலைக்குப் போகும்போது அவனை யார் பார்த்துக்கொள்வார்கள்? நீங்கள் ஜர்னலிஸ்ட்தானே . . . எனக்கு சண்டீகருக்கு டிரான்ஸ்ஃபர்

---

3 வயதான, நோய்வாய்ப்பட்ட நாய்களைக் கொல்லுவதற்கு உதவிபுரிபவர் ஜே.எம். கோட்ஸீ எழுதிய ‘டிஸ்கிரேஸ்’ நாவலின் மையப் பாத்திரம்.

வாங்கித் தரக்கூடியவர்கள் யாரையாவது உங்களுக்குத் தெரியுமா?" என்கிறாள்.

இப்போதுதான் வேலையில் சேர்ந்திருக்கிறாள். இவ்வளவு விரைவில் இடமாற்றல் பெறுவது சாத்தியமில்லை.

அம்மா தன்னுடைய கைக்குழந்தையுடன் இருக்க வேண்டும். இடமாற்றம் பெற இந்தக் காரணம் போதாதா?

அவள் தன்னுடைய மொபைல் போனில் இருக்கும் தன்னுடைய குழந்தையின் புகைப்படங்களைக் காட்டுகிறாள். அவன் குரலையும் போட்டுக் காட்டினாள். கைக்குழந்தையின் சிரிப்பும் அழுகையும் உணவகத்தில் எதிரொலிக்கிறது.

மொபைல் திரையில் அந்தக் குழந்தையைப் பார்க்கிறேன். புதிய ஆள் ஒருவரிடம் தன் சொந்தக் கதையைச் சொல்லிக் கொண்டிருக்கும் அவளைப் பார்க்கிறேன். பத்தே கால் மணிவாக்கில் அங்கிருந்து கிளம்புகிறோம். அவளுக்கு வாராணசி பிடிக்கவில்லை. எங்கு பார்த்தாலும் புழுதியும் சூடும்தான் என்கிறாள். அவள் இதுவரை தசாஸ்வமேதாவுக்குச் சென்றதில்லை. கங்கை நதியில் படகுகள் வரிசையாக நிற்கின்றன. தேர்தல் காலம் என்பதால் காவலர்கள் கங்கைக் கரையில் ரோந்து செல்கிறார்கள். நதிக்கரையில் இருக்கும் படிக்கட்டுகளில் பலர் உறங்கிக்கொண்டிருக்கிறார்கள். அவர்கள் கங்கைக்குப் புனித யாத்திரையாக வந்தவர்கள் என்று சில சமயம் எனக்குத் தோன்றும். அவர்கள் காசியில் இருப்பவர்கள் என்றும் கங்கைக் கரையில் தூங்குவதற்காக இங்கே வந்திருக்கிறார்கள் என்றும் சில சமயம் தோன்றும். கங்கையை எப்போதும் கங்கை என்றே குறிப்பிட வேண்டும் என்று நான் விரும்புவதை உணர்கிறேன். ஒரு வாக்கியத்தில் பத்து முறை அதைப் பற்றி எழுதினால் பத்து முறையும் கங்கை என்றே குறிப்பிடுவேன். வெறுமனே நதி என்றோ வேறு விதத்திலோ குறிப்பிடவே மாட்டேன்.

நாங்கள் படித்துறைகள் வழியே நடக்கிறோம். அவளுடைய கணவரின் பெற்றோர் லக்னோவில் வசிக்கிறார்கள். ஆனால் அவளுடைய குழந்தை அவளுடைய பெற்றோருடன்தான் இருக்கிறான். குழந்தை தன்னுடைய தந்தையின் உறவினர்களோடு இருந்தால் கெட்டுப்போய்விடுவான் என்கிறாள் அவள். அவர்கள் ரொம்பவும் பழைமைவாதிகள். அவளுடைய திருமணம் காதல் திருமணம். கல்யாணமாகி நான்கு ஆண்டுகள்தான் ஆகின்றன. அதற்குள் அவளுக்குச் சலித்துவிட்டது. அவன் கல்யாணத்திற்கு முன் என்னிடம் பொய் சொன்னான் என்கிறாள். இரவில் கங்கையின் ஜொலிப்பு அவளுக்கு மிகவும் பிடித்திருக்கிறது.

இந்த நேரத்தில் பையன்கள் வாராணசியில் கிரிக்கெட் விளையாடுவார்கள் என்பதை அவளால் நம்ப முடியவில்லை.

நேரம் நள்ளிரவை நெருங்குகிறது. நாங்கள் ரிக்ஷாவைப் பிடித்து வீடு திரும்புகிறோம். நான் சிக்ராவில் அவளை விட்டுவிட்டு அஸ்ஸியில் இருக்கும் என்னுடைய விடுதிக்குத் திரும்புகிறேன். இன்று மே 7. புதன்கிழமை. நாளையும் நாளை மறுநாளும் நகரத்தில் பெரிய பேரணிகள் நடக்கவிருக்கின்றன. எனக்கு எக்கச்சக்கமாக வேலை இருக்கும். 10ஆம் தேதி இரண்டாம் சனிக்கிழமை. அவளுக்கு விடுமுறை. அவள் அன்று காலை ரயிலைப் பிடித்துச் சண்டீகருக்குப் போவாள். திங்கட்கிழமை வாக்குப் பதிவு என்பதால் அன்றும் விடுமுறை. அவள் திரும்பி வரும்போது தேர்தல் முடிந்திருக்கும். நான் ராய்ப்பூருக்குத் திரும்பியிருப்பேன்.

○

பனாரஸில் அந்தக் கடையை அடிக்கடி நான் கடந்து செல்ல நேரும். ‘சடலங்களை எரிப்பதற்கான பொருட்கள் இங்கே விற்கப்படும்’ என்று அங்கே எழுதியிருந்தது. வறட்டி, விறகுக் கட்டைகள், பசுநெய் ஆகியவை அங்கே கிடைக்கும். அது சுத்தமான நெய்தானா அல்லது கலப்பட எண்ணெயா என்று எனக்குத் தோன்றும். சடலங்கள் அதன் தூய்மையைப் பரிசோதிக்கப்போவதில்லை. அப்படியே செய்தாலும் யாரிடமும் அவை அதுபற்றிச் சொல்லப்போவதில்லை. தன் உறவினரின் சடலத்தை எரிக்க நெய் ஊற்றும்போது அது சுத்தமான நெய்தானா என்று ஒருவர் சோதிப்பதை என்னால் கற்பனை செய்துகூடப் பார்க்க முடியவில்லை. அந்த உறவினருடன் அவருக்கு மிக மிக நெருக்க மான உறவு இருந்தால் ஒருவேளை சோதித்துப் பார்க்கலாம்.

வாடிக்கையாளர்கள் எப்படி இந்தப் பொருள்களை வாங்குகிறார்கள் என்று கடைக்காரரிடம் கேட்க விரும்பினேன். எவ்வளவு வாங்க வேண்டும் என்பதற்குப் பொதுவான கணக்கு ஏதாவது இருக்கிறதா? ஒரு பிணத்தை எரிக்க 15 கிலோ விறகு, 4 கிலோ நெய், 5 கிலோ வறட்டி . . . இப்படி ஏதாவது? இறந்து போனவர் மிகவும் பருமனாக இருந்தால் அவரை எரிக்க அவர் மகனுக்கு 15 கிலோ விறகுக் கட்டைகள் தேவைப்படும். பருமனான தங்கள் உறவினர்களை எரிக்கக் கூடுதலான விறகுக் கட்டைகள், நெய் வாங்குவதற்கு வாடிக்கையாளர்கள் சங்கடம் அடைவார்களா? ஒல்லியான ஒரு பெண்ணுக்கு 5 கிலோ போதும். அவளுடைய உறவினர்களுக்கு இதனால் கூடுதலாகச் சங்கடம் ஏற்படலாம். கடைக்காரர் அவர்களைக் கேவலமாகப் பார்க்கலாம். வயதான உங்கள் அம்மாவைப் பட்டினி போடுகிறீர்களே, உங்களுக் கெல்லாம் இரக்கமே இல்லையா என்பதுபோல நினைக்கலாம்.

மரணத்தைத் தழுவிக்கொள்வதற்காக ஒவ்வொரு ஆண்டும் எண்ணற்ற மனிதர்கள் காசிக்கு வருகிறார்கள். கங்கை கணக்கற்ற மோட்சங்களின் கதைகளைத் தன்னுள் சேமித்துவைத்திருக்கிறது. கங்கையைப் பற்றிய மகத்தான ஆராதனையான 'கங்கா லஹரி'யை எழுதியவர் ஷாஜஹானின் அரசவைக் கவிஞர் ஜகன்னாதர். முஸ்லிம் பெண்மீது காதல் கொண்டதற்காக அவர் சார்ந்திருந்த பிராமணச் சமூகம் அவரைச் சாதி விலக்கம் செய்துவிட்டது. ஜகன்னாதர் தன் காதலியுடன் காசிக்கு வந்தார். பஞ்சகங்கைக் கட்டிற்கு மேல் 52ஆவது படியில் அவர்கள் அமர்ந்தார்கள். அவர் 52 சுலோகங்களை அப்போது இயற்றினார். ஒவ்வொரு சுலோகமாக அவர் இயற்ற இயற்ற, கங்கை நதி படிப்படியாக மேலெழும்பி வந்தது. 52ஆவது சுலோகம் முடியும்போது அது அவர்களைத் தன்னுள் நிரந்தரமாக அரவணைத்துக்கொண்டது என்ற கதை இங்கே புழக்கத்தில் இருக்கிறது.

எழுதப்பட்ட சொல்லின் மூலம் புகலிடம் தேடுபவர்களுக்கு விடுதலையே இல்லைபோலும். பஸ்தர் எழுப்பிய கேள்விக்குக் காசி பதில் சொன்னது. மரணத்தின் கதையை எழுதும் செய்தியாளரால் தன்னுடன் வரும் சடலங்களைப் புதைக்க முடியாது. அவர்களைக் கங்கையில் தாரைவார்க்க முடியாது. தன்னுடைய பேனா முனையில் அவர்களை நிரந்தரமாகச் சுமந்துகொண்டிருக்க வேண்டும்.

2014ஆம் ஆண்டில் கங்கைக் கரையில் ஒரு மாதத்திற்கு மேல் கழித்த பிறகு நக்சல் பூமியான ராய்ப்பூருக்கு ரயிலில் சென்றுகொண்டிருந்தபோது என்னை நானே இப்படிக் கேட்டுக்கொண்டேன்: "நான் வாராணசியிலிருந்து காசிக்குத் திரும்பிப் போய்க்கொண்டிருக்கிறேனா? இந்தக் கோடையில் நான் காசியில் இருந்தேனா, பனாரஸிலா? காசியிலிருந்து வாராணசிக்குத் திரும்பும் பயணி யாராவது இருக்கிறாரா? காசியில் பகல்பொழுதுகளையும் இரவுகளை பனாரஸிலும் கழிப்பவர் யாரேனும் உண்டா?"

பஸ்தரிலிருந்து பனாரஸ் போகும் சாலை மணிகர்ணிகா வழியே செல்வதைப் பிறகு அறிந்துகொண்டேன்.

அங்கே இருந்த ஒருவன் காசியை நிராகரித்தான். மணிகர்ணிகாவிற்குப் பதில் மஹரைத் தேர்ந்தெடுத்தான். அவன் ஒரு கவிஞன்.

○

அஸ்ஸி, தசாஸ்வமேத் ஆகிய இரண்டுமே கங்கைக் கரையில் கிட்டத்தட்ட நூறு அடி இடைவெளியில் அமைந்த படித்துறைகள். என்றாலும் இரண்டும் முற்றிலும் மாறுபட்டவை.

தசாஸ்வமேத்தில் வீசும் காற்று. மனதை அமைதிப் படுத்தக்கூடியது. கணந்தோறும் மாறும் அந்தக் காட்சி பிடிகொடுக்காமல் நழுவுகிறது. ஏதாவது சமிக்ஞை கிடைக்குமா என்று அந்தப் படித்துறைகள், படிகளையே பார்த்துக்கொண்டிருப்பேன். ஒருபோதும் கிடைத்ததில்லை. அங்கிருந்து அஸ்ஸியை நோக்கிச் செல்லும்போது காற்று மெல்ல மெல்ல அன்னியமாகிறது. இதுதான் பனாரஸின் கடைசி நுழைவாயில் என்னும் உணர்வு ஏற்படுகிறது. இன்னும் ஒரு அடி எடுத்து வைத்தால் நகரத்தை விட்டு வெளியே போய்விடலாம்.

தசாஸ்வமேத்திலிருந்து மணிகர்ணிகா செல்லும் சந்து? அது மரணமடைந்தவர்களின் நிரந்தரமான இருப்பிடம். இரவு நேரங்களில் தெரு விளக்குகளின் செம்மஞ்சள் நிறக் கதிர்கள் மணிகர்ணிகாவின் மஞ்சள் நிறத் தீப்பிழம்புகளுடன் சங்கமிக்கின்றன. உயிரோடு இருப்பவர்களையும் இறந்தவர்களையும் வேறுபடுத்திக் காட்டுவதாக இந்தக் காட்சி உள்ளது. மே மாதத்தின் புழுக்கமான நீண்ட இரவுகளின்போது மரணத்துடன் சூதாடிய[4] ஒருவனின் நினைவு எனக்குள் எழுந்தது. அவனுடைய தோல்வி முன்பே தீர்மானிக்கப்பட்டது. எரிந்துகொண்டிருக்கும் சடலங்கள் கங்கையின் மேல் மிதந்துகொண்டிருப்பதை வெறித்துப் பார்த்துக்கொண்டிருக்கும்போது என் பாவங்கள் திரும்பி வந்து என்னைத் துரத்துகின்றன.

மீட்சிக்கான வாய்ப்பை வாழ்க்கை வழங்கப்போவதில்லை. அப்படி வழங்கினால் என் பாவங்களை ஒப்புக்கொள்ளும் துணிவு என்னைக் கைவிட்டுவிடும். நான் மரணத்தை நோக்கி அமைதியாக நகருவேன்.

4 மரணத்துடன் சதுரங்கம் ஆடியவன் – இங்மான் பெர்க்மேனின் 'Det sjunde inseglet' ('The Seventh Seal' – 1957) படத்தில் வரும் பாத்திரம்.

பகுதி 2

இடப்பெயர்ச்சி 2

ஆகஸ்ட் 23, 2011. பீஜப்பூர் பத்ரகாளிக் கிராமம். ராய்ப்பூரிலிருந்து போபாலப்பட்டினம்வரை காரில் பயணம். பிறகு பைக். கடைசியாகச் சிந்தவாகு ஆற்றைக் கடக்கப் படகு. அதைத் தாண்டினால் ஆந்திரப் பிரதேச எல்லையில் அமைந்திருக்கும் வனப்பகுதி. ஆகஸ்ட் 19 அன்று மாவோயிஸ்டுகளின் தாக்குதலால் காவலர்கள் பத்துப் பேரும் கிராமவாசி ஒருவரும் இங்குதான் கொல்லப்பட்டார்கள். இன்னொரு தாக்குதல் நடக்குமோ என்ற அச்சத்தால் சடலங்களைப் பெற்றுக்கொள்ளக் காவல் துறையினர் அங்கு வரவில்லை. எனவே, சடலங்கள் 18 மணிநேரம் மழையிலும் சகதியிலும் கிடந்தன. தன்னுடைய மகனை அந்தத் தாக்குதலில் இழந்த முதியவர் அடுத்த நாள் காலையில் மாட்டு வண்டியைக் கட்டிக்கொண்டு வந்தார். தன் மகன் உள்பட அங்கிருந்த எல்லாச் சடலங்களையும் வண்டியில் போட்டு எடுத்துச் சென்றார்.

இந்தக் கதை போபாலப்பட்டினத்தில் சிறிய கடையொன்றை நடத்திக்கொண்டிருப்பவரைப் பற்றியது. அவருக்கு 50 வயது இருக்கும். காவல் துறைக்குத் தகவல் தெரிவிப்பவராகத் தன்னை அறிமுகப்படுத்திக்கொண்டார். போபாலப்பட்டினம் காவல் நிலையத்திற்கு என்னை அழைத்துச் சென்று ஒரு போலீஸ்காரரிடம் அறிமுகம் செய்துவைத்தார். அடுத்த நாள் அவருடைய தொனி மாறிவிட்டது. காக்கிச் சீருடை அணிந்தவர்கள் மீதான வெறுப்பின் எல்லையைத் தொடும் அவருடைய அவநம்பிக்கை

வெளிப்பட்டது. காவல் துறையினர் துன்புறுத்தி, வற்புறுத்தி அவரைத் தகவல் சொல்பவராக மாற்றினார்கள் என்று கருதும் வகையில் அவர் காணப்பட்டார்.

இல்லை. அவருடைய பார்வையைப் போலவே அவர் குரலுக்கும் இரண்டு முகங்கள். காவல் நிலையத்தில் இருக்கும் போது அவர் காவலர்களின் நண்பர். 'வளர்ச்சிக்கு எதிரானவர்கள்' என்பதால் நக்சல்களை வெறுப்பவர். ஆனால் ரகசியப் பாதையின் வழியே என்னை அவர் வனத்திற்குள் அழைத்துச் சென்றபோது அவர் இதயம் தன்னுடைய 'நக்சல் சகோதரர்'களுக்காகக் கசிந்து உருகியது. இப்போது அவருடைய நிலை மாறிய அது. நக்சல்களுக்குத் தகவல் கொடுப்பவராகக் காணப்பட்டார்.

இத்தகைய நடவடிக்கையில் ஈடுபடுவது அவர் மட்டுமல்ல. தகவல் கொடுப்பவர் அல்லது உளவாளி என்பவர் இரண்டு முகாம்களுடனும் நெருக்கமாக இருப்பார். அவர் இரண்டு பாசறைகளுடனும் ஆழமான தொடர்பில் இருந்தாலும் உணர்வு ரீதியாகவும் கருத்தியல் ரீதியாகவும் அவர் யாரைச் சேர்ந்தவர் என்பது தெளிவாக இருக்கும். இரண்டில் ஒரு முகாமைச் சேர்ந்த ஒருவர் மற்றதைக் காட்டிக்கொடுக்கிறார். ஆனால், பஸ்தர் வனப்பகுதியில் வேறு ஒரு பிரிவும் முளைத்திருக்கிறது. இவர்கள் இரு தரப்பினருக்கும் விசுவாசம் காட்டுவதல்லை. இந்தக் கூட்டத்தைச் சேர்ந்தவர்களின் இரட்டை நாக்கு இருவரையும் தீண்டுகிறது. நக்சல்கள் மீதான காவலர்களின் தாக்குதல் அல்லது காவலர்கள் மீதான நக்சல்களின் தாக்குதல் ஆகிய இரண்டுமே இப்படிப்பட்டவர்கள் கொடுத்த தகவல்களின் விளைவுகள்தான். எனவே இவர்களின் அபாயம் இரண்டு மடங்கு. இவர்கள் ஒவ்வொரு அடியையும் எச்சரிக்கையாக எடுத்துவைக்க வேண்டியிருக்கிறது. இப்படிப்பட்டவர் கழைக்கூத்தாடிபோல சாகசம் செய்கிறார். கூரான கத்தியுடன் விளையாடுகிறார். அவர் பேராசைக்காரரா? தந்திரக்காரரா? அபாயம் தெரியாமல் சாகசம் செய்கிறாரா?

இரண்டு எதிரிகளுக்கிடையே சிக்கிக்கொண்ட பழங்குடி மக்கள் இந்தப் போரில் சில சமயம் தாங்கள் மட்டும்தான் பலியாகிறோம் என்பதை அறிந்திருக்கிறார்கள். இரு தரப்பினருமே அவர்களிடமிருந்து பலவந்தமாகத் தகவல்களைக் கறக்கிறார்கள். துரோகக் கதைகளைப் புனைவதுதான் அவர்கள் தங்களைக் காப்பாற்றிக்கொள்வதற்கான ஒரே வழி.

போரில் ஈடுபடாத இந்தப் பழங்குடிகளின் கைகளில்தான் தங்களுடைய வாழ்வும் மரணமும் இருக்கின்றன என்பதைச் செம்படையோ, காக்கிப் படைகளின் தலைவர்களோ

ஒப்புக்கொள்வதில்லை. பஸ்தர் பழங்குடியினரின் பண்பாட்டு அடையாளம் சிதைந்துபோனதை இரு படையினருமே உணரவில்லை.

சத்தீஸ்கரைச் சென்றடைந்த இரு தினங்களில் பஸ்தருக்குச் சென்றேன். அது பஸ்தருக்கு என்னுடைய முதல் பயணம். ஏழாண்டுகளுக்குப் பிறகு என்னுடைய குறிப்புகளைப் புரட்டிப் பார்த்து 'மரணத்தின் கதை' நூலின் இறுதி வடிவத்தை உருவாக்கிக் கொண்டிருந்தேன். அப்போது ஒரு விஷயம் எனக்குப் புரிந்தது. வனத்துடனான முதல் சந்திப்பிலேயே அதன் மாபெரும் உண்மைகளில் ஒன்றை உள்வாங்கியிருந்தேன். துரோகம் என்பது பஸ்தரின் பழங்குடிகள் உயிர் பிழைத்திருப்பதற்கான முக்கியமான வழி என்பதே அந்த உண்மை.[1]

---

1. என்னுடைய நாட்குறிப்பில் அடுத்த பதிவு:

2011, ஆகஸ்ட் 26. நேற்று முன்தினம் மிக மோசமான நக்சல் தாக்குதலைப் பற்றி எழுதி அனுப்பிவிட்டு பீஜப்பூரிலிருந்து திரும்புகையில் காரில் என்னுடைய மடிக்கணினியில் பெர்க்மேனின் 'தி மேஜிக் ஃப்ளூட்' பார்த்தேன். நடிகர்கள் மொசார்ட்டின் ஆபராவை (இசை நாடகம்) நிகழ்த்தினார்கள். முதல் பத்து நிமிடங்கள் அந்த இசை நிகழ்ச்சியின் பார்வையாளர்களின் முகங்களும் மாறிவரும் முகபாவங்களும் மட்டுமே திரையில் தெரிந்தன. அக்ஞேயா எழுதிய 'அசாத்ய வீணா' என்னும் கவிதையின் உருவகம் என் முன் பளிச்சிட்டது.

பல ஆண்டுகள் கழித்து உலகின் மகத்தான ஆபராக்கள் பற்றிய மைக்கேல் ஸ்டீனின் நூலைப் பார்த்தேன். அரசுக்கும் மாவோயிஸ்டுகளுக்கும் இடையிலான போரில் இரட்டை முகத்துடன் பங்குபெறும் பழங்குடிகள்பற்றி அறிந்த பிறகு திரும்பும் வழியில் நான் பார்த்த அந்த இசை நாடகத்திலும் இதுபோன்று உருமாறும் பாத்திரங்கள் இடம்பெற்றிருப்பதை அந்நூலிலிருந்து அறிந்தேன். முதல் பாதியில் தலைமைப் பாதிரியார் சரஸ்ட்ரோ தீய சக்தியாகத் தோற்றமளிக்கிறார். அந்நாட்டின் ராணி அவரிடமிருந்து தன் மகளை மீட்க விரும்புகிறார். இரண்டாம் பாதியில் சரஸ்ட்ரோ நன்மையின் வடிவமாக மாறுகிறார். ராணி தீய சக்திகளின் பிரதிநிதியாகக் காட்சியளிக்கிறார்.

நிராசை 1

காலை நேரம். சுர்குஜா மாவட்டத்தின் ஒரு மூலையில் இருக்கும் பலாங்கி கிராமம். தங்க முலாம் பூசிய கைக்கடிகாரம் அணிந்த பெண்ணொருத்தி ஒரு குடிசைக்குள் அம்மிக் கல்லில் மசாலா அரைத்துக்கொண்டிருக்கிறாள். என்னுடைய பயணத் திட்டத்தில் இந்தக் கிராமம் இல்லை. இங்கிருந்து 100 கிலோமீட்டர் தொலைவில் இருக்கும் பல்ராம்பூர் காவல் நிலையத்தில் பழைய கோப்புகளைப் புரட்டிக்கொண்டிருக்கும்போது ஒரு வாக்கியம் என் கவனத்தைக் கவர்ந்தது. கொள்ளையடித்த பணத்தைப் பிரித்துக் கொடுக்கும் விவகாரத்தில் நக்சல் கமாண்டர் ஒருவர் சகாக்களால் சுட்டுக் கொல்லப்பட்டார்.

கொள்ளைப் பண விவகாரத்தில் நக்சல்கள் ஒருவரை ஒருவர் கொலை செய்கிறார்களா?

சர்குஜா நக்சல்களிடையே இது மிகவும் சகஜம் என்று பரலாம்பூர் காவல் நிலைய அதிகாரிகள் கூறினார்கள். ரெங்க யாதவ் என்ற நக்சல் கமாண்டர் இந்தப் பகுதியில் மிரட்டிப் பணம் பறிக்கும் வேலைகளில் ஈடுபட்டுவந்ததாக பலாங்கி கிராமத்து மக்கள் உறுதிசெய்தார்கள். 35 வயதான அவர் ஜார்க்கண்டிலிருந்து இரண்டு டஜன் இளைஞர்களை அழைத்துவந்து அவர்களை 'நக்சல்'களாக மாற்றி 'நக்சல் கோட்பாட்டில் பயிற்சி' கெடுத்தாராம். அவர்கள் வனத்திலேயே வசித்தார்கள்.

சில மாதங்களுக்கு முன்பு அவர்கள் பெரிய கொள்ளையில் ஈடுபட்டு ஆறு லட்ச ரூபாய் கொண்டுவந்தார்கள். அவர்களுக்கான பங்கை அவர் தரவில்லை. விளைவாக, 2011 ஜூன் மாதம் அவர் கொல்லப்பட்டார்.

சோள வயலுக்கும் கிணற்றுக்கும் எதிரில் குடிசையின் புழக்கடையில் அமர்ந்தபடி 22 வயதான சாந்தி தன் கணவரை நினைவுகூர்கிறாள். இப்போது அவள் தன் கணவனின் ஏழை விவசாயக் குடும்பத்தைச் சார்ந்திருக்கிறாள். மெலிந்த உடல் கொண்ட அந்தப் பெண் அம்மிக் கல்லில் மசாலா அரைத்துக் கொண்டிருக்கிறாள். மண் அடுப்பில் காய்கறிகளைப் பொரித்துக்கொண்டும் சோளத்தை வறுத்துக்கொண்டும் இருக்கிறாள். மழைத்துளிகள் விழும் சத்தம் முற்றத்தில் எதிரொலிக்கிறது. தங்க முலாம் பூசிய கைக்கடிகாரம் அவளுடைய கை வளையல்களில் பட்டு ஓசை எழுப்புகிறது. கைக்கடிகாரம் அணிந்த கிராமத்துப் பெண் யாரையும் நான் இங்கே பார்த்ததில்லை. அப்படி அணிந்தபடி ஒரு பெண் அம்மிக்கல்லில் அரைப்பதையும் பார்த்ததாக நினைவில்லை.

"அவர் இதைப் பரிசாகக் கொடுத்தாரா?"

"எதை?"

"வாட்சை அவர் பரிசாகக் கொடுத்தாரா?"

அவள் கண்கள் வியப்பால் விரிகின்றன.

"அவர்தான் உங்களுக்கு இதைப் பரிசளித்திருக்க வேண்டும். அதனால்தான் வேலை செய்யும்போதும் அதைப் போட்டுக்கொண்டிருக்கிறீர்கள்."

"பின்னே! அவர் என் புருஷன். கல்யாணம் முடிந்ததும் வீட்டுக்குக் கூட்டிவந்தார். அவர் கொடுத்த பரிசை நான் போட்டுக்கொள்ளாமல் யார் போட்டுக்கொள்வார்?"

அவள் அந்தக் கமாண்டரின் இரண்டாவது மனைவி. அவளுடைய அக்கா முதல் மனைவி. மூத்தவள் பெண் குழந்தைகளை மட்டுமே பெற்றாள். அதனால்தான் அவன் அவளுடைய தங்கையைத் திருமணம் செய்துகொண்டான். இந்தத் தகவலை அருகில் இருந்த காவல் நிலையத்தின் பொறுப்பாளர் சொன்னார். சாந்தியும் இதை என்னிடம் சொன்னாள். கமாண்டருக்குத் தன்னைப் பிடிக்கும் என்றும் சாந்தி அமைதியாகச் சொன்னாள். காவல் நிலையப் பதிவேட்டில் இறந்துபோனவரின் மனைவி என்று இவள் பெயர்தான் பதிவாகியிருக்கிறது. மூத்தவள் கிராமத்திற்கு வெளியே ஒரு

குடிசையில் வசிக்கிறாள். இவள்தான் கணவரின் குடும்பத்தைப் பார்த்துக்கொள்கிறாள்.

பதிவேட்டை மூடிய காவல் நிலையப் பொறுப்பாளர், "பெண்டாட்டியைத் துரத்திவிட்டுத் தன்னைவிட 14 வயதுச் சிறிய பெண்ணை அவன் கல்யாணம் செய்துகொண்டதில் எங்களுக்கெல்லாம் ஆச்சரியமே இல்லை. அவளைப் பார்க்கும்போது உங்களுக்கே புரியும்" என்று கிசுகிசுப்பான குரலில் சொன்னார்.

தன்னுடைய கணவரின் வாழ்க்கையைப் பற்றிச் சொல்லிக்கொண்டே அம்மிக் கல்லிலிருந்து அடுப்புக்குச் செல்கிறாள் சாந்தி. மருமகன்களும் மச்சினன்களும் அவளைச் சூழ்ந்துகொள்கிறார்கள். எல்லாரும் விடலைப் பருவத்தைச் சேர்ந்தவர்கள். அவர்கள் சோளம் எடுத்து வந்திருக்கிறார்கள். அவள் அதையெல்லாம் நெருப்பில் சுட்டுத் தருகிறாள்.

"ஒருமுறை பணம் கடன்கொடுக்கும் தொழிலைச் செய்பவர் அவரைப் பொய் கேஸில் மாட்டிவிட்டார். போலீஸ் அவரை அடித்து நொறுக்கியது. அதனால்தான் அவர் நக்சலைட் ஆகிவிட்டார்... அவர் காடுகளில் வாழ்ந்தார். ஒரு சில மாதங்களுக்கு ஒருமுறைதான் வீட்டுக்கு வருவார்... ஒன்றிரண்டு தடவை ஜெயிலுக்கும் போயிருக்கிறார். விடுதலை ஆன பிறகு கொஞ்சநாள் வீட்டிலேயே இருந்தார். பிறகு நக்சலைட் ஆகிவிட்டார்."

"நக்சலைட் ஆகிவிட்டாரா? எப்படி?"

"அப்படித்தான்."

"அவர் தன் மக்களிடம் கொள்ளையடித்தார்?"

"பின்னே வேறு எப்படி அவர் வேலை செய்திருக்க முடியும்? எப்படி காட்டைக் காப்பாத்தியிருக்க முடியும்?"

"காட்டையா?"

"ஆமாம். அவர் காட்டுக்குக் காவலாக இருந்தார்."

ஒரு சோளத்தை எடுத்து என்னிடம் நீட்டுகிறாள். மழை இன்னும் தூறிக்கொண்டிருக்கிறது. முற்றத்திற்கு அந்தப் பக்கம் ஒருவர், அவளுடைய மாமனாராக இருக்கலாம், மரச் சாமான் ஒன்றை வைத்துக் கயிறு திரித்துக்கொண்டிருக்கிறார்.

"எப்படி சமாளிக்கப் போகிறீர்கள்? உங்களுக்கு ரொம்பச் சின்ன வயசு. இரண்டு குழந்தைகளும் இருக்கு..."

இந்தக் கேள்வியும் அவளுக்குப் புரிந்ததாகத் தெரியவில்லை.

"அதுக்கு...?"

அவள் சோளத்தை நிமிண்டிக்கொண்டிருக்கிறாள். மருமகன்களிடம் இன்னும் கொஞ்சம் சோளம் பறித்துக்கொண்டு வரும்படி சொல்கிறாள். அவளைச் சுற்றியுள்ள பையன்கள் தங்கள் மாமாவைப் பற்றிய கதைகளைச் சொல்கிறார்கள். கிராமத்துத் திருவிழாக்களில் தன் திறமையைக் காட்டிய மல்யுத்த வீரர் அல்லது வில்வித்தைக்காரரைப் பற்றிச் சொல்வதுபோல இருக்கிறது. பையன்களைப் பொருத்தவரை நக்சல் என்பவர் துணியால் முகத்தை மூடிக்கொள்பவர். கள்ளத் துப்பாக்கி வைத்திருப்பவர். மக்களை மிரட்டுபவர். போலீஸ்காரர்களைக் கொல்பவர்.

சாந்தி ஐந்தாவது சோளத்தை வறுக்கிறாள். கொய்யாப்பழத்தை நோண்டிக்கொண்டிருக்கும் அவளுடைய சின்னப் பெண் அவளை நோக்கி வருகிறாள். ஆறு மாதங்களேயான பையனும் வருகிறான்.

"கண்ணூ ... கண்ணூ ..." என்றபடி அவள் குழந்தையைத் தூக்கி மடியில் வைத்துக்கொள்கிறாள்.

முந்தைய நாள் இரவு ரகுநாத் நகர் வன இலாகாவின் தங்கும் விடுதியில் தங்கியிருந்தேன். அது இந்தக் கிராமத்திலிருந்து சிறிது தொலைவில் இருக்கிறது. அங்கே மின்சாரம் இல்லை. வத்ரா நகருக்கு அப்பால் இருக்கும் பகுதிகளில் கடந்த இரண்டு நாட்களாக மின்சாரம் இல்லை. அந்த இருளில் மழை தூறிக்கொண்டிருந்தது. இலைகளின் மேல் மழைத்துளி விழும் ஓசையைக் கேட்கா விட்டால் மழை பெய்வதே தெரியாது. அந்த அளவுக்கு இருட்டு. விடுதியின் பின்புறம் தவளை அதுதான் தன்னுடைய கடைசி இரவு என்பதுபோலக் கத்திக்கொண்டே இருந்தது. விடாமல் கத்திக்கொண்டே இருந்ததில் அதன் தொண்டை வீங்கியிருந்தது. மூச்சுவிடுவதற்காகக் கொஞ்சம் இடைவெளி விட்டபோது தொண்டை கொஞ்சம் உள்ளே போயிற்று. பிறகு மீண்டும் உப்ப ஆரம்பித்தது. கம்பத்தில் கட்டப்பட்டிருந்த பசு அமைதியாக மழையில் நனைந்துகொண்டிருந்தது. கட்டப்பட்டிருந்ததால் பசு அசையாமல் இருக்கிறது என்று முதலில் நினைத்தேன். கட்டாவிட்டாலும் அந்தப் பசு மழையில் நனைந்தபடி சிலையாய் நின்றுகொண்டே இருக்கும் என்று தோன்றியது. மழைத்துளிகள் பசுவின் உடலில் விழுந்து சொட்டுச் சொட்டாக வழிந்துகொண்டிருந்தன.

அந்த மாநிலத்தில் 15 நாட்கள். கிட்டத்தட்ட ஒவ்வொரு இரவும் புதிய இடத்தில் படுக்கை. ஐந்து இரவுகள் காரில் பயணம்...

2011, செப்டம்பர் 3. சுர்குஜா

இடப்பெயர்வு 3

சுக்மாவில் அது என்னுடைய எட்டாவது நாள். கடத்தல் நடந்த சில மணிநேரங்களில் நாங்கள் இங்கே வந்தோம். ராய்ப்பூர், ஒடிஷா, தில்லி, ஆந்திரப் பிரதேசம் என்று நாடு முழுவதிலுமிருந்து கிட்டத்தட்ட 50 பத்திரிகையாளர்களும் புகைப்படக்காரர்களும் வந்திருக்கிறார்கள். இந்தச் சின்னஞ்சிறிய நகரத்தில் தங்குவதற்கு இடமே இல்லை. நாங்கள் அனைவரும் பொதுப்பணித்துறை விருந்தினர் இல்லத்திலும் புதிதாகக் கட்டப்பட்டிருந்த ஆஃபீசர்ஸ் கிளப்பிலு மாக எப்படியோ சமாளித்துக்கொண்டோம். ஓரிரு தாபாக்களும் ராஜஸ்தானி போஜனாலயம் என்னும் உணவகமும்தான் இருக்கின்றன. தொலைக்காட்சி சேனல்களின் ஒளிபரப்பு வாகனங்கள் மாவட்ட ஆட்சியரின் அலுவலகத்தில் நின்றுகொண்டிருக்கின்றன. பத்து நிமிடங்களுக்கு ஒருமுறை செய்தியாளர்கள் கேமராவின் முன் நின்று ‘பிரேக்கிங் நியூஸ்’ கொடுத்துக்கொண்டிருக்கிறார்கள். மாவட்ட ஆட்சியர் ஆந்திர எல்லைக்கு அருகே இருப்பதாகத் தெரியவந்துள்ளது. 2000 நக்சலைட்டுகள் கலெக்டரைச் சூழ்ந்துகொண்டிருக்கிறார்கள். ஆளில்லா விமானம் காட்டிற்கு மேல் பறந்து சென்று கலெக்டர் இருக்கும் இடத்தைக் கண்டுபிடித்துள்ளது. அலறிக்கொண்டிருக்கும் இந்தச் செய்திகளைக் கேட்டுப் பத்திரிகையாளர்கள் சிலர் சிரிக்கிறார்கள். எங்கள் மோசடி எங்களுக்குத் தெரியாதா.

கடந்த ஜனவரி மாதம் தண்டேவாடாவிலிருந்து தனியாகப் பிரிக்கப்பட்ட சுக்மா, சந்தியாவின்

அடர்ந்த வனங்கள் நிரம்பிய மாவட்டங்களில் ஒன்று. அதில் இருக்கும் கோண்டா தாசில், ஒற்றறை நிர்வாகப் பகுதிகளில் மிகவும் பருமனான மரங்கள் கொண்ட பகுதி. தண்டகாரண்யத்தின் 2,200 சதுர கிலோமீட்டர் பரப்புள்ள வனப்பகுதி இங்கே உள்ளது. மும்பை, தில்லி இரண்டும் சேர்ந்தால்கூட இந்த அளவுக்கு வராது. கோண்டாதான் தண்டேவாடாவை நக்சல் வன்முறைக்குப் பேர்போன இடமாக ஆக்கியிருக்கிறது. 2010ஆம் ஆண்டு ஏப்ரலில் 75 மத்திய ரிசர்வ் காவல் படையினர், சத்தீஸ்கரைச் சேர்ந்த ஒரு போலீஸ்காரர் ஆகியோரின் ரத்தம் இங்கே சிந்தியது. இந்தியாவில் நடைபெற்ற மிக மோசமான நக்சல் தாக்குதல் இது. இத்தகைய தாக்குதல்களில் ஒரே நாளில் இந்த அளவுக்கு மரணங்கள் நிகழவில்லை. எர்ரபோர் நிவாரண முகாம்மீது நடந்த தாக்குதலில் 24 பேர் எரித்துக் கொல்லப்பட்டார்கள். சிங்காவரத்தில் பயணிகள் பேருந்து தீக்கிரையாக்கப்பட்டதில் சுமார் 30 பேர் இறந்துபோனார்கள். சல்வா ஜுடும்[1] என்னும் அமைப்பு கோண்டாவில் கோலோச்சியது. அரசியல் சட்டப்படி அமைந்த அரசு தன்னுடைய குடிமக்களுக்கு ஆயுதங்கள் தந்து நக்சல்களுக்கு எதிராகப் போரிடச் சொன்னது. காட்டில் வசிப்பவர்களை அப்புறப்படுத்தி, அவர்களைத் தங்களுடைய உறவினர்களுக்கு எதிரிகளாக்கியது. ஒரு சதுர கிலோமீட்டரில் நிகழ்ந்த மரணங்களின் எண்ணிக்கை கோண்டாவில்தான் அதிகமாக இருக்கும். ஆந்திரப் பிரதேச, ஒடிஷா எல்லையில் அமைந்த 'கொலைகாரத் தலைநகரம் கோண்டா'வில் சுக்மாவின் மாவட்ட ஆட்சியர் இப்போது கடத்தப்பட்டிருக்கிறார்.

பத்திரிகையாளர்களான நாங்கள் காட்டில் முடங்கியிருக்கிறோம். ஆர்வம் கொண்ட சிலர் மோட்டார் பைக்கில் தண்டகாரண்யத்திற்குள் சென்றார்கள். நான் அடர்ந்த வனப்பகுதியினுள் இரண்டு இரவுகளைக் கழித்தேன். மாவட்ட ஆட்சியரை என்னால் கண்டுபிடிக்க முடியவில்லை. ஆனால் அவரைக் கடத்தியவர்களைப் பார்க்க முடிந்தது. ஏ.கே.–47 துப்பாக்கிகளைக் கையில் பிடித்துச் சுழற்றியபடியே, "எங்களுக்கு வேறு வழி ஏதாவது இருக்கிறதா?" என்று கேட்டார்கள்.

மாவட்ட ஆட்சியர் அலெக்ஸ் பால் மேனன் இளைஞர். நுண்ணுணர்வு மிகுந்தவர். சேகுவேராவின் மீது பெருமதிப்புக் கொண்டவர். 'மோட்டார்சைக்கிள் டயரீஸ்' என்னும் நூல் அவருடைய புத்தக அலமாரியில் இருக்கிறது. அவர்மீது

---

1 சல்வா ஜுடும்: 2005இல் அரசு உருவாக்கிய அமைப்பு. 2007இலேயே இது பிசுபிசுத்துப்போனது. அதில் இடம்பெற்ற ஆதிவாசிகள் தங்கள் சமூகத்தைச் சேர்ந்தவர்கள்மீது ஏகப்பட்ட அட்டூழியங்களை நிகழ்த்தினார்கள். பாதிக்கப்பட்டவர்கள் பலர் மாவோயிஸ்ட் இயக்கத்தில் சேர்ந்துவிட்டார்கள்.

செம்படையினருக்கு அக்கறை ஏதும் இல்லை. அவர் ஆஸ்துமா நோயாளியும்கூட. அவர் மனைவி கர்ப்பமாக இருக்கிறார். பத்திரிகையாளர்களிடம் தன் கணவரைப் பற்றிக் கேட்டபடி இருக்கிறார்.

எங்களில் பலருக்குக் கடத்தல் விவகாரம் பற்றிய செய்திகளைச் சேகரிப்பது இதுதான் முதல்முறை. தொடக்க நாட்களில் விவரிக்க இயலாத பரவசம் எங்களுக்கு இருந்தது. இன்று எட்டாம் நாள். இப்போது சலிப்பின் பிடியில் இருந்தோம். எதுவுமே நடக்கவில்லை. செய்திகள் ஒரே மாதிரி திரும்பத் திரும்பச் சொல்லப்படுகின்றன. ராய்ப்பூரில் அரசுக்கும் மாவோயிஸ்டுகளுக்குமான பேச்சுவார்த்தை நடந்துகொண்டிருக்கிறது; கலெக்டருக்கான மருந்துகள் காட்டிற்குள் அனுப்பப்படுகின்றன; அவரை விடுவிக்கக் கோரி சுக்மாவில் பேரணி நடைபெற்றது.

"சீக்கிரம் விடாவிட்டால் நாம் திரும்பிப் போய்விட வேண்டியதுதான்" என்று பத்திரிகையாளர்கள் பலரும் சொல்ல ஆரம்பித்துவிட்டார்கள். பல பத்திரிகைகள் இங்கே இருப்பவர்களைத் திரும்பவரச் சொல்லிவிட்டு வேறு நிருபர்களை அனுப்பிவைத்தன. உடலுக்குக் களைப்பு எதுவும் இல்லை. மனம்தான் சிறைப்பட்டிருக்கிறது.

செய்தியை எழுதுவதன் சோகம் இதுதான். பாழ்நிலத்தைத் தினமும் உழ வேண்டியிருக்கிறது. ஒரே விஷயத்தைப் புது வார்த்தைகளைப் போட்டு எழுத வேண்டியிருக்கிறது. செத்துப்போன செய்திகளுக்கு உயிர்கொடுத்துப் புதிய செய்தி போல அவற்றை உருமாற்ற வேண்டியிருக்கிறது. உயிரற்ற இந்தச் செய்தியின் கீழ் ஒவ்வொரு நாள் காலையிலும் உங்கள் பெயரைப் பார்க்க வேண்டியிருக்கிறது. உங்கள் குரலில் தாள முடியாத அளவுக்கு விரக்தி தொனிக்கிறது. எங்களையும் அவர்கள் கடத்திவிட்டார்களா? பட்டங்கள் கயிறுகளிலிருந்து அறுந்து சுக்மாவின் வானத்தில் ஆதரவின்றித் தொங்குகின்றன.

"கடந்த பத்து ஆண்டுகளில் நான் எக்கச்சக்கமான சடலங்களைப் பார்த்திருக்கிறேன்... எரிந்த உடல்கள், துண்டிக்கப் பட்ட உறுப்புகள், சிதைந்த முகங்கள்... நீங்கள் எல்லாம் இதற்குப் புதியவர்கள். அதனால்தான் கலெக்டர் கடத்தலுக்கு இவ்வளவு முக்கியத்துவம் கொடுக்கிறீர்கள். காட்டில் காணாமல் போனவர்களுக்கு ஏதாவது கணக்கு இருக்கிறதா? இன்னும் ஒருவர் காணாமல்போவது எந்த வகையில் முக்கியமானது?" தண்டேவாடாவைச் சேர்ந்த சுரேஷ் மஹாபத்ரா என்னும் பத்திரிகையாளர் இப்படிக் கேட்கிறார். "முன்பெல்லாம் சம்பவம் நடந்த இடத்துக்கு அடித்துப் பிடித்துக்கொண்டு போவேன்.

இப்போதெல்லாம் போனில் தகவல் வந்தால் போதும். என்ன நடந்தது என்று எனக்குப் புரிந்துவிடும்" என்கிறார்.

அவர் குரலில் உள்ள உணர்ச்சியின்மை அச்சுறுத்துகிறது. சதுப்புநிலமாக மாறிவிட்ட இந்தக் காட்டிற்குள் நாங்கள் மூழ்கிக்கொண்டிருக்கிறோமா? ஏப்ரல் மாத வெயில் எங்கள் நரம்புகளைக் காயவைப்பதற்கு முன் நாங்கள் இங்கிருந்து ஓடிவிட வேண்டுமா?

மாவோயிஸ்டுகள் கடந்த ஆண்டு ஒடிஷாவின் மல்காங்கிரி மாவட்ட ஆட்சியரைக் கடத்தினார்கள். ஒன்பது நாட்கள் கழித்து அவரை விடுவித்தார்கள். இப்போது ஒன்பது நாள் ஆவதற்கு இன்னும் சில மணிநேரங்களே உள்ளன. ஆனால் சுக்மாவின் காடுகளில் நம்பிக்கை துளிர்க்கவில்லை. கடந்த 30 ஆண்டுகளில் கொலையைப் பார்க்காத எந்த வீடும் பஸ்தரின் கிராமங்களில் இல்லை. தன்னுடைய உறவினர் யாரேனும் கிளர்ச்சியாளர்களுடனோ அல்லது காவல் துறையுடனோ சேருவதைப் பார்க்காத குடும்பமும் இல்லை. கலெக்டரைப் போர்க் கைதிபோல நடத்துவோம் என்று கிளர்ச்சியாளர்கள் அறிவித்திருக்கிறார்கள். காடுகளில் வசிக்கும் மக்களுக்கு அந்தச் சலுகை எல்லாம் கிடையாது. மக்களைக் கடத்திச் செல்லும் மாவோயிஸ்டுகள் சில சமயம் அவர்களைக் கொன்றுவிடுகிறார்கள். இந்திய அரசு இன்னமும் இதைப் போர் என்று சொல்வதில்லை. வெறும் மோதல் என்றுதான் சொல்கிறது. சொற்களின் அரசியலில் அவர்கள் ஈடுபட்டுக்கொள்ளட்டும். இது போர்தான்.

மாவட்ட ஆட்சியருடன் சேர்ந்து எங்களில் பலரும் இந்த வனாந்தரத்திலிருந்து விடுதலை பெறுவதற்காகக் காத்திருக்கிறோம். நகரங்களின் பாதுகாப்பான சூழலுக்குத் திரும்பிய பிறகு இந்த ஏப்ரல் மாதத்து இரவுகளின் நினைவுகளை அமைதியாகப் புதைத்துவிடுவோம் என்பதை நாங்கள் உணர்ந்திருந்தோம். வெயிலில் வெடித்துப்போன தோல், தாகம், கொசுக்கடி, கண்ணிவெடிகளிலிருந்து காப்பாற்றக்கூடிய வாகனங்கள், சிறு பீரங்கிகளையும் கிரனேடுகளை ஏவும் தளங்களையும் சுமந்துசெல்லும் சிப்பாய்கள் என்று எல்லாவற்றையும் மறந்துவிடுவோம். நாங்கள் நகரத்திற்குத் திரும்பிவிடுவோம். ஆனால் சுக்மாவின் காடுகளில் தோட்டாக்களுக்குப் புதிய இலக்குகள் கிடைத்தபடி இருக்கும்.

28 ஏப்ரல் 2012, சுக்மா.

மரணம் 2

2012, ஜூன் 30. மதிய நேரம். 15 சடலங்கள் பீஜப்பூர் மாவட்டத்தின் கோட்டகுடா, சர்க்கேகுடா, ராஜ்குபேன்டா ஆகிய கிராமங்களில் எரியூட்டப்படுவதற்காகக் காத்துக் கிடந்தன. வீங்கிக் கறுத்து இறுகிப்போன உடல்கள். உடலுறுப்புகள் அனைத்தும் மோசமாக வீங்கி உப்பிப்போயிருந்தன. சில சடலங்களைப் புதிய வெள்ளைத் துணியால் போர்த்தியிருக்கிறார்கள். பிறவற்றைப் பழைய பச்சைப் புடவைகளைக் கொண்டு போர்த்தி யிருக்கிறார்கள். ஒரு சடலத்தின் அருகே டோலக் வாத்தியம் இருக்கிறது. இரண்டு இரவுகளுக்கு முன்பு 19 பேர் கொல்லப்பட்டார்கள். அவர்களில் 15 பேர் இன்று மாலை எரியூட்டப்படுகிறார்கள். கிராமவாசிகள் விறகுக் கட்டைகளைத் தேடிக் கொண்டிருக்கிறார்கள். மழை தூறிக்கொண்டிருப்ப தால் உலர்ந்த கட்டை எதுவும் அகப்படவில்லை.

சத்தீஸ்கரில் நடந்த "மாவோயிஸ்டுகளுக்கு எதிரான மாபெரும் மோதல் கொலைகள்" என்று அரசு இதைக் குறிப்பிடுகிறது. கொல்லப்பட்டவர்களில் மகேஷ், நாகேஷ், சோமுலு ஆகிய மூன்று முக்கிய மான மாவோயிஸ்டுகளும் அடக்கம் என்று உள்துறை அமைச்சர் ப. சிதம்பரம் கூறினார். ஆனால் இறந்தவர்களில் மகேஷ் என்று யாரும் இல்லை. இரண்டு நாகேஷ்களும் ஒரு ராம்விலாஸும் இருக்கிறார்கள்.

தாக்குதலில் உயிர்பிழைத்தவர்களில் ஒருவரான சந்தீப் இர்பா நடந்ததை விவரிக்கிறார்: "கோட்டகுடா

கிராமத்திலிருந்து நாங்கள் மூன்று பேர் ஜனவரி மாதம் முதல் முறையாக இந்த மாநிலத்தை விட்டு வெளியே சென்றோம். எங்கள் பள்ளிக்கூடத்தில் எங்களை விசாகப்பட்டினத்திற்குக் கூட்டிக்கொண்டு போனார்கள். தல்பேர் ஆற்றுக்குத் தெற்கிலிருந்து முதலில் வெளியே பயணம் செய்தது நாங்கள்தான். காகா நாகேஷும் மட்காம் ராம் விலாஸும் நானும் போனோம். நாகேஷை நாங்கள் ராகுல் என்று கூப்பிடுவோம். பசுகுடா காவல் நிலையத்திற்குப் பக்கத்தில் இருக்கும் அரசுப் பள்ளியில் நாங்கள் பத்தாவது படித்துக்கொண்டிருந்தோம். தங்கிப் படிக்கும் பள்ளி அது. விசாகப்பட்டினத்தில் முதல் முறையாக நாங்கள் கடலைப் பார்த்தோம். அவர்கள் இருவரும் நன்றாகப் படிப்பார்கள். எந்த டீச்சரை வேண்டுமானாலும் கேட்டுப்பாருங்கள். எங்கள் ஸ்கூலிலேயே அவர்கள்தான் நன்றாகப் படிக்கும் மாணவர்கள். எப்போதும் முதல் சில ராங்குகள் வாங்குவார்கள். விடுமுறை சமயத்தில் கிராமத்திற்குப் போனோம். கிராமத்து மக்கள் அன்று இரவு ‘பீஜ் புண்டம்’ விழாவுக்காகக் கூடியிருந்தார்கள். நானும் அங்கே போயிருக்க வேண்டும். ஆனால் நான் சீக்கிரமே தூங்கப் போய்விட்டேன். அதனால் நான் தப்பித்தேன். வகுப்பில் நான் அவர்களைவிடப் பின்னால்தான் இருந்தேன். என்னுடைய நண்பர்கள் உயிரோடு இல்லை என்பதை இப்போதும் என்னால் நம்ப முடியவில்லை.”

கிராமத்து மக்கள் அந்தப் பையன்களைப் பற்றிச் சொல்வதை அவர்களுடைய பள்ளி நோட்டுப் புத்தகங்கள் உறுதிப்படுத்துகின்றன. குறிப்பாக ராம் விலாஸின் ஆங்கில அறிவு. அவனுடைய சமஸ்கிருத நோட்டுப் புத்தகத்தில் ஆங்கிலம் பற்றிய அற்புதமான குறிப்பு ஒன்று இருக்கிறது. “*Thee, Thou, thy* ஆகிய சொற்கள் நவீன ஆங்கிலத்தில் பயன்படுத்தப்படுவதில்லை. இவற்றைக் கவிதைகளில் அல்லது கடவுளைக் குறிப்பிடும்போது பயன்படுத்தலாம்” என்று ஆங்கிலத்தில் எழுதியிருக்கிறான். கவிதையின் மொழி மாறுபட்டது என்பது இந்தக் கிராமத்துப் பையனுக்கு எப்படித் தெரிந்தது? ஆங்கிலத்தைப் பற்றிய இந்த வாக்கியத்தை அவன் ஏன் சமஸ்கிருத நோட்டுப் புத்தகத்தில் எழுதினான்? இந்த வாக்கியம் ஆங்கிலப் பாடப் புத்தகத்தில் இருந்திருந்தாலோ அல்லது ஆங்கில வகுப்பில் ஆசிரியர் சொல்லியிருந்தாலோ அதை ஆங்கில நோட்டுப் புத்தகத்தில்தானே எழுதியிருப்பான்? அவனுடைய வகுப்பு மாணவர்களுக்கு இந்த வாக்கியத்தைப் பற்றித் தெரியவில்லை. அது அவனை எப்படி வந்தடைந்தது? அவன் கவிதைகள் எழுதினானா? பதின்பருவத்தில் உதித்த முதல் கவிதைகளா? அவனுடைய மற்ற நோட்டுப் புத்தகங்களில் இதுபற்றி எதுவுமே இலை. அவனுடைய

பெற்றோருக்கும் இதுபற்றி எதுவும் தெரியவில்லை. வேறு எங்காவது ஏதாவது இருக்குமா? நாட்குறிப்பு அல்லது பத்திரிகை? எதுவுமே கிடைக்கவில்லை. இந்த ஒற்றை வாக்கியம் மரணத்தின் வானில் உறைந்திருக்கிறது.

அவனுடைய பள்ளிக்கூடப் பையில் இருந்த இன்னொரு நோட்டுப் புத்தகத்தில் 'ஆட்சேபணை இல்லை' என்பதற்கான சான்றிதழ் இருக்கிறது. விசாகப்பட்டினத்திற்குக் கிளம்புவதற்கு முன்பு தன் அம்மாவின் சார்பில் அவன் எழுதியது அது. "என்னுடைய மகனை அனுப்புவதில் எனக்கு எந்த ஆட்சேபணையும் இல்லை. பயணத்தின்போது விரும்பத்தகாத சம்பவம் ஏதேனும் ஏற்பட்டால் அதற்குப் பள்ளி நிர்வாகம் பொறுப்பாகாது" என்று அதில் உள்ளது. அவன் தங்கை ரத்னா அவனுடைய புத்தகங்களையும் நோட்டுக்களையும் கவனமாக எடுத்து வைத்திருக்கிறாள்.

15 வயதான காகா நாகேஷ் கணக்கில் கெட்டிக்காரன். கணக்கில் அவனுக்கு இருந்த தேர்ச்சிதான் அவன் மரணத்துக்குக் காரணமாக அமைந்தது. கிராமத்து மக்கள் தங்களுக்கு வேண்டிய கணக்குகள் போட்டுத் தரும்படி அவனிடம் கேட்பதுண்டு. உள்ளூரில் நடக்கவிருந்த திருவிழாவுக்கு எவ்வளவு செலவாகும் என்பதைக் கணக்கிடுவதற்காகவே பீஜ் புண்டத்தில் நடந்த கூட்டத்திற்கு அவனை அழைத்திருந்தார்கள். அன்றிரவுதான் கொலைகள் நடந்தன.

இன்னொரு நாகேஷ் – மட்கம் நாகேஷ் – டோலக் வாசிப்பவர். 32 வயதான அவர் டோலக் வாசிப்பதற்காகப் பக்கத்தில் உள்ள கிராமங்களுக்குப் போய்வருவார். அவருக்கு இரண்டு குழந்தைகள். மனைவி ஷம்மி மீண்டும் கர்ப்பமாக இருந்தார். "டோலக் வாசிக்கிற நக்சலைட் யாரையாவது உங்களுக்குத் தெரியுமா? அவன் நக்சலைட்டாக இருந்தால் கல்யாணங்களுக்குப் போய் ஏன் டோலக் வாசிக்கணும்?" என்று அவருடைய அக்கா சுசிலா கேட்கிறார்.

கிராமத்தில் இர்ப்பா சோமுலு என்று யாரும் இல்லை. காவல் துறை இர்ப்பா சோமுலு என்று குறிப்பிடும் நபரின் பெயர் இர்ப்பா தினேஷ் என்று கிராமத்து மக்கள் சொல்கிறார்கள். அவருக்கு 35 வயது இருக்கும். மனைவியும் மூன்று குழந்தைகளும் இருக்கிறார்கள். காவலர்கள் அவருடைய உடலைக் கிராமவாசிகளிடம் கொடுக்கவில்லை. பசகுடா காவல் நிலையத்தின் பின்பக்கம் புதைத்துவிட்டார்கள்.

எல்லாச் சடலங்களும் காவல் நிலையத்தில் சத்தமில்லாமல் புதைக்கப்படுவதில்லை. குறிப்பாகக் கத்திக் குத்துக் காயங்கள்

கொண்ட உடல்கள். காகா நாகேஷின் அத்தை கமலா தன்னுடைய மருமகனின் மார்பில் இருக்கும் காயங்களைத் திறந்து காட்டு கிறார். "முதல்ல அவனை சுட்டாங்க. அப்புறம் கோடாரியால வெட்டினாங்க. தயவுசெஞ்சு இதை போட்டோ எடுங்க" என்று அலறுகிறார்.

இறந்துபோனவர்களின் உறவினர்கள் அழுகிறார்கள். ஆடைகளற்ற அந்த உடல்களைக் காட்டுகிறார்கள். நடந்ததைக் காட்டும் தடயமாகப் புகைப்படங்களை எடுக்கச் சொல்கிறார்கள். சடலங்களைப் பார்த்த அதிர்ச்சியில் உங்களால் புகைப்படம் எடுக்க முடியவில்லை. தடயங்களுக்காக இந்தச் சடலங்களைப் படமெடுத்து மடிக்கணினியில் வைத்துக்கொள்வது மனிதாபிமானமற்ற செயல் என்று நீங்கள் நினைக்கிறீர்கள். கண்ணால் பார்த்ததைக் காட்டிலும் பெரிய தடயம் எது என்று தோன்றுகிறது. உங்கள் செய்திக் கட்டுரையில் சான்று எதுவும் இல்லை என்று சொல்லி அதில் உள்ளவற்றை அரசு நிராகரிக் கிறது. "முறையான பிணக்கூராய்வை மேற்கொண்டோம். பிணக் கூராய்வு செய்ததை வீடியோவிலும் பதிவுசெய்திருக்கிறோம். எந்த உடலிலும் கத்தியால் குத்தப்பட்ட காயங்கள் இல்லை. எல்லோரும் துப்பாக்கிக் குண்டு பட்டுத்தான் இறந்தார்கள்" என்று அரசின் அறிக்கை கூறுகிறது. வீடியோ டேப்பைப் போட்டுக் காட்டவோ பொதுப் பார்வைக்கு வைக்கவோ அரசு மறுத்துவிடுகிறது.

ஆனால் 48 மணிநேரத்தில் அந்த வீடியோ என்னுடைய கைக்கு வந்துவிட்டது. வீடியோ பொய் சொல்லவில்லை. கத்தியைப் போன்ற ஆயுதங்களால் துளைக்கப்பட்ட அடையாளங்கள் சடலங்களில் இருக்கின்றன. பசகுடா காவல் நிலையத்தில் பிணக் கூராய்வு நடைபெற்றதையும் வீடியோ காட்டுகிறது. 16 பிணங்கள் தரையில் இருக்கின்றன. அவற்றின் மீது காக்கி தார்ப்பாலின் போர்த்தப்பட்டிருக்கிறது. காவலர்கள் பலரும் சடலங்களைச் சுற்றி நிற்கிறார்கள். கிராமவாசி ஒருவர் தார்ப்பாயினை விலக்குகிறார். சடலங்களில் ரத்தம் கசிகிறது. சடலங்களை ஒவ்வொன்றாகத் திருப்புகிறார். சிலருடைய முதுகுகளில் குண்டு உடலைத் துளைத்து வெளியேறிய அடையாளமாகப் பெரிய ஓட்டை இருக்கிறது. பல உடல்களில் கத்திக் குத்துக் காயங்கள் உள்ளன. அரசு மருத்துவர் தன் அதிகாரபூர்வ அறிக்கையில் துப்பாக்கிக் குண்டுகளைப் பற்றி மட்டுமே குறிப்பிடுகிறார்.

மரணத்திற்குப் பிறகு விடுதலை அல்லது வீடுபேறு பெறுவதற்கான நம்பிக்கை பகுத்தறிவுக்குப் புறம்பானதாக இருக்கலாம். ஒருவர் வயது முதிர்ந்த பின் இறந்தாலோ, மலேரியா அல்லது புற்றுநோய் போன்ற நோய்களால் இறந்தாலோ, விபத்தில்

மரணமடைந்தாலோ இந்த நம்பிக்கை தலையெடுக்கலாம். இறுதிச் சடங்குகள், புண்ணிய நதிகளில் சாம்பலைக் கரைத்தல், இறந்தவர்களுக்குச் செலுத்தும் அஞ்சலி, நீர்க் கடன் ஆகியவை இந்த நம்பிக்கையின் வெளிப்பாடுகள். ஆனால் கோடாரியால் வெட்டப்பட்டுச் சாகும்போது எல்லா நம்பிக்கைகளும் சுக்கு நூறாகிவிடுகின்றன. உடல் துண்டு துண்டாக வெட்டப்பட்டு உடலின் உள்ளுறுப்புக்கள் மண்ணில் புரளும்போது கருட புராணம் எந்த ஆறுதலையும் அளிப்பதில்லை. கருட புராணம் உயிரோடு இருப்பவர்களுக்காவது எந்தக் காலத்திலாவது எந்த ஆறுதலையாவது அளித்ததுண்டா?

நகரத்தில் வாழ்க்கை அழிகிறது. காட்டில் சடலம் தன் மரணத்திற்காகக் காத்திருக்கிறது.[1]

---

1 ஓராண்டுக்குப் பிறகு 2013 மே மாதத்தில் சர்க்கேகுடாவில் நடந்ததைப் போன்ற இன்னொரு படுகொலை பீஜப்பூரின் எஹத்சமேதா கிராமத்தில் நடந்தது. பீஜ் புண்டம் விழாவிற்காகக் கூடிய மக்கள்மீது சி.ஆர்.பி.எஃப். படையினர் சுட்டார்கள். (இந்த நூலின் பின்பகுதியில் இது விரிவாகச் சொல்லப்படுகிறது.)

சர்க்கேகுடா, எஹத்சமேதாவின் ஆவிகள் திரும்பி வந்தன. 'புதிய (சி.ஆர். பி.எஃப்.) படையினர்' எந்தத் தூண்டுதலும் இல்லாமல் துப்பாக்கிச் சூட்டினை நடத்தியதால் பொதுமக்கள் மத்தியில் காவல் துறைக்கு இருக்கும் 'நற்பெயருக்கு'க் களங்கம் ஏற்பட்டதாக பீஜப்பூர் காவல் துறையின் சூப்பரின்டென்டென்ட் பிரசாந்த் அகர்வால் சுட்டிக்காட்டினார். 2014 பிப்ரவரியில் சி.ஆர்.பி.எஃப். திட்டமிட்டிருந்த 'நக்சல்களுக்கு எதிரான மாபெரும் நடவடிக்கை' ஒன்றை அவர் தடுத்து நிறுத்தினார். பஸ்தரில் 3000 துருப்புக்களுடன் 40 நாட்களுக்கான நடவடிக்கையைத் தொடங்க சி.ஆர்.பி.எஃப். தயாராகிவிட்டது. படைகள் கிளம்பிவிட்டன. ஆனால் அந்த நடவடிக்கையைக் கைவிடுமாறு மாநிலக் காவல் துறை கடைசி நேரத்தில் கேட்டுக்கொண்டது. சட்டப்படி மாநிலக் காவல் துறையின் அனுமதி பெறாமல் சி.ஆர்.பி.எஃப். எந்த நடவடிக்கையிலும் இறங்க முடியாது. ராணுவத்தின் சாகசப் போக்குக் குறித்து எச்சரித்தும் சி.ஆர்.பி.எஃப். திட்டத்தை "மிகவும் அபாயமானது" என்று குறிப்பிட்டும் அகர்வால் பிப்ரவரி 8 அன்று தன் மேலதிகாரிகளுக்கு எழுதினார்.

இரண்டு கொலைகளும் ஓய்வுபெற்ற உயர் நீதிமன்ற நீதிபதியால் விசாரிக்கப்பட்டன. ஜக்தல்பூரில் நீதிமன்ற விசாரணை நடைபெற்றது. கிராமங்களிலிருந்து நாள் முழுவதும் பயணித்து 200 கிலோமீட்டர் தொலைவைக் கடக்க வேண்டியிருந்தது. இதனால் சாட்சிகள் வாக்குமூலம் அளிப்பது மிகவும் கடினமானதாக இருந்தது. 2012 ஜூனில் சர்க்கேகுடாவில் நடந்த கொலைகள் பற்றிய அவருடைய அறிக்கை ஏழாண்டுகளுக்குப் பிறகு 2019 டிசம்பரில் வெளியாயிற்று. என்னுடைய செய்திக் கட்டுரை சரிதான் என்று அது நிரூபித்தது. குற்றமற்ற பழங்குடிகள் சி.ஆர்.பி.எஃப். துப்பாக்கிச் சூட்டில் கொல்லப்பட்டார்கள் என்றும் பல காயங்கள் தோட்டாக்களால் ஏற்பட்டவை அல்ல என்றும் அந்த விசாரணை அறிக்கை கூறியது. பாதுகாப்புப் படையினர் கத்தியால் குத்தி அவர்களைக் கொன்றிருப்பதால் இவை மோதல் கொலைகள் அல்ல என்று நான் குறிப்பிட்டிருந்ததை இந்த அறிக்கை உறுதிசெய்தது. 2021 செப்டம்பரில் எஹத்சமேதா அறிக்கையைச் சமர்ப்பித்த நீதிபதி கொல்லப்பட்டவர்கள் ஆதிவாசிகள், நக்சல்கள் அல்ல என்ற எனது கண்டுபிடிப்பை உறுதிப்படுத்தினார். பாதிக்கப்பட்டவர்களின் உறவினர்கள் இப்போது சி.பி.ஆ.எஃப். படையினருக்கு எதிரான நடவடிக்கைகளுக்காகக் காத்திருக்கிறார்கள்.

கடலைப்பார்த்துகாகா நாகேஷும்ராம்விலாஸும்பிரமித்துப் போனார்கள். கடலோடியின் வாழ்வு அவர்களை வெகுவாகக் கவர்ந்துவிட்டது. கிராமத்தில் இருக்கும் தல்பேர் ஆற்றைத் தவிர வேறு எந்த நீர்நிலையையும் அவர்கள் பார்த்ததில்லை. களைப்புற்ற காடு ஆற்றின் இருபுறமும் விரிந்து கிடக்கிறது. பசகுடாவிலிருந்து ஆவப்பள்ளி வரையிலான 17 கிலோமீட்டர் நீளமுள்ள பாதை மழையில் படபடக்கும் பட்டாம்பூச்சிபோலச் சிலிர்த்துக்கொள்கிறது. ஆற்றை நெடுஞ்சாலையுடன் அது இணைக்கிறது. அந்தப் பாதை முழுவதும் சி.ஆர்.பி.எஃப். முகாம்கள், கண்ணிவெடிகளால் தகர்க்கப்பட்ட வாகனங்களின் சிதிலங்கள், கொல்லப்பட்ட சிப்பாய்களுக்கான நினைவிடங்கள் ஆகியவை காணப்படுகின்றன. இவற்றையெல்லாம் மீறி மஹுவா காட்டுப் பகுதி தொடர்ந்து வளர்ச்சியடைந்துவருகிறது. 2006வரை தல்பேர் ஆற்றுக்குத் தெற்கே உள்ளே கிராமங்கள் பஸ்தர் மாவட்டத்தின் மிக வளமையான பகுதிகளாக இருந்தன. காட்டில் விளையும் பீடிஇலை, சாரைப் பருப்பு முதலானவை பெரும் எண்ணிக்கையில் பயிரிடப்பட்டன. சல்வா ஜுடும் கை ஓங்கிய ஆண்டுகளில் தல்பேர் 'கட்டுப்பாட்டு எல்லைக் கோடாக' மாறியது. இந்தப் பக்கம் காவலர்கள், அந்தப் பக்கம் மாவோயிஸ்டுகள். இருபுறமும் பாயும் தோட்டாக்கள்.

அந்த இடமே போர்க்களமானது. 2009வாக்கில் கிராமவாசிகள் சிலர் வீடு திரும்பினார்கள். நம்பிக்கைக்கான அடையாளமாகப் பள்ளிக்கூடம் ஒன்றும் அரசு நியாயவிலைக் கடையும் அங்கே வந்தன. ராகுலும் ராம் விலாஸும் இந்த நம்பிக்கையின் வாரிசுகள். காகா சரிதாவும் அப்படித்தான். இருபது வயதான சரிதா அந்தப் பகுதியில் 12ஆம் வகுப்பை முடித்த முதல் பெண். ஜக்தல்பூரில் பி.எஸ்சி (நர்சிங்) பட்டப்படிப்பில் சேர்ந்தாள். ஜூன் 28 அன்று கொல்லப்பட்டவர்களில் அவள் அண்ணன் காகா சாமைய்யாவும் அடக்கம். கல்லூரி விடுதியில் இருந்தபோது அவளுக்கு இந்தச் செய்தி வந்தது.

மழை பெய்துகொண்டிருக்கிறது. பஸ்தரில் மழை என்பது மிகவும் கடுமையானது. குழந்தைகள் ஆற்றின் மேற்பரப்பில் குதித்துக்கொண்டிருக்கிறார்கள். பாலத்தில் மேல் காவல் பணிக்காக நிற்கும் சீருடை அணிந்த காவலர்கள் குழந்தைகள் விளையாடுவதைப் பார்க்கிறார்கள். இந்தப் பாலம் பசகுடாவையும் சர்க்கேகுடாவையும் இணைக்கிறது. சிப்பாய்கள், ஆறு, பாலம், வனம். பல திரைப்படங்கள் நினைவுக்கு வருகின்றன. தல்பேர் ஆறு தொன்மங்களும் கனவுகளும் கலந்த மொழியைக் கொண்டிருக்கிறது. ஜூன் 28 அன்று சுமார் 250 காவல் படையினர் இந்தப் பாலத்தைக் கடந்து சில்கர் கிராமத்திற்குச்

சென்றார்கள். ஒடிஷாவிலிருந்து வந்த மாவோயிஸ்டுகள் அங்கே பதுங்கியிருப்பதாக அவர்களுக்குத் தகவல் கிடைத்திருந்தது. அப்போது அவர்கள் எதிர்பாராத விதமாக பீஜ் புண்டம் (திருவிழாக) கூட்டத்தைக் கண்டார்கள். மாவோயிஸ்டுகளோடு எந்த நேரத்திலும் மோத வேண்டியிருக்கலாம் என்னும் எதிர்பார்ப்புடன் இருளில் சென்றுகொண்டிருந்த அவர்கள் கிராமத்து மக்களை மாவோயிஸ்டுகள் என்று நினைத்துவிட்டார்கள். தோட்டாக்களும் கத்திகளும் அந்த இரவை விழுங்கின.

ஜூன் 30 அன்று மாலை சிதைகள் புகைந்துகொண்டிருக்கின்றன. வனம் முழுவதும் கசப்பான புழுக்கம் நிரம்பியிருக்கிறது. நாளையும் அதற்கு மறுநாளும் மழை பெய்யும். சிதையில் உள்ள விறகுகள் மழை நீரில் மூழ்கிவிடும். மண்ணில் எந்த அடையாளமும் இருக்காது. கொலைகள் நடந்த இடத்தில் செத்துப்போன பன்றி, மழையில் நனைந்து அழுகிக்கொண்டிருக்கிறது. ஒரு தோட்டா அதன் தாடையிலும் இரண்டு அதன் பின்புறத்திலும் பாய்ந்திருக்கின்றன. தோட்டா நுழைந்த காயங்கள் இருக்கின்றன. வெளியேறியதற்கான காயங்கள் இல்லை. குண்டு அதன் உடலில் புதைந்திருக்கிறது. அந்தப் பன்றியும் நக்சலைட்தானா? பாயும் தோட்டாக்களும் காதைக் கிழிக்கும் மரண ஓலங்களும் பாதி திறந்திருக்கும் அதன் கண்களில் உறைந்திருக்கின்றன. சி.ஆர். பி.எஃப். படையினர் எல்லா உடல்களையும் எடுத்துக்கொண்டு போனார்கள். இதை மட்டும் விட்டுவிட்டார்கள். இது மட்டும்தான் நக்சல் இல்லை போலிருக்கிறது.

சிதைகளை எரிய விட்டுவிட்டுக் கிராமவாசிகள் வீடுகளுக்குத் திரும்பிவிட்டார்கள். இன்னும் ஒரு வேலை மிச்சம் இருக்கிறது. பழங்குடிச் சமூகங்கள் சிலவற்றில் ஒரு நம்பிக்கை இருக்கிறது. இறந்தவர்கள் பேயாகவும் ஆன்மாவாகவும் இரு வித வடிவங்களை எடுக்கிறார்கள். இந்த இரண்டு வடிவங்களும் இறந்தவர் வசித்த வீட்டுக்கு வருகின்றன. இரண்டையும் வெவ்வேறு விதங்களில் எதிர்கொள்ள வேண்டும். கிராமத்துப் பூசாரி தரையில் சில படங்களை வரைகிறார். கிராமவாசிகள் ரத்தக் கறை படிந்த மண்ணை எடுத்துவந்து அவர் முன் வைக்கிறார்கள். எல்லோரும் அவரைச் சுற்றி நிற்க, அவர் தீய சக்தியை விரட்டுவதற்கான மந்திரங்களைச் சொல்கிறார். இந்தச் சடங்கு நள்ளிரவுவரை தொடரும். இறந்தவர்களின் சாம்பலுடன் இந்த மண்ணையும் கலந்துவிடுவார்கள். வனம் மீண்டும் பரிசுத்தமாகிவிடும்.

மரணத்தின் கதை 3

அரசியல் கட்சிமீது மாவோயிஸ்டுகள் நடத்திய படுபயங்கரமான தாக்குதல் நிகழ்ந்த இடம் தர்பா. மாநில காங்கிரஸ் தலைவர் நந்தகுமார் படேல், பழங்குடிகளின் தலைவர் மகேந்திர சர்மா உள்பட 27 பேர் அந்தத் தாக்குதலில் கொல்லப்பட்டார்கள். வால்மீகி ராமாயணத்தில் சீதையுடனும் லட்சுமணனுடனும் வனவாசம் சென்ற ராமன் தண்டகாரண்யத்திற்கு வருகிறான். தர்ப்பைப் புற்களால் சூழப்பட்ட அழகான நிலப்பரப்பு அவனை முதலில் கவர்கிறது. தர்ப்பையை மிகவும் புனிதமானதாக வேதங்கள் போற்றுகின்றன. ராமாயணக் காலத்துத் தண்டகாரண்யம் ரிஷி, முனிவர்களின் தவ பூமி. ஆயிரக்கணக்கான ஆண்டுகளுக்குப் பிறகு அந்தப் பூமி கொடுமை யான போர்க்களமாகியிருக்கிறது. புனிதமான தர்ப்பைப் புற்களின் நடுவே சுதந்திர இந்தியாவின் மிக வலுவான கிளர்ச்சி செழித்து வளர்கிறது.

சீதாபிராட்டி இந்தக் கொந்தளிப்பை முன்கூட்டியே யூகித்திருக்க வேண்டும். வனவாசம் தொடங்கியதும் அவள் ராமனுக்கு க்ஷத்திரிய தர்மம் பற்றி ஆலோசனை சொல்கிறாள். தன் கணவனை எச்சரிக்கையாக இருக்கும்படி சீதை அறிவுரை கூறும் அரிய தருணம் அது. அங்கே இருக்கும் அரக்கர்களை அழிக்க ராமன் முடிவுசெய்கிறான். ஆயுதங்களைப் பயன்படுத்துவது காட்டையும் அவனுடைய புகழையும் பாதிக்கும் என்று சீதை எச்சரிக்கிறாள். மூன்று பெரும் தீமைகளில்

பொய் சொல்வது, பிறன் மனைவியை நாடுவது ஆகியவை அவனிடம் இல்லை என்று சொல்லும் சீதை, நியாயமான காரணம் இன்றிக் கொடூரமான போரில் இறங்குவது என்னும் மூன்றாவது தீமை அண்டிவிடாமல் இருக்க எச்சரிக்கையாக இருக்க வேண்டும் என்கிறாள். "தங்களுடைய ஆசைகளால் உந்தப்பட்டு, உரிய காரணமோ பகைமையோ இல்லாமல் பிறர்மீது வன்முறையைப் பிரயோகிக்கும் பலவீனத்திற்கு ஆண்கள் வசப்படுகிறார்கள். அந்தப் பலவீனம் இப்போது உங்களிடம் இருப்பதாகத் தெரிகிறது" என்கிறாள். குறிப்பிட்ட ஒரு செயலின் உபரி விளைவாய் ஏற்படும் பாதிப்புகளைப் பற்றிய மிகத் தெளிவான எச்சரிக்கை இது. அரக்கர்களுடனான போரில் காட்டில் வசிக்கும் அப்பாவி உயிரினங்களுக்கு ராமன் பாதிப்பை ஏற்படுத்திவிடக்கூடும் என்கிறாள். "தண்டக வனத்தில் நாம் மேற்கொள்ளும் பயணம் என்னைப் பதற்றமடையச் செய்கிறது. எனக்கு மிகவும் அசவுகரியமாக இருக்கிறது... நீங்கள் உங்கள் தம்பியுடன் இங்கே இருக்கிறீர்கள். இருவர் கையிலும் ஆயுதங்கள் இருக்கின்றன. காட்டில் பல உயிரினங்களை நீங்கள் காண்பீர்கள். அவற்றின் மீது அம்புகளைச் செலுத்த வேண்டும் என்று உங்களுக்குத் தோன்றத்தான் செய்யும்" என்கிறாள் சீதை.

போரின் விதிகளை சீதை வரையறுக்கிறாள். நியாயமான காரணம் இல்லை எனில், அப்பாவிகளை அது பாதிக்கும் எனில் போர் என்பது தீமைதான் என்று தெளிவாகச் சொல்கிறாள்.

அதோடு நிற்கவில்லை. எப்போதும் ஆயுதங்களுடன் இருப்பது ஒருவரை அழித்துவிடும் என்றும் கூறுகிறாள். ராமனுக்கு அவள் ஒரு முனிவரின் கதையைச் சொல்கிறாள். இந்திரன் ஒருமுறை வலிமை வாய்ந்த வாளை ஒரு முனிவரிடம் தந்து பத்திரமாக வைத்துக்கொள்ளச் சொன்னான். முனிவர் தான் போகுமிடமெல்லாம் அந்த வாளை எடுத்துச் சென்றார். காட்டில் பழங்களைத் தேடிச் செல்லும்போதும் அவர் அந்த வாளைத் தன்னுடன் கொண்டு போனார். எப்போதும் உடன் இருக்கும் அந்த ஆயுதம் அவரைக் கொடூரமானவராக மாற்றியது. அந்தக் கொடூரத்தை அவரே ரசிக்க ஆரம்பித்துவிட்டார். அதர்மமான வழியில் செல்லத் தொடங்கினார். புனிதமான அந்த முனிவர் கடைசியில் நரகத்திற்குச் சென்றார் என்ற கதையைக் கூறுகிறாள் சீதாப்பிராட்டி. எப்போதும் ஆயுதங்களுடன் இருப்பது குறித்து எச்சரிக்கை செய்கிறாள்.

"கையில் ஆயுதம் இருக்கிறது என்பதற்காகவே காட்டில் இருக்கும் அரக்கர்களைக் காரணம் இல்லாமல் தாக்கும் செயலில் ஒருபோதும் இறங்க வேண்டாம். அப்பாவிகள் கொல்லப்படுவதை என்னால் நினைத்துக்கூடப் பார்க்க முடியவில்லை" என்கிறாள்.

அரசு தன் எதிரிகளாக யாரைக் கருதுகிறதோ அவர்களுக்கும் கௌரவமான வாழ்வை நடத்துவதற்கான உரிமை இருக்கிறது என்பதையே சீதை கூறுகிறாள். அவர்கள் குற்றச் செயல்களில் ஈடுபட்டாலொழிய அவர்களைத் தாக்கவோ அவர்கள் வசிக்கும் காட்டிற்குள் நுழையவோ கூடாது என்கிறாள். புராதனமான பிரதியில் அமைந்துள்ள இந்த உரையாடலில் எந்த நவீன அரசியல் சட்டத்திற்குமான அடிப்படையாக விளங்கக்கூடிய விவேகத்தை சீதை அழகாக விளக்குகிறாள். "ஆயுதங்களுடனான மிதமிஞ்சிய நெருக்கம் மனதை வக்கிரமாக்கிவிடும்" என்று ராமனை எச்சரிக்கும் சீதை, "நாம் இப்போது வசிக்கும் இடத்தில் எப்படி நடந்துகொள்ள வேண்டும் என்பதற்கான நெறிமுறைகளை மதிக்கக் கற்றுக்கொள்ளுங்கள். தூய மனதுடன் காட்டின் அழகை ரசிக்கக் கற்றுக்கொள்ளுங்கள்" என்று அறிவுரை கூறுகிறாள்.

மரணத்தின் கதை

ராமன் தன்னுடைய ஆகப் பெரிய சாகசத்தைத் தொடங்கவிருக்கும் தருணத்தில் அந்தச் சாகசத்தினுள் இயல்பாகவே தங்கியிருக்கும் பிழைகளைப் பட்டியலிட்டு அவனுடைய ஒட்டுமொத்தச் செயல்பாட்டையும் கேள்விக்கு உட்படுத்துகிறாள் சீதை. ராமனோ, காட்டில் இருக்கும் அரக்கர்களை ஒழிப்பேன் என்று முனிவர்களுக்கு ஏற்கெனவே வாக்குறுதி தந்துவிட்டேன் என்கிறான். "கொடுத்த வாக்கை, அதுவும் பிராமணர்களுக்குக் கொடுத்த வாக்கை மீறுவதைக் காட்டிலும் நான் உயிரை விடுவேன்; அல்லது உன்னையோ லட்சுமணனையோ துறந்துவிடவும் தயாராக இருப்பேன். முனிவர்களை எந்தச் சூழலிலும் காப்பது என்னுடைய கடமை" என்கிறான். க்ஷத்திரியன் தந்த வாக்குறுதி விவேகமான அறிவுரையைப் புறந்தள்ளியது. தண்டகாரண்யத்தின் எதிர்காலத்தை சீதை ஏற்கெனவே கணித்துச் சொல்லிவிட்டாள்.[1]

1 2016ஆம் ஆண்டின் தீபாவளியின்போது பணி நிமித்தமாக அயோத்தியில் இருந்தேன். வடஇந்தியாவில் தீபாவளி என்றால் தீபங்கள் ஏற்றப்படும். ஆனால் இங்கே தீபங்களையே என்னால் பார்க்க முடியவில்லை. அயோத்தியில் தீபாவளி அடிக்கடி இப்படித்தான் ஆகிவிடுகிறது என்று உள்ளூர் மக்கள் கூறினார்கள். காசி, மதுரா போன்ற கோயில் நகரங்களோடு ஒப்பிட்டால் அயோத்தி வெறிச்சோடியிருந்தது. அது மனச்சோர்வை அளிப்பதாக இருந்தது.

சீதையின் சாபம்தான் இதற்குக் காரணம் என்று உள்ளூர்வாசிகள் சொன்னார்கள். "சலவைத் தொழிலாளி ஒருவன் சீதையின் மீது அபாண்டமாகப் பழி சுமத்தியபோது சீதையை ராமன் அயோத்தியிலிருந்து வெளியே அனுப்பிவிட்டார். சீதையை வெளியேற்றிய இந்த நகரம் ஒருநாளும் சுபிட்சமடையாது என்ற சாபத்தைப் பெற்றது. அந்தச் சாபம்தான் அயோத்தியின் மீது இருக்கிறது" என்று அயோத்தியின் முன்னாள் அரச பரம்பரையைச் சேர்ந்த இளையர்களில் ஒருவரான சுபாங்கி மிஸ்ரா கூறினார். அயோத்தியில் உள்ள தற்காலிக ராமர் கோயிலின் தலைமைப் பூசாரி சத்யேந்திர தாஸும் இதை ஆமோதித்தார். "உண்மையான துறவிக்கு நீங்கள் அநீதி இழைத்தால் அவர் எதுவுமே சொல்லாவிட்டாலும் சாபம் உங்களைப் பீடிக்கும். முனிவரின் மன்னிப்பு அவருடைய சாபத்தை விடவும் கடுமையானது. அதன் பிறகு அயோத்திக்கு அழிவுதான்" என்றார்.

ராமர் கோயில் கட்டுவதற்கான வன்மையான இயக்கம் அந்த அழிவின் வெளிப்பாடுகளில் ஒன்றாக இருக்கலாம். அப்பாவிகள்மீது நமது ஆற்றலைச் செலுத்தக் கூடாது என்று சீதை விடுத்த எச்சரிக்கையை அயோத்தி மறந்துவிட்டது போலும்.

நிராசை 2

"நாம் கொஞ்சம் ஆசுவாசமாகச் சந்திக்கலாம்... கோர்ட் நாம் பேசிக்கொள்வதற்கு ஏற்ற இடமல்ல."

"மாலையில் நீங்கள் ஃப்ரீயா?"

"ஒன்பது மணிக்கு?"

"அவ்வளவு தாமதமாகவா?"

"அது பரவாயில்லை... என் ஆஃபீசுக்கு வந்துவிடுங்கள்."

2011, செப்டம்பர். அந்தப் பெண் புகழ்பெற்ற 'எஸ்ஸார்' வழக்கைப் புலனாய்வு செய்து கொண்டிருக்கிறார். நாட்டின் மிகப்பெரிய பணக்காரர்களில் ஒருவரால் நடத்தப்படும் எஸ்ஸார் நிறுவனம் மாவோயிஸ்டுகளுக்குப் 'பாதுகாப்புப் பணம்' (தங்களுடைய பாதுகாப்பை உறுதிசெய்துகொள்வதற்காகக் கிளர்ச்சியாளருக்குக் கொடுக்கும் பணம்) தருவதாக தண்டேவாடா காவல் துறை எஸ்ஸார் குழுமத்தைக் குற்றம்சாட்டி யிருக்கிறது. அது இந்தியப் பெருநிறுவனங்களின் வட்டாரத்தில் பெரும் கலக்கத்தை ஏற்படுத்தி யிருக்கிறது. எஸ்ஸார் மாவோயிஸ்டுகள் இருக்கும் இடத்திலேயே பெரிய தொழிற்சாலை ஒன்றை அமைத்திருக்கிறது. மாவோயிஸ்டுகள் தனியார் நிறுவனங்களின் மீது வெறுப்பைக் காட்டுவதற்கான

எந்த வாய்ப்பையும் தவறவிட மாட்டார்கள். குறிப்பாக 'பஸ்தரின் கனிம வளத்தைக் கொள்ளையடிக்கும்' நிறுவனங்களை.[1]

எஸ்ஸார் தண்டேவாடாவிலிருந்து அருகில் இருக்கும் விசாகப்பட்டினம் துறைமுகத்திற்கு இரும்புத் தாதுக் குழம்பை எடுத்துச் செல்வதற்காகத் தரைக்கடியில் குழாய் அமைத்திருக் கிறது. 270 கிலோ மீட்டருக்கு மேல் இருக்கும் அந்தப் பாதை உலகிலேயே நீளமான சுரங்கப் பாதைகளில் ஒன்று. இந்தியாவில் மாவோயிஸ்டுகளின் உறைவிடத்தைத் தாண்டிச் செல்லும் பாதை அது. அந்தப் பாதை தொடர்பான செயல்பாடுகள் பாதுகாப்பாக இருப்பதற்காக இந்நிறுவனம் மாவோயிஸ்டுகளுக்குப் பணம் கொடுத்திருப்பதாகக் காவல் துறை சொல்கிறது. பஸ்தரில் உள்ள அரசு சாராத் தன்னார்வ நிறுவனத்தின் சேர்மன் பவன் துபேதான் இதற்கான இடைத்தரகர் என்றும் சொல்கிறது.[2]

துணை சூப்பரின்டென்டென்ட் ஆஃப் போலீஸ் பிரதிபா பாண்டேவை தண்டேவாடா நீதிமன்றத்தில் சந்திப்பதற்கு முன்பே அவர் கறாரான, கண்டிப்பான அதிகாரி என்பதைக் கேள்விப்பட்டிருந்தேன். இந்த வழக்கில் முக்கியமான துப்புக்களை அவர் திரட்டியிருந்தார். குற்றம்சாட்டப்பட்டவரைக் காவல் நிலையத்தில் வைத்து இரவு முழுவதும் விசாரணை நடத்துவாராம். அவரைப் பற்றி இப்படி ஒரு சித்திரம் மனதில் இருந்ததால் நீதிமன்றத்தில் அவரைப் பார்த்ததும் திகைத்துப்போனேன். இருபதுகளின் தொடக்கத்தில் உள்ள, சிறிய உருவம் கொண்ட

1. சத்தீஸ்கர் அரசின் நீர்வளத் துறை அமைச்சர் ராம்விசார் நேதம் எஸ்ஸார் குழுமத்தின் சட்ட விரோத நடவடிக்கைகள் குறித்து 2012, மார்ச் 23 அன்று சட்டமன்றத்தில் தெரிவித்தார். 2006 அக்டோபரிலிருந்து 2011 அக்டோபர்வரை இந்நிறுவனம் தண்டேவாடாவில் கிரந்தால் என்னும் ஊருக்கு அருகில் இருக்கும் இயற்கை நீரூற்றிலிருந்து அனுமதி இல்லாமல் 28.5 லட்சம் கன மீட்டர் தண்ணீரைக் கூடுதலாக எடுத்தது என்றார் அவர்.

2. 2011, ஜனவரி 17 அன்று பவன் துபே எஸ்ஸார் குழுமத்தின் உரிமையாளர் ரூயாஸுக்குக் கடிதம் எழுதினார். எஸ்ஸார் நிறுவனத்தின் சமூகப் பொறுப்பு நிதியிலிருந்து பஸ்தருக்குச் செய்ய வேண்டிய பணிகளை நிர்வகிப்பதற்கான திட்டத்தை முன்வைத்திருந்தார். இதற்கு ஒரு கோடி ரூபாய் வேண்டும் என்று குறிப்பிட்டிருந்தார். மூன்று நாட்கள் கழித்து எஸ்ஸார் ஸ்டீல் பிசினஸ் குரூப்பின் சிசிஓ மாலே முகர்ஜி துபேயின் என்ஜிஓவுக்கு உடனடியாகப் பணம் வழங்குமாறு கூறி மின்னஞ்சல் அனுப்பினார். "கிரந்தூல் பைப்லைன் திட்டத்தை நடத்திச்செல்ல இது மிகவும் அவசியமாகிவிட்டது... இத்தகைய நடவடிக்கைகளை மேற்கொள்ளலாம்" என்று அவர் அதில் குறிப்பிட்டிருந்தார்.

ஜனவரி 21 அன்று துபே மீண்டும் ரூயிஸுக்குக் கடிதம் எழுதினார். மும்பையில் நடந்த சந்திப்பை நினைவுபடுத்தி, "தயவுசெய்து பணத்தை அனுப்புங்கள்" என்று எழுதியிருந்தார். அடுத்த நாள் ஒரு கோடி ரூபாய் ஜெய் ஜோஹர் சேவா சன்ஸ்தானின் வங்கிக் கணக்கிற்கு வந்து சேர்ந்தது.

அந்தப் பெண் ஏ.கே. 47 துப்பாக்கிகளை ஏந்திய பாதுகாவலர்கள் புடைசூழ நீதிமன்றத்திற்குள் வந்தார்.

இதைக் காட்டிலும் பெரிய ஆச்சரியம் அவருடைய அலுவலகத்தில் எனக்காகக் காத்திருந்தது. அவருடைய அறைக்குள் நுழைந்ததும் அவருடைய மேசைக்கு இந்தப் பக்கம் ஒருவர் உட்கார்ந்திருப்பதைப் பார்த்தேன். நேர்த்தியான சட்டையும் கால்சட்டையும் அணிந்திருந்த அவர் நிறுவனமொன்றின் நிர்வாக அதிகாரிபோலக் காணப்பட்டார். எஸ்ஸாரின் அதிகாரிகள் பலரை பிரதிபா விசாரித்துவந்தார் என்பது எனக்குத் தெரியும். இவரும் அந்நிறுவனத்தின் அதிகாரிகளில் ஒருவராக இருப்பார் என்று எனக்கு ஏனோ தோன்றியது. குறிப்பாகச் சொல்வதானால் எஸ்ஸாரின் பொது மேலாளராக இருப்பார் என்று நினைத்தேன். ஏன் அப்படித் தோன்றியது என்று எனக்குத் தெரியவில்லை. அவரை நான் சந்தித்ததில்லை. ஒரே ஒரு முறை சிறிது நேரம் தொலைபேசியில் பேசியிருக்கிறேன். அவராக இருக்கக்கூடும் என்பதே எனக்குச் சிறிது அசவுகரியத்தை அளித்தது. பிரதிபாவுடன் இந்த வழக்கைப் பற்றி ஆசுவாசமாகப் பேச வேண்டும் என்று நினைத்திருந்தேன். இவர் இருக்கும்போது அது சாத்தியப்படாது. என் அசவுகரியத்திற்கு அதுவும் ஒரு காரணம்.

"உக்காருங்க... கோர்ட்ல ஏதோ சொன்னீங்களே?"

எனக்குப் பக்கத்தில் இருந்தவரை ஜாடையாகச் சுட்டிக்காட்டினேன். என்னுடைய தயக்கத்தை பிரதிபா புரிந்து கொண்டார். வழக்கைப் பற்றிய பேச்சைத் தொடங்கினார். அவரைப் பற்றிக் கவலைப்பட வேண்டாம் என்பதை அது எனக்கு உணர்த்தியது. நாங்கள் பலவற்றையும் பேச ஆரம்பித்தோம். நக்சல் அச்சுறுத்தலைப் பற்றி பிரதிபா பேசினார். காவல் துறையினர் எப்படி எப்போதும் அச்சத்தின் பிடியில் இருக்கிறார்கள் என்பதைச் சொன்னார். சிறிய தவறு ஒன்று நடந்தால் போதும். உயிரே போய்விடும் என்றார். எஸ்ஸாரின் பொது மேலாளரை விசாரிப்பது குறித்தும் பேச்சு வந்தது. பிரதிபா புலனாய்வைப் பற்றி விரிவாகப் பேசினார். அவரிடமிருந்து கிடைத்த தகவல்கள் என்ன, இன்னும் மிச்சமிருப்பது என்ன என்பதையெல்லாம் விளக்கினார். காவல் துறையினர் கைப்பற்றிய ஆதாரங்கள், ஆவணங்கள், இன்னும் தேடிக்கொண்டிருப்பவை என்று எல்லாவற்றையும் சொன்னார். தன்னைப் பற்றியும் சொன்னார். காவல் துறையில் அண்மையில்தான் சேர்ந்திருந்தார். இதுதான் அவருடைய முதல் வழக்கு. குற்றம் செய்தவர்களை விசாரித்துத் தண்டனை அளிப்பதை உறுதிசெய்வதில் அவர் தீர்மானமாக

இருந்தார். அதிரடியான காவல் துறை அதிகாரி என்பதற்கான எந்த அறிகுறியும் அவரிடம் வெளிப்படவில்லை. அவர் முகமும் குரலும் பக்கத்து வீட்டுப் பெண்ணுடையதைப் போல இருந்தன.

சுவரில் தண்டேவாடா வரைபடத்திற்கு அருகில் அந்தக் காவல் நிலையத்தின் அதிகார வரம்பிற்கு உட்பட்ட பகுதியின் குற்றங்கள் குறித்த புள்ளிவிவரங்களைக் கொண்ட வரைபடம் ஒன்று காணப்பட்டது. அதில் பல இடங்களில் சிவப்புக் குறி இடப்பட்டு அதன்மேல் பச்சைக் குறி இடப்பட்டிருந்தது. நக்சல் பகுதிகளில் காவல் துறையினரும் மத்திய ரிசர்வ் காவல் படையினரும் நிறுத்தப்பட்டிருப்பதை அவை குறித்தன. பேசிக்கொண்டிருக்கும்போது பிரதிபா பேனாவை வைத்து விளையாடிக்கொண்டிருந்தார். சில சமயம் மேசை மீதிருந்த கண்ணாடிமேல் பேனாவால் தாளமிட்டார். எனக்குப் பக்கத்தில் புதியவர் ஒருவர் உட்கார்ந்திருக்கிறார் என்பதே மறந்துவிட்டது. பேச்சு ரகசியமான பிரச்சினையைத் தொடும்போதெல்லாம் அவருடைய இருப்பை எண்ணிச் சற்றே சங்கடப்பட்டேன். ஆனால் புலனாய்வு அதிகாரிக்கே அதுபற்றிக் கவலை இல்லாதபோது நான் ஏன் கவலைப்பட வேண்டும் என்று அந்தச் சங்கடத்தை உதறி எறிந்தேன். அந்த நபர் இன்னொரு நகரத்திலிருந்து இந்த வழக்கிற்கு உதவுவதற்காக வந்திருக்கும் காவல் துறை அதிகாரியாக இருக்கலாம் என்றும் நினைத்தேன்.

அரை மணிநேரம் கழித்து பிரதிபாவின் அலுவலகப் பணியாளர் கதவைத் தட்டினார். யாரோ பிரதிபாவை வரச் சொல்லியிருந்தார். "இதோ வந்துவிடுவேன்" என்று சொல்லி விட்டுப் போனார். இப்போது நானும் அந்த மனிதரும் மட்டுமே அங்கே இருந்தோம். அவருடைய பார்வை தன்னுடைய காலணியின் மீதே நிலைகுத்தியிருந்தது. மேசையின் மேல் பிளாக்பரி மொபைல் போன் இருந்ததைத் திடீரென்று கவனித்தேன். அது 2011. நாங்கள் எல்லோரும் நோக்கியா போன்தான் வைத்திருந்தோம். தண்டேவாடாவில் பிளாக்பரி வாங்க யாருக்குக் கட்டுப்படி ஆகும்? எனக்குள் இருந்த சந்தேகப் புழு மீண்டும் நெளிந்தது. அவர்தான் எஸ்ஸாரின் பொது மேலாளரா? அவருடைய எண் என்னிடம் இருந்தது. கமுக்கமாக அந்த எண்ணுக்கு டயல் செய்தேன். பிளாக்பரி அதிர்ந்தது.

குற்றம்சாட்டப்பட்டவர்கள்மீது உளவியல் ரீதியான அழுத்தம் தரக் காவல் துறை அதிகாரிகள் பல வழிமுறைகளைப் பயன்படுத்துவார்கள். ஆனால் பணியில் பல ஆண்டுகள் இருந்து அனுபவங்களால் உரம் ஏறியவர்கள்தான் பெரும்பாலும் அப்படிச் செய்வார்கள். குட்டையான தலைமுடியை ரப்பர்

பேண்ட் போட்டுத் தளர்வாகக் கட்டியிருந்த இந்த இளம் பெண் உயர்ந்த பதவியில் இருக்கும் ஒரு நிர்வாகியை அரை மணிநேரமாக அவமானப்படுத்தியிருக்கிறார். எனக்குப் பக்கத்தில் இருந்தவரை அவர் யாரென்று அறியாமலேயே நானும் சேர்ந்து கரித்துக்கொட்டியிருக்கிறேன். இதுதான் பிரதிபாவின் முதல் வழக்கு என்றால் நம்ப முடிகிறதா?

ஐந்து அடி, இரண்டு அங்குல உயரமும், பனித்துளிகள் விழுவதைப் போன்ற மென்மையான குரலும் கொண்ட பெண் ஆக்ஷன் படத்து அதிரடி நாயகியாக மாறும் அதிசயம் எல்லாம் பஸ்தர் காவல் நிலையத்தில் மட்டும்தான் நடக்கும் போலும்.

மரணம் 3

அவர்கள் என் குழந்தைகள். சுகுனி, சுக்தா, சூரியா, பூத்னி, லத்குனி என்று நான் அவர்களுக்குப் பெயரிட்டிருந்தேன். ஐந்தாம் வகுப்பு முடித்ததும் இனிமேல் பள்ளிக்கூடம் போக மாட்டேன் என்று என் பெற்றோரிடம் சொல்லி விட்டேன். கன்ஹர் ஆற்றின் கரையில் என் குழந்தைகளுடன் நான் விளையாடுவேன் என்று சொன்னேன். சுன்சுனா மலை, எங்கள் குடிசையைச் சுற்றியுள்ள பெரிய காடு...

நான் இப்போது உயிருடன் இல்லை. என்னுடைய ஐந்து குழந்தைகளும் என் தங்கையை வெறித்துப் பார்க்கிறார்கள். அக்காவின் குழந்தைகள் தன்னுடைய குழந்தைகளாகிவிட்டன என்பது அவளுக்குத் தெரியவில்லை. இந்தப் பருவத்தில் மழை விடாமல் பெய்கிறது. எங்களுடைய குடிசை சுத்தமாக நனைந்துவிட்டது. அவர்களுக்குப் பசிக்கிறது. என் தங்கை கட்டிலுக்குப் பக்கத்தில் இருக்கும் உடைந்த குடையை எடுத்துக்கொண்டு அவர்களைக் கன்ஹர் ஆற்றுக்கு அருகில் இருக்கும் புல்வெளிக்கு அழைத்துச் செல்கிறாள். அதுதான் இப்போது என்னுடைய நிரந்தரமான வசிப்பிடம்.

என்னுடைய துணிகள், உடைந்த பொம்மைகள், பள்ளிக்கூட நோட்டுப் புத்தகங்கள் என்று என்னுடைய பொருள்களை எல்லாம் என்னுடன் வைத்துப் புதைத்துவிட்டார்கள். அப்பா, அம்மாவுடன் எடுத்துக்கொண்ட ஒரே ஒரு படம் மட்டும்

எஞ்சியிருக்கிறது. நான் அதில் பள்ளிச் சீருடை அணிந்திருக்கிறேன். பல ஆண்டுகளுக்கு முன்பு எடுத்த படம் அது. கிராமத் திருவிழாவில் எடுத்தது என்று நினைக்கிறேன். அல்லது வேறு எங்காவதா? என்னால் நினைவுபடுத்திக்கொள்ள முடியவில்லை.

பல இடங்களிலிருந்தும் பல பேர் இப்போதெல்லாம் எங்கள் வீட்டுக்கு வருகிறார்கள். அப்பா குடிசைக்குள் போய் தகரப் பெட்டிக்குள் இருக்கும் ரேஷன் கார்டுக்குள் பத்திரமாக வைக்கப்பட்டிருக்கும் வெளிறிப்போன அந்தப் புகைப்படத்தை எடுத்துக்கொண்டு வந்து அவர்களிடம் காட்டுகிறார். அதை மார்புக்கு அருகில் வைத்தபடி கேமராவை நேராகப் பார்க்கும்படி அவர்கள் சொல்கிறார்கள். பிறகு என்னுடைய படத்தைப் படமெடுத்துக்கொள்கிறார்கள்.

"முதல்ல அவங்க அவளைக் கொன்னாங்க. அப்புறம் அவள் நக்சலைட்டுன்னு சொன்னாங்க. இப்போ அவளை வேசின்னு சொல்றாங்க" என்று அப்பா எல்லாரிடமும் சொல்லிக்கொண்டிருக்கிறார். முன்பெல்லாம் அவர் ஐந்தரை அடி உயரம் இருப்பார். இப்போது வருஷா வருஷம் ஒவ்வொரு அங்குலமாகக் குறைந்துகொண்டே வருகிறார். அம்மா எப்போதுமே கந்தலான அரிசி மூட்டை மாதிரித்தான் இருப்பாள். எங்கள் குடிசையின் சிவப்பு நிறச் சுவர்கள் மழையில் நனைந்து சாயம் போய்விட்டன. எங்கள் கிராமத்துக் குடிசைகள் பல நிறங்களில் இருக்கும். அவரவருடைய ரேஷன் கார்டின் கலரைப் போல இருக்கும். சிவப்பு கார்டு என்பது மிக மிக ஏழைகளுக்கானது. ரத்தத்தின் நிறத்துக்கும் இலவச அரிசிக்கும் என்ன தொடர்பு என்று எனக்குப் புரிந்ததே இல்லை.

எங்கள் குடிசையிலிருந்து 500 அடி தள்ளி எங்கள் பக்கத்துக் குடிசை இருக்கிறது. எங்கள் கிராமத்திற்கு இன்னும் மின்சாரம் வரவில்லை. இரண்டு மாதங்களுக்கு முன்னால் இங்கிருந்து நான்கு கிலோ மீட்டர் தள்ளி சாண்டோ என்ற இடத்தில் என்மீது இரண்டு தோட்டாக்கள் பாய்ந்தன. ஒன்று என்னுடைய மார்பில் பாய்ந்தது. இன்னொன்று இடுப்புக்குக் கீழே. "35 நக்சலைட்டு களைக் கொண்ட படை"யுடன் மோதுவதற்காகப் போலீஸ் படை வந்திருந்தது. ஆனால் அவர்களுடைய தோட்டாக்கள் என்மீதுதான் மோதின. இருட்டில் இப்படி நடந்துவிட்டது என்றார்கள். 35 நக்சலைட்டுகளைக் கொல்ல அவர்கள் வெறும் மூன்று தோட்டாக்களைத்தான் சுட்டார்கள். அதில் இரண்டு என்மீது பாய்ந்தன. எப்போது என்று நினைவில்லை. அதிகாலை 3 மணி என்று அவர்கள் சொல்கிறார்கள்.

மரணத்தின் கதை

என்னுடைய சடலத்தைப் பரிசோதித்த மருத்துவர் என்னுடைய உடம்பிலும் ஆடைகளிலும் ஆண்களின் கை பட்ட அடையாளங்கள் இருந்ததாகப் பதிவுசெய்திருக்கிறார். அரசாங்க அறிக்கையில் என்னைப் பற்றி இன்னும் நிறைய எழுதியிருக்கிறார்.

இதற்குமேல் என்னால் ஒன்றும் சொல்ல முடியாது. இதைக் கேட்டால் அப்பா ரொம்ப வருத்தப்படுவார். "பூமிக்கு அடியில உனக்குன்னு ஒரு வீடு கிடைச்சது நல்லதுதான்" என்று அம்மா சொல்கிறார். "நாங்களும் உன்னோடு வந்திருக்கணும்" என்றும் சொல்கிறார். அப்படியானால் என் குழந்தைகள், அந்த ஆடுகள், எங்கே போவார்கள்? அவர்களுக்கு யாராவது வேண்டுமே. என்னைப் புதைத்திருக்கும் இடத்திற்கு வந்து அவர்கள் முகர்ந்து பார்க்கிறார்கள். என் தங்கை வந்து அவர்களை அழைத்துக்கொண்டு போவாள். ஆனால் எவ்வளவு நாளுக்கு அவளால் போக முடியும்? அவளும் இந்தக் காட்டில்தானே இருக்கிறாள்...

2011, செப்டம்பர் 1. கர்ச்சா கிராமம், சுர்குஜா.

மரணத்தின் கதை 4

மரணத்தைப் பற்றி எழுதுபவர். மரணச் செய்தியாளர். ஒன்பது மாதங்கள். வாழ்வின் மாபெரும் உண்மையோடு கொண்ட தொடர்பினால் ஒரு மனிதனின் வாழ்வு இவ்வளவு விரைவாகவும் தலைகீழாகவும் மாறிவிடுமா?

கடந்த ஆகஸ்ட் மாதம் மழை பெய்துகொண்டிருந்த இருண்ட காலை நேரத்தில் தில்லியை விட்டுக் கிளம்பினேன். கையில் சில புத்தகங்கள், மடிக்கணினி, கூடவே ஆசிரியரின் அறிவுரை: "எந்தச் செய்திக் கட்டுரையும் உயிரைவிட மேலானது அல்ல." அதன் பிறகு 275 இரவுகள். இதில் பாதி காரிலேயே கழிந்தது. அல்லது பஸ்தர், சுர்குஜா காடுகளில். பலவகையான துப்பாக்கிகள் எனக்கு நெருக்கமாகிவிட்டன. தோட்டாவின் வலிமை என்ன என்பதைப் பார்த்துவிட்டேன். தாக்குதல் நடந்த இடங்களில் வெடி மருந்துக் குப்பிகள் சிதறிக் கிடந்தன. சிறிது நேரத்திற்கு முன்பு மண்ணில் சிந்திய ரத்தத்தின் வாசனை எழுந்தது. இறந்த உடல்களை அறுக்கும் வீடியோ பதிவுகள் – பிணக்கூராய்வு என்று இது சொல்லப்படுகிறது – என்னுடைய நோக்கியா 5130 மாடல் போனில் பளிச்சிடுகின்றன. மருத்துவர் ஒரு மார்பைத் திறக்கிறார். உறை அணிந்த கையை உள்ளே நுழைக்கிறார். உள்ளே துழாவி ஒரு தோட்டாவை வெளியே எடுக்கிறார். அது ஒன்றும் மருத்துவமனை அல்ல. உறவினர்கள் அக்கம்பக்கத்துக்காரர்கள் ஆகியோர் எதிரில் பிணம் கூறுபோடப்படுகிறது.

சாவுடன் கழித்த ஒன்பது மாதங்கள். என்னுடைய உறவினர்கள், நண்பர்கள் ஆகியோருக்கு நேர்ந்த மரணங்களை விரல் விட்டு எண்ணிவிடலாம். இவற்றில் கண்ணெதிரில் நடந்த ஒரே ஒரு மரணம் மட்டும் நினைவில் தங்கியிருக்கிறது. கடந்த ஒன்பது மாதங்களில் என் மடிக்கணினியில் சுமார் 60 சடலங்கள் பதிவாகியிருக்கின்றன. இவர்களில் பலருடன் என்னுடைய உரையாடல் அவர்கள் மறைந்த பிறகே தொடங்கியது. கொலை வழக்குகள்பற்றி விசாரிக்கும்போது ஒரு பத்திரிகையாளர் மேற்கொள்ளும் உரையாடல்களைப் போன்றதல்ல இது. இறந்தவர்களின் கடந்த காலத்தைப் பற்றி ஆழமாக யோசிப்பதால் உருவாகும் நெருக்கம். ஒரு கொலை எப்படி நடந்தது என்பதைக் கண்டறியும்போது இறந்தவருடைய உறவினர் போன்ற உணர்வு எனக்கு ஏற்பட்டுவிடுகிறது.

உயிரிழந்தவர்களின் கடந்த காலம் என்னுடைய பிரக்ஞை யில் வெடித்துச் சிதறுகிறது. இளம் காவல் அதிகாரி தன்னுடைய நெற்றியில் ரிவால்வரை வைத்துச் சுட்டுக்கொண்டார். மரணத்திற்குச் சில மணிநேரங்களுக்கு முன்பு அவர் தன் மனைவியுடன் பேசிக்கொண்டிருந்தார். அப்போது அவர் மிகவும் அமைதியாக இருந்ததாக அவருடைய மனைவி சொன்னார். அதற்கு முதல்நாள் இரவு அவர்கள் இருவரும் தங்கள் மகனுடைய பிறந்த நாள் விழாவிற்கு யாரையெல்லாம் அழைக்கலாம், என்ன உணவு சமைக்கலாம் என்று அவர்கள் ஆலோசித்துக்கொண்டிருந்தார்கள். காலையில் அலுவலகத்தி லிருந்து அவர் தொலைபேசியில் பேசியபோது, உங்களுக்குப் பிடித்த ராஜ்மா செய்திருக்கிறேன் என்றார் மனைவி. "அப்படி யானால் டிஃபன் அனுப்பாதே. நான் லஞ்சுக்கு வந்துடறேன்" என்றாராம் அவர்.

சில நிமிடங்களில் அவருடைய சடலம்தான் வந்தது.

அவர் மனைவி பிலாஸ்பூரில் வேலை செய்துவந்தார். அவருடன் சேர்ந்து வசிப்பதற்காக ராஜ்கருக்கு மாற்றல் வாங்கிக்கொண்டு வந்திருந்தார் அந்த இளைஞர். துப்பாக்கியின் விசையை இழுப்பதற்கு முன் அவருடைய மனதில் என்ன போராட்டம் நடந்திருக்கும்?

இதே போன்றதொரு தருணத்தில்தான் யாரோ ஒருவர் பொலிடிகல் ரிப்போர்ட்டர், கிரைம் ரிப்போர்ட்டர் என்பதுபோல டெத் ரிப்போர்ட்டர் என்னும் வகையையும் ஏற்படுத்த வேண்டும் என்றார். டெத் ரிப்போர்ட்டர். டெத் நியூஸ் பீரோ சீஃப், டெத் காப்பி எடிட்டர். டெத் நியூஸ் எடிட்டர். டெத் எடிட்டர் இன் சீஃப்.

செய்திக் கட்டுரையில் வெறும் எண்ணாக இருக்கும் மரணம், செய்தியாளரின் நாட்குறிப்பின் பக்கங்களில் இடம்பெற்று அவருடைய சக பயணியாக மாறுகிறது. ஒரு மனிதர் எந்தக் கவனமும் பெறாமல் வாழ்ந்துவிடலாம். ஆனால் ஒரு சடலம் பலவிதமான வடிவங்கள் எடுத்துப் பார்வையாளருடன் கண்கட்டு வித்தைகளை நிகழ்த்துகிறது.

பல்வேறு சடலங்களில் ஒன்று மட்டும் சதையைக் குத்திக் கிழிக்கும் கழுகுபோல என் தலைக்கு மேல் வட்டமிடுகிறது. அந்தச் சடலம்கூட அல்ல. பிணக் கூராய்வு அறிக்கை. அதிலுள்ள மருத்துவரின் குறிப்பு: *Having diluted Vagina/ Habitual about sexual intercourse.*

ஏழே ஏழு சொற்கள்.

மருத்துவர் ஒரு பெண்ணின் 'பாலியல் நடத்தை' குறித்து அழுத்தம் தருகிறார். பிறகு அதற்கான 'தடய'த்தைத் தருகிறார். பிணக்கூராய்வு அறிக்கையில் மிக அரிதானது இது. அந்தப் பெண் வறுமையில் உழலும் ஓராவ்ன் பழங்குடிச் சமூகத்தைச் சேர்ந்தவள். வடக்கு சத்தீஸ்கரில் தன்னுடைய ஐந்து ஆடுகளுடன் அவ்வப்போது விளையாடிக்கொண்டிருப்பாள். 2011, ஜூலை மாத நாளொன்றில், நான் அங்கே செல்வதற்கு 45 நாட்கள் முன்னதாக, அவள் போலீஸின் தோட்டாக்களால் கொல்லப் பட்டாள். அவளுடைய கர்ச்சா கிராமத்திற்கு நான் போனபோது அவள் வீட்டுக்குப் பக்கத்தில் இருப்பவர்கள் வனத்தின் மீது சத்தியம் செய்து ஒரு விஷயத்தைச் சொன்னார்கள்: "அவள் நக்சலைட் அல்ல. இது வல்லுறவுக் கொலை."

அந்த மாநிலத்தின் உள்துறை அமைச்சர் நான்சி ராம் கன்வரும் பழங்குடிச் சமூகத்தைச் சேர்ந்தவர்தான். அவர் விடுத்த அறிக்கையில் இப்படிக் கேள்வி எழுப்பியிருந்தார்: "பாலுறவு வைத்துக்கொள்வது அந்தப் பெண்ணுக்குப் பழக்கமானது என்று போஸ்ட்மார்ட்டம் அறிக்கை குறிப்பிடவில்லையா? அத்தனை போலீஸ்காரர்களும் அவரை ஏதோ செய்திருக்கிறார்கள் என்றால் அங்கே வீக்கம் இருந்திருக்குமே? காலையில் 3 மணிக்கு அவர் எங்கேயிருந்து வந்துகொண்டிருந்தார்?"

மரணத்தின் தன்மையையும் காரணத்தையும் பதிவுசெய் வதுதான் பிணக்கூராய்வு செய்யும் மருத்துவரின் கடமை. காயம் என்னும் பத்திக்குக் கீழே இந்த ஏழு சொற்கள் * என்னும் குறியிட்டுச் சேர்க்கப்பட்டுள்ளன. அறிக்கை தயாரித்த பிறகு யோசித்துச் சேர்த்தது என்பது கண்கூடு. கருப்பை கிழிந்திருப்பதை அறிக்கை ஒப்புக்கொள்கிறது. பிணக்கூராய்வு செய்தது

முழுமையாகப் படம் எடுக்கப்பட்டிருக்கிறது என்றும் அதன் குறுந்தகட்டைத் தர முடியும் என்றும் அந்தப் பழங்குடி மருத்துவர் கூறுகிறார்.

இவை எல்லாமே உண்மையிலேயே நடந்தனவா?

அவளுக்குப் பதினைந்து வயதுதான் என்றும் அறிக்கை சொல்கிறது.

2011, செப்டம்பர் 1. மழை பெய்துகொண்டிருக்கிறது. அவர்கள் ஐவரும் ஒரு குடிசைக்கு அருகில் உள்ள கொட்டகையின் அருகில் அமைதியாக நின்றுகொண்டிருக்கிறார்கள். ஐந்து குழந்தைகள். அவர்களுடைய அம்மா வேலை செய்வதற்காக வெளியே போயிருக்கிறாள். தான் வீட்டில் இல்லாதபோது மற்றவர்களைத் தொல்லைப்படுத்தாமல் சமர்த்தாக இருக்க வேண்டும் என்று சொல்லிவிட்டுப் போயிருக்கிறாள். அவர்களுக்குப் பதற்றமாக இருக்கிறது. ஆனால் அம்மா முதல் முறையாகத் தங்களைத் தனியாக விட்டுச் சென்றிருப்பதால் அவள் பேச்சை மதிக்க வேண்டும் என்று அவர்கள் விரும்புகிறார்கள். மழை தூறும் வானத்திற்கு அடியில் அமைதியாக அந்த ஆடுகள் நிற்கின்றன. வாழ்க்கை என்பதே மரணத்தின் தூறல்கள்தான் என்று தோன்றுகிறது.

கொட்டிலுக்குப் பக்கத்தில் வந்து அவர்களுடன் நானும் மழையில் நிற்கிறேன். காட்டுக்கு வந்து இது 15ஆவது நாள். 13ஆவது மரணம்.

இது வெறும் தொடக்கம்தான். வரும் மாதங்களில் இந்த மழை எனக்குள் கூடுகட்டி வசிக்கும் குருவிகளை எரித்து அவற்றின் பிய்ந்த சிறகுகளால் என்மீது முத்திரையிடும் என்று நான் எதிர்பார்க்கவில்லை. குடிமக்களின் மீதான நிரந்தர அதிகாரத்தைக் குறிப்பதற்காக அரசு அவர்கள் வீடுகளின் முகப்பில் பொறிக்கும் முத்திரை அல்ல இது. ஒரு மனிதனை நிரந்தரமாகத் தன்னுடைய இனத்தைச் சேர்ந்தவராக மாற்றுவதற்காக மரணம் இடும் முத்திரை.

2012, மே 17, தண்டேவாடா

பகுதி 3

நிராசை 3

பிஜப்பூர். காலை. மணி 7.15. கோட்டா கக்லேர் கிராமம். ஆங்காங்கே சிதறிக் கிடக்கும் சில குடிசைகள் கொண்ட இந்த வெறிச்சோடிய கிராமத்தில் இன்னும் எவ்வளவு நேரம் நான் சிறைப்பட்டிருப்பது? எனக்கு ஒரு கட்டில் கொடுத்திருக்கிறார்கள். அதைப் படகு போலப் பயன்படுத்தி யாராவது போபாலப்பட்டினம் போயிருக்கிறார்களா? அப்படிப் போயிருந்தால் கூடவே ஒரு ஆடும் இழுத்துச் செல்லப்பட்டிருக்கும். அப்படி நடந்திருந்தால் கட்டிலுக்கு மேலே இருந்த ஆள் அல்லது ஆடு ஆகிய இருவரில் ஒருவர்தான் பிழைத்திருக்க முடியும். அல்லது இருவருமே செத்துப் போயிருப்பார்கள்.

கட்டிலின் கயிறைப் பிடித்து இழுத்தபடி என்னைச் சுற்றிலும் பார்க்கிறேன். ஆடு எதுவும் இங்கே இல்லை. ஆனால் கோழிகள் சுற்றிக்கொண் டிருக்கின்றன. இன்றைக்குப் பிழைத்திருக்கப் போவது யார்? நானா அல்லது கோழிகளா?

நேற்று மாலை 4 மணிக்கு இந்தக் கிராமத்தைக் கடந்து சென்றபோது இளைஞர்களின் கூட்டம் ஒன்று என்னை வழிமறித்தது. நான் காவல் துறைக்குத் தகவல் சொல்பவன் என்று என்னைச் சந்தேகித்தார்கள். என்னுடைய அடையாள அட்டையைக் காட்டினேன். ஆனால் அவர்கள் திருப்தி அடையவில்லை. இது போன்ற சமயங்களில் உதவியாக இருக்குமே என்று என்னிடம் வைத்திருந்த செய்தித்தாள் நறுக்குகளைக் காட்டினேன். அதில்

என் கட்டுரைகள் வந்திருந்தன. ஆனால் அவை ஆங்கிலத்தில் இருந்ததால் அவர்களுக்குப் புரியவில்லை.[1] இந்தியில் இருந்திருந் தாலும் புரிந்திருக்காது. கிட்டத்தட்டப் பத்துப் பேர் என்னைச் சூழ்ந்துகொண்டார்கள். என்னுடைய பைக்கை ஓரமாக நிறுத்தச் சொன்னார்கள். பைக்குடன் சேர்த்துக் கட்டப்பட் டிருந்த பையைச் சோதித்தார்கள். அதில் துணிமணிகளும் மருந்துகளும் பிஸ்கோத்துகளும் இருந்தன. விரைவிலேயே கிராமவாசிகள் பலரும் அங்கு வந்துவிட்டார்கள். அவர்களிடம் அம்புகள், கோடாரிகள், தோட்டாவைப் பொருத்திச் சுடும் நாட்டுப்புறத் துப்பாக்கிகள் ஆகிய ஆயுதங்கள் இருந்தன.

"உங்களுடைய சீனியர்களிடம் கேளுங்கள். அவர்களுக்கு என்னைத் தெரியும்" என்று சொல்லி ஏற்கெனவே நான் சந்தித்த நக்சல் தலைவர்களின் பெயர்களைச் சொன்னேன். அவர்கள் பஸ்தரைச் சேர்ந்த பகுதிகளில் செயல்படுபவர்கள். இவர் களுக்கு அவர்களைத் தெரியவில்லை.

போலீசுக்குத் தகவல் தெரிவிப்பவர் என்று நினைத்து இதற்கு முன்பும் வனத்தில் என்னைத் தடுத்து நிறுத்தியிருக் கிறார்கள். ஒவ்வொரு முறையும் அவர்களிடமிருந்து தப்பித்து வந்த பிறகு, இன்னொரு முறை இப்படி மாட்டிக்கொண்டால் அச்சத்தின் நிழல்கூட என் முகத்தில் தெரியக் கூடாது என்று நினைத்துக்கொள்வேன். ஆனால் ஒவ்வொரு முறையும் என்னுடைய குரலின் நடுக்கத்தை என்னால் கட்டுப்படுத்த முடிந்ததில்லை.

அவர்கள் என் பைக்கை ஆராய்ந்தார்கள். அதில் பதிவு எண் பலகை இல்லை. அது அவர்களுக்கு ஐயத்தை ஏற்படுத்தி விடுமா? பொதுவாகக் காவல் துறையினரின் வண்டிகளில்தான் பதிவு எண் பலகை இருக்காது. பதிவு எண் பலகை உள்ள பைக்கை நான் பயன்படுத்தியிருக்க வேண்டுமோ? இந்த பைக்கில் காவல் துறை அடையாளம் ஏதேனும் இருக்கிறதா? என்னுடைய தவறுதான். கிளம்புவதற்கு முன்பு நான் எச்சரிக்கையோடு இதையெல்லாம் பார்த்திருக்க வேண்டும்.

---

1. நக்சல் கதையாடலில் ஆங்கிலச் செய்தித்தாளுக்கு வினோதமான இடம் உண்டு. 1970களில், நக்சலைட் ஒருவர் கெரில்லா மண்டலத்திலிருந்து தப்பி, கல்கத்தாவுக்கு வந்து ஒரு சிறிய ஹோட்டலில் வேலை செய்யத் தொடங்கினார். ஒரு வாடிக்கையாளர் விட்டுச் சென்ற ஆங்கிலச் செய்தித்தாளை அவர் படித்துக்கொண்டிருப்பதை யாரோ ஒருவர் பார்க்கும்வரை அடக்கமான இந்த நபர் யார் கவனத்திலும் படாமல் இருந்துவந்தார். ஓட்டலில் பணிபுரியும் கீழ்மட்ட ஊழியர் ஆங்கில நாளிதழைப் படிப்பதே அவர்மீது சந்தேகம் ஏற்படுவதற்குப் போதுமானது. உளவுத் துறைக்கு அவரைப் பற்றிய தகவல் சென்றது. விரைவில் அவர் சிறையில் அடைக்கப்பட்டார்.

“இப்போது இந்தப் பகுதியின் நக்சல் தலைவர்கள் யார்?” என்று கேட்டேன். “அவர்களிடம் என் கடிதத்தைக் காட்டுங்கள்” என்றேன். என்னைப் பற்றி எழுதி என் செய்திகள் வந்திருந்த நறுக்குகளை அதனுடன் இணைத்தேன். கடிதத்தைக் கொண்டுசெல்ல அவர்கள் ஒப்புக்கொண்டார்கள். ஆனால் மேலிடத்திலிருந்து அனுமதி வரும்வரை அந்தக் கிராமத்தை விட்டுப் போக முடியாது என்றார்கள்.

என்னை ஒரு குடிசைக்கு அழைத்துச் சென்றார்கள். தொடக்கத்தில் அவர்கள் கடுமையாக நடந்துகொண்டார்கள். அல்லது என்னுடைய அச்சத்தை அவர்கள்மீது நான் ஏற்றிப் பார்த்திருப்பேன். மாலைக்குள் அவர்கள் என்னிடம் மிக இயல்பாகப் பழக ஆரம்பித்தார்கள். ஒருவர் கட்டில் கொண்டுவந்து கொடுத்தார். “இல்லாவிட்டால் அவர்கள் தரையில் படுக்க வைத்துவிட்டார்கள் என்று சொல்லிவிடுவீர்கள்” என்றார் அவர்.

அவர்களுடைய காவலில் இருப்பதற்கு முன் நான் களைப்பூட்டும் மிக நீண்ட பயணத்தை மேற்கொண்டிருந்தேன். அதற்குக் காரணம் என்னுடைய முட்டாள்த்தனம்தான். 13ஆம் தேதி காலையில் தண்டேவாடாவிலிருந்து பீஜப்பூருக்குச் செல்வதற்காகக் காட்டு வழியில் பயணித்தேன். மாலைக்குள் பீஜப்பூர் செல்வது என் திட்டம். பீஜப்பூரில் கட்சிலோரி எல்லையை ஒட்டியுள்ள சன்ட்ரா என்னும் ஊரில் மாவோயிஸ்டுகள் கூட்டம் ஒன்று நடக்கவிருப்பதாகத் தகவல் கிடைத்தது. எனவே என் திட்டத்தை மாற்றிக்கொண்டேன். பீஜப்பூரிலிருந்து 14ஆம் தேதி காலையில் கிளம்பி மாலைக்குள் ஃபார்செகர்கிற்குச் செல்லத் திட்டமிட்டேன்.[2] பைக்கில் இதற்குமேல் போக முடியாது என்று ஃபார்செகர்கில் சொன்னார்கள். அங்கிருந்து சன்ட்ராவுக்குச் செல்லும் வழியில் மண் சாலைகூடக் கிடையாது; அடர்த்தியான வனம் மட்டுமே இருக்கிறது என்றார்கள். ஆனால் அப்படிப்பட்ட குழந்தைத்தனமான அறிவுரைகளெல்லாம் எப்படி என் காதில் ஏறும்? இருட்டுவதற்கு இன்னும் நேரம் இருந்தது.

2. சரியாக ஒரு வருடம் கழித்து, 2014, பிப்ரவரி 13 அன்று அபுஜமத்தில் மாவோயிஸ்டுகளுடன் மூன்று வாரங்கள் தங்குவதற்காக ராய்ப்பூரை விட்டுக் கிளம்பினேன். 13ஆம் தேதி காங்கேரில் இரவு தங்க வேண்டியிருந்தது. காதலர் தினமான 14ஆம் தேதி வெள்ளிக்கிழமை நண்பகல் நாராயண்பூருக்குப் புறப்பட்டேன். ஆனால் அதற்கு முன் பூர்வா திரையரங்கில் ‘குண்டே’ படத்தின் ‘முதல் நாள் முதல் காட்சி’க்குப் போனேன். மதியம் கிளம்ப வேண்டும் என்பதால் முதல் அரை மணிநேரம் மட்டும் படம் பார்த்துவிட்டு வந்துவிடலாம் என்று நினைத்தேன். ஆனால் யாருடைய வற்புறுத்தலின் பேரில் படம் பார்க்கச் சென்றேனோ அந்த மனிதர் படத்தை ரசித்துப் பார்த்துக்கொண்டிருந்தார். கடைசியில் இடைவெளிவரை பார்த்தது போதும் என்று சொல்லி அவரை அழைத்துக்கொண்டு வெளியே வந்தேன்.

பல கிலோ மீட்டர் தொலைவிலிருந்து தாறுமாறாக வளைந்தும் நெளிந்தும் பைக்கை ஓட்டிச் சென்ற பிறகு சிறிய பள்ளத்தாக்கு ஒன்றில் மறைந்திருந்த ஆற்று மணல் படுகை எதிர்ப்பட்டது. (சிறுவயதிலேயே மொட்டை அடிக்கப்பட்டது போல அதன் நீரோட்டம் இருந்தது.) பைக் பள்ளத்தாக்கில் இறங்கியது. வழியில் மணலில் சிக்கிக்கொண்டது. முதல் கியரைப் போட்டு முழு வேகத்தில் திருகினேன். ஆனால் அந்த இடம் மிகவும் செங்குத்தாகவும் மணல் நிரம்பியதாகவும் இருந்ததால் பைக் ஒரு அங்குலம்கூட நகரவில்லை. பெரும் முயற்சிக்குப் பிறகு ஒரு அடி முன்னேறிப் பிறகு மீண்டும் கீழ்நோக்கிச் சரிந்தது.

அது பிப்ரவரி மாதம். மழைக்காலம். ஆனால் என்னுடைய சட்டை வியர்வையில் தொப்பலாக நனைந்திருந்தது. என்னை நானே சபித்துக்கொண்டேன். காட்டுப் பகுதிக்கு ஏற்ற வண்டி மோட்டார் சைக்கிள் அல்ல. வெறும் சைக்கிள்.

கொஞ்சம் கொஞ்சமாக இருட்டிக்கொண்டு வந்தது. இரவில் அந்தப் பகுதியிலேயே தங்கிவிடலாம் என்று முடிவுசெய்தேன். ஆனால் யாராவது பைக்கை எடுத்துக்கொண்டு போய்விட்டால்? அதன் சொந்தக்காரருக்கு என்ன பதில் சொல்வேன்? பைக்கைப் பார்த்துக்கொள்வதற்காகப் பக்கத்தி லிருந்த மரத்தின் கீழ் படுத்துக்கொண்டேன். காட்டு விலங்குகள் வரக்கூடும் என்பதால் தூக்கம் வரவில்லை. இரண்டு மணிநேரம் கழித்து, எட்டரை மணிக்கு, இங்கேயே இரவைக் கழிப்பதைப் போன்ற முட்டாள்த்தனம் வேறு எதுவும் இல்லை என்று முடிவுசெய்தேன். பல மைல் தொலைவிற்கு எந்த மனிதரும் தென்படாத இந்த இடத்தில் பைக்கை யார் திருடப் போகிறார்? பைக்கை அங்கேயே விட்டுவிட்டு முதுகில் தொங்கும் பையுடன் தங்குமிடம் தேடி நடக்கத் தொடங்கினேன்.

வனத்தில் திக்குத் தெரியாமல் மாட்டிக்கொண்டு இருட்டில் நடந்துகொண்டிருந்தபோது தண்டகாரண்யத்தில் பயணம் செய்வதற்கான இரண்டு கட்டாயமான விதிகளை வகுத்துக்கொண்டேன். அதில் முதல் விதியை அடுத்த நாள் காலையிலேயே மீறியதால் மாவோயிஸ்டுகளிடம் பிடிபட்டேன்.

முதல் விதி: பாதைகள் எதுவும் இல்லாத காட்டுக்குள் பைக்கை எடுத்துச் செல்லக் கூடாது. காட்டின் குறுக்கே நீரோடைகளும் குன்றுகளும் இருக்கும். கற்பாறைகளும் மரங்களின் மாபெரும் வேர்களும் பூமியில் காணப்படும். பைக் சறுக்கி விழுந்தால் நாமும் விழுந்து எக்கச்சக்கமாக அடிபட்டுக்கொள்வோம் என்பதல்ல பிரச்சினை. டயர் பஞ்சர் ஆகிவிட்டால் பைக்கைத் தள்ளிக்கொண்டுவரும் வேதனையும் பிரச்சினை அல்ல. பலமுறை

எனக்கு அப்படி நடந்திருக்கிறது. பழுது பார்க்க முடியாத அளவுக்கு பைக் சேதமடையக்கூடும் என்பதுதான் பெரிய பிரச்சினை. அப்படி ஆகிவிட்டால் அதைக் காட்டிலேயே விட்டுவிட வேண்டியிருக்கும். அதனால் புதிய சிக்கல்கள் முளைக்கும்.

இரண்டு: திறந்த வெளியில் இரவைக் கழிக்கக் கூடாது. எவ்வளவு நேரம் நடக்க வேண்டிவந்தாலும் சரி, ஏதாவது ஒரு இடத்திற்குப் போய்ச் சேர்ந்துவிட வேண்டும். அது பாழடைந்த குடிசையாகவோ சிதிலமடைந்த பள்ளிக் கட்டிடமாகவோ இருக்கலாம். இரண்டு மணிநேர அலைச்சலுக்குப் பிறகு ஃபர்சேகர் அரசுப் பள்ளிக்கூடத்தை அடைந்தேன். அடுத்த நாள் காலையில் பள்ளிக்கூட வாட்ச்மேன் மனோஜ் மண்டவியுடன் பைக்கை விட்டிருந்த இடத்திற்குப் போனேன். கூடவே இரண்டு மாணவர்களும் வந்தார்கள். அவர்கள் உதவியுடன் பைக்கை வெளியே எடுத்தேன். நான் தவறான வழியில் வந்துவிட்டதாக மனோஜ் சொன்னார். பள்ளிக்குத் திரும்பும் வழியில் சன்ட்ராவுக்குச் செல்லும் வழியைக் காட்டினார்.

இந்தக் காடு பைக் பயணத்திற்கு ஏற்றதல்ல என்பதால் நான் அங்கிருந்து திரும்பியிருக்க வேண்டும். ஆனால் இரவில் கிடைத்த பாடத்தைக் காலையில் மீறவில்லை என்றால் வாழ்க்கையில் என்ன சுவாரஸ்யம்?

நான் சன்ட்ராவுக்குப் போனேன். ஆனால் மாவோயிஸ்ட் கூட்டத்தில் கலந்துகொள்ள முடியவில்லை. பக்கத்தில் இருக்கும் சோட்டாகக்லேர் கிராமத்தில் சிறைப்பட்டிருக்கிறேன். பலரும் என்னை நினைத்துக் கவலைப்பட்டுக்கொண்டிருப்பார்கள். நாளைக்குக் காலையில் திருமணம் செய்துகொள்ளவிருக்கும் என் நண்பன். பைக்கை இரவல் கொடுத்த போலீஸ்காரர். தண்டேவாடா சர்க்யூட் இல்லத்தின் பராமரிப்பாளர். என்னுடைய அறை மூன்று நாட்களாகப் பூட்டிக் கிடக்கிறது. சாவி என்னிடம் உள்ளது. அறையில் என் மடிக்கணினி இருக்கிறது.

ஆனால் எதிர்பாராத இன்னல்களைக் கொண்டிருக்கும் காட்டுடன் ஒப்பிடுகையில் பாதுகாப்பான நகர வாழ்க்கை உப்புச் சப்பில்லாததாகத் தோன்றுகிறது. காடு என்பது பாயும் புலி. நகரம் ஊர்ந்து செல்லும் மண் புழு.

நான்கு நாட்கள். நான்கு இடங்கள் – தண்டேவாடா, ஜேப்பூர், ஃபர்சேகர், சோட்டா கக்லேர். கடைசி மூன்றும் எதிர்பாராதவை. கடைசி இரண்டும் நேற்று இரவுதான் முடிவாயின. ஃபர்சேகரில் அந்தப் பள்ளிக்கூடத்தை அடைந்தபோது மனோஜ் சரியான போதையில் இருந்தார். அவர் கண்கள் ரத்தச் சிவப்பாக இருந்தன. அப்படியும் தெளிவாகத்தான் இருந்தார். என்னுடைய

அடையாள அட்டையைக் காட்டி அங்கே தங்கிக்கொள்ளலாமா என்று கேட்டதும், "ஒரே ஒரு கண்டிஷன். உங்களுக்கு ராய்ப்பூரில் முக்கியமானவர்களைத் தெரிந்திருக்கும் இந்த ஸ்கூலில் நூறு குழந்தைகள் படிக்கிறார்கள். ஆனால் இங்கே பாத்ரூமே கிடையாது. இங்கே பாத்ரூம் கட்டித்தர ஏற்பாடு செய்ய வேண்டும்" என்றார். பாத்ரூமைப் பற்றி மட்டும்தான் அவர் பேசினார். வகுப்புகள் தகரக் கொட்டகையின்கீழ் இருந்தன. அறை என்று எதுவும் அங்கே இல்லை.

இந்தப் பகுதியின் கடைசிக் காவல் நிலையமும் மத்திய ரிசர்வ் படையின் சாவடியும் ஃபர்சேகரில் உள்ளன. சோட்டா கக்லேர் இங்கிருந்து காட்டிற்குள் ஏறத்தாழ 20 கிலோ மீட்டர் தொலைவில் உள்ளது. சி.ஆர்.பி.எஃப். சாவடி சன்ட்ராவுக்கு அருகில் அமைந்துள்ளது. சன்ட்ரா இன்று "விடுதலை பெற்ற பகுதி". ஆனால் "ஒரு காலத்தில் இது நகரத்தைப்போல இருந்தது" என்று ஃபர்சேகர் பள்ளியின் ஆசிரியர் டி. கந்தய்யா கூறுகிறார். சன்ட்ராவில் வனப்பகுதி ஓய்வு இல்லம் இருந்ததாக அரசு ஆவணங்கள் காட்டின. ஆனால் இவையெல்லாம் ஆங்கிலேய அரசு ஆட்சி, மத்தியப் பிரதேச மாநில அரசு ஆகியவற்றின் அடையாளங்கள் மட்டுமே. அங்கே ஓய்வு இல்லம் எதையும் நான் காணவில்லை. சத்தீஸ்கர் அரசு இன்னும் இங்கே வந்து சேரவில்லை. அரசு நிர்வாகத்தின் சுவடு எதுவும் இன்னமும் இங்கே காணப்படவில்லை. சத்தீஸ்கர் மாநிலம் அமைக்கப்பட்டு 20 ஆண்டுகள் ஆகின்றன. ஆனால் இங்கிருக்கும் துருப்பிடித்த அரசாங்கப் பெயர்ப் பலகைகளில் இன்னமும் மத்தியப் பிரதேசம் என்றே இருக்கிறது. பக்கத்திலுள்ள சகமேதா கிராமத்திலுள்ள இந்திராவதி தேசியப் பூங்காவில் உள்ள பெயர்ப் பலகையில் 'மத்தியப் பிரதேச வனத்துறை' என்றே உள்ளது.

"நாங்கள் ஆந்திரப் பிரதேசத்தின் தொலைவில் உள்ள நகரங்களுக்கெல்லாம் போவோம். ஆனால் சத்தீஸ்கரில் பக்கத்தில் இருக்கும் இடங்களுக்குப் போக மாட்டோம்" என்று சகமேதா கிராமவாசியான துர்கம் மல்லய்யா கூறுகிறார். மாநில அரசின்மீதான இத்தகைய அவநம்பிக்கை அரிதானது. மல்லய்யா மஹர் சாதியைச் சேர்ந்தவர். பி.ஆர். அம்பேத்கரின் சாதி இது. பழங்குடிகள் நிறைந்த இந்தப் பகுதியில் உள்ள பட்டியலின வகுப்புகளில் மஹர் பிரிவும் ஒன்று. தங்கள் முன்னோர்கள் மகாராஷ்டிரத்திலிருந்து எப்போது இங்கே வந்தார்கள் என்பதை மல்லய்யாவால் நினைவுகூர முடியவில்லை.

சோட்டா கக்லேரில் என்னைத் தடுத்து நிறுத்திய இளைஞர் களில் பெரும்பாலானோர் கல்வியறிவு அற்றவர்கள். மகாத்மா காந்தி கிராம வேலைவாய்ப்பு உத்தரவாதத் திட்டம் இந்தப்

பகுதிக்கு இன்னமும் வந்து சேரவில்லை என்பது இருக்கட்டும்; தும்பிலி இலைகளைப் பறிப்பதற்காக மாநில அரசு தரும் ஊக்கத்தொகைகூட இன்னும் இங்கே வந்து சேரவில்லை. 2005இல் சல்வா ஜுடும் அமைப்பும் காவல் படையினரும் இங்கே வந்ததுதான் அரசு குறித்த இவர்களுடைய அண்மைக்கால நினைவு.

தும்பிலி இலைகளை வாங்குவதற்கு வாரங்கல்லிலிருந்து வணிகர்கள் மார்ச், ஏப்ரல் மாதங்களில் வருவார்கள். ஒரு கட்டு 120 ரூபாய்க்குப் போகும். தண்டு பெட்டாவையும் இலுப்பை மரப் பூக்களையும் விற்பதன் மூலம் ஒரு குடும்பத்திற்கு ஆண்டொன்றுக்குச் சில ஆயிரம் ரூபாய் வருமானம் கிடைக்கும். இங்குள்ள ஆண்கள் சிலர் ஆண்டுக்கு இரண்டு முறை ஆந்திரப் பிரதேசத்திற்குச் சென்று மாதம் ரூ. 6000 சம்பளத்திற்கு தினக் கூலிகளாக வேலை பார்க்கிறார்கள். குறைந்தபட்ச உணவு கிடைக்கும். ஒரே அறையில் பலருடன் தங்கிக்கொள்ள வேண்டும். வாரம் ஒருமுறை கோழிக்கறி கிடைக்கும்.

இவர்கள் என்னிடம் இப்போது மனம் விட்டுப் பேசுகிறார்கள். "திடீரென்று யாருக்காவது மருத்துவ உதவி தேவைப்பட்டால் என்ன செய்வீர்கள்?" என்று கேட்டதற்கு சத்யம் குர்ரம் விளக்கமாகப் பதில் சொல்கிறார்.

"அவருடைய காலம் முடிந்துவிட்டது என்று ஒப்புக் கொண்டு இங்கேயே சாக விடுவோம். காப்பாற்றியே தீர வேண்டும் என்று சில சமயம் தோன்றும். அப்போது ஒரு கட்டிலும் ஆடும் ஏற்பாடு செய்வோம்."

"ஆடா, கட்டிலிலா?"

"இல்லை. நோயாளியைக் கட்டிலில் படுக்கவைப்போம். ஆட்டைக் கட்டிலோடு சேர்த்துக் கட்டிவிடுவோம். ஒருநாள் முழுவதும் நடந்து போபாலப்பட்டினம் போவோம். நல்ல ஆரோக்கியத்துடன் இருக்கும் ஒரு ஆட்டை விற்றால் 5000 ரூபாய் கிடைக்கும். அதைச் சிகிச்சைக்கு வைத்துக்கொள்வோம்."

"நோயாளியின் நிலைமை மோசமாகி, வழியிலேயே இறந்துவிட்டால் என்ன செய்வீர்கள்? அல்லது அவர் போபாலப்பட்டினத்தின் அரசு மருத்துவ மையத்தில் இறந்து போனால்?"

"அதனால் என்ன?" என்று இன்னொருவர் பதிலளித்தார். "அப்போதும் ஆட்டை விற்போம். குடிக்க நிறையச் சரக்கு வாங்கலாம்."

2012இல் சுக்மா காட்டுப் பகுதியில் இதே போன்றதொரு கதையைக் கேட்டேன். ஜக்கவாரம் கிராமத்தில் பொடியாமி

இர்ரே என்னும் பதின்பருவத்துப் பெண் மரத்திலிருந்து கீழே விழுந்துவிட்டாள். பக்கத்தில் இருக்கும் மருத்துவ மையம் 20 கிலோ மீட்டர் தள்ளி தோர்னபால் என்னும் கிராமத்தில் இருக்கிறது. ஒரு சைக்கிளை ஏற்பாடு செய்து உறவினர்கள் அந்தப் பெண்ணைக் கூட்டிச் சென்றார்கள். வழியிலேயே அவள் உயிர் பிரிந்துவிட்டது. "ரொம்பவும் மோசமான நிலையில் இருக்கறவங்களை தோர்னபாலுக்குக் கூட்டிட்டுப் போக முயற்சி பண்ணுவோம். ஆனால் அதில் பலபேர் வழியிலேயே செத்துப்போயிடுவாங்க" என்றார்.

அந்தப் பெண்ணின் பக்கத்து வீட்டுக்காரர் பல்ராம். வீட்டிலிருந்து கிளம்பிச் சிறிது தூரத்திலேயே அந்தப் பெண் இறந்துவிட்டதால் உறவினர்கள் அவள் உடலை வீட்டுக்கு எடுத்து வந்தார்கள். ஆனால் பல கிராமங்களில் அருகில் இருக்கும் சாலையை அடைய ஒருநாள் ஆகும். நோயாளிகள் நகர்ப்புறத்திற்கு அருகில் இறந்துபோனால் அவர்களை அங்கேயே புதைத்துவிடுவார்கள்.

"திரும்பி எடுத்துக்கொண்டு வருவதில் அர்த்தமில்லை. காட்டில் எங்காவது புதைத்துவிடுவோம்" என்றார் பல்ராம்.

"ரொம்ப மோசமாக இல்லாதவர்கள்?"

"அவர்கள் கிராமத்திலேயே வாழ்ந்து செத்துப்போவார்கள்."

"ஆடு?"

மரணத்தின் கதை 5

பஸ்தர் என்பது மரணத்தின் அருங்காட்சியகம். காவல் துறையினர், மாவோயிஸ்டுகள், கிராமத்து மக்கள், சல்வா ஜூடும் தலைவர்கள் என அனைவருடைய மரணங்களும் கல்வெட்டில் பொறிக்கப்படுகின்றன. சோட்டா கக்லேரில் மரணம் என்னைத் தடுத்ததால்தான் நான் பிடிபட்டேன். சன்ட்ராவிலிருந்து திரும்பி வந்துகொண்டிருந்தபோது இரண்டு செந்நிற நினைவிடங்கள் சூரிய ஒளி பட்டு ஜொலித்துக்கொண்டிருந்த காட்சி என் கவனத்தைக் கவர்ந்தது. புதிதாகச் சிவப்பு வண்ணம் பூசப்பட்ட செங்கற்களின் வரிசை அண்மையில் இங்கே கணிசமான அளவில் மாவோயிஸ்டுகள் கூடியிருக்கிறார்கள் என்பதை உணர்த்தியது. யாருடைய கல்லறைகள் இவை? நான் அருகில் சென்று வண்டியை நிறுத்தினேன்.

ஒன்று சிபிஐ (மாவோயிஸ்ட்) பொலிட்பீரோ உறுப்பினர் கிஷன்ஜி என்கிற மல்லோஜுலா கோடேஸ்வர ராவின் கல்லறை. 2011, நவம்பரில் மோதலில் கொல்லப்பட்டவர் இவர். இரண்டாவது கல்லறை 2012 மார்ச் மாதம் கொல்லப்பட்ட இந்திராவதி தேசியப் பூங்கா பகுதி கமிட்டி உறுப்பினர் கவாசி கோவிந்துடையது. நடைமேடைகளில் ஏறி நின்று பல கோணங்களிலிருந்தும் நிறையப் புகைப்படங்களை எடுத்துக்கொண்டேன். அந்த நினைவிடங்கள் 15 அடி உயரத்தில் இருந்தன. அந்தச் சமயத்தில் யாரோ ஒருவர் என்னைப் பார்த்திருக்கிறார். சிறிது நேரத்தில் கிராமவாசிகள் பலரும் என்னைச் சூழ்ந்துகொண்டார்கள்.

சோட்டா கக்லேருக்குச் செல்லும் வழியில் ஃபர்சேகருக்குக் கொஞ்சம் முன்னால் குட்ரு என்னும் ஊர் இருக்கிறது. ஜுடும் அமைப்பின் தொடக்கக்கால வன்முறைகள் சில அங்குதான் பதிவாயின. குட்ரு காவல் நிலையத்திற்கு நேர் எதிரில் முதல் ஜுடும் நினைவகம் ஒன்று இருந்தது. "சல்வா ஜுடும் ஷாஹித் நினைவகம். தியாகிகளுக்கு வீர வணக்கங்கள். நிறுவப்பட்டது - 2005, ஜூன் 4" என அதில் குறிப்பிடப்பட்டிருந்தது.

அந்தப் பகுதியின் தொடக்கக்கால ஜுடும் தலைவர்களில் ஒருவரான கோட்டா சின்னாவை நினைவுபடுத்திக்கொண்டேன். 2012, டிசம்பரில் மாவோயிஸ்டுகளால் கொல்லப்பட்டவர். கெரில்லாக்கள்மீது கிராமவாசிகளுக்கு அன்பு ஏதும் இல்லை. ஆனாலும் அவர்கள் அந்தக் கொலையைக் கொண்டாடி மகிழ்ந்தார்கள்.

நினைவகத்திற்கு அருகில் சிறிய மளிகைக் கடை ஒன்று இருந்தது. அதில் பாபா ராம்தேவின் படம் காணப்பட்டது. பெயர்ப் பலகை "பதஞ்சலி தயாரிப்புகள் இங்கே விற்கப்படு கின்றன" என்று அறிவித்தது. "ஜக்தல்பூரில் பிப்ரவரி 22முதல் 24வரை இலவச யோகா முகாம்" என்ற அறிவிப்பும் காணப்பட்டது. இப்போது 2013, பிப்ரவரி. அவருக்குப் பிடித்தமான கட்சி மத்தியில் ஆட்சியைப் பிடிக்க இன்னும் ஓராண்டு இருந்தது. ஆனால் அதற்குள் பாபா என்னும் வியாபாரி வெளியாட்களே இல்லாத பஸ்தர் பகுதியில் கடை விரித்துவிட்டார். குறுகிய காலத்தில் அவர் பெற்ற வேகமான வளர்ச்சி இன்னும் புரிந்துகொள்ளப்படாத சமூக நிகழ்வு.

குட்குவுக்குச் சிறிது முன்னால் ராணி போட்லி என்னும் ஊர் இருக்கிறது. இங்குதான் இந்திய வரலாற்றிலேயே மிக மோசமான மாவோயிஸ்ட் தாக்குதல் நடைபெற்றது. 2007இல் 45 காவலர்கள் சுட்டுக் கொல்லப்பட்டார்கள். பழைய புகைப்படங்கள் நினைவில் திரண்டன. எரிந்து கருகிய உடல்கள் தரையில் கிடத்தப்பட்டிருக்க, கையில் நோட்டுப் புத்தகத்துடன் இரண்டு போலீஸ்காரார்கள் அந்த உடல்களை அடையாளம் காண முயன்றுகொண்டிருந்தார்கள். "இந்தத் தாக்குதலைப் பற்றி ரிப்போர்ட் செய்ய நான் இங்கே வந்தேன்" என்று தண்டேவாடாவைச் சேர்ந்த இதழியலாளர் சுரேஷ் மஹாபத்ரா ஒருமுறை என்னிடம் சொன்னார். "இந்தத் தாக்குதல் என் வாழ்க்கையையே தீர்மானித்த நிகழ்வு. பாதி எரிந்துபோய், தலைகள் வெட்டப்பட்ட உடல்களைப் புகைப்படம் எடுத்தபோது இந்த யுத்தத்திற்கு விதிகள் எதுவும் இல்லை என்று எனக்குத் தோன்றியது. வாழ்க்கையில் பார்க்க வேண்டியதையெல்லாம் பார்த்துவிட்டேன் என்றும் தோன்றியது" என்றார் அவர்.

ராணி போட்லி மண்ணை நெடுநேரம் வெறித்துப் பார்த்துக்கொண்டிருந்தேன். மாவோயிச ஆவணங்கள் இந்தத் தாக்குதலைப் பற்றி விரிவாக விவரிக்கின்றன. 2007இல் நான் இதழியல் பணியைத் தொடங்கியிருக்கக்கூட இல்லை. நான் அப்போது எங்கே இருந்தேன்? செய்தித்தாள்களில் ராணி போட்லி சம்பவம் பற்றிப் படித்ததாக நினைவில்லை. பல ஆண்டுகள் கழித்து மரண தேவதை என்னை அழைப்பாள் என்றோ அவளுடைய தடங்கள் அழுத்தமாகப் பதிந்த இடங்களுக்குப் போவேன் என்றோ நான் ஒருபோதும் நினைத்ததில்லை.

அரசும் தன்னுடைய தியாகத்தை மகிமைப்படுத்திக் கொள்கிறது. நவம்பரில் சத்தீஸ்கர் தேர்தல் நடக்கவிருக்கிறது. "இந்திரா, ராஜீவ் ஆகியோரின் பலிதானங்களை இந்தியா ஒருபோதும் மறவாது" என்று பூஜப்பூர் காங்கிரஸ் பேரணியின் பதாகை கூறுகிறது. பஸ்தர் மக்களுக்கு இந்த இரண்டு பெயர்களுமே தெரியாது. 'பலிதான'த்தையும் அவர்கள் அறியமாட்டார்கள். பஸ்தர் வனப்பகுதி அரசு அமைப்பிடமிருந்து கிட்டத்தட்ட முற்றாகப் பிரிந்துவிட்டது.

மிகப் பெரிய மாவோயிஸ்ட் நினைவகம் சுக்மா காடுகளில் உள்ளது. 2012, ஜனவரியில் சித்தல்னாரைத் தாண்டி சைக்கிளில் சென்றுகொண்டிருந்தேன். செந்நிற குதுப்மினார் ஒன்று காட்டில் திடீரென்று எதிர்ப்பட்டது. செங்கோபுரத்திற்குச் சில கிலோ மீட்டர்கள் தள்ளியிருக்கும் டட்மெல்டாவில் 2010ஆம் ஆண்டு ஏப்ரல் மாதத்தில் 76 பேர் உயிரிழந்தார்கள். இந்தியத் துணை ராணுவப் படைக்கு ஒரே நாளில் நடந்த மிகப் பெரிய இழப்பு இது. அந்தத் தாக்குதலில் உயிரிழந்த கெரில்லாப் படையினர் எட்டுப் பேரின் பெயர்கள் அந்த நினைவகத்தில் பொறிக்கப்பட்டிருந்தன: குக்மதி, வாகா, ஹிங்கா, ராமா, ராஜு, மங்கு, ரத்னம்.

21 ஏ.கே. 47, ஐ.என்.எஸ்.ஏ.எஸ். துப்பாக்கிகள், இலகு ரக இயந்திரத் துப்பாக்கிகள் 6, எஸ்.எல்.ஆர்.ரைஃபிள்கள் 7, 9 மீ ஸ்டென் கன் ஒன்று, 3,122 ரவுண்டுகள், 39 கிரனேடுகள் உள்ளிட்ட ஆயுதங்களை டட்மெல்டா தாக்குதலில் கெரில்லாப் படையினர் காவல் படையினரிடமிருந்து அபகரித்துக்கொண்டார்கள்.

இந்த இடத்தை ஹெலிகாப்டரிலிருந்து ஆய்வு செய்தபோது கம்பீரமான இந்தக் கோபுரத்தைப் பார்த்து அசந்துபோனதாக அரசு அதிகாரி ஒருவர் என்னிடம் குறிப்பிட்டார். பக்கத்தில் இருக்கும் ரேஷன் கடை பல கிலோ மீட்டர் தொலைவில் இருக்கிறது. இப்படிப்பட்ட இடத்திற்குக் கற்களையும் சிமின்டையும் கொண்டுவருவதற்கே பல நாட்கள் ஆகியிருக்கும். சுற்றிலும்

காவல் படையினர் பெரும் எண்ணிக்கையில் குவிக்கப்பட்டிருக்கும் நிலையில் எந்தப் பாதையில் மாவோயிஸ்டுகள் இதையெல்லாம் கொண்டுவந்திருப்பார்கள்? அல்லது அரசு ஒப்பந்ததாரர் எவரேனும் இதையெல்லாம் தந்திருப்பாரா?

காவல் துறையும் மாவோயிஸ்டுகளுக்குச் சளைக்காமல் நினைவிடங்களைக் கட்டியுள்ளது. சீருடையில் இல்லாத காவல் துறையினரின் சிலைகள் சுமார் ஒரு டஜன் அளவில் சுக்மாவில் உள்ள எர்ரபோர் காவல் நிலையத்திற்கு அருகில் வரிசையாக நிற்கின்றன. ஒவ்வொருவர் கையிலும் துப்பாக்கி இருக்கிறது. சிலைகள் சூரிய ஒளியில் மின்னுகின்றன. முகங்கள் அனைத்தும் ஒன்றுபோல இருக்கின்றன. மரணம் ஒரே ஒரு முறை மட்டும்தான் நிகழ்கிறதா? அதன் பிறகு அதுவே திரும்பத் திரும்ப நிகழ்கிறதா? எல்லாச் சிலைகளின் கைகளிலும் கடிகாரம் உள்ளது. எல்லாக் கடிகாரங்களும் ஒரே நேரத்தைக் காட்டுகின்றன. அது மரணத்தின் நேரமா? அல்லது மரணம் பாரபட்சமில்லாமல் ஒரே நேரத்தைத் தேர்ந்தெடுக்கிறதா?

மரணத்தை நினைவில் இருத்திக்கொள்வது பஸ்தரில் ஒரு மரபு. ஒருவேளை அது அவர்களுக்குப் போதையாகவும் இருக்கலாம். கல்லாலும் மரத்தாலும் செய்யப்பட்ட சிலைகள் பஸ்தர் முழுவதும் ஆங்காங்கே காணப்படுகின்றன. பழங்குடிகள் இறந்தவர்கள் நினைவாகக் கற்களை நட்டு அவற்றின் மீது இறந்தவர்களின் வாழ்க்கையைச் சித்தரிக்கும் வண்ணமயமான படங்களை அழகாக வரைந்து வைக்கிறார்கள். நரசு மண்டவி புதைக்கப்பட்ட இடத்திலிருந்து 250 கிலோமீட்டர் தள்ளி லச்சு கஷ்யப் புதைக்கப்பட்ட இடம் இருக்கிறது. ஆனால் அவர்களுடைய நினைவுக் கற்களில் காணப்படும் படங்களைப் பார்த்தால் அவர்கள் இருவரும் இரட்டைப் பிறவிகள் என்று தோன்றும். பஸ்தரின் மரண ஓவியர் ஒரே ஒரு முகத்தைத்தான் வரைவாரா? எல்லா முகங்களும் அவருக்கு ஒரே மாதிரித்தான் தெரிகின்றனவா? அல்லது மரணத்திற்கு ஒரே முகம்தானா? அதுதான் எல்லா இடங்களிலும் திரும்பத் திரும்பத் தோன்றுகிறதா?

இத்தகைய நினைவுக் கற்கள் பஸ்தரில் எல்லா இடங்களிலும் காணக் கிடைக்கின்றன. ஆனால் இறந்தவர்களின் உறவினர்கள் அங்கே வந்து இறந்தவர்களை நினைத்துக்கொள்வதையோ அவர்களுடைய நினைவு நாளில் அஞ்சலி செலுத்துவதையோ நான் பார்த்ததே இல்லை. மரணத்தை அலங்கரித்துப் பிரதிஷ்டை செய்தபிறகு ஓவியர் வேறு இடத்திற்குச் சென்றுவிட்டார். மரணம் தன்னைத் தானே பராமரித்துக்கொள்கிறது.

❍

மகேந்திர கர்மாவின் சொந்தக் கிராமமான ஃபரஸ்பாலில் எண்ணற்ற நினைவுக் கற்கள் காணப்படுகின்றன. அவருடைய வீட்டின் முன் கிட்டத்தட்ட 15 அடி உயரத்தில் அவருடைய சிலை நிற்கிறது. அவர் கழுத்தில் பூமாலை தொங்குகிறது. சிறிது தூரத்தில் சாலையின் இரு பக்கங்களிலும் கர்மாவின் குடும்பத்திற்காக நடுகற்கள் பல எழுப்பப்பட்டுள்ளன. எவ்வளவு என்று என்னால் எண்ண முடியவில்லை.

மரணத்தின் அருங்காட்சியகமான பஸ்தரில் நக்சல் இயக்கத்தின் வரலாற்றை மகேந்திர கர்மாவின் வாழ்க்கையினூடே பார்த்துவிடலாம். பஸ்தர் நக்சல்களின் பிடியிலிருந்து வெளியேற வேண்டும் என்று அவர் விரும்பினார். ஆனால் கடைசியில் அவரே நக்சல்களின் பரவலை அதிகரிக்கச்செய்தார். 1990களில் நக்சல்களை அப்புறப்படுத்துவதற்காக ஜன ஜாக்ரண் அபியானைத் (மக்கள் விழிப்புணர்வு இயக்கம்) தொடங்கினார். 2005இல் சல்வா ஜுடும் என்ற இயக்கத்திற்குத் தலைமை ஏற்றார். ஒடுக்கப்பட்ட வனவாசிகள் விரைவிலேயே மாவோயிஸ்ட் இயக்கத்தில் சேர்ந்தார்கள். இதன்மூலம் கிளர்ச்சியாளர்கள் வெல்லப்பட முடியாத வலிமையைப் பெற்றார்கள்.

கர்மா முழுக்க முழுக்கப் பழங்குடிகளின் தலைவராக இருந்தார். பஸ்தருக்கு வெளியே அவருக்கு எந்தச் செல்வாக்கும் இல்லை. அவர் அதைப் பெற விரும்பவும் இல்லை. பஸ்தரின் வானத்தை அண்ணாந்து பார்த்தால் அங்கே மகேந்திர கர்மாவின் உருவம் படர்ந்திருப்பதை உணரலாம். ஒருகாலத்தில் தீவிரமான கம்யூனிஸ்டாக இருந்த அவர் சிபிஐ சட்டமன்ற உறுப்பினராகத் தன் அரசியல் வாழ்வைத் தொடங்கினார். அடுத்த தேர்தலில் தன்னுடைய அண்ணனும் காங்கிரஸ் தலைவருமான லக்ஷ்மண் கர்மாவிடம் தோற்றுப் போனார். பின்னாளில் அவர் காங்கிரஸில் சேர்ந்தார். ஆனால் பஸ்தரின் பழங்குடி மண்டலத்திற்குச் சுயாதிகாரம் வழங்கியிருக்கக்கூடிய ஒரு பிரச்சினையை முன்னிட்டு அவர் கட்சியை விட்டு விலகினார். அது நடந்திருந்தால் அரசாங்கம், சந்தை போன்ற வெளிச் சக்திகளின் தலையீடு கணிசமாகக் குறைந்திருக்கும். ஒருங்கிணைந்த மத்தியப் பிரதேசத்தின் முதல்வராக திக்விஜய் சிங் இருந்தபோது அரசியல் சட்டத்தின் ஆறாவது ஷெட்யூலின் கீழ் பஸ்தரைக் கொண்டுவரும் திட்டத்தை முன்வைத்தார். வடகிழக்கு மாநிலங்கள் பலவற்றின் மக்களுக்குக் கிடைக்கும் உரிமைகளைப் பஸ்தருக்கும் கிடைக்கச் செய்யும் திட்டம் இது. ஆறாவது ஷெட்யூல் திட்டம் பஸ்தருக்குள் தனியார் நிறுவனங்கள் வரவிடாமல் தடுத்துவிடும் என்றும் அப்படி நடப்பது நக்சல்களுக்கு உதவியாக அமையும் என்றும் சொல்லி அந்தத் திட்டத்தை மகேந்திர கர்மா எதிர்த்தார். இதன்

அடிப்படையில் கட்சியை விட்டு விலகி 1996 மக்களவைத் தேர்தலில் சுயேச்சையாகப் போட்டியிட்டு வெற்றிபெற்றார். பிறகு மீண்டும் காங்கிரஸில் சேர்ந்தார். ஆனால் பஸ்தர் இன்னமும் ஆறாவது ஷெட்யூலின் அந்தஸ்தைப் பெறப் போராடிக்கொண்டிருக்கிறது.

தண்டேவாடாவும் சுக்மாவும் மகேந்திர கர்மாவின் கோட்டைகள். ஆனால் அவை விரைவிலேயே கிளர்ச்சியாளர்களின் பாசறைகளாக மாறின. வரலாற்றின் இயங்கியல் தன்னுடைய பாத்திரங்களின் மீது மாய விளையாட்டை நிகழ்த்துகிறது. மகேந்திர கர்மாவைத் தேர்தலில் தோற்கடிக்க பாரதிய ஜனதா கட்சி உள்ளூர் கெரில்லாக்களின் உதவியை நாடியது. 2008 சட்டமன்றத் தேர்தலில் பஸ்தரின் 12 இடங்களில் 11இல் பாஜக வென்றது. கெரில்லாக்கள் பெரிய அளவில் எழுச்சி பெற்றிருந்த நேரம் அது. தாங்கள் நினைத்தபோது காவல் துறையினரை அவர்களால் தாக்க முடிந்தது. கொள்கை ரீதியாகத் தங்களுடைய எதிரியான பாஜகவுடன் கைகோப்பதில் கெரில்லாக்களுக்கு எந்தப் பிரச்சினையும் இருக்கவில்லை.

கர்மா பலவீனமடைந்த நிலையில் மாவோயிஸ்டுகள் வலிமை பெற்றார்கள். காங்கிரஸ், இந்திய கம்யூனிஸ்ட் ஆகிய கட்சிகள் மட்டுமே வலுவாக இருந்த இந்த இடத்தில் பாஜகவும் ஆர்.எஸ்.எஸ்.ஸும் வளர்ந்தன. அதிதீவிர இடதுசாரிக் கிளர்ச்சியாளர்களும் வலதுசாரிகளும் ஒரே சமயத்தில் வளர்ச்சியடைந்த அரியதொரு இடமாக பஸ்தர் மாறியது.

கர்மா தன்னுடைய சொந்தத் தொகுதியான தண்டேவாடாவில் தோற்கடிக்கப்பட்டார். பாஜக, சிபிஐக்கு அடுத்து மூன்றாவது இடம்தான் அவருக்குக் கிடைத்தது. சல்வா ஜுடும் வன்முறைக்குப் பிறகு தேர்தல் நடந்தது. அந்த வன்முறையில் காங்கிரஸ்காரரான கர்மாவுக்குப் பணமும் ஆயுதமும் தந்து பாஜக உதவி செய்தது. ஜுடும் இயக்கத்தின் மீது பரவலாக விமர்சனங்கள் எழுந்தபோது பாஜக வசதியாக ஒதுங்கிக்கொண்டது.

“ராமன் சிங் எங்கள் அப்பாவுக்குத் துரோகம் செய்துவிட்டார். சல்வா ஜுடும் காலத்தில் பாஜக அரசின் உதவியைப் பெற்றது அப்பா செய்த தவறு. ராமன் சிங் பிறகு எங்களைக் கைவிட்டுவிட்டார். பாஜக அப்பாவைப் பயன்படுத்திக் கொண்டது” என்று கர்மாவின் மூத்த மகன் தீபக் என்னிடம் கூறினார்.

தண்டேவாடாவில் 2008இல் நடந்த தேர்தல் மாவோயிஸ்ட் இயக்கத்தின் துரோகத்தைப் பதிவு செய்திருக்கிறது. தண்டேவாடாவின் பாஜக துணைத் தலைவர் ஷிவ் தயாள் சிங்

தோமரைக் கொலை செய்த வழக்கில் போடியம் லிங்கா என்னும் மாவோயிஸ்ட் 2013 தேர்தலுக்கு முன்னால் கைது செய்யப்பட்டார்.

2008 தேர்தலில் தன்னுடைய மாமாவான பாஜக வேட்பாளர் பீமா மண்ட்விக்குத் தான் உதவி செய்ததாக தண்டேவாடே போலீஸ் சூப்பரின்டெண்ட் நரேந்திர காரே, சி.ஆர்.பி.எஃப். அதிகாரிகள் ஆகியோர் முன்னிலையில் லிங்கா கூறினார். லிங்காவின் உதவியைத் தான் பெறவில்லை என்று பீமா மண்ட்வி என்னிடம் பேசியபோது கூறினார். ஆனால் லிங்காவை நன்றாகத் தெரியும் என்றும் அவர் தன்னுடைய கிராமமான டாய்லங்காவைச் சேர்ந்தவர் என்றும் தோமருக்கு நெருக்க மானவர் என்றும் தெரிவித்தார். “தோமர்ஜி அவருக்கு 2011 பஸ்தர் இடைத் தேர்தலில் சில வேலைகளைக் கொடுத்தார். அவர்கள் இருவரும் சேர்ந்து சாப்பிட்டதும் உண்டு” என்றார் மண்ட்வி. அந்தத் தேர்தலில் பாஜகவின் தினேஷ் கஷ்யப் வெற்றிபெற்றார்.

பாஜகவுக்கும் மாவோயிஸ்டுகளுக்கும் இடையிலான தொடர்பை விளக்கிய லிங்கா, தானும் இதர தொண்டர்களும் தண்டேவாடா மாவட்டத் தலைமையகத்தில் தோமரையும் மற்ற பாஜக தலைவர்களையும் சந்தித்ததாகக் குறிப்பிட்டார். எஸ்.பி. அலுவலகத்திலிருந்து 500 மீட்டர் தொலைவில் உள்ள சுற்றுலா மாளிகையில் அத்தகைய சந்திப்புகள் அடிக்கடி நடந்ததாகவும் லிங்கா தெரிவித்தார்.

தோமர் செல்வாக்கு மிகுந்த ஒப்பந்ததாரர். அரசாங்கத்தின் கட்டுமானப் பணிகளைச் செய்துவந்தார். தங்களுக்குச் சேர வேண்டிய கமிஷனைத் தராததால் தோமர் கொல்லப்பட்டார் என்று லிங்கா கூறினார். அதற்கு முந்தைய ஆண்டில் தோமர் மேற்கொண்டுவந்த கட்டுமானப் பணியைச் செய்ய அனுமதித்த தற்காக மாவோயிஸ்டுகள் 60,000 ரூபாய் கேட்டார்கள் என்று காரே தெரிவித்தார். தோமர் பணம் தர மறுத்தார். “உங்கள் விருப்பப்படி என்ன வேண்டுமானாலும் செய்துகொள்ளுங்கள்” என்று சொல்லிவிட்டார்.

தண்டேவாடாவில் பாஜகவின் அரசியல் முழுச் சுற்று வந்துவிட்டது. 2019 மக்களவைத் தேர்தலுக்கு இரு நாட்களுக்கு முன்பு மாண்ட்வி மாவோயிஸ்டுகளால் கொல்லப்பட்டார். அரசியலுக்கும் கிளர்ச்சிக்கும், வலதுசாரிகளுக்கும் இடதுசாரி களுக்கும் இடையிலான இடைவெளி பஸ்தரில் எப்போதும் மங்கலாகவே இருந்துவருகிறது. துரோகங்களின் அஸ்திவாரத்தின் மீது போர் நடக்கிறது என்று பல நூற்றாண்டுகளுக்கு முன்பு மகாபாரதம் கூறியிருப்பது நினைவுக்கு வருகிறது.

○

கர்மாவின் மறைவுக்குப் பிறகு பஸ்தரில் மாவோயிஸ்ட் இயக்கம் சென்றிருக்கக்கூடிய பாதையைப் பற்றி ஒருவரால் கற்பனை மட்டுமே செய்ய முடியும். கர்மாவுடன் நெடுநேரம் உரையாடியபோது சல்வா ஜுடுமின் அத்துமீறல்கள் பற்றிப் பேச்சு வந்தால் அவர் உடனே, "பஸ்தர் பழங்குடிகளான எங்களுக்குச் சொந்தமானது. நக்சல்கள் ஏன் எங்கள் இடத்தை ஆக்கிரமிக்க வேண்டும்? அவர்கள் நீதியைப் பற்றிப் பேசுகிறார்கள். அவர்கள் எங்களுக்கு என்ன கொடுத்தார்கள்? எங்கள் பழக்க வழக்கங்களையும் பண்பாட்டையும் அழித்தார்கள்" என்பார்.

அவருடைய மனைவி தேவ்திகர்மா கோண்டு மொழி மட்டும்தான் பேசுவார். தண்டேவாடாவின் நாடக அரங்கில் எதிர்பாராத வகையில் பிரவேசித்தார். ஒருவேளை இது முன்பே தீர்மானிக்கப்பட்டிருக்கலாம். அவருடைய கணவர் மாவோயிஸ்டுகளுக்கு எதிராக ராணுவத்தை உருவாக்கிப் போராடிக்கொண்டிருந்தபோது இவர் பல ஆண்டுகள் சாதாரண பழங்குடிப் பெண்ணின் வாழ்க்கையை நடத்திக் கொண்டிருந்தார். "அப்பா மத்திய அரசியலுக்குப் போய்விட்டால் நீ தான் அவருடைய தொகுதியில் (தண்டேவாடா) போட்டியிட வேண்டும் என்று ஒருமுறை நான் வேடிக்கையாகச் சொன்ன போது என்னை அடிக்க வந்துவிட்டார்" என்று அவர்களுடைய மகன் சவீந்திர கர்மா சிரித்தபடி என்னிடம் சொன்னார்.

தான் இறந்த பிறகு தன்னுடைய தொகுதியில் மாண்ட்வியை எதிர்த்துத் தன் மனைவி போட்டியிடுவார் என்று மகேந்திர கர்மா நினைத்துப் பார்த்திருக்க மாட்டார்.

கர்மாவின் மரணத்திற்குப் பிறகு தேவ்தியும் அவருடைய நான்கு மகன்களும் (தீபக், சவீந்திரா, ஆஷிஷ், திவ்யராஜ்) இஸட் பிளஸ் பாதுகாப்பைப் பெற்றார்கள். இவர்கள் அனைவரும் மாவோயிஸ்டுகளின் 'கொல்லப்பட வேண்டியவர்கள்' பட்டியலில் இருக்கிறார்கள். இந்தியாவில் குடும்பத்தின் ஐந்து பேருக்கும் இஸட் பிளஸ் பாதுகாப்பு வழங்கப்படும் ஒரே குடும்பம் இதுவாக இருக்கலாம்.

○

2013ஆம் ஆண்டு நவம்பர் மாதம் தண்டேவாடாவில் தேர்தல் பிரச்சாரம் நடந்துகொண்டிருந்தது. அப்போது ஒருநாள் மதிய நேரத்தில் முன்னும் பின்னும் இரு கார்கள் வர, ஸ்கார்ப்பியோ கார் ஒன்று தண்டேவாடாவின் காட்டுப் பாதையில் போய்க்கொண்டிருக்கிறது. மூன்று வண்டிகளிலும் சுமார் 20 போலீசார் கையில் ஏ.கே. 47 துப்பாக்கியுடன் இருக்கிறார்கள். ஒவ்வொரு 300 மீட்டர் தொலைவிலும் ஒரு

காவலர் நிறுத்தப்பட்டிருக்கிறார். "வலது பக்கம் திரும்பு" என்று ஸ்கார்ப்பியோவில் உள்ளவர் சொல்கிறார். பயணத் திட்டத்தில் அந்தப் பாதை இல்லை. முன்கூட்டியே தீர்மானிக்கப்பட்ட வழிகளை மட்டுமே பின்பற்றுமாறு பாதுகாப்பு அதிகாரி கண்டிப்பாக அறிவுறுத்தப்பட்டுள்ளார். தீர்மானிக்கப்பட்ட அந்தப் பாதைகளுக்கு வந்து சேரும் இணைப்புச் சாலைகளில் காவலுக்கு ஆட்கள் நிறுத்தப்பட்டிருக்கிறார்கள். நெற்றியில் வழியும் வியர்வையைத் துடைத்தபடி அவருடைய தனிப் பாதுகாப்பு அதிகாரி கண்டிப்பாகத் திரும்பியாக வேண்டுமா என்று கேட்கிறார். "வலது பக்கம் திரும்பு" என்று அவர் மறுபடியும் சொல்கிறார். தலைவர் சொன்னால் கீழ்ப்படிந்துதான் ஆக வேண்டும். மூன்று வாகனங்களும் அறியாத காட்டுப் பாதையில் தற்போது செல்கின்றன.

போலீஸ்காரர்கள் உடனடியாக உஷாராகிறார்கள். என்ன நடக்கும் என்று யாருக்கும் தெரியாது. திடீரென்று புதிய பாதையில் செல்லும்போது காவல் துறை வாகனங்கள் நக்சல் தாக்குதலுக்கு இலக்காகின்றன. தீபக் கர்மாவின் தேர்தல் பிரச்சாரத்திற்கான பாதை முன்கூட்டியே அனுமதிக்கப்பட்டது. கர்மாவின் மகன்கள் காரணம் இல்லாமல் பாதையை மாற்றுகிறார்கள் என்றும் ஏதேனும் அசம்பாவிதம் நடந்தால் காவல் துறையின் மீதுதான் பழி விழும் என்றும் காவலர்கள் அடிக்கடி புகார் சொல்கிறார்கள். ஆனால் தீபக் அதைப் பற்றியெல்லாம் கவலையே படவில்லை. சிறுவயதில் அவர் விளையாடிய பூந்தோட்டத்தை எனக்குக் காட்ட வேண்டும் என்பது அவர் விருப்பம். நக்சல்களின் அச்சுறுத்தல் அவருடைய நடவடிக்கைகளை நிறுத்திவிட முடியாது. பஸ்தரில் அரசியல் என்பது பலவீனமான இதயம் கொண்டவர்களுக்கானதல்ல.

ஒன்றரை ஆண்டுகளுக்குப் பிறகு, 2015இல், ஜுடும் இயக்கத்தின் இரண்டாம் அத்தியாயம் தொடங்கும் என்று பஸ்தர் எதிர்பார்த்துக்கொண்டிருக்கிறது. பத்து ஆண்டுகளுக்கு முன், 2005, ஜூன் 4 அன்று பஸ்தரில் மாபெரும் எஃகு ஆலை ஒன்றைத் தொடங்குவதற்கான புரிந்துணர்வு ஒப்பந்தத்தை டாடா நிறுவனத்துடன் சத்தீஸ்கர் அரசு மேற்கொண்டது. இது பெரிய அளவில் விளம்பரப்படுத்தப்பட்டது. அதற்கு அடுத்த நாள் அந்தப் பகுதியிலிருந்து மாவோயிஸ்டுகளை அப்புறப்படுத்துவதற்காக சல்வா ஜுடும் அமைப்பு முறையாகத் தொடங்கப்பட்டது. அடுத்த பத்தாண்டுகள் அந்தப் பகுதியின் கிளர்ச்சி நடவடிக்கைகளைத் தீர்மானித்த நடவடிக்கை அது.

2005இல் மகேந்திர கர்மா போருக்குத் தலைமை தாங்கினார். இப்போது அவருடைய இரண்டாவது மகன் சவீந்திரா அந்தப்

பொறுப்பை ஏற்றிருக்கிறார். அன்று டாடா எஃகுத் தொழிற்சாலை செயல்பட்டது. இப்போது புதிய எஃகுத் தொழிற்சாலையைத் தொடங்கப் பிரதமர் நரேந்திர மோடி வந்திருக்கிறார்.

ஜுடும் செயல்பட்டுவந்த மூன்று மாவட்டங்களிலும் மூன்று படைத்தலைவர்களை (லெஃப்டினன்ட்) மகேந்திர கர்மா நியமித்திருந்தார். சுக்மாவில் சோயம் முகா, தண்டேவாடாவில் சத்ரம் அட்டாமி, பீஜப்பூரில் மகாதேவ் ராணா. நெடு நாட்களுக்கு முன்பே ராணா கொல்லப்பட்டார். முகாவும் அட்டாமியும் அவரவர்களுடைய கிராமங்களிலிருந்து பத்து ஆண்டுகளுக்கு முன்பே விரட்டப்பட்டார்கள். ஜுடும் அகதிகளுக்கான முகாமில் அட்டாமி இருந்துவருகிறார்.

○

ஜக்தல்பூர். 2015ஆம் ஆண்டு மே மாதத்தின் ஒருநாள் மதிய நேரம். யாருடைய உறவினர்கள் போரில் அதிகமாக உயிரிழந்திருக்கிறார்கள் என்று முகாவும் சவீந்திராவும் வாதிட்டுக்கொண்டிருக்கிறார்கள். தண்டகாரண்யத்தில் மரணம் என்பது பதக்கம். பிணங்கள் என்பது போதை. “செத்துப் போனவர்களின் பட்டியலில் சோயம் பழங்குடியின மக்களை அதிகமாகப் பார்க்க முடியும்” என்கிறார் முகா. அப்படிச் சொல்லும்போது தன்னுடைய அண்ணன் சோயம் முகேஷின் நினைவு வர, அவர் குரல் இடறுகிறது. “என்னை நம்பாவிட்டால் தாசில் ஆபீஸில் போய் ரெக்கார்டைப் பார்த்துக்கொள்” என்கிறார்.

முகா தொடக்கப் பள்ளி ஆசிரியராக இருந்தவர். தன்னுடைய மாமா மகேந்திர கர்மாவின் தூண்டுதலால் துப்பாக்கியைத் தூக்குவதுவரை அமைதியான வாழ்க்கையையே வாழ்ந்து வந்தார். பத்தாண்டுகளுக்குப் பிறகு கர்மாவின் மகன் இவரை ஜுடுமின் இரண்டாவது பயணத்தில் இணைந்துகொள்ளும்படி வற்புறுத்துகிறார். ஆனால் அவருடைய துப்பாக்கி அமைதியாக உறங்குகிறது.

“அவர் இறந்த பிறகு எனக்கு நம்பிக்கை போய்விட்டது. அவர் உயிரோடு இருந்தபோது சாவையே ஜெயித்துவிடலாம் என்று நினைத்தேன். உன்னுடைய எதிரி யாரென்று தெரிந்து கொள்ள வேண்டும். அவர்களை விட்டுவிலகி இருக்கவும் வேண்டும். அப்போதுதான் நீ உயிரோடு இருக்க முடியும் என்று கர்மா அடிக்கடி சொல்லுவார்” என்று சொல்லும் முகா, தூரத்துச் சொந்தக்காரப் பெண்ணைக் கல்யாணம் செய்துகொண்டிருக்கிறார். “நீங்க எப்போது கிளம்பப் போறீங்க? வாழ்ந்ததெல்லாம் போதாதா?” என்று அவரைச் சீண்டும் சவீந்திரா, “இந்த மனுஷனுக்கு வெக்கமே இல்லை. குத்துக்

கல்லு மாதிரி உட்கார்ந்திருக்கார்" என்கிறார் கிண்டலாக. முகா இறந்தால் தன்னுடைய தங்கை விதவையாகிவிடுவாளே என்ற கவலையே இல்லாமல் பேசுகிறார். முகா பதிலுக்கு வறட்சியாகப் புன்னகைக்கிறார்.

சல்வா ஜுடும் அமைப்பில் ஒருகாலத்தில் நூறு பெரிய தலைவர்கள் இருந்தார்கள். இப்போது சுமார் 15 பேர் மட்டுமே எஞ்சியிருக்கிறார்கள். ஜுடும் தலைவர்களில் ஒருவரான சத்தால் அலி கிட்டத்தட்ட நூறு நண்பர்களை இழந்திருக்கிறார். மாவோயிஸ்டுகள் ஒருமுறை அவர் வீட்டைத் தாக்கினார்கள். ஒரு தோட்டா இவர் தோளைத் துளைத்துச் சென்று இவருடைய சகோதரரின் உடலில் பாய்ந்தது. "நீங்கள் நம்பவில்லை என்றால் சட்டையை அவிழ்த்துக் காட்டுகிறேன்" என்று சொல்லும் அவர், "தாக்குதல்களோ மரணங்களோ என்னைத் தடுத்து நிறுத்திவிடவில்லை" என்கிறார்.

2013இல் மாவோயிஸ்டுகள் காங்கிரஸ் கட்சியின் வாகன வரிசையைத் தாக்கியபோது சத்தாரும் மகேந்திர கர்மாவின் வண்டியில் இருந்தார். காங்கிரஸ் கட்சியின் அந்தப் பிரச்சாரப் பயணத்தில் நானும் போயிருக்க வேண்டியது. வேறொரு வேலையாக ஒருநாள் முன்பு நான் கிளம்பிவிட்டிருந்தேன்.

பழங்குடிகளுக்கு எதிரான ஜுடுமின் அத்துமீறல்களைப் பற்றி அட்டாமியிடம் கேட்டதும் அவர் கொதிப்படைகிறார். "போலீஸ் அட்டூழியத்தைப் பற்றி நீங்கள் பேசுகிறீர்கள். நக்சல்கள் என்ன செய்தார்கள் என்று உங்களுக்குத் தெரியுமா? யாரையாவது கொல்ல வேண்டுமென்று அவர்கள் நினைத்தால் அவருடைய பெற்றோரை விட்டு அவரைக் கல்லால் அடித்துக் கொல்லும்படி சொல்வார்கள். உங்கள் அப்பாவை யாராவது கொன்றுவிட்டால் நீங்கள் என்ன செய்வீர்கள்? இது என்னுடைய பூமி. இங்கே மாவோயிஸ்டுகள் இருப்பதை நான் விரும்பவில்லை" என்கிறார் ஆவேசமாக.

அவர் வீட்டுக்கு வெளியே காவல் துறை வாகனங்கள் நிற்கின்றன. ஆயுதம் ஏந்திய காவலர்கள் நிற்கிறார்கள். ஆர்.எஸ்.எஸ். இயக்கத்தின் முதல் இரண்டு தலைவர்களான டாக்டர் ஹெட்கேவார், எம்.எஸ். கோல்வல்கர் ஆகியோரின் பெரிய அளவிலான புகைப்படங்கள் வீட்டினுள் சுவரில் தொங்குகின்றன. அட்டாமி ஆர்.எஸ்.எஸ். உறுப்பினர் அல்லர். இந்தப் புகைப்படங்கள் இங்கே ஏன் இருக்கின்றன என்னும் வியப்பு எனக்கு ஏற்பட்டது. சிறப்புக் காவல் துறை அதிகாரி என்னும் பதவியைப் பெற்ற தொடக்கக்கால ஜுடும் உறுப்பினர்களில் ஒருவர் அட்டாமி. அரசியல் சட்டப்படி இந்தப் பதவி செல்லாது

என்று 2011, ஜூலை மாதம் உச்ச நீதிமன்றம் அறிவித்தது - ஆனால் துணைக் காவலர்கள் என்ற பெயரால் கொல்லைப்புற வழியாகச் சத்தீஸ்கர் அரசு இவர்களை மறுநியமனம் செய்தது.

தொடக்கத்தில் மாவோயிஸ்டுகள் பழங்குடிகளுக்கு நிறைய உதவிகளைச் செய்தார்கள் என்பதை அட்டாமி ஒப்புக்கொள்கிறார். ஆனால் அவர்களைத் தங்கள் படையில் சேர்ந்துகொள்ளும்படி பிறகு நிர்ப்பந்திக்கத் தொடங்கினார்கள் என்கிறார். "ஜன் அதாலத் (மக்கள் நீதிமன்றம்) நடத்தி அவர்கள் ஏன் எங்களைத் தண்டிக்க வேண்டும்? சிக்கனும் மட்டனும் தரும்படி எங்களை ஏன் வற்புறுத்த வேண்டும்?" என்று கேட்கிறார். இவருடைய ஜுடும் முகாமில் இருக்கும் கிராமவாசிகள் பலரும் இதற்கு முன்பு மாவோயிஸ்ட் இயக்கத்தில் இருந்தவர்கள். பழங்குடியினரைத் தங்கள் போரில் இழுத்துவிடுவதாக அட்டாமி மாவோயிஸ்டுகள்மீது குற்றம் சாட்டுகிறார். "முதலாளிகள் மேல் நக்சல்களுக்குக் கோபம் இருந்தால் அவர்களே ஏன் முதலாளிகளைக் கொல்லக் கூடாது? எங்களை ஏன் பயன்படுத்திக் கொள்கிறார்கள்? பழங்குடிகளான எங்களுக்கு வெளி உலகம் பற்றி எதுவும் தெரியாது. ஆனால் அவர்கள் தங்களுடைய போரை எங்களை வைத்து நடத்துகிறார்கள். இதுதான் புதிய ஜனநாயகமா?" என்று கேட்கிறார்.

தண்டேவாடாவில் சுரங்கத் தொழிற்சாலை வருவதில் கர்மாவின் பங்கு என்ன என்று கேட்டால் ஜுடும் தலைவர்களுக்குக் கோபம் வருகிறது. ஜுடும் இயக்கத்திற்குள் சில சுயநல சக்திகள் புகுந்துவிட்டன என்று ஒப்புக்கொள்கிறார்கள். ஆனால் ஜுடும் தலைவர்கள் வசதி எதுவும் இல்லாமல்தான் வாழ்கிறார்கள் என்றும் உடனடியாகச் சொல்கிறார்கள். "என்ன இண்டஸ்ட்ரி? என்ன பலன்? ஒன்றுமில்லை. எங்கள் நிலத்தைக் காப்பாற்றத்தான் நாங்கள் போராடினோம். எங்களுக்குக் கிடைத்ததெல்லாம் சாவு மட்டும்தான்."

ஜுடும் செயல்பட்ட 30 மாதங்களில் சத்தீஸ்கரில் பாதுகாப்புப் படையினர் 325 பேர், 609 பொதுமக்கள், மாவோயிஸ்டுகள் என்று சந்தேகிக்கப்பட்டவர்கள் 165 பேர் ஆகியோர் உயிரிழந்தார்கள். மொத்தம் 1099 சாவுகள். ஒரு நாளுக்கு ஒன்று. இது அதிகாரபூர்வமான கணக்கு. உள்ளூர்க் காவல் துறையினரும் ஜுடும் தலைவர்களும் தரும் கணக்கு இதைவிடவும் அதிகம்.

மாலை நேரத்தில் கர்மாவின் மாபெரும் சிலைமீது ஜுடுமின் நிழல் கவிகிறது. கர்மா கண்ணாடி அணிந்திருக்கிறார். விழிகள் தொடுவானை நோக்கியிருக்கின்றன. கைகளை மார்புக்குக் குறுக்காகக் கட்டியபடி கம்பீரமாக நிற்கிறார். ஆவேசமான

மனிதரின் தோற்றம் சிலையில் பிரதிபலிக்கிறது. மரணத்திற்கு முந்தைய சில மாதங்களில் கர்மாவின் நிலைப்பாடு மாறியதைப் பலரும் கவனிக்கவில்லை. "வன்முறை முடிவுக்கு வந்தாக வேண்டும்" என்று அவர் திரும்பத் திரும்பச் சொல்லி வந்தார். அவர் சோர்ந்துபோயிருந்தாரா? அல்லது துப்பாக்கியின் வியர்த்தத்தை உணர்ந்திருந்தாரா? அவர் இறப்பதற்கு இரண்டு வாரங்களுக்கு முன்பு எஹத்சமேதா கிராமத்தில் சி.ஆர்.பி.எஃப். துப்பாக்கிச் சூட்டில் பழங்குடிகள் எட்டுப் பேர் கொல்லப்பட்டார்கள். அப்போது கர்மா வெளியிட்ட அறிக்கை அனைவரையும் திகைக்கவைத்தது: "மாவோயிஸ்டுகள் வளரட்டும்; ஆனால் போலீஸ் துப்பாக்கிச் சூட்டில் ஒரு பழங்குடிகூடப் பலியாகக் கூடாது."

சில நாட்களிலேயே அவரும் தன்னுடைய பழங்குடிச் சகோதரர்களுடன் இணைந்துவிட்டார்.

"என் அப்பாவையும் சேர்த்து எங்கள் குடும்பத்தில் 95 பேர் கொல்லப்பட்டிருக்கிறார்கள். இந்த இயக்கத்தைத் தொடங்குவதன் மூலம் நான் அரசியல் செய்வதாகச் சிலர் சொல்கிறார்கள். இந்தப் பகுதியை நக்சல்களிடமிருந்து விடுவிப்பது எங்கள் குடும்பத்தின் கடமை. இதைத்தான் நான் செய்கிறேன்" என்கிறார் 34 வயதான சவீந்திரா. "நாங்கள் உள்ளே போனால் அவர்கள் (மாவோயிஸ்டுகள்) எங்களைத் தாக்குவார்கள். தியாகம் செய்யாமல் போரில் வெற்றிபெற முடியாது. முதல் தோட்டா என் மார்பில் பாயட்டும்" என்கிறார்.

நிதானமான சிந்தனையோ தர்க்க அறிவோ இல்லாமல் கர்மாக்கள் நிறைய ரத்தம் சிந்தியிருக்கிறார்கள். ஜுடுமுடன் எந்தத் தொடர்புமற்ற கர்மா குடும்பத்தின் பெண்கள்கூடக் கொல்லப்பட்டிருக்கிறார்கள். "உங்கள் பெயருக்குப் பின்னால் கர்மா என்ற சொல் இருந்தால் போதும். நீங்கள் காலி" என்கிறார் தீபக்.

ஜுடுமின் புதிய அவதாரம் குறித்து தீபக் எச்சரிக்கையோடு இருக்கிறார். "எங்களுடைய தவறுகளிலிருந்து நாங்கள் பாடம் கற்றுக்கொள்ள வேண்டும்" என்கிறார். "ஜுடும் என்பது அரசியலுக்கு அப்பாற்பட்டது" என்று அழுத்தமாகச் சொல்லும்படி அவருடைய உதவியாளர் கூறுகிறார். தீபக் புன்னகைக்கிறார். "என்னைத் தியாகியாக மாற்ற ஏன் முயற்சி செய்கிறீர்கள்?" என்று கேட்கிறார். "ஆனால் அது எங்கள் குடும்பத்தின் பொறுப்பு" என்றும் அவரால் சொல்லாமல் இருக்க முடியவில்லை.

எந்தப் போரையும் போலவே இந்தப் போரிலும் எது சரி, எது தவறு என்பதைத் தெளிவாகப் பிரித்துவிட முடியாது.

தண்டேவாடாவை மாவோயிஸ்டுகளின் பிடியிலிருந்து விடுவிக்க வேண்டும் என்று கர்மா விரும்பினார். ஆனால் ஜுடும் இயங்கிய காலத்தில் அவர் சுரங்க நிறுவனங்களுடன் குலாவிப் பெருமளவில் பழங்குடிகளை நசுக்கினார். கர்மா குடும்பத்தில் பலியானவர்களின் நினைவுக் கற்கள் ஃபராஸ்பாலின் வானத்தையே மறைக்கின்றன. இவற்றைப் பார்க்கும்போது இவர்களுடைய போர், காட்டின் மீதான உரிமையைப் பெறுவதற்காக வெளியாட்களுடன் மேற்கொண்ட போராகவே தெரிகிறது. பஸ்தர் தனக்கும் தன் சமுகத்திற்கும் சொந்தமான இடம் என்று கர்மா உறுதியாக நம்பினார். அதை வளர்க்கவும் அழிக்கவும் தனக்கு உரிமை இருக்கிறது என்று நினைத்தார். ஆந்திரப் பிரதேசத்திலிருந்து வரும் படித்த தோழர்களின் ஆதிக்கத்தை அவரால் சகித்துக்கொள்ள முடியவில்லை. அது சுய பெருமிதத்திற்கான போர். பல்வேறு போர்களைப் போலவே அதுவும் கொடூரமும் துரோகமும் நிரம்பியது. இந்தப் போரில் தன் உயிரையும் தன் குடும்பத்தின் உயிரையும் பணயம் வைக்க யாரால் முடியும்? தொழிலதிபராலோ அரசியல்வாதியாலோ முடியாது. வணிக ரீதியாகவோ அரசியல் துறையிலோ அபிலாஷைகள் கொண்ட ஒருவரால் தன்னுடைய சுற்றத்தார் ஒருவர் பின் ஒருவராகக் கொடூரமான மரணத்தைத் தழுவுவதைக் கண்ணெதிரில் பார்ப்பதற்கான சாத்தியக்கூறு கொண்ட வாழ்க்கையை நடத்த முடியாது.

தீபக் தன் அப்பாவின் தொலைபேசி எண்ணை ‘பிக் பாஸ்’ என்ற பெயரில் சேமித்துவைத்திருந்தார். இன்னமும் அப்படியே இருக்கிறது. தீபக்கின் அப்பா இறந்த பிறகு அந்த எண்ணை அம்மா பயன்படுத்துகிறார். அம்மாவிடமிருந்து அழைப்பு வரும்போது ‘பிக்பாஸ் காலிங்’ என்று திரையில் பளிச்சிடுகிறது. அதைப் பார்த்ததும் தீபக் சில சமயம் திடுக்கிடுகிறார். அப்பாதான் கூப்பிடுகிறாரா? சில சமயம் “சொல்லுங்கப்பா” என்று பேசவும் செய்கிறார்.

❍

கிளர்ச்சியாளர்களின் மகள்கள் தங்கள் தந்தையர்மீது வைத்திருந்த அன்பையும் இந்த நூல் வேறு இடத்தில் பதிவு செய்கிறது. மகேந்திர கர்மாவின் இளைய மகள் அனாசல் தன் தந்தையைப் பற்றிப் பகிர்ந்துகொண்டதை இங்கே காணலாம். 20களின் தொடக்கத்தில் இருக்கும் அனாசல் சட்டம் பயின்று வருகிறார்.

> என்னுடைய சுற்றுச் சூழ்நிலையும் என் குடும்பமும் இயல்பானவை அல்ல என்பதைச் சிறுவயதிலேயே நான்

உணர்ந்துவிட்டேன். துப்பாக்கி ஏந்திய காவலர்கள் 24 மணிநேரமும் ஒவ்வொரு நாளும் அப்பாவின் பின்னால் வருவதைப் பார்த்திருக்கிறேன். என்னையும் தம்பி திவ்யராஜையும் ராய்ப்பூரில் உள்ள விடுதிப் பள்ளியில் சேர்த்துவிட்டார்கள். பெற்றோர் – ஆசிரியர் கூட்டங்களுக்கோ பள்ளி ஆண்டு விழாக்களுக்கோ அப்பா வர மாட்டார் என்பது எங்களுக்குத் தெரிந்திருந்தது. ஆனால் பஸ்தரில் தன்னுடைய பயணங்களை விவரித்து எங்களுக்கு அவர் கடிதம் எழுதுவார். மாதத்திற்கு ஒரு முறை வீட்டிற்கு அழைத்துக்கொள்வார். சிறுவயதில் அபாயகரமான பல இடங்களுக்கு அவருடன் போயிருக்கிறேன். அந்தப் பயணங்கள் மிகவும் பரவசமானவை. மிர்பூரில் போலீஸ் காரர் ஒருவரின் இறுதிச் சடங்கில் கலந்துகொண்ட அனுபவத்தின் நினைவு இன்னமும் என்னைத் துரத்துகிறது. மாவோயிஸ்டுகள் எங்கெல்லாம் டிஃபன் குண்டுகளையும் கண்ணி வெடிகளையும் வைத்திருக்கிறார்கள் என்பதை எங்கள் பயணங்களின்போது அப்பா சுட்டிக்காட்டுவார். தாக்குதல் ஏதாவது நடந்தால் பீதியடையாதே என்று சொல்லுவார். போகும் சாலைகளைக் கவனமாக ஆராய வேண்டும் என்பார். ஒருமுறை பேத்மா கிராமத்தில் எங்கள் குடும்பத் திருமணம் ஒன்றுக்குப் போயிருந்தோம். சவீந்திரா அண்ணாவும் நானும் தோண்டி பாடல்களுக்கு நடனமாடினோம். அந்தக் கூட்டத்தில் நக்சல்கள் பெரிய அளவில் இருந்தார்கள் என்று பிறகுதான் தெரிந்து கொண்டோம். நான் மாவோயிஸ்டுகளுடன் சேர்ந்து நடனம் ஆடினேனோ என்றுகூட எனக்குத் தோன்றுவதுண்டு.

ஜூடும் இயங்கிய காலத்தில் அப்பா பெரும்பாலும் வெளியில்தான் இருப்பார். அவரால்தான் அதையெல்லாம் சமாளிக்க முடியும். அவரைப் பற்றி எப்போதும் கவலைப்படு வோம். அவருக்காகப் பிரார்த்தனை செய்வோம். அவருக்கு என்ன நடக்குமோ அதை எதிர்கொள்ள எங்களைத் தயார்படுத்தியிருந்தார் என்பது எங்களுக்குத் தெரியும். எங்களால் அதைத் தெளிவாகப் பார்க்க முடிந்தது. அதனால்தான் நாங்கள் எல்லோருமே சுதாரித்துக்கொண்டு இயல்பு வாழ்க்கைக்குத் திரும்ப முடிந்தது.

நக்சலிசத்திற்கு எதிராக முன்னணியில் நின்று போரிட்ட குடும்பம் எங்களுடையது. குடும்பத்தின் மீது பல தாக்குதல்கள் நடந்தும் குடும்பத்தில் பலரை இழந்தும் பஸ்தரில் வலுவான சுவர்போல நாங்கள் நிற்கிறோம். வாழ்க்கையில் உன்னுடைய லட்சியம் என்ன என்று

ஒருமுறை அப்பா கேட்டார். "மிக இளம் வயதில் முதலமைச்சரான பெண்ணாக நான் இருக்க வேண்டும். உங்களைப் போலத் தலைவராக ஆக வேண்டும்" என்றேன். அவர் சிரித்தார்.

என் அம்மா ... நான் பிறப்பதற்கு முன்னால் எங்கள் குடும்பத்திற்கு போலீஸ் பாதுகாப்பு இல்லாத காலங்களைப் பற்றி அப்பா அடிக்கடி சொல்லுவார். அப்பா சாப்பிடும் போது அம்மா துப்பாக்கியுடன் காவல் இருப்பார். அம்மா சாப்பிடும்போது அப்பா காவல் இருப்பார். அப்பா இறந்த பிறகு எங்களுக்குக் கொலை மிரட்டல்கள் வந்தன. ஆனால் எங்கள் அம்மா பணிந்துபோகவில்லை. உறுதியாக நின்று குடும்பத்தைக் கட்டிக்காத்தார்.

நான் இப்போது பம்பாயில் இருக்கிறேன். ஆனால் ஃபராஸ்பல் நினைவுகள் என்னை விட்டுப் போகவில்லை. மாவோயிஸ்டுகள் அவரை எப்படிக் கொன்றார்கள் என்பதை என்னால் ஒருபோதும் மறக்க முடியாது. சிதைந்துபோன அவர் உடலைப் பார்த்ததும் என்னுடைய அச்சம் விலகியது. கடைசி மூச்சு உள்ளவரை மாவோயிஸ்டு களுடன் போராடுவேன், என் தந்தையின் பணியை முன்னெடுத்துச் செல்வேன் என்று உறுதி பூண்டேன்.

○

2013, மே 25 அன்று சுமார் 150 நக்சலைட்டுகள் ஆயுதம் இல்லாமல் இருந்த மகேந்திர கர்மாவைச் சுற்றிவளைத்துச் சுட்டுக் கொன்றார்கள். பிறகு அவர்கள் அந்தச் சடலத்தைக் காலில் போட்டு மிதித்துக் கொண்டாடினார்கள். அவர் உடலில் 72 காயங்கள் காணப்பட்டன. எல்லாம் தோட்டாக்கள், கத்திக் குத்தால் ஆனவை. நான் பார்த்த பிணக்கூராய்வு அறிக்கைகளில் அதிகமாகப் பதிவாகியிருந்த காயங்கள் இவைதாம். முழங்காலில் ஒரு காயம், இடது கணுக்காலில் ஒரு காயம், மற்ற எல்லாமே உடலின் மேற்புறத்திலும் முகத்திலும் தலையிலும் இருந்தன. முகத்திலும் கழுத்திலும் 14, மார்பிலும் வயிற்றிலும் 33, முதுகில் 23. படையில் சேரும் இளைஞர்கள் சுட்டுப் பழகுவதற்கான பலகைபோல அவர் உடல் இருந்தது.

அவர் உடலில் காணப்பட்ட எலும்பு முறிவுகள் அவர் தடியாலும் தாக்கப்பட்டதைக் காட்டின. "மண்டை ஓட்டில் பல காயங்கள், மண்டை ஓட்டு எலும்பு நொறுங்கியிருக்கிறது. கபாலம் திறந்து மூளை வெளியே தெறித்திருக்கிறது ... முக எலும்புகள் நொறுங்கியதில் அடையாளமே சிதைந்து போயிருக்கிறது. உடலின் பல பகுதிகளில் கத்திக் குத்துக்கள். காயங்கள் தசையைத்

தாண்டி ஆழமாக உள்ளே செல்கின்றன" என்று மருத்துவர்கள் குறிப்பிட்டிருந்தார்கள். இறந்ததற்குப் பல மணிநேரங்களுக்குப் பிறகும் அவர் உடலில் காயங்கள் ஏற்பட்டதையும் பிணக்கூராய்வு குறிப்பிட்டது.

1967ஆம் ஆண்டில் இதே நாளில் (மே 25) நக்சல்பாரி என்னும் கிராமத்தில் உழுவதற்கு நிலம் கேட்டுப் போராடிய விவசாயிகளைப் போலீசார் சுட்டுக் கொன்றார்கள். 11 பேர் அதில் உயிரிழந்தார்கள். இந்த இரு நாட்களுக்கும் இடையில் 46 ஆண்டுகள் இருக்கின்றன. இங்குதான் கர்மாவும் இருக்கிறார். நக்சல் இயக்கம் தோன்றிய நாளில் நக்சல்கள் தங்களுடைய பிரதான இலக்காக இருந்தவரைக் கொன்றார்கள். அவருடைய பிணக்கூராய்வு அறிக்கைதான் தண்டகாரண்யத்தில் மாவோயிஸ்ட் இயக்கத்தின் வரைபடம்.

அந்த நாளை அனாசல் எப்படி நினைவுகூர்கிறார்?

மே மாதம் 24ஆம் தேதி அப்பாவும் என்னுடைய மூன்று சகோதரர்களும் நானும் ஜக்தல்பூரில் இருந்தோம். அவருடைய தொண்டர்கள் அவரைப் பார்க்க வந்தார்கள். அரசியல் பேசிக்கொண்டிருந்த அவர்கள் காங்கிரஸ் கட்சி ஹோட்டலில் டின்னர் ஏற்பாடு செய்திருப்பதாகச் சொல்லி அதற்கு அவரை அழைத்தார்கள். உடை மாற்றிக்கொண்டு வருமாறு சொன்னார்கள். அவர் எழுந்து உள்ளே போய் என்னைக் கூப்பிட்டார்."செல்லம், நான் எப்படி இருக்கேன்?" என்று கேட்டார்.

முழங்காலுக்குக் கீழே வரும் ஷார்ட்ஸ் அணிந்து கொண்டு பாக்கெட்களில் கையை விட்டுக்கொண்டபடி நின்றிருந்தார். "பிரமாதமா இருக்கீங்கப்பா" என்று சொல்லி விட்டு அவருடைய கைக்குட்டையையும் ஆஸ்துமா இன்ஹேலரையும் எடுத்துக் கொடுத்தேன்.

25ஆம் தேதி காலையில் நான் 7.30க்கு எழுந்தேன். தீபக் அண்ணா கூடத்தில் தூங்கிக்கொண்டிருந்தார். அப்பாவும் சிவி அண்ணாவும் வராண்டாவில் பேப்பர் படித்துக்கொண்டிருந்தார்கள். திவ்யராஜ் கால்பந்து விளையாடக் கிளம்பிப் போய்விட்டான். ஏன் இவ்வளவு சீக்கிரம் எழுந்துவிட்டாய் என்று அப்பா என்னைக் கேட்டார். அவரோடு சுக்மாவுக்குப் போக விரும்பினேன். சீக்கிரமே தயாராகி அவருக்கு முன்னாலேயே காரில் போய் உட்கார்ந்துகொள்ள வேண்டும் என்று நினைத்தேன். அப்போதுதான் அவரால் மறுக்க முடியாது. அவர் சிற்றுண்டி சாப்பிட்டார். என்னிடம் 500 ரூபாயைக் கொடுத்து, நன்றாகச்

சாப்பிடு என்று சொல்லிவிட்டு வெளியே போனார். நான் என் பையை எடுப்பதற்காக வேகமாக உள்ளே போனேன். அதற்குள் கார் கிளம்பிவிட்டது. அப்பாவோடு நானும் போக முடியவில்லையே என்று என்னை நானே சபித்துக்கொண்டேன்.

மதியம் என் அண்ணனும் நானும் என் அக்கா தூலிகாவின் வீட்டுக்குப் போனோம். அவளுடைய ஐந்துமாதக் குழந்தையோடு வராந்தாவில் விளையாடிக்கொண்டிருந்தேன். "அனாசல், மேலே வா" என்று தூலிகா கத்தினாள். நான் வேகமாக மேலே போனேன். காங்கிரஸின் வாகனங்கள் மீது தாக்குதல் நடந்த செய்தியைத் தொலைக்காட்சியில் பார்த்தேன். இதெல்லாம் எங்களுக்குப் பழகிவிட்டதால் நாங்கள் கவலைப்படவில்லை.

ஆனாலும் மாலை நிகழ்ச்சிகளை ரத்து செய்துவிட்டு கர்மா பங்களாவுக்குப் போனோம். நிலைமை அதற்குள் மோசமாகியிருந்தது. அப்பா பாதுகாப்பாக இருப்பார், திரும்பி வந்து நடந்த கதையெல்லாம் சொல்லுவார் என்றே அப்போதும் நம்பினோம். பலமுறை அப்படி நடந்திருக்கிறது. கவலைப்பட வேண்டாம் என்று போலீசார் சொன்னார்கள். ஆனால் நிலவரம் சரியில்லை என்று எங்களுக்குப் புரிந்துவிட்டது. தாக்குதல் நடந்த இடத்துக்குப் போனோம். அது ஜக்தல்பூரிலிருந்து கிட்டத்தட்ட 40 கிலோமீட்டர் தொலைவில் இருக்கிறது. தூலிகா அக்கா, அவள் குழந்தை, தூலிகாவின் தோழி, திவ்யராஜ், நான் ஆகியோர் கிளம்பினோம். தூலிகாவின் தோழி காரை ஓட்டினாள்.

அப்பா உயிரோடு இல்லை என்ற செய்தி போகும் வழியிலேயே எங்களுக்குக் கிடைத்துவிட்டது. நாங்கள் ஒருவரை ஒருவர் இறுக்கமாகப் பிடித்துக்கொண்டோம். அப்பாவின் உடலைப் பார்க்கும்வரை இந்தச் செய்தியை நம்பக் கூடாது என்று எங்களுக்குள் சொல்லிக்கொண்டோம். வானம் மூட்டமாகிக்கொண்டிருந்தது. அன்றைய மாலையைப் போல வேறு எந்த மாலையும் இருந்ததில்லை. காற்று பலமாக வீசிக்கொண்டிருந்தது. அதில் வித்தியாசமான குளிர்ச்சி இருந்தது. 140 கிலோ மீட்டர் வேகத்தில் காரை ஓட்டிக்கொண்டு போனோம். திடீரென்று கார் கிறீச்சிட்டு நின்றது. எங்களுக்கு மிகவும் பழக்கமான ஒரு கார் சாலையில் நின்றுகொண்டிருந்தது. அதன் பார்க்கிங் விளக்குகள் எரிந்துகொண்டிருந்தன. தீபக் அண்ணா அங்கே அழுதுகொண்டிருந்தார். நாங்கள்

ஒருவரை ஒருவர் அணைத்துக்கொண்டோம். என்னால் அப்போதும் நம்ப முடியவில்லை. நாங்கள் மேற்கொண்டு காரை ஓட்டிக்கொண்டு போனோம். ஆனால் தர்பா காவல் நிலையத்திற்கு அப்பால் இருந்த சாலையில் தடுப்புப் போடப்பட்டிருந்தது.

காவல் நிலையத்தின் இருப்புக் கதவைத் தட்டினோம். யாரும் பதில் சொல்லவில்லை. உள்ளே ஒரு போலீஸ்காரரைக் கூடப் பார்க்கவில்லை. விளக்குகள் எதுவும் எரிய வில்லை. தாக்குதலிலிருந்து ஓடி வந்துகொண்டிருந்தார்கள். அப்பாவின் வண்டியை ஓட்டும் டிரைவரும் அந்தக் கூட்டத்தில் இருந்தார். செய்தி உறுதியாகிவிட்டது.

அப்போதும் நாங்கள் உடலைப் பார்க்கவில்லை. உடலைக் கொண்டுவருமாறு ஆம்புலன்ஸ் பணியாளரிடம் சொன்னோம். அங்கே இருந்த அபாயத்தை உணர்ந்த அவர் பாதி வழியிலேயே திரும்பிவிட்டார். அப்பாவின் ஆதரவாளர்களில் ஒருவர் ஆம்புலன்ஸை ஓட்டிச் சென்று அப்பாவின் உடலைக் கொண்டுவந்தார்.

அப்பாவைச் சிறைப்பிடித்தபின் அவருடைய கடைசி ஆசை என்ன என்று மாவோயிஸ்டுகள் கேட்டிருக்கிறார்கள். புதிய ஆடைகளை அணிந்துகொள்ள வேண்டுமா அல்லது சாப்பிட வேண்டுமா என்று கேட்டார்கள். அவர் அமைதியாக இருந்தார். அடுத்த வினாடி ஒரு தோட்டா அவர் வயிற்றைத் துளைத்துக்கொண்டு சென்றது. ஒருவன் கோடாரியால் அவருடைய முழங்காலுக்குப் பின்னால் அடித்தான். அவர் மண்டியிட்டுக் கீழே விழுந்தார். இன்னொரு தோட்டா அவருடைய தலையைத் துளைத்துக்கொண்டு சென்றது.

பழிவாங்கல் இன்னும் முடியவில்லை. அவருடைய உடலைச் சூழ்ந்துகொண்டு அவர்மேல் ஏறிக் குதித்தார்கள். வெற்றியைக் கொண்டாடினார்கள். பலமுறை அவரைக் கத்தியால் குத்தினார்கள்.

அந்த 500 ரூபாய் நோட்டு இன்னும் என்னிடம் இருக்கிறது. அதை நான் லேமினேட் செய்து வைத்திருக்கிறேன்.

கர்மா(வின் மரணம்) விதிவிலக்கு அல்ல. எதிரியின் சடலத்தைக் குதறுவது என்பது உளவியல் ரீதியான தேவை என்கிறார்கள் மாவோயிஸ்டுகள். தோழர்கள் பிணத்தின் மீது ஏறி மிதிக்கிறார்கள். அதை வீடியோவில் பதிவுசெய்து வைத்துக்கொண்டு பல ஆண்டுகள் அதைத் திரும்பத் திரும்பப் பார்க்கிறார்கள். எதிரியைக் கண்டு அஞ்சக் கூடாது

என்ற தைரியத்தை அது அடுத்த தலைமுறைகளைச் சேர்ந்த கிளர்ச்சியாளர்களுக்குக் கொடுக்கிறது. தாக்குதல்களின் காணொலிகளை இளம் கெரில்லாக்கள் பார்த்துக்கொண்டிருப்பதை மாவோயிஸ்டுகளின் முகாம்களில் பார்த்திருக்கிறேன். தங்களுடைய தோழர்கள் போலீஸ்காரர்களை அடித்துத் துவைப்பதைத் திரையில் பார்க்கையில் அவர்கள் கண்கள் விலங்குகளின் கண்களைப் போல ஒளிரும்.

ராணி போத்லி தாக்குதலில் இறந்தவர்களின் உடல்களை மிருகத்தனமாகக் கையாண்டதை அவர்கள் இப்படி நியாயப்படுத்துகிறார்கள்: "சல்வா ஜுடும் இயக்கத்தால் உள்ளூரிலுள்ள தோழர்களின் குடும்பங்கள் சின்னாபின்னமாகிவிட்டன. அவர்களுடைய சகோதரிகள் வன்புணர்வு செய்யப்பட்டார்கள். பெற்றோர், சகோதரர்கள் எல்லோரையும் அவர்கள் இழந்தார்கள். எனவே அவர்கள்மீது அளவு கடந்த வெறுப்பு இருக்கிறது. இந்த வெறுப்புத்தான் எங்களைத் துணிவுடன் போராட வைக்கிறது. ஜுடும் போக்கிரிகளின் சடலங்களைச் சிதைப்பது இந்த வெறுப்பின் வெளிப்பாடுதான்."

மாவோயிஸ்டுகளுக்கும் அரசுக்கும் இடையே நடக்கும் இந்தப் போர் சுதந்திர இந்தியாவின் மகாபாரத யுத்தமா? தண்டகாரண்யம்தான் குருக்ஷேத்திரமா?

எண்பது ஆண்டுகளுக்கு முன்பு எர்னஸ்ட் ஹெமிங்வே இப்படி எழுதினார்:[1] "மனித வேட்டைக்கு இணையாக வேறொரு வேட்டை நிச்சயமாக இல்லை. ஆயுதம் தாங்கிய மனிதர்களை நெடுநாட்களாக வேட்டையாடி அதையே விரும்புகிறவர்கள் அதன் பிறகு எதைப் பற்றியும் கவலைப்பட மாட்டார்கள். அவர்கள் இதர பல செயல்களை மனஉறுதியுடன் செய்வதை நீங்கள் பார்க்கலாம். ஆனால் அதில் அவர்களுக்கு ஆர்வம் இருப்பது அரிது. நாவில் சுவை நரம்புகள் செத்துப்போன பிறகு வைனை உங்களால் ருசிக்க முடியாது. சாதாரண வாழ்க்கை என்பது அவர்களுக்கு அப்படி ஆகிவிடும்."

பஸ்தர் இந்தக் கூற்றில் உள்ள 'மனித' என்பதை 'பிணம்' என்று மாற்றிக்கொண்டிருக்கிறது.

---

1 எர்னெஸ்ட் ஹெமிங்வேயின் 'On the Blue Water: A Gulf Stream Letter' கட்டுரையிலிருந்து (1936).

நிராசை 4

நான் பார்த்த மாவோயிஸ்டுகளின் காணொலிப் பதிவுகளில் ஒன்று மட்டும் தனித்து நிற்கிறது. எந்தத் தாக்குதலைப் பதிவு செய்யும் நோக்கத்துடன் எடுக்கப்பட்டதோ அதற்கு நேர் முரணான ஒரு தருணத்தை அது படம்பிடித்துள்ளது. 2007, மே 28 அன்று பஸ்தர் மாவட்டம் கூடூரில் காவல் துறையினர்மீது மாவோயிஸ்டுகள் தொடுத்த தாக்குதல் அது.

வனத்தில் ஒரு பறவையின் ஒலியுடன் தொடங்கு கிறது அந்தப் பதிவு. கண்ணிவெடிகள் புதைக்கப்பட்ட வனப் பாதையைக் காண முடிகிறது. சீருடை அணிந்து ஆயுதம் தாங்கிய மாவோயிஸ்டுகள் நிலத்தைப் பரிசோதித்துக்கொண்டிருக்கிறார்கள். கண்ணி வெடிகளைச் சருகுகளால் மூடிவிட்டுத் தத்தமது நிலைகளுக்கு வருகிறார்கள். சிறிய நிலப்பரப்பில் அதிகமாகக் கண்ணி வெடிகளைப் புதைத்திருக்கிறீர்கள் என்பதை ஒரு மாவோயிஸ்ட் சுட்டிக்காட்டுகிறார். இவையெல்லாம் நடக்கும்போது பறவையின் கீதமும் பின்னணியில் கேட்டுக்கொண்டிருக்கிறது. வீடியோ எடுப்பவர் அந்த ஒலியைப் பதிவு செய்வதில் கவனமாக இருந்ததாகத் தெரிகிறது. எந்த நேரத்திலும் காவல் துறையின் வண்டி வரக்கூடும் என்று எதிர்பார்த்துக் கொண்டிருக்கிறார்கள். காவல் துறையினரின் நடமாட்டம்பற்றி அவர்களுக்குத் தெரியும் என்பது கண்கூடாகத் தெரிகிறது.

கேமரா அந்த இடத்தை மேலும் நெருங்குகையில் பறவையின் ஒலி அதிகரிக்கிறது. உயரமான மரம் ஒன்றில் இலைகளற்ற கிளையின் மீது அந்தப் பறவை தனியாக அமர்ந்திருக்கிறது. அதன் ஓசை வனத்தினூடாக

எதிரொலிக்கிறது. அது ஒரு குயில். *Brain-fever bird* என்றும் அதைச் சொல்வார்கள். ஓயாமல் இனிய ஒலியை எழுப்பிக்கொண்டே இருக்கும் குயில் அது. குயிலோசை மேலும் அதிகரிக்கிறது. பிசிரற்ற ஓசையாகக் கேட்கிறது. இது தாக்குதல் வீடியோவா அல்லது நேஷனல் ஜியாக்ரஃபி சேனல் படத்திலிருந்து அல்லது தர்க்கோவ்ஸ்கியின் படத்திலிருந்து எடுத்த ஒரு பகுதியா என்று நான் வியக்கிறேன்.

காட்சி சட்டென்று மாறுகிறது. அந்த இடம் வெடித்துச் சிதறுகிறது.

அடுத்த காட்சியில் காவல் துறையினரின் சடலங்கள் சிதறிக் கிடக்கின்றன. சீருடை அணிந்த காவலர்கள் மூவர் தரையில் உட்கார்ந்திருக்கிறார்கள். இரண்டு பேர் குத்துக்காலிட்டு உட்கார்ந்திருக்கிறார்கள். அனைவருடைய கைகளும் பின்னால் கட்டப்பட்டுள்ளன. கிட்டத்தட்ட 25 மாவோயிஸ்டுகள் தென்படுகிறார்கள். அவர்களில் பெண்களும் இருக்கிறார்கள். ஒரு மாவோயிஸ்ட் காவலர் ஒருவரின் வாயில் தண்ணீர் ஊற்றுகிறார். "கவலைப்படாதே நாங்கள் உன்னை எதுவும் செய்ய மாட்டோம்" என்கிறார். "நம்பர் த்ரீ, நம்பர் ஃபோர், சரணடையுங்கள். இல்லாவிட்டால் உங்களைக் கொன்றுவிடுவோம்" என்று இன்னொரு மாவோயிஸ்ட் கத்துகிறார். இரண்டு காவலர்கள் தலையைத் தாழ்த்துகிறார்கள். ஒருவர் ஏதோ சொல்ல முயல்கிறார். உடனே மூன்றாவது மாவோயிஸ்ட் "ஏய், என்ன சிக்னல் கொடுக்கிறீர்கள்?" என்று குறுக்கிடுகிறார்.

இருப்பதிலேயே இளவயதுள்ளவராகத் தோற்றமளிக்கும் காவலர் ஒருவர் கால்சட்டையிலேயே சிறுநீர் கழித்துவிடுகிறார். கேமரா ஈரமான மண்ணைத் திரும்பத் திரும்பக் காட்டுகிறது. கேமராவைப் பார் என்று ஒரு குரல் அவரிடம் சொல்கிறது.

காவலர்கள் பேசுவதைக் கேட்க முடியவில்லை. உதடுகள் அசைவது மட்டும் தெரிகிறது. மாவோயிஸ்டுகளிடம் பேசும்போது அவர்கள் "சார்" என்ற சொல்லைப் பயன்படுத்துகிறார்கள்.

"நீங்கள் எந்த பெட்டாலியன்?" என்று ஒரு மாவோயிஸ்ட் கேட்கிறார். "பெட்டாலியன் இல்லை. DF (District Force – மாவட்டப் படை)" என்று இரண்டு காவலர்களும் கிட்டத்தட்ட ஒரே நேரத்தில் சொல்கிறார்கள். சட்டென்று மாவோயிஸ்டின் தொனி மாறுகிறது. "ஓ! இவன் டி.எஃப். அவனை விட்டுவிடு" என்கிறார். உள்ளூர் சத்தீஸ்கர் காவல் துறையின் மீதான அவர்களுடைய அனுதாபம் மத்தியத் துணை ராணுவப் படையான சி.ஆர்.பி.எஃப்.மீது அவர்களுக்கு இருக்கும் ஆழமான வெறுப்பைக் காட்டிவிடுகிறது.

“நீங்கள் டி.எஃபைச் சேர்ந்தவர்களா? கவலைப்படாதீர்கள். உங்களை விட்டுவிடுகிறோம். நீங்கள் எங்கள் எதிரி அல்ல. சத்தீஸ்கரில் இருக்கும் யாருமே எங்கள் எதிரி அல்ல” என்று இன்னொரு மாவோயிஸ்ட் கூறுகிறார். “நாங்களும் உங்களை எதிரியாக நினைக்கவில்லை சார். நாங்கள் நிர்ப்பந்தத்தால் இந்தப் பணியில் இருக்கிறோம்” என்று இளம் காவலர் சொல்கிறார்.[1]

---

1 2006, மார்ச் 24 அன்று ஒடிஷாவின் கஜபதி மாவட்டத்தில் நடந்த தாக்குதலின் காணொலிப் பதிவு மாவோயிஸ்டுகளின் தாக்குதலுக்கு முன் காவல் துறையினர் எந்த அளவுக்குக் கையறு நிலையில் இருக்கிறார்கள் என்பதை அப்பட்டமாகக் காட்டுகிறது.

சூரிய உதயத்திற்குச் சற்று நேரம் கழித்துப் பதிவுசெய்யப்பட்ட இந்த வீடியோ மாவோயிஸ்டுகள் ஒடிஷா ஆயுதக் காவல் படை முகாம் (*Odisha State Armed Police camp*), கிளைச் சிறை, ஒரு காவல் நிலையம், கஜபதி மாவட்டம் ஆர். உதயகிரி பகுதியில் அமைந்த தகவல் தொடர்புக் கோபுரங்கள் ஆகிய வற்றின் மீது ஒரே நேரத்தில் நடத்திய தாக்குதலைப் பதிவுசெய்திருக்கிறது.

இந்தத் தாக்குதலில் காவல் துறையினர் மூவர் இறந்தார்கள்; மூவர் காயமடைந்தார்கள். ஒரு ஏ.கே. 47, ஒரு இலகு ரக இயந்திரத் துப்பாக்கி, 24 எஸ்.எல்.ஆர்., கிரனேட் செலுத்தும் கருவி, பத்து கிரனேடுகள், 4000 சுற்று வெடிபொருள்கள் ஆகியவற்றை மாவோயிஸ்டுகள் கைப்பற்றிக்கொண்டார்கள். தங்களுடைய தொண்டர்களையும் இதர சிலரையும் சிறையிலிருந்து விடுவித்தார்கள். காவல் நிலைய அதிகாரி ரஞ்சன் மல்லிக், சிறைச்சாலை துணை சூப்பிரன்டென்டென்ட் ரபி நாராயண் சேத்தி ஆகிய இருவரையும் கடத்திச் சென்றார்கள். “இந்தத் தாக்குதல் வெற்றிகரமாகப் போதிய பாதுகாப்பு அரண்களுடன் ஒரு முகாமை ரெய்டு செய்வதற்கான நல்ல அனுபவத்தை எங்களுக்குத் தந்தது” என்று மாவோயிஸ்ட் ஆவணம் ஒன்றில் பதிவாகியிருக்கிறது.

இந்த வீடியோவில் உள்ளூர் மக்கள் பலரைப் பார்க்க முடிகிறது. தாக்குதலைப் பார்ப்பதற்காக மாவோயிஸ்டுகள் அவர்களைத் திரட்டியிருப்பார்கள் என்று தோன்றுகிறது. மாவோயிஸ்டுகள் முதலில் காவல் நிலைய வளாகம் முழுவதும் பரவி அதை ஆக்கிரமிக்கிறார்கள். பிறகு சிறைச் சாலைக்கு வெளியே இருக்கும் மக்களிடம் தங்கள் சித்தாந்தத்தைப் பற்றிப் பேசுகிறார்கள். சிறைச்சாலைக்கு முன்னால் இரண்டு டஜனுக்கும் மேற்பட்ட போலீஸ்காரர்கள் மண்டியிட்டிருக்கிறார்கள். முகங்கள் கவிழ்ந்து கைகள் தலைக்குமேல் இருக்கின்றன. பெரும்பாலானவர்கள் வெறும் ஜட்டி மட்டும் அணிந்திருக்கிறார்கள். சிலருடைய கைகள் நீண்ட கயிறால் கட்டப்பட்டிருக்கின்றன.

பக்கத்தில் சரக்கு லாரி ஒன்று நிற்கிறது. மாவோயிஸ்டுகளும் விடுதலை செய்யப்பட்டவர்களும் அந்த வண்டியில் ஏறுகிறார்கள். “மாவோதி ஜிந்தாபாத்” என்று மாவோயிஸ்டுகள் முழங்குகிறார்கள். கடத்தப்பட்ட இருவரில் ஒருவர் அதைத் திருப்பிச் சொல்கிறார். அவருடைய கைகள் கட்டப்பட்டுள்ளன. சட்டை கிழிந்திருக்கிறது. கூட்டத்தின் முன் அழைத்துவரப்பட்டு அனைவரின் கண்ணெதிரிலும் அவர் கடத்தப்படுகிறார்.

மாவோயிஸ்டுகள் சிறைச்சாலையில் தங்களுடைய செங்கொடியை ஏற்றுகிறார்கள். கேமரா சிறிது நேரம் அந்தச் செங்கொடியின் மீதே தன் பார்வையைப் பதிக்கிறது. இவை எல்லாம் பதிவு செய்யப்படும்போது இதர படையினர் யாரும் வரவில்லை. சரணடைந்த காவலர்கள் யாரும் எதிர்க்க முயற்சி செய்ய வில்லை. எந்த எதிர்ப்பும் இல்லாமல் மாவோயிஸ்டுகள் தங்கள் தாக்குதலை நடத்தி முடிக்கிறார்கள்.

வீடியோவின் கடைசி ஃபிரேமில் சிறைச்சாலை வெடித்துச் சிதறுகிறது.

இந்தத் தாக்குதலில் மாவோயிஸ்டுகள் பத்துக் காவலர்களைக் கொன்றார்கள். மூன்று ஏகே.47, ஏழு எஸ்.எல்.ஆர்., ஒரு ஐ.என். எஸ்.ஏ.எஸ்., ஒரு 9 மிமீ பிஸ்டல், இரண்டு அங்குல மார்ட்டார் ஒன்று ஆகியவற்றுடன் 611 ரவுண்டுகள் சுடக்கூடிய வெடிமருந்து களைக் கைப்பற்றினார்கள்.

“சார், அவருக்குக் கை ரொம்ப வலிக்கிறது” என்று இளம் காவலர் தன் சகாவைச் சுட்டிக்காட்டிச் சொல்கிறார்.

“பிரச்சினை இல்லை. நாங்கள் டாக்டர்கள். உங்களுக்கு சிகிச்சை அளிப்போம்” என்கிறார் ஒரு மாவோயிஸ்ட். திடீரென்று அவர் குரலில் பரிவு தொனிக்கிறது. இவர் திரையில் தெரியவில்லை. ஆனால் அவர்தான் அதிகம் பேசுகிறார். குழுவின் தலைவர்போலத் தெரிகிறது. இந்தக் காணொலியை என்னிடம் கொடுத்த கிளர்ச்சியாளர்கள் அவர் சோனு என்கிற பூபதி என்கிற மல்லோஜுலா வேணுகோபால் ராவ் என்று சொன்னார்கள்.

கேமரா அடுத்தபடியாக, காவல் துறையினரின் மோட்டார் சைக்கிள்கள் எரியும் காட்சி, தரையில் கிடந்து எரியும் உடல்கள் ஆகியவற்றைக் காட்டுகிறது. மாவோயிஸ்டுகள் அவற்றைச் சுற்றி நின்றுகொண்டு “பி.எல்.ஜி.ஏ. ஜிந்தாபாத்” (People's Liberation Guerrilla Army – மக்கள் விடுதலை கெரில்லா ராணுவம்) என்று முழக்கமிடுகிறார்கள். ஆயுதம் தாங்கிச் சீருடை அணிந்த அந்த கெரில்லாக்களில் ஒருவர் பதின்பருவத்துப் பெண்போலத் தெரிகிறது. முழக்கமிடுவதற்காகக் கையைத் தூக்கும்போது அவர் லேசாகச் சிரிக்கிறார். வெள்ளையாக இருக்கும் அந்தப் பெண் அந்தப் படையில் ஒட்டாமல் தனித்துத் தெரிகிறார். நகரத்தைச் சேர்ந்தவராக இருக்கலாம்.

ஆனால் கண்ணி வெடியின் விசையை அழுத்துவதற்கு முன்பு அந்த ஒற்றைக் குயிலையும் அதன் கீதத்தையும் படம்பிடித்த மாவோயிஸ்ட் யார்?

மரணம் 4

மாவோயிஸ்டுகளுடனான மோதலில் உயிரிழந்த ஒரு சிப்பாயின் இறுதிப் பயணத்தைப் பற்றி ராய்ப்பூரில் நேற்று சி.ஆர்.பி.எஃப். அதிகாரி ஒருவர் என்னிடம் விவரித்தார்.

உள்ளுறுப்புகள் நீக்கப்பட்ட பிறகு அந்தச் சடலம் பதப்படுத்தப்படுகிறது. தலை, வயிறு, பின்பகுதி ஆகிய இடங்களில் ஃபார்மல்டிஹைட், கிளட்டரால்டிஹைட், மெத்தனால் ஆகியவற்றின் கலவையை ஊசி மூலம் செலுத்துகிறார்கள். சவப்பெட்டியை மூவர்ணக் கொடியால் போர்த்துகிறார்கள். ஒரு போலீஸ்காரர், இறந்தவரின் நண்பராக இருக்கலாம், தன் வீட்டிற்கு அந்தச் சவப்பெட்டியை எடுத்துச் செல்கிறார். போலீஸ்காரர் ரயிலில் சென்றதால் அந்தச் சவப்பெட்டியை அவர் பயணிகளின் பெட்டியில் தன்னுடன் வைத்துக்கொள்வதில்லை. சரக்குகள் பிரிவில் கடித மூட்டைகள், பைக்குகள், மரச் சாமான்கள் ஆகியவற்றுடன் போட்டுவைக்கிறார்.

ரயில் பயணத்திற்குப் பிறகு அந்தச் சவப்பெட்டி சாலை வழியாகப் பயணித்து இறந்தவரின் வீட்டை அடைகிறது. அவருடைய குடும்பத்தினரிடமிருந்து அரசு ஆவணத்தில் போலீஸ்காரர் கையெழுத்து வாங்கிக்கொள்கிறார். சடலத்தைப் பெற்றுக் கொண்டதற்கான சான்று அது.

அந்த மூவர்ணக் கொடி? உயிரிழந்த இன்னொரு படைவீரருக்கு அது பயன்படுத்தப்படுகிறதா?

சடலங்களின் வாடையை அந்தக் கொடி தன் வாழ்நாள் முழுவதும் சுமந்துகொண்டிருக்கிறதா? சடலங்களின் இறுதிப் பயணத்திற்குப் பயன்படுத்துவதற்கென்றே காவல் துறையும் ராணுவமும் கொடிகளைக் கையிருப்பில் வைத்திருக்கின்றனவா? இதற்கென்று சீரான நடைமுறை எதுவும் இல்லை. பல்வேறு மாநிலங்களின் போலீசார், துணை ராணுவப் படையினர், இந்திய ராணுவத்தினர் கடற்படையினர் ஆகியோருடன் பேசியிருக்கிறேன். சில இடங்களில் நினைவுச் சின்னமாக இறந்தவரின் குடும்பத்தினரிடமே அந்தக் கொடியைக் கொடுத்துவிடுகிறார்கள். சிலர் சடலத்துடன் சேர்த்து அதையும் எரித்துவிடுகிறார்கள். சிலர் அமைதியாக அதை அழித்துவிடுகிறார்கள். இப்படிப்பட்ட தருணங்களில் மட்டுமே தேசியக் கொடி இத்தகைய முடிவை அடைகிறது என்று சொல்லலாம்.

மூன்று ஆண்டுகளுக்குப் பிறகு 2017, ஜனவரி 17 அன்று இமயமலைச் சிகரங்களில் அமைந்துள்ள வாக்குச் சாவடிகளைத் தேடிச் சென்றபோது இப்படிப்பட்ட ஒரு கொடி என் பாதையில் குறுக்கிட்டது. அப்போது பனி பொழிந்துகொண்டிருந்தது. சமோலி மாவட்டத்தில் மலைகளுக்கு நடுவில் அமைந்த பர்சாரி கிராமத்தில் பாகீரதி தேவி என்னும் மூதாட்டி வசித்துவந்தார். சில ஆண்டுகளுக்கு முன்பு சிலர் தன்னிடம் தந்த மூவர்ணக் கொடியை அவர் வைத்திருந்தார்.

24ஆவது அசாம் ரைஃபிள்ஸ் பிரிவைச் சேர்ந்த அவருடைய மகன் முரளி சிங் பிஷ்ட் சில ஆண்டுகளுக்கு முன்பு பணியில் இருக்கும்போது இறந்துவிட்டார். சில நாட்களுக்குப் பின் தேசியக் கொடி போர்த்தப்பட்ட சவப்பெட்டி வந்துசேர்ந்தது. "அவங்க என்ன சொன்னாங்கன்னா..." அவருக்கு அது மறந்துவிட்டது. பதின் வயதுடைய தன் பேரன் அனுரோதைப் பார்த்து, "அவங்க என்ன சொன்னாங்க?" என்று கேட்டார். "ஜனவரி 26ஆம் தேதியும் ஆகஸ்ட் 15ஆம் தேதியும் அதை ஏத்திவைக்கச் சொன்னாங்க" என்றான் அந்தச் சிறுவன். உள்ளே போய் ஒரு பெட்டியிலிருந்து அந்தக் கொடியை எடுத்துவந்தான். அவன் அப்பாவின் மணம் அப்போதும் அந்தக் கொடியில் இருந்தது.

போர், சவப்பெட்டி ஆகியவை குறித்த பழைய கதை ஒன்று என் நினைவுக்கு வந்தது.[1]

பார்வைத் திறன் இழந்த ஏழை ஒருவர் தன் குழந்தைகளுடன் கிராமத்தில் வசிக்கிறார். அவருடைய இளைய மகன் ராணுவத்தில் சேர்ந்து போருக்குச் செல்கிறார். போரில் அவர்

---

1 பிரசன்ன விதானஹே இயக்கிய 'புராஹண்ட கலுவாரா' (பவுர்ணமியில் நடந்த மரணம், 1997) என்னும் சிங்களப் படத்தில் இடம்பெற்ற கதை.

உயிரிழந்த செய்தி ஒருநாள் வருகிறது. தந்தையால் அதை ஏற்றுக் கொள்ள முடியவில்லை. சில நாட்கள் கழித்து ராணுவத்தினர் சவப்பெட்டியுடன் வருகிறார்கள். சவப்பெட்டியின் மேல் தேசியக் கொடி போர்த்தப்பட்டிருக்கிறது. ராணுவ மரியாதையுடன் அந்தச் சவப்பெட்டி அடக்கம் செய்யப்படுகிறது. பார்வையிழந்த அந்த மனிதரால் தன் மகன் இறந்துவிட்டான் என்பதை இன்னமும் நம்ப முடியவில்லை. அவர் அப்படியே இருந்துவிட்டுப் போகட்டும் என்று குடும்பத்தினர் விட்டுவிட்டார்கள்.

விரைவிலேயே அவர்கள் கசப்பான சூழலை எதிர் கொண்டார்கள். அரசு அந்த இளைஞனின் மரணத்திற்காக நிதி உதவி தர விரும்புகிறது. இறந்தவரின் தந்தை கையொப்பமோ பெருவிரல் ரேகைப் பதிவோ இட்டால்தான் அந்தப் பணத்தைப் பெற முடியும். ஆனால் அவரோ, என் மகன் இன்னும் உயிருடன்தான் இருக்கிறான் என்று சொல்லிப் பணத்தை வாங்க மறுத்துவிட்டார். அந்தப் பணம் தங்களை வறுமையிலிருந்து மீட்கும் என்பதை உணர்ந்த குடும்பத்தினர் பெரியவரை வற்புறுத்துகிறார்கள். ஆனால் அவர் மசியவில்லை.

அவர்களுடைய தொல்லைகளைப் பொறுக்க முடியாமல் அவர் ஒருநாள் இரவில் மண்வெட்டியை எடுத்துக்கொண்டு மயானத்திற்குக் கிளம்பிவிடுகிறார். அவருடைய குடும்பத்தினரும் மொத்தக் கிராமத்தினரும் அவருடன் போகிறார்கள். பார்வையற்ற அவர் அந்த இடத்திற்குப் போய் வெறி பிடித்ததுபோல மண்ணைத் தோண்டத் தொடங்குகிறார். சுற்றி இருப்பவர்கள் அவரை நிறுத்த விரும்புகிறார்கள். ஆனால் அவர்களால் அது முடியவில்லை. அழுகிப்போன உடலைப் பார்க்க அவர்கள் விரும்பவில்லை. தோண்டி எடுத்துவிட்டால் இறப்பு ஒருவழியாக உறுதியாகிவிடும், ஆவணத்தில் கையெழுத்துப் போடும்படி அந்த மனிதரை ஒப்புக்கொள்ள வைக்கலாம் என்றும் அவர்கள் நம்புகிறார்கள்.

தந்தை தொடர்ந்து தோண்டிக்கொண்டே இருக்கிறார். விரைவிலேயே சவப்பெட்டி அந்த இருளில் வெளிப்பட்டு மின்னுகிறது. அந்த மரப்பெட்டியை உடைத்துத் திறக்கிறார். நடுங்கும் கைகளால் பெட்டிக்குள் துழாவுகிறார். அவர் முகத்தில் நிம்மதியின் பிரகாசத்தைக் கண்டு குடும்பத்தினர் திகைத்துப் போகிறார்கள்.

சவப்பெட்டியில் கற்கள் சீராக அடுக்கிவைக்கப்பட்டிருக்கின்றன.

கனவு 3

மரணத்தின் இன்னொரு முகம் பத்ம குமாரியின் சொற்களில் வெளிப்பட்டது. 2014ஆம் ஆண்டு ஆகஸ்டில் ஹைதராபாதில் இருக்கும் அவருடைய வீட்டில் அவரைச் சந்தித்தேன். தன்னுடைய கணவரும் சக கட்சிக்காரருமான சுரேஷ் காவல் துறையுடனான மோதலில் கொல்லப்பட்டபோது பத்மா சிறையில் இருந்தார். "கடைசியாக ஒருமுறை அவரைப் பார்த்துவிட்டு வருமாறு சொன்னார்கள். நான் போகவில்லை. அவருடைய உடலைச் சிதைத்திருப்பார்கள் என்று எனக்குத் தெரியும். அவருடைய சிரித்த முகத்தையே நினைவில் வைத்துக்கொள்ள விரும்பினேன்" என்றார் பத்மா. பல ஆண்டுகள் காட்டிலும் சிறையிலும் இருந்த பிறகும் அவருடைய கண்கள் பிரகாசத்தை இழந்துவிடவில்லை. "அவருடன் எனக்கு இருந்தது தனிப்பட்ட உறவு மட்டுமல்ல. அவர் என் தலைவர். என் கட்சியின் தலைவர்" என்றார் பத்மா.

சுரேஷ் இறந்த சில ஆண்டுகளில் பத்மா விடுதலை ஆனார். 2007இல் அவர் புரட்சிகர எழுத்தாளர் சங்கத்தைச் சேர்ந்த பத்திரிகையாளர் ஒருவரைத் திருமணம் செய்துகொண்டார். ஆனால் சுரேஷின் முகத்தை அவர் மறக்கவில்லை. அமகுலா பந்து மித்குலா சங்கம் என்னும் அமைப்பில் சேர்ந்தார். காவல் துறை மோதல்களில் கொல்லப்பட்ட மாவோயிஸ்டுகளின் உறவினர்கள் உருவாக்கிய இந்த அமைப்பு ஆந்திரப் பிரதேசத்திலும் தெலுங்கானாவிலும் தீவிரமாக இயங்கிவந்தது.

இவர்கள் நீண்ட காலம் கெரில்லா வாழ்க்கையும் நடத்தியவர்கள். இதன் உறுப்பினர்களில் 90 சதவீதம் பேர் பெண்கள். இதர மாநிலங்களில் கொல்லப்பட்ட மாவோயிஸ்டுகளின் சடலங்களைக் கொண்டுவந்து, கண்ணியமான முறையில் இறுதிச் சடங்குகள் செய்வதற்காக அவர்களுடைய உறவினர்களிடம் இந்த அமைப்பினர் ஒப்படைக்கிறார்கள். மரண வாகனத்தின் காவலர்கள்.

ஜூலை 18 இந்தச் சங்கம் நிறுவப்பட்ட நாள். ஆந்திரம், தெலுங்கானா ஆகிய இரு மாநிலங்களிலும் பல நகரங்களில் இறந்தவர்கள் நினைவுகூரப்படுகிறார்கள். கடந்த 40 ஆண்டுகளில் இந்த இரு மாநிலங்களிலும் 6000க்கும் மேற்பட்ட கெரில்லாப் போராளிகள் கொல்லப்பட்டிருக்கிறார்கள். கடந்த 20 ஆண்டுகளில் பஸ்தரைச் சேர்ந்த கெரில்லாக்கள் அதிக எண்ணிக்கையில் இறந்தாலும் அங்கே இதுபோன்ற அமைப்பு இல்லை. உரிமை கோர யாருமற்ற பழங்குடிகளின் பிணங்கள் அடையாளம் காணப்படாமல் இருக்கும். இத்தகைய உடல்களைக் காவல் துறையினர் மொத்தமாக எரித்துவிடுவார்கள்.

மித்குலா சங்கத்தினர் 2011ஆம் ஆண்டு நவம்பர் மாதம் கிஷன்ஜியின் உடலைக் கொண்டுவந்து கரீம்நகர் மாவட்டம் பெட்டபள்ளியில் இருக்கும் அவருடைய உறவினர்களிடம் ஒப்படைத்தார்கள். அவர் சி.ஆர்.பி.எஃப். படையினரால் சொல்லப்பட்டார். அவருடைய பாசறையில் துணை ராணுவப் படையினரால் ‘சேர்க்கப்பட்ட’ பெண்ணின் மூலமாக இது நடந்தது என்று கருதப்பட்டது. துணை ராணுவப் படையினர் கிஷனின் சடலத்தைக் கொடூரமாகச் சிதைத்துவிட்டதாக மாவோயிஸ்டுகள் குற்றம்சாட்டுகிறார்கள். புகைப்படங்களும் அதை உறுதிப்படுத்துகின்றன.

2014, ஆகஸ்ட் 25 இரவு. மிகவும் புழுக்கமாக இருக்கிறது. ஆனால் பெட்டபள்ளியில் உள்ள தன் வீட்டில் இருந்தபடி மூச்சு விடாமல் பேசிக்கொண்டே இருக்கும் மதுரம்மாவின் முகத்தில் ஒரு துளி வியர்வை இல்லை. அவருக்கு 88 வயது. தெலுங்கு மட்டும்தான் பேசத் தெரியும். அவரைச் சந்திக்க வந்திருக்கும் பத்திரிகையாளருக்குத் தெலுங்கு தெரியாது. மதுரம்மாவின் பேரன் திலீப் மொழிபெயர்த்துச் சொல்கிறார். திலீப், கிஷன்ஜியின் மருமகன். உள்ளூர்க் கல்லூரியொன்றில் உளவியல் கற்பிக்கிறார். குடும்பம் வசதியாகத்தான் இருக்கிறது. பெரிய வீடு. புழக்கடையில் நிறைய மரங்கள் காணப்படுகின்றன. அறைகளில் குளிர்பதனக் கருவிகள் உள்ளன. கூடத்தில் உள்ள அலமாரியில் பல்வேறு விருதுகள் வைக்கப்பட்டிருக்கின்றன. யார் வாங்கிய விருதுகள் இவை?

அந்த நவம்பர் மாதத்தின் பிற்பகலில் காவல் துறையினர் பெட்டபள்ளிக்கு வரும் சாலைகளையெல்லாம் அடைத்துவிட்டது மதுரம்மாவுக்கு இன்னமும் நினைவில் இருக்கிறது. என்றாலும் 70,000க்கும் மேற்பட்ட கூட்டம் அவருடைய மகனுக்காகத் திரண்டிருந்தது.

"அவர் வீட்டை விட்டுக் கிளம்பும்போது நீங்கள் தடுக்க வில்லையா?"

"எப்படித் தடுக்க முடியும்? இந்திரா அம்மா எமர்ஜென்ஸி போட்டுவிட்டார். அவன் தலைமறைவாக வேண்டும். எனக்கு வருத்தம்தான். ஆனால் அவனை நினைத்துப் பெருமையாக இருக்கிறது. இங்கே உள்ள மக்கள் அவன்மீது மிகுந்த மரியாதை வைத்திருக்கிறார்கள்."

அந்த மூதாட்டி முன்னாள் பிரதமரை இந்திரா அம்மா என்று சகஜமான தொனியில் சொல்கிறார். அவருடைய தன்னம்பிக்கை வெளிப்படையாகத் தெரிகிறது. அவருடைய கணவர் மல்லோஜுலா வெங்கடய்யாவும் அவருடைய அப்பாவும் சுதந்திரப் போராட்ட வீரர்கள். விருதுப் பட்டயம் ஒன்றைச் சுட்டிக் காட்டும் திலீப், இது வெங்கடய்யாவுக்கு இந்திரா காந்தி 1972, ஆகஸ்ட் 15 அன்று கொடுத்தது என்கிறார். அவருடைய மகன் அரசை எதிர்க்கும் போராட்டத்தில் தலைமறைவாவதற்கு மூன்று ஆண்டுகளுக்கு முன்பு இது நடந்திருக்கிறது. கிஷன்ஜியைத் தொடர்ந்து வெங்கடய்யாவின் இளைய மகன் பூபதி என்கிற மல்லோஜுலா வேணுகோபால் ராவும் தலைமறைவாகிறார். இப்போது அவர் சிபிஐ (மாவோயிஸ்ட்) பொலிட்பீரோ உறுப்பினர். சுதந்திரப் போராட்ட வீரர்களின் பேரர்களும் கொள்ளுப் பேரர்களும் அரசால் தேடப்படும் கெரில்லாக்களாகி விட்டார்கள். புரட்சிக்காகத் தங்கள் வாழ்வை அவர்கள் பணயம் வைக்கிறார்கள்.

மரணம் 5

"எப்ப வந்தீர்கள்?"

"விடிவதற்கு முன்னால். இலுப்பை மரத்தடியில் சந்திக்கலாம் என்று சொன்னீர்களே ... நீங்கள் எங்கே இருக்கிறீர்கள்? ஏற்கெனவே இங்கே நிறையப் பேர் இருக்கிறார்கள். இலுப்பைப் பூக்கள் எல்லாம் சீக்கிரமே உதிர்ந்துவிடும்."

"கவலைப்படாதே. இன்று நிறைய உதிர்ந்திருக் கிறது. வா, நாம் ஆரம்பிக்கலாம்."

அது இலையுதிர்காலம். காடு முழுவதும் சருகுகள் பிரகாசித்துக்கொண்டிருந்தன. அதிகாலையிலிருந்து மதியம்வரை இலுப்பைப் பூக்கள் சிந்திக்கொண்டிருந்தன. சிறிய வெள்ளை நிறப் பூக்கள். பூமி முழுவதையும் அந்தப் பூக்களே நிறைந்திருந்தன. இலுப்பை மரங்கள் மொட்டையாக நின்றுகொண்டிருந்தன. ஆண்டு முழுமைக்குமான போதையை மார்ச் மாதத்திலேயே கொடுத்துவிட்டன.

காய்ந்து சருகாகிப்போன சிவந்த இலைகளுக் கிடையில் சிதறிக் கிடக்கும் வெண்ணிற விதை களை மடாவும் அவர் மனைவியும் பொறுக்கி எடுப்பார்கள். ஆண்டு முழுமைக்குமான அவர்களது விருப்பத்திற்குரிய விதைகளைத் தங்கள் புழக்கடையிலிருந்தே அவர்கள் எடுத்துக் கொள்வார்கள். இரவுகள் இலுப்பைப் பூஇதழ்கள்மீது நர்த்தனம் ஆடும். வனமும் நதியும் அவர்களின் அணிகலன்கள்.

ஆனால் அதெல்லாம் ஒருகாலம்...

2012, ஜனவரி மாதத்தில் பொடியாமி மாதா சுக்மாவிலுள்ள காவல் நிலையத்தில் இறந்து கிடந்தார். அவர் ஒரு நக்சல் என்றும் லாக்-அப்பில் தூக்கு மாட்டிக்கொண்டு இறந்துவிட்டார் என்றும் காவல் துறையினர் சொன்னார்கள். மொத்தக் கிராமமும் காட்டைத் தாண்டி வந்து சாலையை மறித்துக்கொண்டது. அவருடைய உடல் அரசு ஆம்புலன்ஸில் ஜக்தல்பூரிலிருந்து தண்டேவாடா வழியாக வந்துகொண்டிருந்தது. இறுதிச் சடங்கை அமைதியாக நடத்த வேண்டுமென்று கிராமவாசிகளைத் தவிர்த்துவிட்டு ஆம்புலன்ஸ் சுற்று வழியில் வந்துகொண்டிருந்தது. ஆனால் ஆம்புலன்ஸ் வரும் செய்தி பரவிவிட்டது. மக்கள் மரக்கட்டைகளைப் போட்டுச் சாலையை மறித்தார்கள். காடிராஸில் ஆம்புலன்ஸ் நிற்க வேண்டியிருந்தது.

கூச்சல் விண்ணைப் பிளந்தது. கந்தலான லுங்கிகளும் புடவைகளும் அணிந்த ஆண்களும் பெண்களும் கதவைத் திறக்கும்படி ஆம்புலன்ஸைத் தட்டினார்கள். பெண்கள் உள்ளே ஏறிவிட்டார்கள். கண்ணாடியால் ஆன சவப்பெட்டி வண்டிக்குள் இருந்தது. அதற்குள் வெள்ளைத் துணியால் மூடப்பட்ட சடலம் இருந்தது. பெண்கள் தங்கள் முஷ்டிகளால் கண்ணாடியின் மீது குத்தினார்கள். கண்ணாடி வளையல்கள் நொறுங்கின. சவப்பெட்டியின் கண்ணாடி வலுவானது. அது அரசின் சொத்து. அதிர்வைத் தாங்கும் வலிமை கொண்டது.

ஆவேசமான கூச்சல்களுக்கு அப்பால் அந்த உடலின் முதலாவதும் கடைசியானதுமான உரிமையாளர் பொடியாமி கோசி குத்துக்காலிட்டு உட்கார்ந்திருந்தார். அசையாமல் இருந்தார். மாடாவின் குழந்தை அவர் வயிற்றில் இருந்தது. ஐந்து மாதம். இறப்பதற்கு முன் தன் கணவன் கடுமையாக அடி வாங்கியதாக மருத்துவ அறிக்கை சொன்னது அவருக்குத் தெரியாது. மாடாவின் பிறப்புறுப்பு வீங்கியிருந்தது. அவருக்கு நக்சல்களுடன் தொடர்பு இருக்கிறது என்பதை நிரூபிக்க அவருக்கு எதிராக எந்த வழக்கும் பஸ்தர் முழுவதும் பதிவாக வில்லை. லாக்-அப்பில் கயிறு எதுவும் அவரிடம் இல்லை. போர்வைதான் இருந்தது. அதை வைத்து, மூன்றடி உயரமுள்ள மரக்கட்டையில் அவர் "தூக்கு மாட்டிக்கொண்டு" இறந்தார் என்று போலீசார் சொல்கிறார்கள்.

சி.ஆர்.பி.எஃப். படையினர் மாடாவைச் சில நாட்களுக்கு முன்பு கைதுசெய்தார்கள் என்று காவலர் ஒருவர் தெரிவிக்கிறார். அவர்கள் மாடாவின் பிறப்புறுப்பில் பெட்ரோல் ஊற்றி அதில் நெருப்பை வைத்தார்கள். கோசிக்கு இதெல்லாம் தெரியாது. அவர் அமைதியாகக் குத்துக்காலிட்டு அமர்ந்திருக்கிறார். 'நக்சல்' கணவரின் சடலம் அவருக்குப் பக்கத்தில் இருக்கிறது.

அவர் தலை முழங்கால்களுக்குள் புதைந்திருக்கிறது. அவரையும் சவப்பெட்டியின் கண்ணாடியைத் தாக்கிய பெண்களையும் நீங்கள் புகைப்படம் எடுத்துக்கொள்கிறீர்கள். கேமரா, செய்தி ஆகியவற்றினூடே உலகைக் காணும்படி நேர்ந்து விட்டதை எண்ணி வெட்கமடைகிறீர்கள். மரணத்தையும் இந்த அலறல்களையும் ஏன் அமைதியாக உங்களால் கவனிக்க முடியவில்லை? கேள்வி ஊசலாடுகிறது. ஆனால் வெவ்வேறு கோணங்களில் போதிய அளவு புகைப்படங்களை எடுத்தாயிற்று என்பதை உறுதிப்படுத்திக்கொண்ட பிறகுதான் ஆம்புலன்ஸிலிருந்து கீழே இறங்குகிறீர்கள்.

இரண்டு மாதங்கள் கழித்து வனத்தின் மரங்கள் மீண்டும் இலைகளை உதிர்க்கின்றன. இலுப்பை மரம் மீண்டும் மலர்களைச் சொரிகிறது. இந்த மார்ச் மாதம் கோசி கூடையை எடுத்துக்கொண்டு தனியாகச் சென்று வெள்ளை மலர்களைச் சேகரிக்கிறார். ஜனவரி மாதத்தின் அந்த மோசமான மதியப் பொழுதில் பார்த்ததைப் போலவே இப்போதும் அமைதியாகக் காணப்படுகிறார். வயிறு மேலும் சற்றுப் பெருத்திருப்பதுபோலத் தெரிகிறது. அப்படி இல்லாமலும் இருக்கலாம். 200 நாள் குழந்தையின் இருப்பு அவரிடத்தில் பெரிதாக எந்த மாற்றத்தையும் ஏற்படுத்தவில்லை.

மறுதலிப்பின் சட்டம் பிறப்பதற்கு முன்னே தீர்மான மாகிவிடுகிறது.

கோசி இலுப்பை மலர்களைச் சேகரிக்கத் தனியாகச் செல்கிறார். ஆட்டம் காணும் பேருந்தில் பயணம் செய்து மாவட்ட ஆட்சியரின் அலுவலகத்திற்கு அவர் போகக்கூடும். அங்கே வரிசையில் நின்று தன் 'நக்சல்' கணவரின் மரணச் சான்றிதழைப் பெற்றுக்கொள்ளலாம்.

அவர் கணவரின் தம்பி தென் மாநிலம் ஒன்றில் பணிபுரிகிறார். அண்ணன் இறந்ததை அறிந்த அவர் சுக்மாவுக்கே வந்துவிட்டார். "என் அண்ணின் சாவை நான் அப்படியே விட்டுவிட மாட்டேன். கொலை செய்தவர்களுக்குத் தண்டனை வாங்கித் தருவேன்" என்கிறார் அவர். தன் காலுக்குக் கீழே நிலம் ஆட்டம் காண்பதை அவர் அறியவில்லைபோலும். பிணக்கூராய்வு அறிக்கையைக்கூட இரண்டு மாதங்களாக அவரால் பெற முடியவில்லை. அவருடைய போராட்டம் அவருக்குள்ளேயே நடக்கிறது. அது அப்படியேதான் இருக்கும். நிலத்தில் காலூன்றி நிற்பதற்கான சிறு பிடிமானம் அது. அந்த நிலத்தைக் கொஞ்சம் கீறிப் பார்த்தால் இலுப்பையின் வெண்ணிற மொட்டுக்களைச் சிதற அடிக்கும் வறண்ட குளிர்ந்த காற்று மட்டுமே இருக்கும்.

ஆண்டுகள் கழியும். சுக்மாவின் பைராம்பரா கிராமத்தில் வசிக்கும் அவர் மாவட்ட ஆட்சியர், காவல் துறை சூப்பரின்டென்டென்ட், உள்ளூர் கவுன்சிலர் அல்லது சட்டமன்ற உறுப்பினருக்குச் சில விண்ணப்பங்களைச் சமர்ப்பித்திருப்பார். அந்த விண்ணப்பங்களின் ஒளியச்சு நகல்களைப் பத்திரமாக வைத்திருப்பார். அவற்றைப் பெற்றுக்கொண்டதற்கான அத்தாட்சி முத்திரைகளும் இருக்கும். தன்னைப் பார்க்க வரும் பத்திரிகையாளர்களிடம் அதைக் காட்டுவார். என்ன நடந்தது என்பதை முதலிலிருந்து சொல்லுவார்.

(மார்ச் 2012, சுக்மா)

மரணத்தின் கதை 6

ஒரு சடலம். கற்பனையான ஒரு சடலம். ஒன்று சூரிய வெளிச்சத்தில் மஹுவா மரத்தின் கீழ் கிடக்கிறது. இன்னொன்று உங்கள் பிரக்ஞையில் எதிரொலித்துக்கொண்டிருக்கிறது. நேற்றிரவு வந்த மின்னஞ்சலைப் படித்துக்கொண்டிருக்கிறீர்கள். யாரோ சில கேள்விகள் கேட்டிருக்கிறார்கள். கடந்த 24 மணிநேரத்தில் 22 முறை அதைப் படித்து விட்டீர்கள். அது 2013, நவம்பர் மாதம்.

திரையை வெறித்தபடியே கடந்த வாரம் ஒரு நண்பருடன் இரவு உணவு சாப்பிட்டபோது அந்த நண்பர் இறந்துவிட்டார் என்ற எண்ணம் திடீரென்று தோன்றியதை நினைத்துப் பார்க்கிறீர்கள். எப்படியெல்லாம் அவர் இறப்பார் அல்லது கொல்லப்படுவார் என்பது குறித்த எண்ணங்கள். தூங்கிக்கொண்டிருக்கும்போதே உயிர் பிரியும் அமைதியான மரணம். அல்லது காவலர்கள் அவர் உடலில் 32 முறை சுடுவதால் ஏற்படும் கோர மரணம். அல்லது கொடூர விபத்து. வாகனம் அவர் உடலைச் சிதைக்கிறது. காளான் சூப்பை உறிஞ்சியபடி எதிரில் அமர்ந்திருக்கும் நண்பருக்கான அஞ்சலிக் குறிப்பை மனதில் தொகுத்துக் கொள்கிறீர்கள். பூண்டின் சுவை நாவில் நெடுநேரம் தங்கியிருந்தது.

நேற்றிரவு உங்கள் நெருங்கிய நண்பரிடமிருந்து தொலைபேசி அழைப்பு வந்தது. கைபேசி இடதுகாதில் பொருந்தியிருக்கிறது. அவர் நிலைகுலைந்து விழுவதாகக் கற்பனை செய்து கொள்கிறீர்கள். அவருடைய அலறல் உங்கள்

காது ஜவ்வுகளைத் துளைத்தது. அவருடைய அலறலின் கடைசிச் சிதறல்கள் மட்டுமே உங்கள் காதுகளில் தங்கின. ஆயிரம் மைல்களுக்கு அப்பால். அடிக்கடி தோன்றும் அந்த பயங்கரக் கனவை மீண்டும் ஒருமுறை மன அரங்கில் நிகழ்த்திப் பார்க்கிறீர்கள். அவருடைய கடைசிக் கணங்களின்போது நீங்கள் அவர் அருகில் இல்லை. கற்பனையான அச்சத்துடன் நெடுநாட்கள் வாழ்ந்துகொண்டிருக்கிறீர்கள். அவருடைய மரணத்தை விரிவாகக் கற்பனை செய்துகொள்கிறீர்கள். நீங்கள் அங்கு இல்லாததால் யாரோ அவருடைய உடலைக் கழுவி வெள்ளைத் துணியால் போர்த்துகிறார். அவருடைய நிர்வாண உடலும் பல ஆண்டுகளுக்கு முன்பு உங்கள் கண்ணில் பட்ட அவர் பிறப்புறுப்பும் தெரிகின்றன. நீங்கள் எழுதிக்கொண்டிருக்கும் 'மரணத்தின் கதை' நூலின் இன்னொரு பத்தியை நேற்றிரவு எழுதினீர்கள். அவர் தொலைபேசி அழைப்பில் இறந்துவிடுகிறார். கைபேசியின் மூலம் அவருடைய கடைசி நிமிட அலறல்களை நீங்கள் மட்டும்தான் கேட்கிறீர்கள். அவர் நிலைகுலைந்து விடுகிறார். அவர் இருக்குமிடத்திற்குச் செல்வதற்கு ஆகும் 24 மணிநேரத்தைப் பற்றி யோசிக்கிறீர்கள். அதற்குள் உடலின் தசைகள் சுருங்கி விறைப்பு நிலையை அடைந்திருக்கும்.

மரணத்தால் ஏற்படும் விறைப்பு என்பதைக் காட்டிற்குச் சென்ற பிறகுதான் நீங்கள் அறிந்துகொள்கிறீர்கள். சிதிலமடைந்து வரும் வீட்டில் அந்த முதியவர் வசிக்கிறார். வீட்டு வேலை செய்பவர் காலையில் வருகிறார். பக்கத்து வீட்டிலிருப்பவர்களை அழைத்து அவர் உடலைப் பார்த்துக்கொள்ளும்படி சொல்வீர்கள். கதவு உள்பக்கம் தாழிடப்பட்டிருக்கிறது. அவர்கள் கதவை உடைத்துத் திறப்பார்கள். வாயில் நுரை தள்ள, தரையில் அவர் விழுந்து கிடப்பதைப் பார்ப்பார்கள்.

"இந்தக் குளிர்காலத்தின்போது இங்கே வருவாயா?" என்று அவர் கேட்டார். கைபேசியைக் காதிலிருந்து எடுத்துக் கண் அருகே கொண்டுவருகிறீர்கள். அது அவர் குரல்தான். இறந்த பிறகும் ஆன்மா அவரை விட்டுப் பிரியவில்லை. மீண்டும் அந்தக் கேள்வியைக் கேட்டார். உங்களுக்குள் எழுதிக்கொண்டிருந்த மரணத்தின் கதை ஒரு கணம் நின்றது. தொலைபேசி கையிலிருந்து நழுவியதும் அது மீண்டும் தொடர்ந்தது.

கூரையிலிருந்து தொங்கிக்கொண்டிருந்த சிலந்தி வலைக்குள் சிக்கிக்கொண்ட ஒரு கொசு தன் இறக்கைகளைப் படபடவென்று அடித்துக்கொண்டது. தப்பிப்பதற்காக அல்ல; பழக்கத்தால். அது சிறைவாசத்தை விரும்பி ஏற்றுக்கொண்டிருந்தது. நவம்பர் மாதத்தின் இரவு சுவர்கள் வழியே கசிந்து உங்கள் நரம்புகளில் ஊடுருவியது. நதியின் அருகே தன் ஐந்து நண்பர்களுடன்

விளையாடிய அந்தப் பெண்ணின் உருவம் சட்டென்று உங்கள் கண்முன் பளிச்சிட்டது. 26 மாதங்களுக்கு முன்பு மழை பெய்துகொண்டிருந்த செப்டம்பர் மாதத்தில் நீங்கள் அந்தப் பெண்ணின் கிராமத்திற்குச் சென்றீர்கள்.

மரணத்தின் கதைக்குள் நுழைவதையும் அதன் ஆசிரியராகவும் பாத்திரமாகவும் ஒரே சமயத்தில் மாறப்போகிறீர்கள் என்பதையும் அன்று மாலை நீங்கள் உணரவில்லை. நான்கு மாதங்கள் கழித்துத்தான் அதை உணர்கிறீர்கள். போலீஸ் காவலில் ஒருவர் இறந்துபோய், அவருடைய கர்ப்பிணி மனைவி அந்த ஜனவரி மாதத்தில், சாலையின் நடுவே தன் முழங்கால்களுக்குள் தலையைப் புதைத்தபடி உட்கார்ந்திருப்பதைப் பார்த்த கணத்தில் அதை உணர்ந்தீர்கள்.

O

இந்த நவம்பர் மாத இரவில் அமெரிக்காவிலிருந்து பெண் ஆய்வாளர் ஒருவர் அனுப்பிய கேள்விப் படிவத்தைக் கணினித் திரையில் படித்துக்கொண்டிருக்கிறீர்கள். தண்டகாரண்யத்தின் போரைக் குறித்த உங்கள் அனுபவங்களைப் பேட்டிகாண விரும்புகிறார். நீங்கள் விரும்பினால் அடையாளத்தை வெளியிடாமல்கூட பதிலளிக்கலாம் என்றும் சொல்கிறார். அவர் அனுப்பிய கேள்விகளில் மேலும் சிலவற்றைச் சேர்க்க விரும்புகிறீர்கள். தான் குறிப்பிடும் நபர்களுக்குத் துரோகம் இழைக்காமல் ஒருவர் செய்தியாளராக இருக்க முடியுமா? இறந்தவர்களை வஞ்சிக்காமல் மரணத்தைப் பற்றிய செய்தியாளராக ஒருவர் இருக்க முடியுமா?

எழுதப்படும் சொல் மனதில் உருவாகும் கணத்திலேயே துரோகம் முளைவிடுகிறது. நாவலாசிரியர்களும் இதழாளர்களும் துயரத்திற்காக ஏங்குகிறார்கள். நாவலாசிரியர் அதை ஒப்புக்கொள்ளக்கூடும். ஆனால் இதழாளரால், "நான் எப்போதும் துயரத்தையே தேடிக்கொண்டிருக்கிறேன். என்னுடைய சொற்கள் பிறருடைய துன்பங்களில் குடிகொண்டிருக்கின்றன" என்று சொல்ல முடியுமா?

அறிமுகமில்லாத ஆய்வாளர் அனுப்பிய கேள்விப் படிவம் அடையாளத்தை வெளிக்காட்டிக்கொள்ளாமல் உண்மைகளை ஒப்புக்கொள்ள உங்களுக்கு வாய்ப்பளிக்கிறது. உங்களுடைய பிரபஞ்சத்தில் மரணம் நிரந்தரமாக வசிக்கிறது என்பதையும் அது உங்கள் எண்ணங்களில் எப்போதும் இணைக்கப்பட்டுள்ளது என்பதையும் ஒப்புக்கொள்ள இதுதான் சரியான தருணம் என்று திரையில் மின்னும் கேள்விகளைப் பார்க்கும்போது உங்களுக்குத் தோன்றுகிறது. காடு உங்கள் இருப்பின் ரகசிய மூலைகளில்

ஒளிந்திருந்த மரணத்தை வெளியில் எடுத்து உங்கள் தட்டில் வைத்தது.

காட்டிற்குச் செல்வதற்கு நெடுநாட்களுக்கு முன்னால் நீங்கள் ஒரு சிறுகதை எழுதியிருந்தீர்கள். இளம் எழுத்தாளன் ஒருவனுக்குத் தான் உருப்படியாக எதுவுமே எழுதவில்லை என்ற வருத்தம். இதுவரை எழுதப்பட்டதிலேயே சிறந்த அஞ்சலிக் கட்டுரை ஒன்றை எழுதிவிட வேண்டுமென்று விரும்பினான். தனக்கு வழிகாட்டியாக இருந்துவரும் ஒரு பெரியவருக்கு அஞ்சலி எழுத முடிவு செய்தான். அந்தப் பெரியவர் உயிரோடுதான் இருக்கிறார். அந்தப் பெரியவருக்குக் குரு தட்சிணையாக எதையுமே தரவில்லையே என்ற குற்ற உணர்ச்சி இளைஞனுக்கு இருக்கிறது. இந்தக் குற்ற உணர்ச்சியிலிருந்து விடுபடுவதற்காக அஞ்சலிக் கட்டுரையை அவன் எழுத விரும்பினான். தன்னுடைய ஆசான் மரணமடைந்த மறுநாள் காலையில் அதை வெளியிட வேண்டும் என்பது அவன் திட்டம். ஒரே நாளில் இப்படிப்பட்ட மகத்தான அஞ்சலியை எழுதும் தன்னுடைய திறனைக் கண்டு உலகம் வாய்பிளக்க வேண்டும் என்று விரும்புகிறான். பல ஆண்டுகளாக அந்த அஞ்சலிக் கட்டுரையைச் செதுக்கிக்கொண் டிருக்கிறான். தன்னுடைய குருவின் மரணத்தைப் பலவிதமாகக் கற்பனை செய்துபார்க்கிறான். மாரடைப்பு. காலை நடையின்போது லாரி மோதல். முடிவுறாத நாவல் குறித்த நிராசையில் மேசையில் பிணமாகக் கிடத்தல். ஹெமிங்வேயைப் போலத் தற்கொலை. வெர்ஜீனியா வூல்ஃபைப் போன்ற முடிவு. இளம் எழுத்தாளனின் கற்பனை எல்லை கடந்து விரிகிறது. ஆனால் அந்தப் பெரியவர் சாகவில்லை. மரணம் இவனுக்குள் இரவு பகல் என்னேரமும் எதிரொலித்துக்கொண்டிருக்கிறது. பெரியவரின் மரணத்தை எல்லா இடங்களிலும் கற்பனை செய்துபார்க்கிறான். அவருடைய உடல் சிதையில் எரிகிறது. ஆனால் அவர் சாகவில்லை.

கதை இப்படி முடிகிறது: "நீ அந்தப் பெரியவருக்கு அஞ்சலி எழுதிக்கொண்டிருந்தாயா அல்லது உன்னுடைய சுயம்பற்றி யோசித்து அதைப் பதிவுசெய்துகொண்டிருந்தாயா? இளைஞனின் வடிவில் தன்னுடைய அஞ்சலியைத் தானே எழுதிக்கொள்ளும் முதியவன்தானே நீ?"

நீங்கள் தண்டகாரண்யத்திற்கு வருவதற்கு நெடுங்காலத்திற்கு முன்பே மரணத்தின் கதை உங்களைச் சிறைப்பிடித்துக் கொண்டது. வனத்திற்கான நிரந்தரக் காத்திருப்பில் நீங்கள் சிக்கியிருக்கக்கூடும். வனத்திற்கு நீங்கள் தேவையில்லை. உங்கள் பிழைப்பிற்காக வனம் உங்களுக்குத் தேவை. உங்களுடைய சொந்தக் கதையை எழுதுவதற்காக.

பகுதி 4

கனவு 4

அபுஜ்மத். நாராயண்பூர் மாவட்டம். ஏதோ ஒரு மாதம், ஏதோ ஒரு நாள். ஏதோ ஒரு நேரம்.

'மதி' என்றால் புதர் மலைகளும் அடர்ந்த வனங்களும் என்று பொருள். 'அபுஜ்' என்றால் ஆராயப்படாத என்று பொருள். காவலர்கள், அரசு, அரசியல்வாதிகள் என்று யாருக்கும் இந்த அடர்வனத்துக்குள் என்ன இருக்கிறது என்று தெரியாது. பசுமையின் பெருங்கடல். பல்லாயிரம் சதுர கிலோமீட்டர் பரப்பு. மக்கள், மரங்கள் அல்லது விலங்குகளைக் கணக்கெடுப்பதை விடுங்கள். வழக்கமான நிர்வாக ஆய்வோ வாக்காளர்களைக் கணக்கெடுக்கும் பணியோ நடக்காத ஒரே இடம் இந்தியாவில் இது மட்டுமே. அபுஜ்மத் வரைபடத்தைத் தயாரிக்கும் பணியை அரசு 2017இல் தொடங்கியது. நெடுங்காலம் தேவைப்படக் கூடிய வேலை இது. உள்ளே இருக்கும் விலங்குகள், பறவைகள், ஆறுகள், பாறைகள் பற்றியெல்லாம் அறிந்தவர்கள் மிகச் சிலரே. மின்சாரம், தொலைபேசி, இணையத் தொடர்பு என எதுவும் இங்கே இல்லை. இதுதான் இப்போது இந்தியாவில் நக்சல்களின் தலைமையகம்.

கிளர்ச்சியாளர்களுடனான இறுதிப் போர் இந்த இலுப்பை மரக் காட்டில்தான் நடக்கும் என்று காவலர்கள் சொல்கிறார்கள். காவல் துறையினர் அண்மையில்தான் இங்கே செல்லத் தொடங்கி யிருக்கிறார்கள். 2012இல் சி.ஆர்.பி.எஃப். முதல் முறையாக இதனுள் சென்றபோது பத்துத் தலை

கொண்ட உயிரினங்கள்கூட இங்கே இருக்கலாம் என்று நினைத்தார்கள். கூகிள் வரைபடத்தில் நக்சல்களின் பதுங்கு குழிகளைப் போலத் தெரிந்தவை எல்லாம் உண்மையில் விலங்குகளைப் பிடிப்பதற்காக வைக்கப்பட்ட பொறிகள் என்பது தெரிந்தது. "அந்த நடவடிக்கை கண்மூடித்தனமான சூதாட்டம்" என்று சி.ஆர்.பி.எஃப். கமாண்டர் ஒருவர் பின்னர் ஒப்புக்கொண்டார்.

1952 ஜனவரி, பிப்ரவரியில் முதல் பொதுத் தேர்தல் நடந்தபோது பனிப்பொழிவின் காரணமாக லஹாலும் ஸ்பிதியும் நாட்டிலிருந்து துண்டுபட்டிருந்தன. ஆனால் 1951இல் மழைக்காலம் தொடங்குவதற்கு முன்பே தேர்தல் ஆணையம் அங்கே தேர்தலை நடத்தியது. "வரலாற்றில் மாபெரும் சூதாட்டம்" என்று வரலாற்றாய்வாளர் ராமச்சந்திர குஹா இந்தத் தேர்தலைப் பற்றிக் குறிப்பிட்டார்.[1] ஆனால் அந்தச் சூதாட்டம் அபுஜ்மத்தை அடையவில்லைபோலும். அங்கே இன்னமும்கூடப் பல நூறு சதுர கிலோமீட்டர்களுக்கு வாக்குச் சாவடிகளே இல்லை. பாழடைந்த பள்ளிக்கூடங்களில் அமைக்கப்படும் தற்காலிகச் சாவடிகளுக்கு மக்கள் பல மணிநேரம் நடந்துவருகிறார்கள்.

அபுஜ்மத் என்பது மர்மங்கள் நிறைந்த கிறுக்குத்தனமான அழைப்பு. கானல்நீர்களும் மரணங்களும் விடுக்கும் அழைப்பு. எரியும் மரங்கள், பளிச்சிடும் இலைகள். ஒரு அடி உள்ளே போனால் வனச்சுழலில் தொலைந்துபோவீர்கள். மற்ற இடங்களில் வழி தவறினால் வழி தவறிவிட்டோம் என்ற உணர்வு இருக்கும். அந்த விழிப்புணர்வே சுதாரித்துக்கொள்ள உதவும். அறிமுகமான ஒலி, வாசனை இப்படி எதையாவது பிடித்துக்கொண்டு திரும்பி வரத் தொடங்கலாம். ஆனால் அபுஜ்மத்தில் அப்படி எதுவுமே இருக்காது. திரும்பி வருவது சாத்தியமே இல்லை. 'திரும்பி வருதல்' என்றால் சாம்பலாடுதல் என்றுதான் பொருள். எந்த விடையாலும் திருப்தியடையாத மாபெரும் கேள்வியாக இந்தக் காடு உங்கள் முன் நிற்கிறது.

சாவுடன் அல்லது நாவலுடன் சரசமாட இங்கு வரலாம். மரணமும் நாவலும் இடுப்பில் இணைக்கப்பட்டுள்ளன. ஒருவர் நாவல் எழுத வேண்டும் என்றால் தன்னுடைய எல்லாத் தொடர்புகளையும் அறுத்துக்கொண்டு தனக்குள் பிசாசுகளை வரவழைத்துக்கொள்ள வேண்டும். மரணமும் அதேபோலத்தான் வருகிறது. வயதான கணக்குப் பிள்ளையின் வடிவில். அவர் கணக்குப் புத்தகத்தைத் தூக்கிக்கொண்டு அக்குளில் குடையை

---

[1] ராமசந்திர குஹாவின் 'India After Gandhi: The History of the World's Largest Democracy' என்னும் நூலிலிருந்து.

இடுக்கிக்கொண்டு வருகிறார். மேகாரில் இறப்பவர் நரகத்திற்குப் போகிறாரோ இல்லையோ, காசியில் இறப்பவர் சுவர்க்கத்திற்குப் போகிறாரோ இல்லையோ அபுஜ்மத்தில் இறப்பவர் அடுத்த பிறவியில் – அப்படி ஒன்று இருந்தால் – நாவலாசிரியராகப் பிறப்பதற்கான வாய்ப்பு இருக்கிறது.

அபுஜ்மத்திற்குள் பயணிக்கும்போது அச்சம் என்னைப் பின்தொடர்கிறது. என்னுடைய வித்தியாசமான உடையைப் பார்த்துவிட்டு மரத்தின் பின்னாலிருந்து தோட்டா பாய்ந்து வந்து மண்டையைப் பிளந்துவிடுமோ என்ற அச்சம்.[2] உங்களைக் காட்டிலும் அச்சத்தில் இருக்கும் தோட்டா அது.

ஆனால் வெற்றுத் தாளுடன் வாழ்வது மரணம் குறித்த அச்சத்தைக் காட்டிலும் பீதியூட்டக்கூடியது.

அபுஜ்மத்தே உங்களை விழுங்கிக்கொண்ட தீப்பிழம்பிற்கான சாட்சியாக இருக்கும்.

○

2 பல ஆண்டுகளுக்குப் பிறகு இந்திய ராணுவ அதிகாரி ஒருவரிடமிருந்து மூன்று வகையான தோட்டாக்களைப் பற்றிக் கேள்விப்பட்டேன். குறிப்பிட்ட ஒரு நபரின் பெயர் பொறித்த தோட்டா, அந்த நபரின் பெயர் பொறிக்காத தோட்டா, 'யாரோ ஒருவருக்கு' என எழுதப்பட்டிருக்கும் தோட்டா. முதல் இரண்டும் மிகவும் குறைவு. ஆனால் அவை நிச்சயம் இருக்கின்றன. குறிப்பிட்ட நபருக்கென்று குறிக்கப்பட்ட தோட்டா அவர் எவ்வளவு தொலைவில் ஒளிந்திருந்தாலும், கடலின் ஆழத்தில் இருந்தாலும் மலை உச்சியில் இருந்தாலும் அவரைத் தேடிச் செல்லும். அவருடைய பெயர் இல்லாத தோட்டா மார்பிலோ தலையிலோ பாய்ந்தாலும் அவர் சாக மாட்டார். உலோகத்தாலான பேட்ஜ், தலைக் கவசம் என்று ஏதாவது ஒன்று அவரைக் காப்பாற்றிவிடும். (ஒருவருடைய வலது தாடையில் நுழைந்த தோட்டாவைப் பற்றி ஒரு போலீஸ்காரர் என்னிடம் சொன்னார். அந்தச் சமயத்தில் அவர் கொட்டாவி விடுவதற்காக வாயை அகலமாகத் திறந்திருக்கிறார். வலது தாடையில் நுழைந்த தோட்டா இடது தாடையின் வழியே வெளியே வந்துவிட்டது. இரண்டு கன்னங்களிலும் சிறிய காயத்துடன் அவர் தப்பித்துக்கொண்டார்.)

மூன்றாவது ரகம் எக்கச்சக்கமாக உள்ளது. அதில் யார் பெயரும் இல்லை. யார் பெயரும் இல்லாமலும் இல்லை. குத்துமதிப்பான இலக்கைக் கொண்ட தோட்டாக்கள் அவை. எந்தத் திசையிலிருந்து வேண்டுமானாலும் வரும். எங்கு வேண்டுமானாலும் யாரை வேண்டுமானாலும் தாக்கும். அறிமுகம் இல்லாத, சந்தேகிக்கவே முடியாத இந்த எதிரி ஒருவரின் உயிரைக் குடித்துவிடக்கூடும். இது விஷயத்தில்தான் மிகவும் எச்சரிக்கையாக இருக்க வேண்டும்.

விடியல் 1

அது 200 மீட்டருக்கும் மேல் நீளம் கொண்ட வயல். மூன்று பேர் டார்ச் விளக்குகளைப் பற்களில் கடித்தபடி வயரின் காயிலைப் பிரித்து அதைப் புதரினூடே புதைத்துவைக்கிறார்கள். பிறகு அதில் கிளேமோர் கண்ணிவெடியையும் மறுமுனையில் விசைகளையும் பொருத்துகிறார்கள். அது பிப்ரவரி மாதம். வானத்திலிருந்து பனி பொழிந்துகொண்டிருக்கிறது. அவர்களைப்பார்த்தால் பிசாசுகள் பதுங்கிப் பதுங்கிச் செல்வதுபோல இருக்கிறது. ஒருவேளை அவர்கள் பிசாசுகளை எதிர்பார்த்துப் பதுங்கியிருக்கக்கூடும். சாப்பிட்ட தட்டுக்களைத் தோழர்கள் பக்கத்திலிருக்கும் நீரோடையில் கழுவினார்கள். பாறைகளின் மேல் தார்ப்பாலின் விரிப்புகளைப் போட்டார்கள். நெருப்பு மூட்டித் தங்களைக் கதகதப்பாக்கிக்கொண்டார்கள். அபுஜ்மத்தின் உள்ளே தொலைதூரத்தில் அமைந்துள்ள இந்தக் காட்டுப் பகுதிதான் இந்த மாவோயிஸ்ட் படையினர் இன்றிரவு தங்குமிடம். இன்றிரவு இந்தப் படைக்குத் தலைமை தாங்கும் ராஜ்னு மாண்ட்வி கண்ணிவெடியின் விசையைத் தன் வசமே வைத்துக்கொண்டார். கிளோமோரைக் கடைசியாக ஒருமுறை சோதித்துப் பார்க்கச் சொன்னார். எல்லாம் சரியாக இருக்கிறது என்று அவர்கள் சைகை காட்டினார்கள்.

இது அவர்களுடன் நான் கழித்த மூன்றாவது இரவு. என் இதயம் வேகமாக அடித்துக்கொண்டது.

"கண்ணிவெடியெல்லாம் போலீசுக்காகத்தான் என்று சொன்னீர்களே?"

மாண்ட்வி தலையசைத்தார்.

"ஏன் இங்கே வெச்சிருக்கீங்க?"

"அவங்க ராத்திரில வரலாம்."

"இந்த இடம் பாதுகாப்பானது என்று சொன்னீர்களே? கிராமத்தில் உங்களுக்குத் தகவல் சொல்லும் இன்ஃபார்மர்களும் இருக்கிறார்களே?"

"அவர்களுக்கும் இன்ஃபார்மர்கள் இருக்கிறார்கள்"

"இன்னிக்கு ராத்திரி தாக்குதல் நடக்கும்னு எதிர்பார்க்கிறீர்களா?"

என்னுடைய உணர்வுகளின் மாற்றத்தை மண்ட்வி புரிந்துகொண்டுவிட்டார். "எங்களுடைய பாதுகாவலர் விசில் ஊதுவார். நான் குண்டை வெடிக்கவைப்பேன். அவர்களில் சிலர் செத்துப்போவார்கள். நாங்கள் சுட ஆரம்பிப்போம். உங்களுக்குப் பாதுகாப்பு அளிப்போம். அந்தக் குன்றுக்குப் பின்னால் ஓடிவிடுங்கள்." மண்ட்வி தார்ப்பாலின் விரிப்பின் மேல் படுத்துக்கொண்டு போர்வையை முகத்தின் மேல் இழுத்துவிட்டுக்கொண்டார்.

"என் பை? என்னுடைய பொருட்கள்?"

"எல்லாத்தையும் விட்டுட்டு ஓடுங்க."

பஸ்தரின் போர்க்களத்திற்குள் நுழைவதற்கு முன்பு ஒருவர் தன்னுடைய உயிரை இலுப்பை மரத்தின் கிளையில் தொங்கவிட்டுவிட வேண்டும். இரவில் சிதறும் தோட்டாக்களிலிருந்தும் வெடிக்கும் கிரானேடுகளிருந்தும் துரத்தி வரும் போலீஸ்காரர்களிடமிருந்தும் தப்புவதற்காகப் பதறியடித்துக்கொண்டு ஓட வேண்டியிருக்கும். இதுதான் தண்டகாரண்யம். எந்த ஒரு கணமும் வாழ்வின் கடைசிக் கணமாக இருக்கக்கூடும் என்றால் ஒவ்வொரு கணமும் அசாத்தியமான வலிமையுடன் உணரப்படும். ஒரே ஒரு ஆசைதான் உங்கள் ஒவ்வொரு அசைவையும் தீர்மானிக்கும் - உயிர் பிழைப்பதற்கான ஆசை.

அதன் பிறகு நான் ஷூ போட்டுக்கொண்டு என் மடிக்கணினிப் பையை இறுக்கமாகப் பிடித்துக்கொண்டு

தூங்கினேன். மாவோயிஸ்டுகளுடனான என் மூன்று வாரத் தங்கலின் தொடக்கம் அது.

○

எதிரியிடமிருந்து தப்புவதற்காக எப்போதும் இடம் விட்டு இடம் மாறிக்கொண்டிருக்கும் கெரில்லாக்கள் ஒரே இடத்தில் தொடர்ந்து இரண்டு நாட்கள் தங்குவது அரிது. தொடர்ந்து இரண்டு மணிநேரங்களுக்கு மேல் தூங்குவது அரிது. குன்றுகள், ஆறுகள், காடுகளினூடே ஒவ்வொரு நாளும் பத்து, பதினைந்து கிலோமீட்டர் பயணம் செய்கிறோம். "கொஞ்சம் வேகமாக நடக்க முடியுமா?" என்று படை வீரர் ஒருவர் கேட்கிறார். இன்று அந்த மலையைக் கடந்தாக வேண்டும். அவர்களுக்கு இணையாக நடப்பதற்காக வேகத்தைக் கூட்டுகிறேன்.

இரவுகளில் காவல் பணியில் எப்போதும் ஒருவரேனும் இருப்பார். ஒரு மணிநேரத்திற்கு ஒருமுறை ஆட்கள் மாறுவார்கள். மற்றவர்களும் எச்சரிக்கையாகவே இருப்பார்கள். அபுஜ்மத்தில் இரவுகளில் பனி பொழிந்துகொண்டிருந்த காலம் அது. ஆனால் மவோயிஸ்டுகள் பாறைகளிலோ அல்லது திறந்த வெளிகளிலோ மெல்லிய போர்வையுடன் படுத்துக்கொள்கிறார்கள். எல்லையற்ற வானம்தான் மேற்கூரை. ஓரிரவில் கரடியொன்று முகாமைத் தாக்குமளவு வந்துவிட்டது.

காலை ஆறு மணிக்கு உடற்பயிற்சி துவங்கிவிடுகிறது. அணிவகுப்பிற்குப் பிறகு படைத் தலைவர் அன்றைக்கான

வேலைகளைப் பணிக்கிறார். சமையலுக்கு விறகு எடுத்துவருவது யார், கிராமக் கூட்டங்களுக்கு யார் போக வேண்டும் என்பது போன்ற வேலைகள். சில சமயம் விசில் காலை 5 மணிக்கே அடித்துவிடும். இருள் விலகியிருக்காது. ஆனால் இடத்தை மாற்ற வேண்டுமென்று தலைவர் திடீரென்று முடிவெடுத்திருப்பார். அவருடைய வாக்கி-டாக்கி மூலம் ஏதாவது தகவல் கிடைத்திருக்கலாம். பிழைத்திருப்பதற்கான உத்தியாகவும் இருக்கலாம்.

கிளம்புவதற்கு மாவோயிஸ்டுகளுக்குக் கிடைக்கும் நேரம் எட்டு நிமிடங்கள். தட்டு, உடைகள், சோப்பு ஆகியவற்றை ஒரு பையில் போட்டுத் தோளில் மாட்டிக்கொள்வார்கள். கைகளில் எதுவும் இருக்காது. அவை ஆயுதம் ஏந்துவதற்காக. தோட்டா பொருத்தப்பட்ட துப்பாக்கி தோளில் எப்போதும் தொங்கும். குளிக்கும்போதும் அது அவர்கள் கூடவே இருக்கும். வாளி எதுவும் கிடையாது. குவளைகள் மட்டுமே. சமைப்பதற்கும் நீரோடைகளிலிருந்து குளிக்கத் தண்ணீர் எடுப்பதற்கும் அதைத்தான் பயன்படுத்துகிறார்கள்.

நீரும் மரமும் கெரில்லா வாழ்வின் அடிப்படைகள். பல இடங்களில் நிலத்தைக் கொஞ்சம் குத்தித் தோண்டினால் சிறிய நீரோடை வெளிப்படுகிறது. மரக்கட்டை போராளிகளுக்கு மிக முக்கியமானது. கட்டையைக் கொளுத்தித் தீப்பந்தமாகப் பிடித்துக்கொள்வார்கள். சமைப்பதற்கு அதைப் பயன்படுத்துவார்கள். இரவில் குளிர்காயவும் அது பயன்படும்.

○

பிப்ரவரி 21. இரவு 8.40. கடந்த சில நாட்களாக விடாமல் மழைபெய்கிறது. நாங்கள் அமைத்திருந்த சிறிய கூடாரத்தினுள் மழைநீர் வந்துவிட்டது. எங்கள் பொருட்கள் நனைந்துவிட்டன. மழைநீர் உள்ளே வராமல் இருக்கக் கூடாரத்தைச் சுற்றிக் குழிகளை வேகமாகத் தோண்டுகிறோம். கூடாரத்தினுள் ஒருவரை ஒருவர் அணைத்தபடி இருக்கிறோம். மழைத்துளிகள் எங்கள் டார்ச் வெளிச்சத்தில் மினுங்குகின்றன. மழை பெய்யும்போது போலீசார் வெளியே வர மாட்டார்கள். இன்றிரவு நமக்கு ஆபத்து இல்லை என்கிறார் ஒருவர். கொடுமையான அந்த இரவில் நாங்கள் சந்தோஷமாகச் சிரிக்கிறோம்.

சிறிய கூடாரத்தினுள் நாங்கள் ஒண்டிக்கொண்டு இருக்கலாம். ஆனால் எங்கே சமைப்பது? கூடாரத்தினுள் நெருப்புப் பற்றவைத்தால் அதன் பிழம்புகள் கூடாரத்தின் பிளாஸ்டிக்கைப் பதம்பார்த்துவிடும். இரவைப் பட்டினியாகக் கழித்த பிறகு காலையில் கனமான கிளைகளை வெட்டி நிலத்தில்

மரணத்தின் கதை
145

போட்டோம். அதன்மீது புதர்களை அடுக்கடுக்காக அமைத்தோம். அது சிறிய குடிசையாகிவிட்டது. இதை வடிவமைத்தவர் நரேஷ். அவரும் இரண்டு பெண் கெரில்லாக்களும் ஒருநாள் முன்புதான் குழுவில் சேர்ந்தார்கள். அவர்கள் மாவோயிஸ்டுகளின் இன்னொரு பிரிவைச் சேர்ந்தவர்கள். நரேஷ் தெலுங்கு பேசுபவர் என்று முதலில் நினைத்தேன். அவர் கான்கரைச் சேர்ந்தவர் என்பது பிறகு தெரிந்தது. அவருடன் இருந்த இரு பெண்களில் ஒருவருக்கு அடர்த்தியான நீண்ட கூந்தல். அவர் முகம் கறுப்பாகவும் இறுக்கமாகவும் இருந்தது.

அந்தப் பெண் பேசி நான் இன்னமும் கேட்கவில்லை. கேட்காத அவருடைய குரலைக் கற்பனை செய்துகொள்கிறேன். புரிந்துகொள்ள முடியாத ரகசியச் சமிக்ஞை அவர் முகத்தில் படிந்திருக்கிறது.

〇

வனத்தைக் காட்டிலும் அடர்த்தியான புலனாய்வு வலைப்பின்னல் மாவோயிஸ்டுகளிடம் இருக்கிறது. தண்டகாரண்யத்தின் நிலப்பரப்பை அவர்கள் தக்கவைத்துக்கொண்டிருப்பதற்கான முக்கியக் காரணம் இது. அரசால் வனத்தின் உட்பகுதிகளில் பத்தாண்டுகளுக்கொரு முறை முறையான மக்கள் தொகைக் கணக்கெடுப்பு நடத்த முடியவில்லை. பஸ்தரின் பல்வேறு கிராமங்களின் ஒருங்கிணைப்புகள் அரசுக்குத் தெரியாது. வாக்காளர் பட்டியல்களில் தவறான பெயர்கள் உள்ளன. எப்போதோ கைவிடப்பட்ட பள்ளிக்கூடங்கள், வன ஓய்வு இல்லங்கள் ஆகியவை வாக்குச் சாவடிகளாகக் குறிப்பிடப் பட்டிருக்கின்றன. சத்தீஸ்கர், தெலங்கானா, மகாராஷ்டிரம், ஒடிஷா ஆகிய மாநிலங்களில் ஒரு லட்சம் சதுர கிலோமீட்டர் பரப்பளவுக்குப் பரவியிருக்கும் தண்டகாரண்யம் குறித்த தகவல்களைக் கிளர்ச்சியாளர்கள் அவ்வப்போது புதுப்பித்துக் கொண்டே இருக்கிறார்கள். வனத்தில் இருக்கும் கிளர்ச்சி யாளர்கள் தங்கள் தலைவர்களுக்கு அவ்வப்போது இதுகுறித்த அறிக்கைகளை அனுப்புகிறார்கள்.

கிளர்ச்சியாளர்களின் குறிப்பேடுகளில் கோழிகள், ஆடுகளின் பட்டியல் இருக்கிறது. அவர்களுடைய பகுதியில் உள்ள கிராமங்களில் ஒவ்வொரு வீட்டிலும் உணவு தானியங்கள் எவ்வளவு இருக்கின்றன என்றும் தகவலும் இருக்கிறது. ஒரு சேவல் காணாமல்போனாலும், வழக்கமான வேலையாக நகரத்திற்குப் போன கிராமவாசி ஒருவர் திரும்பவில்லை என்றாலோ தாமதமாக வந்தாலோ அந்தத் தகவல் மாவோயிஸ்டு களுக்குத் தெரிந்துவிடுகிறது.

மாவோயிஸ்ட் படையினர் ஒருநாள் மாலை ஒரு கிராமத்தைக் கடந்து போய்க்கொண்டிருந்தபோது கிராமவாசிகள் இருவர் வீடு திரும்பவில்லை என்பதை அறிந்தார்கள். அவர்கள் போலீசுக்குத் தகவல் கொடுப்பவர்களாக இருப்பார்களோ? அவர்களைக் கைது செய்திருப்பார்களோ? மாவோயிஸ்டுகள் அன்றிரவு அந்தக் கிராமத்திலேயே தங்க முடிவு செய்கிறார்கள். அங்கு பதற்றம் அதிகரிக்கிறது. அந்த இருவரும் காலையில்தான் திரும்பி வருகிறார்கள். அவர்கள் தாமதமானதற்கு அசாதாரணமான காரணம் எதுவும் இல்லை. ஆனால் எதையும் எளிதாக எடுத்துக்கொள்ளக் கூடாது என்பதில்தான் தங்கள் உயிரின் பாதுகாப்பு அடங்கியிருக்கிறது என்பதை மாவோயிஸ்டுகள் அறிவார்கள். தீவிர விசாரணைக்குப் பிறகே அந்த இருவரையும் விட்டார்கள்.

◯

ஜெய்லாலுக்கு 22 வயது. அவருடைய இனிமையான புன்னகையும் கண்களில் மினுங்கும் ஒளியும் அவரை மேலும் இளையவராகக் காட்டின. அவர் தோளில் தொங்கும் ஐ.என்.எஸ்.ஏ.எஸ். ரைஃபிள் அவருடைய 5 அடி 3 அங்குல உயரத்தில் பாதியை எடுத்துக்கொள்கிறது. இன்னொரு தோளில் பை தொங்குகிறது. ஒல்லியான இடுப்பிலிருந்து நழுவும் கறுப்பு நிறப் பையை அடிக்கடி இழுத்துவிட்டுக்கொள்கிறார். அந்தப் பையில் பேனா–துப்பாக்கியும் கத்தியும் இருக்கின்றன. பேனா–துப்பாக்கி பார்க்க ஃபவுன்டன் பேனாபோல இருக்கும். ஆனால் அதனுள் மசிக்குப் பதிலாகச் சிறிய குண்டு இருக்கிறது.

அபுஜ்மத்தில் 1000 சதுர கிலோமீட்டர்களுக்கு மேல் பரவியிருக்கும் நிலப்பகுதியில் உள்ள பத்துக் கிராமங்களில் கட்சிப் பணிகளைப் பார்த்துக்கொள்ளும் படையின் தலைவர் ஜெய்லால்.

ஏழு ஆண்டுகளாகக் கட்சியில் இருக்கும் ஜெய்லால் இதுவரை ஒரு மோதலிலும் பங்கேற்றதில்லை. இனிப் பங்கு பெறவும் வாய்ப்பு இல்லை. "புதிய ஜனநாயகப் புரட்சிக்கு மக்களைத் தயார்செய்வதே என் வேலை" என்கிறார் அவர்.

பள்ளியில் படித்துக்கொண்டிருந்தபோது சிறுவர்களுக்கான மாவோயிஸ்ட் பிரிவான பாலக் சங்கடன் அமைப்பில் சேர்ந்தார். 2005ஆம் ஆண்டுவாக்கில் அவருடைய குடும்பத்தின் நிலம் டாடா எஃகுத் தொழிற்சாலைக்காகக் கையகப்படுத்தப்பட்டது. இதை எதிர்த்துப் பல ஆதிவாசிகள் மாவோயிஸ்டுகளுடன் சேர்ந்தார்கள். பத்து ஆண்டுகள் கழித்து, இரும்புத் தாது கிடைக்கவில்லை என்பதால் அந்நிறுவனம் தன் தொழிற்சாலையை மூடிவிட்டது. ஆனால் அப்போது ஆயுதங்களை ஏந்திய சிறுவர்கள் தொடர்ந்து

கெரில்லா போரில் ஈடுபடுகிறார்கள்.[1] ஜெய்லாலின் மனைவியும் கெரில்லாதான். அவர் வேறொரு படையில் இருக்கிறார்.

அரசாங்கமும் தொழில்துறையும் உங்கள் நிலத்தை அபகரித்துக்கொள்ளப் பார்க்கின்றன என்று ஜெய்லால் கிராமவாசிகளிடம் சொல்கிறார். கிராமவாசிகள் பெரும்பாலும் கல்வியறிவு அற்றவர்கள். அவர்களில் பலர் கிராமத்தை விட்டு வெளியே செல்வதே அபூர்வம். "1947இல் பெற்ற போலி சுதந்திர"த்தைப் பற்றியும் "திரிபுவாத இடதுசாரிக்" கட்சிகள் பற்றியும் பேசும் ஜெய்லாலைக் கண் கொட்டாமல் பார்த்துக்கொண்டிருக்கிறார்கள். கீழ் மட்டத்தில் முறையாகப் பணிபுரிந்தால் முதலில் "கிராமங்களைக் கைப்பற்றி, பிறகு நகரங்களை வளைத்துவிடலாம்" என்று அவர்களை நம்பவைக்க முயன்றுகொண்டிருக்கிறார். அவருடைய வேலை முழுக்க முழுக்க அரசியல் சார்ந்தது. அவருடைய பிரிவில் இருக்கும் படையினர் யார் மீதும் எந்த வழக்கும் இல்லை. காவல் நிலையத்தில்

---

1 நாடு முழுவதும் 1,343,346 ஹெக்டேர் வனப்பகுதி சட்டவிரோதமாக ஆக்கிரமிக்கப்பட்டிருப்பதாக 2004இல் மக்களவையில் மத்திய அரசு தெரிவித்தது. 2016இல் இது 1.9 மில்லியனாக உயர்ந்தது. 2004இல் ஆந்திரப் பிரதேசம், சத்தீஸ்கர் ஆகிய இரண்டு மாநிலங்களில் நக்ஸலைட் கெரில்லாக்கள் அதிகம் இருந்தார்கள். ஆக்கிரமிக்கப்பட்ட 1,343,346 ஹெக்டேர் நிலங்களில் 150,495 சத்தீஸ்கரிலும் 295,383 ஆந்திரப் பிரதேசத்திலும் இருந்தன. அதாவது, இந்தியாவில் ஆக்கிரமிக்கப்பட்ட வனப்பகுதியின் மூன்றில் ஒரு பங்கு அரசுக்கு எதிரான கிளர்ச்சி அதிகபட்சமாக இருந்த இரு மாநிலங்களில் இருந்தது.

ஆக்கிரமிப்பு குறித்த அரசின் புள்ளிவிவரக் கணக்கு மிகவும் குறைவாக இருக்க வாய்ப்பு இருக்கிறது. சில நிலங்கள் சட்டப்படி வாங்கப்பட்டதாக ஆவணங்கள் சொல்லும். ஆனால் அவை கட்டாயப்படுத்தப்பட்டோ அல்லது மோசடியாகவோ வாங்கப்பட்டவை. இவற்றை அரசுப் புள்ளிவிவரம் கணக்கில் எடுத்துக்கொள்ளவில்லை. இந்திய அரசியல் சட்டம் பிரிவு 5இல் (*schedule* V) குறிப்பிடப்பட்டுள்ள பகுதிகளைப் பாதுகாப்பதற்காகப் பஞ்சாயத்து (பட்டியலிடப்பட்ட பகுதிகளின் நீட்சி) சட்டம் 1996 (PESA) பிறப்பிக்கப்பட்டது. "சமூக, பொருளாதார மேம்பாட்டிற்கான திட்டங்களுக்கு அனுமதி வழங்கு வதற்கு முன்னால் கிராம சபையைக் கலந்தாலோசிக்க வேண்டும் என்பதை இந்தச் சட்டம் கட்டாயமாக்கியது. 2005இல் இந்தியன் ஃபார்மர்ஸ் ஃபெர்டிலைசர் கோஆபரேட்டிவ் (IFFCO) லிமிடட் நிறுவனமும் சத்தீஸ்கர் அரசும் சுர்குஜா மாவட்டத்தில் உள்ள பிரேம்நகர் கிராமப் பஞ்சாயத்துப் பகுதியில் 1320 மெகாவாட் மின் உற்பத்தி நிலையத்தை அமைப்பதற்கான ஒப்பந்தத்தில் கையெழுத்திட்டன. இதற்குத் தேவையான 728,41 ஹெக்டேர் நிலம் பிரேம்நகர், சந்தன்நகர், நம்னா, ரகுநாத்பூர், அயர்பூர் ஆகிய ஐந்து கிராமங்களில் பரவியிருந்தது. பிரேம் நகர் பஞ்சாயத்து ஷெட்யூல் 5இன் கீழ் வருவதால் அதன் கிராம சபையிடம் அனுமதி பெற வேண்டும். 2005முதல் 2009வரை மாவட்ட நிர்வாகம் 14 முறை கிராம சபைக் கூட்டங்களை நடத்தியது. எல்லாக் கூட்டங்களிலும் மக்கள் இந்தத் திட்டத்தை எதிர்த்துத் தீர்மானம் நிறைவேற்றினார்கள். மக்களின் முடிவு இவ்வளவு தெளிவாக இருக்கும்போது எந்தவொரு ஜனநாயக அரசும் அந்தத் திட்டத்தைக் கைவிட்டிருக்க வேண்டும். ஆனால் சத்தீஸ்கர் அரசு தந்திரமாக ஒரு காரியம் செய்தது. 2010இல் பிரேம்நகர் கிராமப் பஞ்சாயத்தை நகரப் பஞ்சாயத்தாக மாற்றி PESA சட்டத்தின் வரம்பிலிருந்து அதை நீக்கியது.

அவர்களைப் பற்றி எந்தப் பதிவும் இல்லை. முழுக்க முழுக்கத் தன் அடையாளத்தை மறைத்துக்கொண்டு இயங்கும் படை அது.

அரசியல் பிரிவும் கிராமங்களில் அடிமட்டத்தில் ஜன் மிலிஷியா, கிராம் ரக்ஷக் தால்ஸ் ஆகிய இரண்டு விதமான பிரிவுகளைக் கட்டி எழுப்புகிறது. ஜன் மிலிஷியாவில் இருக்கும் கிராமவாசிகள் கட்சி உறுப்பினர்கள் அல்லர். இவர்கள் பெரும்பாலும் மாவோயிஸ்டுகளுக்குத் தகவல் கொடுப்பவர்களாகச் செயல்படுகிறார்கள். அவ்வப்போது சில உதவிகளையும் செய்வார்கள். கிராம் ரக்ஷக் தால்ஸ் பிரிவில் இருப்பவர்கள் அதிகத் திறன் அற்ற ஆயுதங்களை ஏந்திக் காவலர்களாகச் செயலாற்றுகிறார்கள். மாவோயிஸ்டுகளின் முதல் நிலைப் பாதுகாப்பு அரண் இவர்கள். இந்த இரு பிரிவுகளிலிருந்து சிபிஐ (மாவோயிஸ்ட்) கட்சிக்கான தொண்டர்கள் தேர்ந்தெடுக்கப்படுகிறார்கள். இந்த இரு பிரிவுகளுக்கும் இடையே ஜந்தனா சர்க்கார் (புரட்சிகர மக்கள் கூட்டமைப்பு) என்னும் குழுக்கள் உள்ளன. தேர்ந்தெடுக்கப்பட்ட கிராமவாசிகள் இவற்றின் உறுப்பினர்கள். இவை மாவோயிஸ்டுகளின் மேற்பார்வையில் இயங்குபவை. மகாத்மா காந்தி தேசிய ஊரக வேலை வாய்ப்புத் திட்டம் போன்ற அரசுத் திட்டங்களை எப்படி நடைமுறைப்படுத்துவது என்பதை இந்தக் குழுக்கள் தீர்மானிக்கின்றன. 2015ஆம் ஆண்டு பிப்ரவரியில் பஸ்தரில் மாவோயிஸ்ட் ஆதரவு பெற்ற 10,000க்கும் மேற்பட்ட கிராமத் தலைவர்கள் போட்டியின்றித் தேர்ந்தெடுக்கப்பட்டார்கள். 2010 தேர்தலிலும் அப்படியே நடந்தது. ஆண்டுக்கு ரூ. 100 கோடி

மதிப்புள்ள அரசுத் திட்டங்களை இந்தத் தலைவர்கள் மேற்பார்வை செய்கிறார்கள். இதில் ஒரு சிறு பகுதி கெரில்லாக்களைப் பராமரிப்பதற்குப் போதுமானது.

○

பல ஆண்டுகளாக இந்தியாவில் நீடித்துவரும் கிளர்ச்சியைப் பற்றி ஆய்வு செய்து அதை ஆவணப்படுத்திவருபவர்களுக்கு வியப்பை ஏற்படுத்தக்கூடிய அம்சங்கள் உள்ளன. கெரில்லா படையினருக்காக எழுதப்பட்ட எண்ணற்ற பாடப் புத்தகங்களை அவர்கள் முகாம்களில் படித்தேன். 'தி பொலிடிகல் புரோகிராம் ஆஃப் தி சிபிஐ (மாவோயிஸ்ட்)' என்பது அவற்றில் ஒன்று. அதன் தொனியையும் உள்ளடக்கத்தையும் பார்த்தால் வலதுசாரிப் புத்தகமோ என்று நினைக்கத் தோன்றும்.

"நமது அன்பிற்குரிய தாய் நாடான இந்தியா உலகின் மிகப் பழமையான, பெரிய, அதிக மக்கள் தொகை கொண்ட நாடுகளில் ஒன்று. பல்வேறு தேசிய இனங்கள், பழங்குடியினர், பல்வேறு மதங்களைப் பின்பற்றுபவர்கள் ஆகியோரின் தாயகம். நமது இந்தியா பல்வேறு தேசங்களை உள்ளடக்கிய நாடு... அதன் நாகரிகம் உலகின் மிகப் பழமையான நாகரிகங்களில் ஒன்று. நமது மக்கள் வளமான புரட்சிகரமான மரபின் கலாச்சார மரபின் வழித்தோன்றல்கள்" என்று ஒரு இயலின் தொடக்கம் அமைந்திருக்கிறது. புரட்சிகரக் கட்சியின் அறிக்கை என்று இதைச் சொல்லவே முடியாது.

இந்தப் பாடப் புத்தகங்கள் இந்திய விடுதலையைப் 'பொய்'யானது என்கின்றன. காந்தியை பிரிட்டிஷாரின் அடிவருடி என்கின்றன. ஆனால், இந்தியாவின் அண்டை நாடுகளுடனான அயலுறவுக் கொள்கை பற்றிய இயல் ஜவஹர்லால் நேருவின் பஞ்சசீலக் கொள்கையை அப்படியே தருகிறது: "அவரவர் நிலப்பரப்பு சார்ந்த ஒருமையையும் இறையாண்மையையும் பரஸ்பரம் மதித்தல், ஒருவரை ஒருவர் ஆக்கிரமிக்காது இருத்தல், பிறநாட்டின் உள் விவகாரங்களில் தலையிடாதிருத்தல், பரஸ்பர நன்மை, அமைதியான சகவாழ்வு ஆகியவற்றை அடைவதற்கான சமத்துவமும் ஒத்துழைப்பும் நிலவ வேண்டும்."

இந்தப் புத்தகங்களை எழுதியது யார்? ஒருவருடைய சிந்தனையிலிருந்து மட்டும் இவை உருவாகியிருக்க முடியாது. உயர்மட்டச் சிந்தாந்திகள் கொண்ட குழு ஒன்று இவற்றை வடிவமைத்து அங்கீகரித்திருக்கிறது. கட்சித் தொண்டர்களுக்கும் கிராமவாசிகளுக்கும் இந்தப் பாடங்களைத்தான் கற்றுத்தரு கிறார்கள்.

தான் பிரிவினைவாத இயக்கமோ தேசவிரோத இயக்கமோ அல்ல; அமைப்புக்கு எதிரான இயக்கம் என்று சிபிஐ (மாவோயிஸ்ட்) தன்னைப் பற்றி எப்போதும் கூறிக்கொள்ளும். இந்தப் பாடப் புத்தங்களும் அதையே வலியுறுத்துகின்றன. இந்த வித்தியாசத்தை உள்வாங்கிக்கொள்ளாமல் அரசால் இந்தப் போரில் வெல்ல முடியாது. எதிரியைத் தெரிந்துகொள்ள வேண்டும். அவர்கள் தேர்தல் முறையை எதிர்க்கிறார்கள். அது விளிம்பு நிலையில் தள்ளப்பட்டவர்களுக்கான நியாயத்தை வழங்கவில்லை என்று கருதுகிறார்கள். எனவே தேர்தலில் போட்டியிடும் 'பிற்போக்கு சக்தி', 'திரிபுவாத சக்தி'களான இடதுசாரிக் கட்சிகள்மீது அவர்கள் கோபமாக இருக்கிறார்கள்.[2] முதலில் சிபிஐ (மார்க்சிஸ்ட் – லெனினிஸ்ட்) மக்கள் யுத்தக் குழுவின் தலைவராகவும் பிறகு சிபிஐ (மாவோயிஸ்ட்) தலைவராகவும் இருந்த கணபதிகூடக் குறைந்த அளவிலேனும் தேர்தலில் பங்குபெறுவது குறித்து ஒருமுறை பரிசீலனை செய்திருக்கிறார். இவருக்குப் பிறகு கங்கண்ணா என்கிற நம்பலகேசவ ராவ் சிபிஐ (மாவோயிஸ்ட்) தலைமைப் பொறுப்பை ஏற்றார்.

பிப்ரவரி 23 அன்று மாவோயிஸ்ட் தலைவர் ஒருவர் ஐந்து கிராமங்களைச் சேர்ந்தவர்களுக்கு வரலாற்றிலும் பாடம் எடுத்துக்கொண்டிருக்கிறார். 1757இல் நடைபெற்ற "வஞ்சகமான பிளாஸி யுத்தம்தான்" இந்தியாவில் பிரிட்டிஷ் ஆட்சியைக் கொண்டுவந்தது என்று சொல்லிக்கொண்டிருக்கிறார். பாடப் புத்தகம் கோண்டு மொழியில் உள்ளது. தேவநாகரி வரிவடிவத்தில் எழுதப்பட்டுள்ளது. ஆதிவாசிகளிடம் அவர்களுடைய மொழியில் பேச வேண்டியதன் அவசியத்தை அரசு உணர்வதே இல்லை. இவர்கள் கோண்டு மொழியில் அவர்களுக்காகப் புத்தங்களை அச்சடிக்கிறார்கள். பிரிட்டிஷ்காரர்கள் வளர்த்துவிட்ட கொடூரமான ரயத்வாரி நிலப்பிரபுக்களுடன் சல்வா ஜுடும் அமைப்பினரை இந்தத் தலைவர் ஒப்பிடுகிறார். ரயத்துகளை இன்றைய தொழிலாளர்களுடன் ஒப்பிடுகிறார். இந்த மக்கள் முதல் முறையாக 'பிளாஸி', 'ரயத்வாரி' என்னும் சொற்களைக் கேள்விப்படுகிறார்கள் என்று தோன்றுகிறது. கொட்டடியில் பூட்டப்பட்ட ஆடுகளைப் போல அவர்கள் நிலைகொள்ளாமல் சுற்றுமுற்றும் பார்க்கிறார்கள். சில ஆண்டுகளுக்கு முன்புவரை

---

2 சகோதர யுத்தங்கள் இந்திய இடதுசாரி இயக்கங்களின் நகைமுரண்களில் ஒன்று. பல்வேறு பிரிவுகளாகப் பிளவுண்டிருக்கும் இந்திய இடதுசாரி இயக்கம் தனக்குள்ளேயே மோதிக்கொண்டு ஏகப்பட்ட ரத்தம் சிந்தியிருக்கிறது. தேர்தல் களத்தில் வாக்குச் சீட்டுக்களாலும் காட்டுப் பகுதிகளில் துப்பாக்கிகளை வைத்தும் இவர்கள் மோதிக்கொள்கிறார்கள். பஸ்தரிலும் இந்திய கம்யூனிஸ்ட் கட்சியின் சரிவும் மாவோயிஸ்டுகளின் எழுச்சியும் ஒரே சமயத்தில் நடந்தன.

அவர்களுடனேயே வாழ்ந்து இலுப்பை மலர்களுடன் தன் காலைப் பொழுதுகளைத் தொடங்கிய அந்த ஆசிரியருக்கே தான் நடத்தும் பாடம் புரிகிறதா என்பது தெளிவாகத் தெரியவில்லை.

அபத்த நாடகத்தின் அரங்கேற்றம்.

❍

அந்தப் பையன் நான்கு நாட்களாக எங்களுடன் இருக்கிறான். உணவுத் தானியங்களையும் பாத்திரங்களையும் தூக்கிக்கொண்டு அந்தப் பையன் மாவோயிஸ்டுகளோடு வருவதைப் பார்த்தபோது முதலில் எனக்கு வியப்பாக இருந்தது. பதின் பருவத்தின் தொடக்கத்தில் இருந்த அவன் சட்டையும் கால்சட்டையும் அணிந்திருந்தான். பார்க்க ஆதிவாசிபோலத் தெரிந்தான். ஆனால் அவனுடைய நடவடிக்கைகளைப் பார்க்கும்போது காட்டில் வசிப்பவனாகத் தெரியவில்லை. அடுத்த நாள் அவனுடன் பேசும்போது எனக்கு மேலும் வியப்பு ஏற்பட்டது. அவன் மிகச் சரளமாக இந்தி பேசினான். நடுவில் ஒருமுறைகூட கோண்டு மொழி எட்டிப் பார்க்கவில்லை. அவன் எங்கிருந்து வருகிறான்? அவன் ஏன் இங்கே இருக்கிறான்?

அவனுடன் உரையாடலைத் தொடங்குவதற்கான தனிப்பட்ட இடத்திற்காக நான் காத்திருந்தேன். கெரில்லாக்கள் என்னை நம்பத் தொடங்கியிருந்தார்கள். ஆனால் தொண்டர்கள் யாருடனும் என்னை அவர்கள் ஒருபோதும் தனியாக விடவில்லை என்பதை நான் கவனித்தேன். நான் சிறுநீர் கழிக்கப் போகும்போதும் கெரில்லா ஒருவர் என்னுடன் வருவார். இந்த முன்னெச்சரிக்கை புரிந்துகொள்ளக்கூடியதுதான். நான் நாள் முழுவதும், சாப்பிடும் நேரம் உள்பட, அவர்களுடன் பேசிக்கொண்டே இருக்கிறேன். பேட்டிகளைப் பதிவுசெய்துகொள்கிறேன். குறிப்புகளை எடுத்துக்கொள்கிறேன். ஆனால் யாரேனும் தேவையில்லாமல் வாய் திறந்துவிடக் கூடாது என்பதற்காகச் சில கெரில்லாக்கள் எப்போதும் என்னுடன் இருப்பார்கள். என்னுடைய கேள்வியின் சூட்சுமத்தைப் புரிந்துகொள்ளாமல் யாராவது ஏதாவது ரகசியத்தைச் சொல்லிவிட்டால் மற்றவர்கள் உடனடியாக அவரைப் பேசாமல் இருக்கச் சொல்லி, வேறு விஷயத்தைப் பேசுமாறு என்னிடம் சொல்வார்கள்.

மாவோயிஸ்டுகள் சிறுவர்களைத் தங்கள் படையில் சேர்க்கிறார்கள் என்பது எனக்குத் தெரியும். ஆனால் இந்தப் பையனைப் பார்த்தால் புதிய வரவாகத் தெரியவில்லை. அவன் சாதாரண உடைகளையே அணிந்திருக்கிறான். சின்னச் சின்ன வேலைகளைச் செய்கிறான். ஆற்றிலிருந்து

தண்ணீர் கொண்டுவருகிறான். நெருப்பு மூட்டுகிறான். காலை நேர உடற்பயிற்சிகளில் சோம்பலுடன் கலந்துகொள்கிறான். பகல் நேரங்களில் மரத்தடியில் உட்கார்ந்து படிக்கிறான். முடியும்போதெல்லாம் கண்ணயர்ந்துவிடுகிறான்.

நான்காவது நாள் எனக்கு அவனுடன் பேசச் சிறிது நேரம் கிடைத்தது. அவனுடைய கிராமம் அபுஜ்மத்தில் இருக்கிறது. ஆனால் அவன் நாராயண்பூரில் உறைவிடப் பள்ளியில் எட்டாவது படிக்கிறான். விடுமுறைக்கு வீட்டுக்கு வந்த அவனைத் தங்களுடன் சில நாட்கள் தங்கும்படி மாவோயிஸ்டுகள் சொன்னார்கள். அவன் வீட்டுக்குப் போக வேண்டும், மறுபடியும் பள்ளியில் சேர வேண்டும் என்று தவித்துக்கொண்டிருக்கிறான். ஆனால் அவர்கள் அவனுக்கு நீடித்த புரட்சியையும் போர்க் கலையையும் சொல்லித் தருகிறார்கள். அவர்களில் பலரைவிட அவன் அதிகம் படித்தவன் என்பதால் பாடப் புத்தகங்களைப் படித்துக் காட்டச் சொல்கிறார்கள். மாவோயிஸ்டுகளிடம் விசாரித்தபோது, அவன் விரும்பித்தான் தங்களுடன் சேர்ந்தான் என்கிறார்கள்.

தான் இங்கே இருப்பது வெளியுலகிற்குத் தெரிந்துவிடக் கூடாதே என்று அவன் கவலைப்படுகிறான். அது அவன் மீண்டும் பள்ளிக்குச் செல்வதைப் பாதிக்கும். காவல் துறையினர் துன்புறுத்துவார்கள். தகவல் சொல்பவனாக மாறும்படி அவனை அவர்கள் வலியுறுத்தக்கூடும். நக்சல்களின் வாழ்க்கையைப் பற்றிய ரகசியங்களைச் சொல்லுமாறு கேட்கக்கூடும். கடைசியில் அவன் துரோகத்தின் பாதையில் செல்ல வேண்டியிருக்கும். காவல் துறையினரின் படை முகாமிலும் பஸ்தரின் கிராமப்புறச் சந்துகளிலும் இப்படிப்பட்ட ஆதிவாசிகள் நிறைந்திருக்கிறார்கள். தங்கள் அடையாளங்களைத் தொலைத்தவர்கள். ‘முக்பிர்’ என்னும் பொதுப் பெயரால் அறியப்படுபவர்கள்.

இந்தப் பையனின் எதிர்காலம் அப்படி ஆகிவிடக் கூடாது என்று நான் உறுதிபூண்டேன். நாராயண்பூரில் பணியில் இருக்கும் ஐ.ஏ.எஸ். அதிகாரி என்னுடைய நண்பர். நுண்ணுணர்வு மிக்கவர். இந்தப் பையன் எந்தச் சிக்கலும் இல்லாமல் மீண்டும் பள்ளியில் சேர ஏற்பாடு செய்யும்படி அவரைக் கேட்டுக் கொள்வேன். ஆசிரியர்களோ, காவல் துறையினரோ அவனைத் தொந்தரவு செய்யக் கூடாது. ஆனால் இதெல்லாம் இனி நடக்க வேண்டியவை. எதையும் அழுத்தமாகப் பதிந்துகொள்ளும் அவன் மனதிலிருந்து கொரில்லா வாழ்க்கையின் தடங்கள் எப்போதாவது அழியுமா? இப்போது அவன் புழங்கிக்கொண்டிருக்கும் துப்பாக்கிகள், வெடி மருந்துகளின் ஈர்ப்பிலிருந்து அவனால் விடுபட முடியுமா? இப்போது அவன்மீது சுமத்தப்பட்டுள்ள

வரலாற்றின் புனிதக் கடமையை, நீடித்த போரை அவன் எப்படிச் சுமக்கப் போகிறான்? அல்லது, அவன் போலீசுக்குத் தகவல் தருபவனாக மாறினால் என்ன நடக்கும்?

○

பிப்ரவரி 24, காலை 6 மணி. மாசே துங்கின் பிறந்தநாள். நாங்கள் இடம் மாறிக்கொண்டிருக்கிறோம். நேற்றிரவே இங்கிருந்து கிளம்பியிருக்க வேண்டும். அதற்கான சமிக்ஞை முன்பே கிடைத்துவிட்டது. இது தேய்பிறைக் காலம். அமாவாசைக்கு இன்னும் மூன்று நாட்கள்தான் இருக்கின்றன. நேற்றிரவு திடீரென்று இந்தப் பெயர் என்னைக் கவர்ந்துவிட்டது. அமாவாசை. அதன் ஓசையைக் கேட்பதற்காக அந்தச் சொல்லை நான் திரும்பத் திரும்ப – வாய்விட்டுச் சொன்னேன். என்னுடைய மகளை அல்லது என்னுடைய நாவலின் மையக் கதாபாத்திரத்தை நான் இந்தப் பெயரிட்டு அழைப்பேன்.

○

பிப்ரவரி 27, காலை 5.50. என்னுடைய சிறுநீரில் மருந்துவாடை வீசுகிறது. காட்டுக்கு வருவதற்கு முன்பு மலேரியாவுக்கான தடுப்பு மருந்தை எடுத்துக்கொள்ளத் தொடங்கியிருந்தேன். கடந்த இரண்டு நாட்களாக நடுங்கிக்கொண்டிருந்ததால் மேலும் அதிக மருந்துகள் எடுத்துக்கொண்டிருந்தேன். இரவுகள் அவஸ்தையோடு கழிகின்றன. சிறிது நேரத்திற்கு முன்பு புதர்களிடையே ஒதுங்க வேண்டியிருந்தது. ஒரு கெரில்லாவும் வழக்கம்போல என்னுடன் இருந்தார். சிறுநீர் மண்ணில் விழுந்தபோது வினோதமான துர்வாடை என் மூக்கைத் துளைத்தது. நான் விரைவில் குணமடையாவிட்டால் மருத்துவரை அழைப்போம் என்று சொன்னார்கள். கெரில்லாக்களுடன் ஒரு மருத்துவர் இருப்பார் என்பது எனக்குத் தெரியும். யார் அவர்? ஒருவரா அல்லது பலரா?

முகாமைச் சுற்றிலும் கற்களும் மரமுண்டுகளும் போடப்பட்டிருந்தன. நேற்றிரவு நாங்கள் இங்கே வந்தோம். தார்ப்பாலின் விரிப்புகளைப் போடுவதற்கு முன்னால் தரையைச் சுத்தம் செய்ய முடியவில்லை. ஒருவேளை, பாறைகள் நிரம்பிய இந்த இடத்தைச் சீராக்க முடியுமா என்பதும் ஐயம்தான். பாறைகளும் கட்டைகளும் இரவு முழுவதும் என் முதுகைப் பதம்பார்த்தன.

மலைப்பிரதேச நோய் போலவே வனப்பிரதேச நோய் என்னும் பிரச்சினையும் உள்ளது. வானத்தில் ஒரு சிறு வெண் கீற்றைக்கூடக் கடந்த மூன்று பகல்களிலும் இரவுகளிலும் நான் பார்க்கவில்லை. வலுவான மரங்களுக்கு நடுவில் இந்த முகாமை அமைத்திருக்கிறார்கள். பருமனான கிளைகளும்

அடர்த்தியான இலைகளும் வானத்தை முற்றிலுமாக மறைந்துவிட்டிருக்கின்றன. எந்தத் திசையிலும் பத்து, பதினைந்து மீட்டர்களுக்கு மேல் எதையும் பார்க்க முடியவில்லை.

அவநம்பிக்கைக்கு நடுவே நான் கெரில்லாக்களுடன் மனம் விட்டுப் பேசுகிறேன். தற்காப்புக் கலையையும் சில உடற்பயிற்சிகளையும் அவர்களுக்குச் சொல்லிக் கொடுக்கிறேன். நாங்கள் ஒருவரை ஒருவர் சீண்டிக்கொள்ளவும் செய்கிறோம்.

பல சமயங்களில் நாங்கள் ஒரு தங்குமிடத்திலிருந்து இன்னொரு தங்குமிடத்திற்குப் போய்க்கொண்டிருக்கிறோம். வழியில் ஜெய்லால் திடீரென்று விசில் அடித்து எங்களை நிற்கச் சொல்கிறார். பிறகு தன் தோளில் தொங்கும் ரைஃபிளைத் தூக்கி வைத்துக்கொண்டபடி புதர்களில் நுழைந்து மறைந்துவிடுகிறார். அவர் வேகமாகப் போவதைப் பார்க்கும் கெரில்லாக்கள் வெடித்துச் சிரிக்கிறார்கள். இவர்கள் ஜெய்லாலைவிட வயதில் பெரியவர்கள். ஆனால் படையில் அவருக்குக் கீழே உள்ள நிலையில் உள்ளவர்கள். அவர்கள் ஏன் சிரிக்கிறார்கள் என்று எனக்கு முதலில் புரியவில்லை. ஜெய்லாலுக்கு அடிக்கடி வயிற்றுப்போக்கு வந்துவிடும் என்று அவர்கள் சிரித்துக்கொண்டே சொன்னார்கள்.

ரஜ்னு மாண்ட்வி இரவு முழுவதும் விழித்திருந்து காவல் பணி செய்வதால் பகலில் நீண்ட நேரம் தூங்கிவிடுகிறார். தூக்கத்தில் கம்பீரமாகக் குறட்டை விடுகிறார். அதைக் கேட்டுச் சிரிக்கும் பெண் கமாண்டர்கள் 'மோட்டார் சைக்கிள்' என்று அவருக்குப் பெயர் வைத்திருக்கிறார்கள்.

அவர்கள் சொல்லும் 'புரட்சி', 'நீடித்த யுத்தம்' ஆகிய சொற்களை நான் கிண்டலடிப்பதுண்டு. அதைக் கேட்டுச் சிரிக்கும் அவர்கள் சில சமயம் என்னுடைய சொல்லாக்கங்களையும் பயன்படுத்துகிறார்கள். பிப்ரவரி 18ஆம் தேதி இரவு கணப்பைச் சுற்றி உட்கார்ந்தபடி நாங்கள் பேசிக்கொண்டிருந்தோம். நான் எழுந்து நின்றபோது ஒரு கட்டையை மிதித்துவிட்டேன். என்னுடைய கொசுவலையின் மீதும் ராஜ்னுவின் தார்ப்பாயின் மீதும் நெருப்புப் பொறிகள் விழுந்தன. அதுதான் அவருக்குப் படுக்கை விரிப்பும் போர்வையும். தணல்கள் அவருடைய தார்ப்பாலினில் பெரிய ஓட்டைகளைப் போட்டுவிட்டன. நான் மன்னிப்புக் கேட்டுக்கொண்டேன். "ஒன்றும் பிரச்சினை இல்லை. ஒரு தார்ப்பாலினால் புரட்சி வந்துவிடாது. நமக்கு ஆயிரக்கணக்கான தார்ப்பாலின்கள் தேவை" என்றார் ராஜ்னு. நாங்கள் எல்லோரும் சிரிக்க ஆரம்பித்தோம்.

அவர் இரண்டு ஆண்டுகளுக்கு மேல் நாராயண்பூர் சிறையில் இருந்தார். நகர வாழ்க்கையைக் கண்டு, அல்லது

சிறையின் மூலம் தான் பார்த்த வாழ்க்கையைக் கண்டு அவர் திகைத்துப்போய்விட்டார். "நகரத்தில் ரவுடிகள்கூட எக்சர்சைஸ் செய்கிறார்கள்" என்றார் பளு தூக்குவதுபோலச் சைகை செய்தபடி. சிறைவாசிகளுக்குச் சிறையில் இவ்வளவு 'வசதிகள்' இருக்கும் என்பதை அவரால் நம்பவே முடியவில்லை. ஒருமுறை மூத்த காவல் துறை அதிகாரியைச் சந்திக்க அவரை அழைத்துச் சென்றார்கள். அவருடைய குளியலறையில் இருந்த கழிவறையைப் பார்த்து ராஜ்னு ஆடிப்போய்விட்டார். தான் சொல்வதை அவர் நடித்தும் காட்டுகிறார். காடே உற்சாகத்தில் கூச்சலிடுகிறது.

அவருக்குக் கொஞ்சம் இந்தி தெரியும். என்னிடம் கவனமாக அவர் இந்தி பேசும்போது அவர் பயன்படுத்தும் சில சொற்கள் பிரமாதமாக இருக்கும். 'மட்டன்' என்ற சொல்லை அவர் பயன்படுத்தும் விதமே அலாதியானது. தோட்டா அவர் உடலிலிருந்து மட்டனை எடுத்துவிட்டது. கரடி மட்டனை யெல்லாம் பிடுங்கிக்கொண்டுவிட்டது. மரத்திலிருந்து கீழே விழுந்தால் மட்டன் வெளியே வரும். சதை, இறைச்சி என்பதற்கெல்லாம் அவருடைய இந்தியில் எந்த வார்த்தையும் இல்லை. கோழி, ஆடு, மனிதன் என்று எல்லாச் சதைகளும் அவருக்கு மட்டன்தான்.

பிப்ரவரி 22 அன்று சில கெரில்லாக்களுடன் நான் ஆற்றில் குளிக்கப்போனேன். நாங்கள் சவரமும் செய்து கொண்டோம். ராஜ்னு சட்டென்று நீல நிறப் பெட்டி ஒன்றைத் திறந்து எவர்சில்வர் நகவெட்டியை வெளியே எடுத்து என்னுடைய நகங்களைச் சுட்டிக்காட்டியபடி என்னிடம் நீட்டினார். வியப்புடன் அதை வாங்கி நகங்களை வெட்டிவிட்டுத் திருப்பிக் கொடுத்தேன். சிறிய அரம் ஒன்றை எடுத்து நீட்டினார். முதலில் எனக்கு ஒன்றும் புரியவில்லை. அந்த அரத்தை வைத்துத் தன்னுடைய நகங்களின் பிசிறுகளை நேர்த்தியாகச் தேய்த்து, அதை எப்படிச் செய்ய வேண்டும் என்று எனக்குக் காட்டினார்.

○

போர் என்பது தணியாத தாகம். தீராத போதை. போர்க்களத்தின் காற்றை சுவாசித்த ஒருவர் சாதாரணமான இல்லங்களுக்குப் பொருந்திவர மாட்டார். நிறைவேறாத ஏக்கங்களுடன் மினுமினுக்கும் சடலங்கள் வராத வீடுகள் அவை. புழக்கடையிலிருந்து குருதியின் வாடை வீசாது. தாக்குதல் படையினர் வீட்டுக் கதவைத் தட்ட மாட்டார்கள். இந்தக் குருக்ஷேத்திரத்தின் குடிமக்கள் புரட்சிக்கான தங்கள் சபதத்திற்குள் சிறைப்பட்டுவிட்டார்களா?

பல கண்கள் போரைப் பதிவுசெய்ய வருகின்றன. கெரில்லாப் படையினர், இந்திய ராணுவத்தினர், வனத்தின்

குடிமக்கள், பத்திரிகையாளர்கள், இந்த மண்ணுக்குள் இருக்கும் கனிம வளங்களின் மேல் கண் வைத்திருக்கும் நிறுவனங்கள். காயடிக்கப்பட்ட ஒரு நாயின் கண்களின் வழியாகவும் இந்தப் போரைப் பார்க்க முடியுமா?

பிப்ரவரி 27 அன்று காலை பல மணிநேரம் நடந்த பிறகு ஹோராடி கிராமத்தை அடைந்தோம். குடியிருப்புகளுக்குச் சற்றுத் தள்ளி எங்கள் முகாமை அமைத்துக்கொண்டோம். முகாமின் எல்லைகளில் கெரில்லா காவலர்கள் நின்றார்கள். மற்றவர்கள் உணவு தயாரித்துக்கொண்டிருந்தார்கள். கிராமவாசிகள் சிலரும் எங்களுடன் இருந்தார்கள். மாலோ என்பவர் அவர்களில் ஒருவர். அவர் கிராமத்திலிருந்து ரேஷன் பொருள்களைக் கொண்டுவந்தார். (மூன்று சிறுவர்களுடன் சேர்ந்து) மாலோ தன்னுடைய மொபைல் போனில் இருந்த வீடியோக்களை என்னிடம் காட்டி பஸ்தரில் போலீசார் கிராமவாசிகளை அடிக்கும் காட்சி என்றார். அது பஸ்தரா இல்லையா என்பது இருக்கட்டும், இந்த 'கிராமவாசி'களைப் பார்த்தால் இந்தியர்கள் போலவே தெரியவில்லை என்று உடனடியாக அவரிடம் சொன்னேன். திடீரென்று காட்டில் ஓர் அலறல் எதிரொலித்தது. ஆடுகள் கதறியபடி மரங்களினூடே தலை தெறிக்க ஓடிவந்தன. சிவப்பு டி-ஷர்ட்டும் நீல அரைக்கால் சட்டையும் அணிந்த ஒருவர் மூன்று நாய்களுடன் அந்த ஆடுகளைத் துரத்திக்கொண்டிருந்தார்.

"அதில் ஒரு நாய்க்குக் கொட்டையே இல்லை" என்றார் மாலோ.

"என்ன?"

"ஆமாம். கடவுள் மறந்துவிட்டார்" என்றான் இன்னொரு சிறுவன். எல்லோரும் சிரித்தார்கள்.

நான் அவர்களை நம்பவில்லை என்பதால் அவர்கள் யாரையோ அழைத்தார்கள். அவர்களுடைய உச்சரிப்பிலிருந்து என்னால் அந்தப் பெயரைப் புரிந்துகொள்ள முடியவில்லை. ஆடுகளை விட்டுவிட்டு அந்த ஆள் எங்களை நோக்கி ஓடிவந்தார். மாலோ அவரிடம் கோண்டு மொழியில் பேசினான். பேசும்போது அந்த நாயை மோச்சா என்று குறிப்பிட்டான். இப்போது அந்தப் பெயர் தெளிவாகிவிட்டது. மோச்சா அவனை நோக்கி ஓடி வந்தது. மோச்சாவின் தோல் கரும்பழுப்பு நிறத்தில் இருந்தது! நீளமான முகம். எச்சரிக்கை உணர்வைக் காட்டும் காதுகளும் கண்களும். மோச்சாவைச் சோதித்துப் பார்த்துக்கொள்ளும்படி மாலோ சொன்னான். மோச்சாவுக்கு விரைக் கொட்டைகள் இல்லை. நான் பல விதமான நாய்களைப் பார்த்திருக்கிறேன். என் வீட்டிலும் நிறைய வளர்ப்புப் பிராணிகள் உள்ளன. ஆனால்

மரணத்தின் கதை

இப்படி ஒரு விலங்கை நான் பார்த்ததில்லை. "சின்ன வயசிலிருந்தே இது இப்படித்தான்" என்று யாரோ ஒரு பையன் சொன்னான். அவர்கள் எல்லோரும் வெடித்துச் சிரித்தார்கள். மோச்சாவின் எஜமானரின் பெயர் கன்டே ராம். அவனுக்கு ஒரு கண்தான் இருந்தது, இடது கண் இருக்க வேண்டிய இடத்தில் குறுகலான ஒரு பிளவு இருந்தது. "இவனும் சின்ன வயசிலிருந்து இப்படித்தான்" என்று ஒரு பையன் சொன்னான். இப்போது மாவோயிஸ்டுகள் சிலரும் துப்பாக்கியை அப்பால் வைத்துவிட்டு எங்களுடன் சேர்ந்துகொண்டார்கள்.

"உன்னுடைய நாய்க்குக் கொட்டை இல்லை; உனக்கு ஒரு கண் இல்லை. பிரமாதமான ஜோடிதான்!" என்றேன்.

ஆடுகள் பாதுகாப்பாக இருந்தன. மோச்சா எங்களுக்குப் பின்னால் படுத்துக்கொண்டது. நாங்கள் குலுங்கிக் குலுங்கிச் சிரித்துக்கொண்டிருந்தோம்.

மோச்சாவைச் சில புகைப்படங்கள் எடுத்துக்கொண்டேன். அன்று காலை அத்துடன் முடிந்தது. பின்னாளில் அந்தக் காலை நேரத்தை நினைவுகூரும்போதெல்லாம் மோச்சாவும் போரின் சாட்சியங்களில் ஒன்று என்று எனக்குத் தோன்றியது. மோச்சா எனக்கு மகாபாரதத்தின் பார்பரிகாவை நினைவுபடுத்தியது. பார்பரிகா கௌரவர் பக்கம் சேர்ந்துவிட்டால் அவன் பாண்டவர் படையை மொத்தமாக அழித்துவிடுவான் என்பதால் கிருஷ்ணர் அவன் தலையை வெட்டிவிட்டார். மகத்தான அந்தப் போரை அவன் பார்க்க வேண்டும் என்பதற்காக அவன் தலையை மலையுச்சியில் பொருத்தினார். போரில் ஈடுபடும் உரிமை பறிக்கப்பட்ட பார்பரிகா ஏதும் செய்ய இயலாத பார்வையாளனாக மாறிவிட்டான். போரில் யார் அதிக தீரத்தை வெளிப்படுத்தியது என்பதில் பாண்டவர்களுக்குள் வாதம் எழுந்தபோது அவர்கள் பார்பரிகாவின் தலையிடம் போய் அந்தக் கேள்வியைக் கேட்கிறார்கள். ஏனென்றால், அவன்தான் ஒட்டுமொத்தப் போரின் சாட்சியாக இருந்தான்.

○○○

நேற்றிரவு நிலவின் வெள்ளிநிறக் கதிர்கள் அரிய மரங்களினூடே கசிந்தன. எங்களுக்கு அருகே எரிந்துகொண்டிருந்த நெருப்பின் மஞ்சள் நிறப் பிழம்புகளுடன் இணைந்து, வெண்ணிறம் கொண்ட என் கொசுவலையின் திரையில் சில உருவங்களை உருவாக்கின. கொசுவலை சட்டென்று வானத்தில் கரைந்துவிட்டது. இலுப்பை மரம் தெய்வீக உத்தரவாதம்போல என்மீது கவிந்தது.

நேற்றிரவு காவலர்கள் தாக்கக்கூடும் என்று எதிர்பார்த்தோம். எல்லோரும் எச்சரிக்கையுடன் இருந்தார்கள். விசில் சத்தம்

கேட்டதும் தப்பித்து ஓடிவிடும்படி என்னிடம் சொன்னார்கள். தூங்குவதற்கான என்னுடைய பைக்குள் படுத்தபடி என்மீது கவிந்திருந்த இலுப்பை மரத்தின் இலைகளை எண்ணிக் கொண்டிருந்தேன். குளிரில் நடுங்கிக்கொண்டிருந்தேன். எப்போது அந்தப் பையை என் முகத்தின் மீது போட்டு அதன் ஜிப்பை மூடினேன் என்பது நினைவில்லை. நெருப்புக்கு மிக அருகில் நான் சரிந்துவிட்டிருந்ததைக் காலையில்தான் அறிந்தேன். தணல்கள் இரவில் என்னருகே வந்திருக்கின்றன. என்னுடைய தூக்கப் பையில் ஓட்டைகள் போட்டிருக்கின்றன.

இரண்டு நாட்களுக்கு முன்பு கிராமவாசி ஒருவர் செய்தித்தாள்களில் சுற்றி எதையோ கொண்டுவந்தார். அவை பிப்ரவரி 10ஆம் தேதியிட்ட ஹரிபூமி, பத்ரிகா ஆகிய செய்தித்தாள்கள். வெளியில் என்ன நடக்கிறது என்பதைத் தெரிந்துகொள்வதற்கான தாகம் எனக்கும் கெரில்லாக்களுக்கும் தீவிரமாக இருந்தது. அந்தச் செய்தித் தாள்களை வேகமாகப் புரட்டினோம். யார் முதலில் படிப்பது என்பதில் எங்களுக்குள் போட்டி இருந்தது.

அந்தச் செய்தித் தாள்கள் நான் நகரத்தில் இருந்தபோது வந்தவை. எனவே அவற்றில் இருந்த 'செய்தி' எனக்குத் தெரியும். என்றாலும் கடந்த இரு நாட்களாக நான் அவற்றைப் படித்துக்கொண்டிருக்கிறேன். ஒவ்வொரு செய்தியையும் தலைப்பையும் விளம்பரத்தையும் படித்தேன். லோக்பால் மசோதா விஷயத்தில் அரவிந்த் கெஜ்ரிவால் பிடிவாதமாக இருக்கிறார். இந்தியா நியூசிலாந்துக்கு எதிரான முதல் டெஸ்டில் நாற்பது ரன்கள் வித்தியாசத்தில் தோற்றுவிட்டது. சுக்மாவில் சி.பி.ஆர்.எஃப். படையினர் இருவர் கொல்லப்பட்டார்கள். பீஜப்பூரில் மூன்று நக்சல்கள் கொல்லப்பட்டார்கள். இந்திய கிரிக்கெட் அணியின் தோல்வி பற்றிய செய்தியை இரு செய்தித்தாள்களும் ஒரே மாதிரி வெளியிட்டிருந்தன. செய்தி நிறுவனத்தின் பிரதியை அவை பயன்படுத்தியிருந்தன. பெட்டிச் செய்திகள்கூட ஒரே மாதிரி இருந்தன. எடிட்டிங் மேசையில் அற்புதமாக வேலை பார்க்கிறார்கள்.

இந்த முகாம் பாதையை விட்டு அதிகத் தொலைவில் இல்லை. நாங்கள் ஒரு மலையுச்சியில் இருந்தோம். ஆனாலும் தினமும் இரண்டு முறையாவது மோட்டார் சைக்கிள் சத்தம் கேட்கிறது. காவலர்கள் எங்களை நெருங்குவது அப்படி ஒன்றும் கடினமானதல்ல. இவர்கள் ஏன் இங்கே முகாமை அமைத்துக்கொண்டார்கள் என்ற வியப்பு எனக்கு ஏற்படுகிறது. இடத்தை மாற்றும்படி அவர்களிடம் சொல்ல வேண்டும்.

மரணத்தின் கதை

கிராமவாசிகள் ஒவ்வொருவரையும் நக்சல்களுக்குத் தகவல் சொல்பவராக அனுமானித்துக்கொண்டு அவர்களைத் துன்புறுத்துவது ஏன் என்று காவலர்களிடம் பலமுறை வாதிட்டிருக்கிறேன். இப்போது எனக்கே அந்த ஐயம் வந்திருக்கிறது. இங்கே வரும் ஒவ்வொரு கிராமவாசியும் காவலர்களுக்குத் தகவல் சொல்பவராக இருப்பாரோ என்று தோன்றுகிறது. சிலர் கூர்மையான கோடாரிகளை வைத்திருக்கிறார்கள். அவர்கள் என்னை ஐயத்துடன் பார்க்கிறார்கள். மாவோயிஸ்டுகளுடன் பேசியதில் கோண்டு மொழிச் சொற்கள் சிலவற்றைத் தெரிந்து கொண்டேன். அதை வைத்து அவர்களுடைய மொத்த உரையாடலையும் புரிந்துகொள்ள முயல்கிறேன். வாரச் சந்தையில் வாங்க வேண்டிய பொருள்கள், கிராமத்தில் புதிதாகப் பிறந்த கன்றுக்குட்டி என்று சாதாரண விஷயங்களையே அவர்கள் பேசிக்கொண்டிருக்கலாம். ஆனால் எனக்கு அவர்கள் போலீஸின் ஆட்களாகத் தெரிகிறார்கள். அவர்கள் வேவு பார்ப்பதற்காக வந்திருக்கிறார்களோ? இன்றிரவு தாக்குதல் நடக்குமோ?

“உங்களுக்கு உறுதியாகத் தெரியுமா?” அவர்கள் போன பிறகு நான் மாவோயிஸ்டுகளிடம் கேட்கிறேன்.

“கவலைப்படாதீர்கள். அவர்கள் நம்பகமானவர்கள்.”

“சரி. ஆனால், என்னைப் பற்றி எதுவும் சொல்லிவிடாதீர்கள்.”

காட்டில் உயிர் பிழைத்திருக்க வேண்டும் என்றால் ஒவ்வொரு சின்ன விஷயத்தையும் சந்தேகப்பட வேண்டும்.

எப்போதும் அச்சம் இருந்தாலும் இரவில் வெண்ணிற வலைக்கு அடியில் படுத்திருப்பதை ஆவலுடன் எதிர்நோக்குகிறேன். வானம், மரங்கள், நட்சத்திரங்கள் கசியவிடும் வெண்ணிறக் கயிறுகள் என் விரல்களின் நுனிகளுக்கு வந்து சேருதல் ஆகிய இவையெல்லாம் எதிர்காலத்தில் மட்டுமே வெளிப்படக்கூடிய கனவுபோல இருக்கின்றன. இது என் கனவு அல்ல. யாருடைய கனவோ. அவருடைய உணர்வுகளை எதிரொலிக்கிறேன். தெளிவற்றதொரு தோற்றத்தின் கனவாக இருக்கிறேன்.

உடலைக் குளிரச் செய்யும் பயங்கரவாதமும் பயங்கரமான குளிரும் சேர்ந்து என்னைத் தூங்கவிடாமல் செய்கின்றன. நேரத்தைக் கணக்கிட்டுக்கொண்டு உதயத்திற்காகக் காத்துக் கொண்டிருப்பதாகக் கழிகின்றன இரவுகள். எனக்கு மேல் இருக்கும் கிளைகளின் வெள்ளி நிறம் தங்க நிறமாக மாறும் கணத்திற்கான காத்திருப்பு.

○

ஒருநாள் மாலை கிராமவாசிகள் சிலர் முகாமுக்கு வந்து மூத்த படைவீரர்கள் இருவரைத் தனியே அழைத்துச் செல்கிறார்கள். இப்போது இந்த இடத்தை மாற்றுவது பாதுகாப்பானது அல்ல என்றும் ஆனால் அதிகாலையிலேயே நாங்கள் கிளம்ப வேண்டும் என்றும் எங்களுக்குச் சொல்லப்படுகிறது. இரவில் காவல் துறையினர் தாக்கக்கூடும் என்பதற்கான சமிக்ஞையாக அதை நான் எடுத்துக்கொள்கிறேன். சமிக்ஞைகளை நான் தவறாகப் புரிந்துகொண்டிருக்கக்கூடும் என்றாலும் நான் அவர்களுடைய உத்தரவைப் பின்பற்றுகிறேன். மடிக்கணினியை என்னுடன் சேர்த்துக் கட்டிக்கொண்டு தூங்கும் பைக்குள் நுழைந்துகொள்கிறேன். இதுவே என்னுடைய கடைசி இரவாக இருக்கலாம் என்று நினைத்துக்கொள்கிறேன்.

நெடுநேரம் அங்கே அமைதி நிலவுகிறது. பத்தே கால் மணி வாக்கில் வனம் டார்ச் விளக்குகளின் ஒளியில் மூழ்குகிறது. காய்ந்த சருகுகளின் மீதும் தரையில் இருக்கும் மரக்கிளைகள் மீதும் மனிதர்கள் நடக்கும் சத்தம் கேட்கிறது.

விளக்கொளிகளும் நடமாட்டத்தின் சலசலப்பும் தொடர்கின்றன. உறங்கும் பைக்குள் இருந்தபடி மனிதக் குரல்களை அடையாளம் காண முயல்கிறேன். எங்கள் முகாம் தாக்குதலுக்கு உள்ளாகியிருக்கிறதா? ஏன் கெரில்லாக்கள் திருப்பிச் சுட ஆரம்பிக்கவில்லை? எல்லோரும் கொல்லப்பட்டுவிட்டார்களா? அல்லது கைதுசெய்யப்பட்டுவிட்டார்களா? பைக்குள்ளிருந்து எட்டிப் பார்க்கிறேன். நெருப்பு இன்னும் புகைந்துகொண்டிருக்கிறது. தார்ப்பாலின் விரிப்புகள் காலியாக இருக்கின்றன. யாரையுமே காணவில்லை. நான் மட்டும்தான் முகாமில் இருக்கிறேனா? ஆனால் யாருமே விசில் அடிக்கவில்லை. கிளைமோர் கண்ணிவெடி எதுவும் வெடிக்கவில்லை. முனகல்கூட இல்லாமல் கெரில்லாக்கள் அனைவரும் கொல்லப்படும் அளவுக்குத் தாக்குதல் கடுமையாக இருந்ததா? தீவிரமான அந்தப் போர்வீரர்கள் சட்டென்று துடைத்தெறியப்பட்டார்களா? இப்போது நான் என்ன செய்ய வேண்டும்? ஓடிப்போக வேண்டுமா? அது அபாயகரமானதாக இருக்குமா? படுத்துக் கொண்டிருப்பதே பாதுகாப்பானதாக இருக்குமா? டார்ச் வெளிச்சம் நெருங்கிவிட்டது. ஒளிக்கற்றை ஒன்று என்னுடைய கொசுவலையின் மேல் அலை பாய்கிறது. இன்னும் யாராவது உயிரோடு இருக்கிறார்களா என்று போலீஸ்காரர்கள் பார்க்கிறார்களா? ஏ.கே.47 அல்லது X95 துப்பாக்கியிலிருந்து குண்டுகள் பாய்ந்து என் உடலைச் சல்லடையாகத் துளைப்பதற்கு முன் நான் எழுந்து என் அடையாள அட்டையைக் காட்ட வேண்டுமா? காவல் துறைப் படையில் எனக்குத் தெரிந்த

மரணத்தின் கதை   161

சி.பி.ஆர்.எஃப். அல்லது மாவட்டக் காவல் படை அதிகாரி யாரேனும் இருக்கக்கூடும்.

இவற்றுக்கு நடுவே வெண்ணிற வலை என்மீது படர்கிறது. ஊடுருவிப் பார்க்கக்கூடிய வெண்ணிற வலையின் மீது கவிந்திருக்கும் வானத்தையும் நட்சத்திரங்களையும் மரங்களினூடே மினுமினுக்கும் மின்மினிப்பூச்சிகளையும் பார்க்கும்போது நான் தரையிலிருந்து எழும்பி எனக்காகவே உருவாக்கப்பட்டுள்ள அண்டவெளிக்குள் நுழைந்துவிட்டதாக உணர்கிறேன். இன்று கொல்லப்பட்டால் இந்தக் காட்டில் மின்மினிப்பூச்சியாக மீண்டும் பிறந்து மினுமினுத்துக்கொண்டிருப்பேன். கோண்டு மொழியில் மின்மினிப்பூச்சியை 'முட்கோ' என்று சொல்வார்கள் என்று கெரில்லா ஒருவர் நேற்று என்னிடம் சொன்னார்.

ரஷ்ய நாவல் ஒன்றின் கதாநாயகன் நெப்போலியன் ராணுவத்தால் சிறைப்பிடிக்கப்பட்டது நினைவுக்கு வருகிறது. தரையில் படுத்தபடி அவன் நட்சத்திரங்களைப் பார்க்கிறான். "வானத்தில் உயரத்தில் நிலா தொங்கிக்கொண்டிருக்கிறது. முகாமுக்கு அப்பால் இதுவரை காணப்படாத வனங்களும வயல்களும் இப்போது தொலைதூரத்தில் தெரிகின்றன. இந்த வனங்களுக்கும் வயல்களுக்கும் அப்பால் உள்ள பிரகாசமான, ஊசலாடும் எல்லையற்ற வெளி (என்னைத்) தன்னுள் இழுத்துக்கொள்கிறதா?" என்று அவன் யோசிக்கிறான். அந்தத் தருணத்தில் தன்னுடைய இருப்பின் முடிவின்மை அவனுக்குத் தரிசனமாகியதா? அவன் தனக்குள் இப்படிச் சொல்லிக்கொள்கிறான்: "எல்லாமே நான்தான், எல்லாமே எனக்குள் இருக்கின்றன. இதுதான் நான்!"

○

2014, பிப்ரவரி- மார்ச், அபுஜ்மத்

கனவு 5

கடந்த நூற்றாண்டின்மீது தனது மாபெரும் முத்திரையைப் பதித்த ரஷ்ய அடையாளம் எது? கம்யூனிசம்? புரட்சி? கடந்த எழுபது ஆண்டுகளில் அதிகம் உச்சரிக்கப்பட்ட ரஷ்யப் பெயர் எது? லெனின், ஸ்டாலின், டிராட்ஸ்கி, பிராட்ஸ்கி? தார்க்கோவ்ஸ்கி, தல்ஸ்தோய், தஸ்தயேவ்ஸ்கி? கோர்பசேவ், கிளாஸ்ட்னோஸ்ட்? அல்லது கலாஷ்னிகோவ்? அவ்டோமாட் கலாஷ்னிகோவா 47.

கலாஷ்னிகோவ் துப்பாக்கி வசீகரமான பொருள். அதன் கரிய உலோகம் பஸ்தார் காடுகளில் பளபளக்கிறது.

பள்ளிக்கூடத்தில் என்.சி.சி. பயிற்சியின் போது முழங்கிய 303 என்னும் தொடக்க நிலைத் துப்பாக்கியில் சுட்ட சத்தம் இன்னமும் என் நினைவுகளில் எதிரொலிக்கிறது. ராணுவத்தின் துப்பாக்கி சுடும் பயிற்சி மையத்தில் நடந்த பயிற்சி அது. தரையில் படுத்துக்கொண்டு துப்பாக்கியின் அடிப்பகுதியைத் தோள்பட்டையில் இறுக்கமாக அழுத்தியபடி பலகையில் இருந்த இலக்கை நோக்கிச் சுடுவோம். ஒவ்வொரு குண்டு வெளியேறும்போதும் தோள்பட்டையில் பலமான அதிர்வு ஏற்படும். நரம்புகள் முறுக்கேறும். நெடுங்காலத்திற்கு முன்பே கைவிடப்பட்ட அந்தத் துப்பாக்கி ரயில்வே பாதுகாப்புப் படையினரிடமும் உத்தரப் பிரதேசம் போன்ற மாநிலங்களின் காவல் துறையினரிடமும் இன்னமும் இருக்கிறது.

மனித வரலாற்றின் ஆக வசீகரமானதும் ஆகப் பெரிய அழிவை ஏற்படுத்துவதுமான துப்பாக்கிகளின் ஓசை பஸ்தரை அதிரவைக்கிறது. இந்தியா விடுதலை பெற்ற ஆண்டில் ரஷ்யத் தொழிற்சாலை ஒன்றில் பிறவி எடுத்த ஏ.கே. 47 ரகத் துப்பாக்கிகளில் இன்றுவரை 10 கோடித் துப்பாக்கிகள் தயாரிக்கப்பட்டிருக்கின்றன. இந்தத் துப்பாக்கிக்கு அடுத்த இடத்தில் இருக்கும் அமெரிக்கத் தயாரிப்பான எம் 16 ரகத்தில் இதுவரை 80 லட்சம் துப்பாக்கிகள் மட்டுமே தயாரிக்கப்பட்டிருக்கின்றன. இந்தத் துப்பாக்கிகளின் ஆயுட்காலம் கிட்டத்தட்ட 50 ஆண்டுகள். ஒரு துப்பாக்கியை 50 ஆண்டுகளில் பத்து அல்லது பன்னிரண்டு பேர் பயன்படுத்தியிருப்பார்கள் என்றால் 120 கோடிக் கைகள் இந்த துப்பாக்கிளை ஏந்தியிருக்கும். இந்தியாவின் மக்கள்தொகைக்கு இணையான எண்ணிக்கை இது.

சூடான கத்தி வெண்ணெயினூடே ஊடுருவுவதுபோல இந்தத் தோட்டாவின் ஆற்றலும் விஷமும் எதிரியின் உடலில் (poise-p118) பாய்கிறது. 1956இல் குருஷேவின் படைகள் ஹங்கேரியின் கலகக்காரர்களை இந்தத் துப்பாக்கியால்தான் நசுக்கினார்கள். வியட்னாம் போரில் அமெரிக்காவையும் அதன் வழக்கமான துப்பாக்கிகளான எம் 14, அதன் மேம்பட்ட வடிவமான p16 ஆகியவற்றையும் தோற்கடித்த துப்பாக்கி இதுதான். அமெரிக்கச் சிப்பாய்கள் வெறுத்துப்போய்த் தங்கள் ஆயுதங்களைத் தூக்கி எறிந்துவிட்டு, இறந்துபோன வியட்னாம் சிப்பாய்களின் ஏ.கே. 47ஐ எடுத்துக்கொண்டார்கள். சோவியத் குடியரசில் தன் பயணத்தைத் தொடங்கிய இந்தத் துப்பாக்கிகள் ஒட்டுமொத்த சோவியத் பிரதேசத்திலும் அணி சேரா நாடுகளிலும் இறக்குமதி மூலமாகவும் கள்ளக் கடத்தல் மூலமாகவும் போய்ச் சேர்ந்தன.

நேடோ படைகளிடம் தொழில்நுட்பத் தேர்ச்சி இருந்தாலும் ஏ.கே.47க்கு இணையான துப்பாக்கியை அவர்களால் உருவாக்க முடியவில்லை. கடந்த எழுபது ஆண்டுகளில் உலகம் முழுவதும் உருவெடுத்த ஆயுதம் தாங்கிய பல்வேறு குழுக்களின் கதைகள் இந்தத் துப்பாக்கியிலிருந்து வெளிப்பட்ட தோட்டா முனையால் எழுதப்பட்டன. தென் அமெரிக்கா, இராக், சிரியா ஆகிய இடங்களில் மேற்கத்திய ஆதிக்கத்திற்கு எதிராகப் போராடும் கெரில்லாப் படையினரின் ஆயுதத் தேர்வு இந்தத் துப்பாக்கிதான். சோவியத் ராணுவம் தன்னுடைய ஆயுதங்களாலேயே முறியடிக்கப்பட்ட சுவாரஸ்யமான நகைமுரணும் அரங்கேறியது. சோவியத் கோட்டையின் மீது நிகழ்ந்த முதலாவதும் உறுதியானதுமான தாக்குதலில் முன்னணியில் இருந்தது ஏ.கே. 47 துப்பாக்கிகள்தான். அமெரிக்கா உலகம் முழுவதிலுமிருந்து ஏ.கே. 47 துப்பாக்கிகளைத் திரட்டி 1979இல் தொடங்கிய

சோவியத்–ஆப்கன் போரின்போது ஆப்கன் போராளிகளுக்குக் கொடுத்தது. செம்படையால் தான் உருவாக்கிய ஆயுதத்தை எதிர்கொள்ள முடியவில்லை. பத்தாண்டுகளுக்குப் பிறகு சோவியத் டாங்கிகள் ஆப்கானிஸ்தான் மலைகளிலிருந்து பின்வாங்கியபோது விரக்தியடைந்திருந்த சோவியத் சிப்பாய்களிடமிருந்து ஆற்றல் வாய்ந்த இந்தத் துப்பாக்கிகளை ஆப்கன் கெரில்லாக்கள் பிடுங்கிக்கொண்டார்கள். சில ஆண்டுகள் கழித்து அமெரிக்கா, தான் வினியோகித்த விஷத்தைத் தானே அருந்த வேண்டிய நிலை வந்தது. தாலிபான் போராளிகள் கலாஷ்னிகோவ் துப்பாக்கிகளையும் அதன் கிரானேட் லாஞ்சரையும் பயன்படுத்தி, மலைப்பகுதிகளில் அமெரிக்க ஹெலிகாப்டர்களைச் சுட்டு வீழ்த்தினார்கள். காஷ்மீர் தீவிரவாதிகளும் இந்த மந்திரத் துப்பாக்கியின் உதவியால்தான் தங்கள் போராட்டத்தைத் தொடர்கிறார்கள். “பாகிஸ்தானிலிருந்து பரிசாகக் கிடைத்த இந்த ரஷ்யத் துப்பாக்கிகள் அலாவுதீனின் அற்புத விளக்கைக் காட்டிலும் அதிக ஆற்றல்களைக் கொண்டிருப்பதாக அறியப்பட்டது” என்று காஷ்மீர் பத்திரிகையாளர் ஒருவர் எழுதினார்.[1] இத்தகைய அசாத்தியமான ஆயுதம் அதற்கு முன் இருந்ததில்லை. அரேபியாவின் பாலைவனத்திலோ, சைபீரியாவின் பனிக்குவியலிலோ, ஆப்பிரிக்காவின் சதுப்பு நிலங்களிலோ இதைப் புதைத்துவிட்டு ஓராண்டு கழித்து எடுத்துச் சுட்டாலும் முதல் இழுப்பிலேயே இதிலிருந்து தோட்டா சீறிப் பாயும். உரிமத்துடனோ அல்லது உரிமம் இல்லாமலோ உலகின் பல ராணுவங்கள் இதன் மாறுபட்ட வடிவங்களைத் தயாரிக்கின்றன. சீனாவின் டைப் 56, இஸ்ரேலின் ஐ.எம்.ஐ. கலீல், இந்தியாவின் ஐ.என்.எஸ்.ஏ.எஸ். ஆகிய எல்லாமே ஏ.கே. 47இன் கள்ளக் குழந்தைகள்தான்.

அரிதான இந்தத் துப்பாக்கியைப் பற்றிப் பத்திரிகையாளர்களும் ராணுவ அதிகாரிகளும் நூல்களை எழுதியிருக்கிறார்கள். ‘*The Weapon that Changed the Face of War*’, ‘*The Gun that Changed the World*’ ஆகியவை அவற்றில் அடக்கம். மானுட வரலாற்றில் இந்தத் துப்பாக்கி அளவுக்கு மனித உயிர்களைப் பலி கொண்ட ஆயுதம் வேறு இல்லை. அணுகுண்டு ராணுவ உயர் அதிகாரிகளின் கட்டுப்பாட்டில் உள்ளது. அதைப் பயன்படுத்தும் முடிவை அரசியல், வியூகம் ஆகிய காரணிகளின் அடிப்படையில் எடுக்கின்றன. ஆனால் தார்மிகக் கட்டளை எதையும் அறியாத சுட்டு விரலின் தொடுகையில் இந்தத் துப்பாக்கி வெடிக்கிறது. இது உண்மையிலேயே கம்யூனிஸ்த் தன்மை கொண்ட

1 இங்கு குறிப்பிடப்படும் பத்திரிகையாளர் பஷரத் பீர். இந்தக் கூற்று அவருடைய ‘Curfewed Night’ (மெமோயர்) என்னும் நூலில் இடம்பெற்றது.

ஆயுதம்தான். யார் வேண்டுமானாலும் பயன்படுத்தலாம், யாருக்கு வேண்டுமானாலும் கிடைக்கும். எப்போதும் துல்லியமாக வெடிக்கும்.

உலகில் மிக அதிகமாகக் கடத்தப்பட்ட ஆயுதம் இது. உலகின் பல இடங்களில், எடுத்துக்காட்டாக சோமாலியாவில், சில டாலர்களுக்கு இதை வாங்கலாம். தோளில் மாட்டிக்கொண்டு வேட்டைக்குப் போகலாம். சந்தையில் வாங்கும் காய்கறிகளைவிட இது மலிவானது, எடை குறைவானது. தேசியக் கொடியில் பொறிக்கப்பட்டுள்ள ஒரே ஆயுதம் இது. மொசாம்பிக் நாடு தன்னுடைய கொடியின் மையத்தில் இதைப் பொறித்துள்ளது. காலனியாட்சிக்கு எதிரான ஆயுதப் போராட்டத்தால் பெற்ற விடுதலையின் அடையாளமாக இது பொறிக்கப்பட்டுள்ளது.

துப்பாக்கிக் குழலிலிருந்து தாமிர நெருப்பு சுழன்று வருகிறது. அடர்த்தியான உலோகத் துகள்கள் காற்றில் தெறிக்கின்றன. அறுபது வினாடிகள். 600 தோட்டாக்கள். ஒரு நொடிக்கும் குறைவான நேரத்தில் தோட்டாக்கள் 2500 அடி தூரத்திற்குச் சீறிப் பாயும். வெடி மருந்துக் கலத்திலிருந்து வெளியாகும் வாயு அடுத்ததை உடனே தயார் செய்கிறது. உள்ளங்கையால் ஒரு தள்ளுத் தள்ளினால் அடுத்த தோட்டா வெடிக்கத் தயாராகிவிடும். சைக்கிள் ஓட்டவோ மாவு பிசையவோ கற்றுக்கொள்வதைக் காட்டிலும் எளிதாகக் கற்றுக்கொண்டுவிடலாம். சைக்கிள் சரிந்து ஓட்டுபவரைக் கீழே தள்ளிவிட்டு முழங்காலில் காயம் ஏற்படுத்தலாம். எவ்வளவு மாவுக்கு எவ்வளவு தண்ணீர் என்பது தவறாகிப்போகலாம். ஆனால் இந்தத் துப்பாக்கி தவறாமல் முழங்கும். இது தோளில் தொங்கும், வசீகரமும் வேகமும் கொண்ட அழகு. சுட்டு விரலை இழுத்ததும் தீப்பொறி கிளம்பும். அதற்கடியில் பெருநாசத்தை ஏற்படுத்தும் வெடிமருந்துப் பெட்டிகள். இந்த அளவுக்குத் தனித்துவத்துடன் வடிவமைக்கப்பட்ட வெடிமருந்துப் பெட்டி உலகின் வேறு எந்தத் துப்பாக்கியிலும் இல்லை.

இதன் மீதான மோகம் இணையற்றது. மானுட இனத்தின் எல்லாப் போதைகளும் இதோடு ஒப்பிடுகையில் குழந்தைத்தன மாகவும் ஆபாசமாகவும் தோன்றுகின்றன. நீங்கள் அகிம்சை வழியைப் பின்பற்றுபவராக இருக்கலாம். ஆனால் இந்த ஆயுதத்தின் கிசுகிசுப்பைக் கேளுங்கள். அது உங்களை மயக்கிவிடும். அடையாளம் தெரியாத அளவுக்கு உங்களை உருமாற்றிவிடும். இது கற்றுக்குட்டிச் சிப்பாயின் முதல் கனவு. பல களம் கண்ட போராளியின் கடைசிக் காதல். இந்தத் துப்பாக்கியின் மீதான போதையை விவரிக்கும்போது மாவோயிஸ்டுகளின் கண்கள் ஒளிர்கின்றன.

இத்தகைய போதையூட்டும் ஆயுதம் புரட்சியைக் கொண்டுவருமா? ஆயுதப் புரட்சிக்கு விவேகமும் நெறிமுறைகள் சார்ந்த நடத்தையும் தேவை. இந்த ஆயுதத்தை வைத்துக்கொண்டு அதையெல்லாம் கடைப்பிடிப்பது சாத்தியமில்லை என்று கெரில்லாக்கள் ஒப்புக்கொள்கிறார்கள். சிந்திக்கும் திறனற்ற மஞ்சள் நிற வெடிமருந்தால் எதிர்காலத்தைப் பற்றிக் கனவு காண முடியுமா? இந்தத் தோட்டாவின் முனையால் சமுதாயத்தின் தலையெழுத்தை எழுத முடியுமா?

இரண்டு செய்திகள் நினைவுக்கு வருகின்றன.

முதல் செய்தி: இந்தத் துப்பாக்கியைக் கண்டுபிடித்த ரஷ்யச் சிப்பாய், உலகம் முழுவதிலும் தீவிரவாதிகள் இதை வைத்துக்கொண்டு விளையாடுவதைப் பார்த்துவிட்டு, இதன் விதி இப்படி ஆகும் என்று தெரிந்திருந்தால் விவசாயிகளுக்கு உதவக்கூடிய கலப்பையைக் கண்டுபிடித்திருப்பேன் என்று சொன்னார்.

இரண்டாவது செய்தி: மிகயில் டிமோஃபேவிச் கலாஷ்னிகோவ் தன் மாணவப் பருவத்தில் கவிதைகள் எழுதியிருக்கிறார். செம்படையில் சேர்ந்த பிறகும் தொடர்ந்து கவிதைகள் எழுதிக்கொண்டிருந்தார்.

மானுட வரலாற்றின் ஆகப் பெரிய நாசகரமான ஆயுதத்தை உருவாக்கியவர் தோல்வியடைந்த ரஷ்யக் கவிஞர்.

o

விடியல் 2

2014, பிப்ரவரி–மார்ச், அபுஜ்மத்

என் தங்கையின் திருமணத்திற்கு இன்னும் ஒரு மாதம்தான் இருக்கிறது. வீட்டில் திருமண ஏற்பாடுகள் தொடங்கியிருக்கும். இங்கே இது என்னுடைய பதினைந்தாவது நாள். இன்னும் எத்தனை நாள் ஆகும் என்று தெரியவில்லை. வெளி உலகம் என்பது வானொலிச் செய்திகளோடு சுருங்கிவிட்டது. தொலைபேசி அழைப்புகள் பலவற்றைத் தவறவிட்டிருப்பேன். என்னுடைய மின்னஞ்சலில் நூற்றுக்கணக்கான அஞ்சல்கள் வந்திருக்கும்.

நான் எங்கே இருக்கிறேன் என்று யாருக்கும் தெரியாது. நான் இருக்கிறேனா என்றுகூடத் தெரியாது. என் வேலையை ஒருங்கிணைப்பவர்கள் யாரென்று எனக்கும் தெரியாது. நாங்கள் எங்கே இருக்கிறோம் என்பதை அவர்கள் ஒருபோதும் என்னிடம் சொல்வதில்லை. நாங்கள் சுற்றிச் சுற்றி ஒரே வட்டத்தில் பயணம் செய்கிறோமோ என்றுகூட எனக்குச் சில சமயம் வியப்பு ஏற்படும். அவர்கள் என்னை முட்டாளாக்குகிறார்களா? என்னை ஐந்து மணிநேரம் நடக்கவிட்டுக் களைப்படையச் செய்த பிறகு ஏற்கெனவே நான் இருந்த முகாமுக்குப் பக்கத்திலேயே புதிய முகாமை அமைக்கிறார்களா? மரங்களும் மலைகளும் ஒரே மாதிரி இருக்கின்றன. போன வாரமும் இதே மாதிரியான இடத்திற்கு வந்தோமா, இந்த இடத்திற்கு மறுபக்கத்தில்

தங்கியிருந்தோமா என்றெல்லாம் எனக்குத் தோன்றுகிறது. ஹோராடி, குதுல், கர்ப்பா என்றெல்லாம் கிராமங்களின் பெயர்களை அவர்கள் சொல்லும்போது இந்த இடங்கள் குறித்த வரைபடத்தை உருவாக்கிக்கொள்ள முயற்சி செய்கிறேன். இந்தப் பயணத்தைத் தொடங்குவதற்கு முன் சி.பி.ஆர்.எஃப். இடமிருந்து பெற்றுக்கொண்ட இந்த இடத்தின் செயற்கைக் கோள் படங்களையும் அபுஜ்மத்தின் புவியியல் அமைப்பையும் மனப்பாடம் செய்திருந்தேன். அந்த வரைபடத்தில் கிராமங்களை மனதில் இருத்திக்கொள்ள முயன்றேன். ஆனால், சி.ஆர்.பி.எஃப். அபுஜ்மத்திற்கு முதன்முதலில் வந்தபோது இந்தியத் தொல்பொருள் ஆய்வுத் துறையின் வரைபடங்களில் குறிக்கப்பட்டிருந்த பல கிராமங்கள் அவற்றின் வரைபடக் குறியீட்டு எண்களிலிருந்து வெகு தொலைவில் இருந்ததைக் கண்டறிந்ததை நினைவுகூர்ந்தேன். இதர பல கிராமங்களைக் காணவே இல்லை.

அப்படிப்பட்ட அபுஜ்மத்தில் அவர்களுடைய தலைவர், மத்தியக் கமிட்டியின் பொதுச் செயலாளர் முப்பலா லட்சுமண ராவ் என்கிற கணபதிக்காகக் காத்துக்கொண்டிருந்தேன். அவருடைய தோழர்கள் மூலம் நான் அவருக்குச் செய்திகள் அனுப்பிக்கொண்டே இருக்கிறேன். “காத்திருங்கள். எங்கே இருக்கிறீர்களோ அங்கேயே இருங்கள்” என்ற பதில் மட்டுமே எனக்கு இதுவரை கிடைத்திருக்கிறது.

○

“இல்லவே இல்லை” என்று சொல்லியபடி சிரிக்கிறார் ஃபூலோ தேவி. முகாமில் இத்தனை ஆண்கள் மத்தியில் இருப்பதில் பாதுகாப்பு இல்லாமலோ அசவுகரியமாகவோ உணர்கிறீர்களா என்று தைரியத்தை வரவழைத்துக்கொண்டு கேட்டதற்குத்தான் அவர் இந்த பதிலைச் சொல்கிறார். என்னையும் சேர்த்து ஆறேழு பேர் இருக்கும் இந்தக் குழுவில் 24 வயதான ஃபூலோ தேவிதான் ஒரே பெண். ஆயுதப் பயிற்சி, சமையல் வேலை, நீரோடையிலிருந்து தண்ணீர் கொண்டு வருதல் என்று எல்லா வேலைகளையும் ஆண்கள் அவரோடு பகிர்ந்துகொள்கிறார்கள். நகர்ப்புறத்தில் அலுவலகத்திலோ, கல்லூரியிலோ, சுற்றுலாவிலோ அல்லது பயணத்திலோ ஆறு ஆண்களுக்கு மத்தியில் ஒரு பெண் இருக்கும்போது அங்கே பாலியல் சார்ந்த பதற்றம் சிறிதளவாவது இருக்கும். அங்குள்ள சூழல் கட்டுப்பாடு மிகுந்ததாக இருக்கும்பட்சத்தில் மேற்பரப்பில் எதுவுமே தெரியாது. ஆனால் யாராவது ஒருவர் அத்துமீறுவதற்கான வாய்ப்பு இருக்கும். கொள்ளைக்காரர்கள் அல்லது போலீஸ்காரர்கள் மத்தியில் தனியாக இருக்கும் பெண் பாதிப்புக்கு உள்ளாகக்கூடிய நிலையில்

இருப்பதை இந்திப் படங்களில் பார்த்திருக்கிறேன். இங்கே அப்படி இல்லை. ஃபூலோ தேவியும் இதரப் பெண்களும் இவர்களுக்கு வெறும் தோழர்கள்தான்.

கிராமத்தவர்கள் தரும் அரிசி, பருப்பு வகைகள், காய்கறிகள் ஆகியவைதான் கெரில்லாக்களின் உணவு. பெண் போராளி களுக்கு மாதத்திற்கு இரண்டு கிலோ வேர்க்கடலையும் அரைக் கிலோ வெல்லமும் தர வேண்டும் என்று மாவோயிஸ்டுகளின் விதிகள் அடங்கிய புத்தகம் குறிப்பிடுகிறது. வேர்க்கடலை கிடைக்காவிட்டால் ஒரு நாளுக்கு ஒரு முட்டை. கெரில்லாக்கள் கிராமவாசிகளிடம் பணம் கொடுத்து, தொலைவிலுள்ள கிராமங்களில் நடக்கும் வாராந்தரச் சந்தையில் இவற்றை வாங்கிவரச் சொல்கிறார்கள். மிக அடிப்படையான வசதிகள்கூட இல்லாத இடங்களில் பெண்களுக்குக் கிடைக்கும் பல்வேறு சலுகைகளில் சிறப்பு உணவுச் சலுகையும் அடக்கம். பெண்கள் – இவர்களில் பெரும்பாலானவர்கள் ஆதிவாசிகள் – தண்டகாரண்யத்தில் உள்ள மாவோயிஸ்ட் போராளிகளில் 40 சதவீதமாக இருக்கிறார்கள். அரசுக்கு எதிரான போரின் முதுகெலும்பாக இவர்கள் இருக்கிறார்கள். மறைந்திருந்து நிகழ்த்தப்படும் தாக்குதல் வீடியோக்கள் பலவற்றில் பல இளம் பெண்களை – இவர்கள் பார்க்க நகரத்துப் பெண்கள்போல இருக்கிறார்கள் – நான் பார்த்திருக்கிறேன். அவர்கள் ஆயுதம் ஏந்தியபடி காவலர்கள் கொல்லப்படுவதைக் கொண்டாடுகிறார்கள். சிபிஐ (மாவோயிஸ்ட்) சர்வதேசப் பெண்கள் தினத்தன்று கிராமத்துப் பெண்களைத் தங்கள் உரிமைகளை உணரச் செய்கிறது. மே தினம், லெனின் பிறந்த நாள் என்று அவர்கள் கொண்டாடும் தினங்களில் இது ஒன்றுதான் இடதுசாரி இயக்கத்துடன் தொடர்பில்லாத நாள்.

அபுஜ்மத்தில் உள்ள சிபிஐ (மாவோயிஸ்ட்) குடுல் பகுதி கமிட்டியின் செயலாளரான ரனிதாவுக்கு முப்பது வயது. காங்கரைச் சேர்ந்த ஆதிவாசி. ஐந்தாம் வகுப்பில் படிப்பை நிறுத்திவிட்டவர். சில உயர்மட்டக் கிளர்ச்சியாளர்கள் வாழும் மண்டலத்தின் தலைமைப் பொறுப்பு இவருக்கு. வலுவான கைகள். இவருடைய குதிகால்களில் இருக்கும் வெடிப்பின் தடங்கள் செருப்பில் தெரிகின்றன. 'பித்ரிசத்தா' அல்லது ஆணாதிக்கம்தான் அவரை இயக்கத்திற்குள் இழுத்து வந்தது.

"கூண்டில் அடைக்கப்பட்ட பறவையைப் போல் குடும்பத்தில் பெண் இருக்க வேண்டும் என்று ஆணாதிக்கம் விரும்புகிறது" என்று சொல்லும் ரனிதா தனது பதினான்காம் வயதில் மாவோயிஸ்டுகளுடன் சேர்ந்தார். அவரது பெற்றோர்

அவருக்குத் திருமணம் செய்துவைக்க முயன்றார்கள். "என் பகுதியில் பணிபுரியும் சில போராளிகளை நான் அறிவேன். திருமணம் செய்துகொள்ள எனக்கு விருப்பமில்லாததால் அவர்களை அணுகினேன். அவர்கள் 'நீ ரொம்பவும் சின்னப் பெண். இயக்கத்தில் சேர முடியாது' என்றார்கள். ஆனால் நான் வலியுறுத்தினேன். கட்சி இங்குள்ள பெண்களுக்கு நிறையச் செய்துள்ளது. பஸ்தரில் ஆணாதிக்கத்தை முடிவுக்குக் கொண்டு வந்துள்ளது. உங்கள் அரசாங்கங்களால் செய்ய முடியவில்லை. டெல்லி கூட்டுப் பலாத்காரம் நினைவிருக்கிறதா?[1] இதுபோன்ற சம்பவங்களெல்லாம் இங்கு நடக்கவே நடக்காது" என்று பாறையில் உருவங்களை வரைந்தபடி ரனிதா கூறினார்.

அவர் தண்டகாரண்யத்தில் உள்ள சிபிஐ (மாவோயிஸ்ட்) 'அரசாங்க'த்தின் பிரிவான இருபத்தைந்து ஜன்தன சர்க்கார் அல்லது கிராம சபைகளை மேற்பார்வையிடுகிறார். "முப்பது ஆண்டுகளுக்கு முன்பு பஸ்தரில் பெண்கள் எல்லா விதமான சுரண்டல்களையும் எதிர்கொண்டார்கள். இப்போது ஆண்களுக்கு இணையாக நடத்தப்படுகிறார்கள்" என்கிறார்.

பெண் போராளிகளை மூத்த தலைவர்கள் பாலியல் ரீதியாகச் சுரண்டுகிறார்கள் என்ற காவல் துறையின் கூற்றைச் சிரித்தபடியே புறம் தள்ளுகிறார். "அப்படி இருந்திருந்தால் என்னையும் வேறு பல பெண்களையும் நீங்கள் இங்கே காண முடியாது.'

ஆண்–பெண் உறவுகளுக்கு மாவோயிஸ்டுகள் கடுமையான கட்டுப்பாடுகளை விதிக்கிறார்கள். அவர்களின் விதிமுறைக் கையேடு ஆண் போராளிகள் சக பெண்களுடன் சிரித்துப் பேசுவதைக்கூடத் தடை செய்கிறது. திருமணத்திற்கு முந்தைய உடலுறவு தடைசெய்யப்பட்டுள்ளது. மீறினால் கடுமையான தண்டனை. சாதாரண உறுப்பினர் தவறு செய்தால் கட்சியிலிருந்து மூன்று மாதங்கள் இடைநீக்கம். ஒரு பகுதியின் கமிட்டி உறுப்பினராக இருந்தால் ஆறு மாதங்கள் இடைநீக்கம். ஒரு பிரதேச அல்லது மண்டலக் கமிட்டி உறுப்பினரென்றால் ஒரு வருடம் இடைநீக்கம்.

அத்தகைய கட்டுப்பாடுகள் இல்லாமல் கெரில்லா ராணுவம் தாக்குப்பிடிக்க முடியாது என்று மாவோயிஸ்ட் தொண்டர்கள் கூறுகிறார்கள். தவறான நடத்தைகள் நடக்கத்தான் செய்கின்றன. அவற்றில் சில புறக்கணிக்கப்படுகின்றன. சிலவற்றுக்குத் தண்டனை அளிக்கப்படுகிறது. ஆனால் எந்த ஒரு தலைமறைவு இயக்கமும் அதன் சக்தியில் பாதியைப் பாலியல்

1. நாட்டையே உலுக்கிய நிர்பயா கூட்டு வன்புணர்வு (2012 டிசம்பர், புது தில்லி)

ரீதியாகச் சுரண்டினால் பிழைத்திருக்க முடியாது. விரைவிலேயே அமைப்பினுள் கிளர்ச்சி வெடிக்கும். கெரில்லா ராணுவத்தில் பெண்களின் பங்கேற்பு இருந்தால், போரை நெடுநாட்களுக்குத் தொடர முடியும் என்பது மட்டுமல்ல. அந்தப் படையைத் தோற்கடிப்பதும் கடினமாகிவிடும். ஆண்களுக்கு நிகரான அளவில் பெண்களைக் கட்சி விரும்புகிறது என்று ஜெய்லால் கூறுகிறார். இதைக் கேட்கும்போது எனக்கு 1920களில் பெண்கள் அதிக அளவில் கலந்துகொண்ட பிறகு திடீரெனப் புதிய வேகத்தைப் பெற்ற இந்திய சுதந்திரப் போராட்டம் நினைவுக்கு வருகிறது.

ஃபுலோ எங்களுடன் சேர்வதற்கு முன்பு, பைகே, லக்மே ஆகியோர்தான் எங்கள் குழுவில் இருந்த மற்றப் பெண் கெரில்லாக்கள். மூவரும் மிகவும் வித்தியாசமானவர்கள். ஒருவரைப் போல இன்னொருவர் இல்லை. ஃபுலோவின் முகம் சில மாலைகளில் மயிலைப் போலவும் சில மாலைகளில் மானைப் போலவும் இருக்கும். லக்மேயின் முகம் கடினமாக இருந்தது. அவரது கைகளும் விரல்களும் முரட்டுத்தனமாக இருந்தன. பைகே உறுதியான உடலமைப்பைக் கொண்டிருந்தார். மிகவும் குறைவாகவே பேசினார். அவரை என்னால் புரிந்துகொள்ள முடியாததாலோ என்னவோ அவரை நான் எப்போதும் சந்தேகித்தேன், அவரும் என்னைச் சந்தேகத்துடன் பார்ப்பதாகத் தோன்றியது. அவர் என்னைக் காவல் துறைக்குத் தகவல் சொல்பவன் என்று நினைக்கிறாரோ என்று எனக்குத் தோன்றியது. அவர் மற்றவர்களுடன் உரையாடும்போதெல்லாம் – இதுபோன்ற உரையாடல்கள் அடிக்கடி நடப்பதில்லை – என்னைப் பற்றி மற்றவர்களிடம் குறை கூறுவதாகவோ அல்லது எச்சரிப்பதாகவோ எனக்குத் தோன்றியது. அவர்கள் கோண்டுவில் பேசியதால் என்னால் புரிந்துகொள்ள முடிய வில்லை. நான் அவருடன் இயல்பாகப் பழகுவதற்குள் அவர் வேறொரு அணிக்கு அனுப்பப்பட்டார்.

ஆனால், இந்தப் புத்தகத்தின் இறுதி வரைவை நான் எழுதுகையில், ஒரு விஷயம் பளிச்சென்று நினைவுக்கு வருகிறது. ஆண்களும் பெண்களும் ஒன்றாகச் சமைத்துப் பாத்திரங ்களைக் கழுவினாலும், சாப்பாடு பரிமாறியதென்னவோ பெண்கள்தான். காலை, மாலை என ஒரு நாளைக்கு இரண்டு முறை சமைத்தார்கள். எஞ்சியிருக்கும் உணவை ஆண்களுக்குப் பெண்கள் பரிமாறுவது அரிது. அவர்களே அதைச் சாப்பிட்டார்கள் அல்லது கிராமவாசிகளுக்குக் கொடுத்தார்கள். மாவோயிஸ்டுகள் பொருள்களை மிகவும் சிக்கனமாகப் பயன்படுத்துபவர்கள் என்றாலும் சில அரிதான சந்தர்ப்பங்களில் எஞ்சிய உணவைத்

தூக்கியும் எறிந்தார்கள். ராய்ப்பூரிலிருந்து இரண்டு பிளாஸ்டிக் பாட்டில்களை எடுத்துச் சென்றேன். ஒன்று தண்ணீருக்காக. மற்றொன்று சிறுநீருக்காக. அடுத்த நாள், ஒரு கெரில்லா ஒரு கிலோ நெஸ்லே டயரி ஒயிட்னர் டப்பாவைக் கொடுத்தார். அதன் இடது மூலை துண்டிக்கப்பட்டிருந்தது. “பாட்டிலுக்குப் பதிலாக இதைப் பயன்படுத்துங்கள். பாட்டிலுக்கு இதைவிடவும் சிறந்த பலன்கள் உள்ளன” என்றார்.

○

பெண் கெரில்லாக்கள் நன்றாக உடை அணிகிறார்கள். தலைமுடிக்கு எண்ணெய் தடவி, இறுக்கமாகப் பின்னலிடுகிறார்கள். மாவோயிஸ்ட் விதிமுறைக் கையேட்டின்படி ஒவ்வொரு பெண்ணுக்கும் ஒரு ஹேர் கிளிப்பும் கொஞ்சம் ரப்பர் பேண்டுகளும் வழங்கப்படுகின்றன. இவை அவசியமானவை என்பதற்காக. “அழகுபடுத்துவதற்குப் பயன்படுத்தப்படக் கூடாது” என்ற நிபந்தனையுடன் இவை தரப்படுகின்றன.

சோப்பு, துப்பாக்கிக்கும் சமையலுக்கும் தேவையான எண்ணெய், டார்ச் விளக்குகள், பேனாக்கள், குறிப்பேடுகள் உள்ளிட்ட சில பொருட்கள் ஆண்களுக்கும் பெண்களுக்குமான அத்தியாவசியப் பொருட்கள். படையினர் கொள்முதல் செய்வதில்லை. கிராம மக்கள் இவர்களுக்காக வாராந்தரச் சந்தைகளில் அல்லது நகரங்களிலிருந்து வாங்குகிறார்கள்.

ஆண் போராளிகளுக்குச் சில வித்தியாசமான பொருள்கள் கிடைக்கின்றன. உள்ளூர் மது பானங்களான மஹுவா, சல்ஃபி ஆகியவை இல்லாமல் கிராமவாசிகளின் இரவுகளும் காலையும் கழிவது அரிது. அதன் தாக்கத்தில் அவர்கள் சொக்கியிருப்பார்கள். சத்தீஸ்கரில் உள்ள மக்களுக்குக் குடகு என்றால் ரொம்பப் பிடிக்கும். குடகு என்பது புகையிலை அடிப்படையிலான பல் துலக்கும் பவுடர்.

போராளிகள் போதைப்பொருளை உட்கொள்ள மாவோயிஸ்டுகள் தடை விதித்துள்ளார்கள். ஆனால் இது போன்ற பழக்கங்களைத் துறப்பது எளிதல்ல என்பதும் அவர்களுக்குத் தெரியும். எனவே ஒவ்வொரு அணிக்கும் 200 கிராம் புகையிலை, இருபது மூட்டை பீடிகள் மாதாந்தர ஒதுக்கீடாகக் கிடைக்கும். இந்தப் பழக்கத்தை விட்டுவிட வேண்டும் என்னும் கண்டிப்புடன் இவை வழங்கப்படும். புகையிலையும் பீடிகளும் கட்டுப்பாடு மிகுந்த கெரில்லாப் படையினருக்கு வேடிக்கையான சில தருணங்களை அளிக்கின்றன. இந்தப் பொருட்கள் படைத் தலைவரிடம்தான் இருக்கும். அவரிடம்தான் கேட்க வேண்டும். ஆனால் யார் முதல் அடி

எடுத்து வைப்பது? தலைவரும் புகை அல்லது ஒரு சிட்டிகை புகையிலைக்கு ஏங்குவார். ஆனால் அவர் தலைவராயிற்றே, அவரே எப்படி அதைத் தொடங்க முடியும்? எல்லோருக்கும் அரிப்பு இருக்கிறது. ஆனால் இதைக் கேட்பதில் முதல் ஆளாக இருக்க யாரும் விரும்புவதில்லை. நீண்ட தயக்கத்திற்குப் பிறகு, கண் ஜாடைகள் மூலம் சமிக்ஞைகள் தெரிவிக்கப்படுகின்றன. பை திறக்கிறது. உலர்ந்த புகையிலை இலைகளை உள்ளங்கைகளில் வைத்துத் தேய்கிறார்கள். அனைவரிடமும் முதலில் தயக்கத்துடன் வெட்கப் புன்னகை தோன்றுகிறது. பிறகு மொத்தப் படையினரும் தயக்கத்தை உடைத்து வெடிச் சிரிப்புடன் களிப்பில் கரைகிறார்கள்.

○

ஃபுலோ இன்று மதியம் ஒரு கனவை நெய்கிறார். அவர் கடிதங்கள் எழுதிக்கொண்டிருப்பதை எப்போதும் காணலாம். மதிய உணவுக்குப் பிறகு, மாலை தேநீர் அருந்துவதற்கு முன், அல்லது இரவில் ஓய்வெடுக்கும் முன், டார்ச்சைப் பற்களுக்கு இடையில் கட்டிக்கொண்டு. மஞ்சள் ஒளி காகிதத்தை ஒளிரச் செய்கிறது. அவருடைய பேனாவிலிருந்து வார்த்தைகள் ஓடுகின்றன. இருட்டில் பெரும்பாலும் டார்ச் தெரிவதில்லை. வெளிச்சத்தைத் தாங்கியிருக்கும் அவருடைய வாயிலிருந்து வார்த்தைகள் வெளிப்படுவதுபோல் தெரிகிறது. இந்தக் கடிதங்களை அவர் யாருக்கு எழுதுகிறார்? சில சமயங்களில், புரட்சி பற்றிய மாவோயிஸ்ட் பாடப் புத்தகத்துடன் ஒரு மரத்தின் மேல் சாய்ந்தபடி அதன் பக்கங்களுக்கு இடையில் இருக்கும் காகிதத்தில் எழுதுகிறார்.

அணி கிட்டத்தட்ட ஒவ்வொரு நாளும் தன் இடத்தை மாற்றுகிறது. ஆற்றின் அருகே அல்லது கற்பாறைகளால் சூழப்பட்ட இடம் என எந்த இடமாக இருந்தாலும், காவலர்களின் தாக்குதல் குறித்த அச்சத்திற்கு நடுவிலும் கடிதங்கள் தடையின்றித் தொடர்கின்றன. உலகம் முழுவதும் கடிதம் எழுதுவது வேகமாக மறைந்துவருகிறது. உயிரை விட்டுக்கொண்டிருக்கும் இந்தக் கலையின் விசுவாசமான கலைஞர்கள் கெரில்லாக்கள்.

நான் மாவோயிஸ்டுகளுடன் தங்கியிருந்த காலத்தில் வெவ்வேறு மாவோயிஸ்டுகளுக்கு நான்கு கடிதங்கள் எழுதினேன். ஒன்று அவர்களின் தலைமைத் தளபதி கணபதியிடம் நேர்காணலைக் கோருவதற்காக. இரண்டு நாட்களுக்குப் பிறகு, பிப்ரவரி 28 அன்று ஜெய்லால் திரும்பி வந்தார். எனது செய்தி அவர்களைச் சென்றடைந்தது என்கிறார். அவர்கள் கணபதியுடன் ஒரு நேர்காணலுக்கு ஏற்பாடு செய்யக்கூடும். அவர் எனக்கு 'வார் அண்ட் பீஸ் இன் ஜங்கிள்மஹால்: மக்கள், அரசு மற்றும்

மாவோயிஸ்டுகள்' (*War and Peace in Junglemahal: People, State and Maoists*) என்னும் புத்தகத்தையும் கொடுத்தார். அவர்களைச் சந்திப்பதற்கு முன் அதைப் படிக்கும்படி மூத்த தலைவர்கள் கேட்டுக்கொண்டனர். அதன் முதல் பக்கத்தில் 'சந்திரா' என்று எழுதப்பட்டுள்ளது. அது யாருடைய பெயராக இருக்கும்?

கணபதியைச் சந்திக்கக் காத்திருக்கும்போது, உயர்மட்டத் தலைவர்களை நேர்காணல் செய்கிறேன். ஒருநாள் தண்டகாரண்யத்தில் உள்ள இரண்டு மாவோயிஸ்ட் பட்டாலியன்களில் ஒன்றின் தலைவர் எனக்கு அறிமுகமானார். ஒரு பட்டாலியனில் இரண்டு கம்பெனிகள், எட்டு அல்லது ஒன்பது படைப்பிரிவுகள் உள்ளன. ராம்தேரின் முகத்தில் இருக்கும் புன்னகையைப் பார்க்கும்போது அவர் ஒரு பட்டாலியனுக்குத் தலைமை தாங்குகிறார் என்று யூகிக்கவே முடியாது. பிஜப்பூர் மாவட்டத்தின் குத்ரு பகுதியைச் சேர்ந்த ஆதிவாசியான அவரைக் கட்சிக்குள் கொண்டுவந்தவர் லங்கா பாப்பி ரெட்டி. "அவரை நான்தான் கொண்டுவந்தேன்" என்று பிறகு ஒருநாள் ரெட்டி சிரித்தபடி என்னிடம் கூறினார்.

ராம்தேர் தன்னுடைய மெய்க்காவலர்களான ஆயுதமேந்திய ஐந்து கெரில்லாக்களுடன் நடமாடுகிறார். அவரது அணியில் உள்ள சாந்திலா என்ற பெண், மணிக்கட்டிலும் தாடையிலும் அழகாகப் பச்சை குத்தியிருக்கிறார். (ஒருவேளை அவர் நெற்றியிலும் இருக்கலாம். எந்த உருவத்தைப் பச்சை குத்தியிருந்தார் என்பது எனக்கு மறந்துவிட்டது.)

மாவோயிஸ்டுகள் கடந்த நவம்பரில் பஸ்தரில் சி.ஆர்.பி.எஃப். மீது தாக்குதல் நடத்தி கார்ல் குஸ்டாஃப் அண்டர் பேரல் கிரெனேட் லாஞ்சரையும் (யுபிஜிஎல் – UBGL) பல கையெறி குண்டுகளையும் சூறையாடினார்கள். முன்னதாக ஜார்க்கண்டிலும் கட்சிரோலியிலும் தலா ஒரு லாஞ்சரைக் கொள்ளையடித்துள்ளனர். ராம்தேர் ராணுவ நிபுணர். மாவோயிஸ்டுகள் இதுவரை இந்த அபாயகரமான ஆயுதத்தைப் பயன்படுத்தவில்லை என்றாலும், அதன் செயல்பாட்டை அவர் எனக்கு விரிவாக விளக்குகிறார். ஒரு கிரெனேடைத் திறமையாகப் பயன்படுத்தினால் போலீஸ் சாவடியையே எப்படி அழிக்க முடியும், எதிரியின் யுபிஜிஎல் தாக்குதலிலிருந்து எப்படித் தப்பிப்பது என்பதைச் சொல்கிறார்.

இந்த முகத்தை முன்பே பார்த்திருக்கிறேன் என்பது திடீரென்று எனக்குத் தோன்றுகிறது. மாவோயிஸ்டுகள் மறைந்திருந்து காவல் துறை வாகனத்தை வெடித்துச் சிதறவைத்த வீடியோவில் பார்த்திருக்கலாம். 2009 ராஜ்நந்த் காவோன் தாக்குதலில் 29 காவலர்கள் கொல்லப்பட்டனர் என்பதை

அவரது தோழர்கள் பின்னர் உறுதிப்படுத்தினார்கள், இதில் மாவட்ட போலீஸ் சூப்பிரன்டென்டென்ட் வி.கே. சௌபேயும் அடக்கம். சத்தீஸ்கரில் இதுவரை கொல்லப்பட்ட ஒரே ஐபிஎஸ் அதிகாரி இவர். இந்தத் தாக்குதலைத் திட்டமிட்டது ராம்தேர்.

விரைவிலேயே கணபதியைச் சந்திக்கலாம் என ராம்தேர் உறுதியளித்தார்.

○

கடிதங்கள் தவிர, வானொலி மட்டுமே வெளி உலகத்துடனான அவர்களின் ஒரே தொடர்பு. ஒவ்வொரு அணியிலும் ஒரு வானொலி உள்ளது. அதில் பிபிசி, அகில இந்திய வானொலி (இந்தி) ஆகியவை ஒலித்துக்கொண்டிருக்கின்றன. கருப்புப் பட்டையுடன் கூடிய வானொலி. அணி ஓரிடத்திலிருந்து இன்னொரு இடத்திற்குச் செல்லும்போது வானொலி ஒருவரது தோளில் தொங்குகிறது. முகாமில் அவர்கள் அதை ஒரு மரத்தில் தொங்கவிடுகிறார்கள்.

பிப்ரவரி 18 அன்று, ஆந்திரப் பிரதேசத்தில் இருபத்தி யிரண்டு மாவோயிஸ்ட் படையினர் சரணடைந்ததைப் பற்றிய செய்தி வானொலியில் ஒலிபரப்பானபோது, மலையின் மேல் நிலைகொண்டிருந்த அந்த அணியில் அமைதி நிலவுகிறது. அடுத்த நாள், ஒரு ஜோடி ராஜ்நந்த் காவோனில் சரணடைகிறது. ஒரு பெண் போராளி பகத் என்ற போராளியை நன்கு அறிந்திருந்தார். காவல் துறையினர்மீது பதுங்கியிருந்து தாக்குதல் நடத்திய அணியில் இவர்கள் இருவரும் இருந்திருக்கிறார்கள். அப்படிப்பட்ட போராளி சரணடைந்ததை அவரால் நம்ப முடியவில்லை. மரத்தில் தொங்கியபடி சக தோழர் அல்லது மனைவி காவல் படையுடனான மோதலில் இறந்ததை அறிவிக்கும் இந்தக் கருவி குறித்த ஏதேனும் ஒரு நினைவு ஒவ்வொரு போராளிக்கும் உள்ளது. “இந்த வானொலிக்குள் என் நண்பனே செத்து மடிவதுபோல் இருந்தது. நான் அதைத் துண்டு துண்டாக உடைத்து அவரை வெளியே இழுக்க விரும்பினேன்.”

பிப்ரவரி 28 அன்று, அதே வானொலி தண்டேவாடாவில் ஐந்து போலீஸ்காரர்களைக் கொன்ற மாவோயிஸ்டுகள் பற்றிய செய்தியைத் தருகையில் அங்குள்ள மனநிலை மாறுகிறது. “போலீஸ்காரர்களில் பலர் கொல்லப்படுகிறார்கள், ஆனால் அவர்கள் இன்னும் போரைக் கைவிடவில்லை” என்கிறார் அவர்களில் ஒருவர்.

இதுபோன்ற தருணங்களில் ராஜ்னு தத்துவவாதியாக மாறிவிடுகிறார். “இது ஒரு நீண்ட போர். நம் படையினர்

கொல்லப்பட்டதைக் கண்டு நாம் சோர்ந்துபோகவோ, காவல் துறையினரின் கொலையைக் கொண்டாடவோ கூடாது. இன்பமும் துன்பமும் நமக்குக் கூடாது. நாம் எப்போதும் சமநிலையில் இருக்க வேண்டும்" என்று ஆலோசனை கூறுகிறார்.

அதே நாளில், பிப்ரவரி 28 அன்று, சஹாரா நிறுவனத்தின் தலைவர் சுப்ரதா ராய் கைது செய்யப்பட்டதைக் கேள்விப்பட்டு[2] அவர்கள் மகிழ்ச்சியடைந்தார்கள். "அவரைப் போன்ற முதலாளிகள் அனைவரும் தவறான செயல்களுக்காகக் கைது செய்யப்பட்டுத் தண்டிக்கப்பட்டால், புரட்சி தேவைப்படாது" என்கிறார் ராம்தேர்.

செய்திகளைக் கேட்டு அரசியல், அரசியலமைப்பு, புரட்சி பற்றி நாங்கள் விவாதிக்கிறோம். குறிப்பாக தில்லி முதல்வர் பதவியை ராஜினாமா செய்த அரவிந்த் கெஜ்ரிவால்மீது அவர்கள் ஆர்வமாக உள்ளனர். லோக்சபா தேர்தலுக்கு இன்னும் ஒரு மாதமே உள்ள நிலையில் அவரது கட்சி பெரும் சக்தியாக உருவெடுத்துவருகிறது. "எப்படிப்பட்ட அரசியலை அவர் முன்வைக்கிறார்?" என்று ராம்தேர் கேட்கிறார். சிபிஐ (மாவோயிஸ்ட்) செய்தித்தொடர்பாளர் அபய் ஆம் ஆத்மி கட்சியை நிராகரிக்கிறார். "ஆம் ஆத்மி கட்சி என்ஜிஓ பின்னணியிலும் ஏகாதிபத்திய, என்ஆர்ஐ நிதியிலும் வளர்க்கப்பட்டது. அது இது இந்த அமைப்பின் ஆழம்வரை செல்லாது. ஒடுக்கப்பட்ட வகுப்பினரின் அடிப்படைப் பிரச்சினைகளுக்கு அந்தக் கட்சியிடம் எந்தத் தீர்வும் இல்லை" என்கிறார்.

மறைமுக நோக்கங்களைக் கொண்ட சக்திவாய்ந்த சில நபர்களால் உருவாக்கப்பட்ட போலி அமைப்புதான் ஆம் ஆத்மி என்று அவர்கள் கூறுகிறார்கள். "மக்களின் சீறிக் கிளம்பும் கோபத்தை அமைதியானதும் நாடாளுமன்ற வழியிலானதுமான தீர்வுகளை நோக்கித் திசைதிருப்பும் பாதுகாப்பு வால்வாக இது செயல்படுகிறது. மேலும் அந்தக் கோபத்தைப் பயன்படுத்தி லாபமடையவும் பார்க்கிறது," என்று அபய் கருதுகிறார்.[3] 1880களில்

2 சஹாரா இந்தியா பரிவார் நிறுவனத்தின் தலைவர் சுப்ரதா ராய் முதலீட்டாளர்களுக்கு ரூ. 20,000 கோடி திருப்பித் தாராதது தொடர்பான வழக்கில் உச்ச நீதிமன்ற உத்தரவின் பேரில் 2014 பிப்ரவரி 28 அன்று கைதுசெய்யப்பட்டார்.

3 புதிய அரசியலை உருவாக்குவோம் என்று உறுதியளித்த ஆம் ஆத்மி கட்சியைக் குறித்து 2014ஆம் ஆண்டில் மாவோயிஸ்டுகள் எடுத்த நிலைப்பாட்டை யாரும் ஒப்புக்கொண்டிருக்க மாட்டார்கள். ஆனால், 2020ஆம் ஆண்டு அக்கட்சி தலைநகரில் இரண்டாவது முறை வெற்றிபெற்ற பதினைந்து நாட்களுக்குப் பிறகு, பிப்ரவரியில் டெல்லியில் நடந்த கொலைகளின்போது மௌனம் சாதித்தது. ஆம் ஆத்மி இந்துத்துவத்தின் மற்றொரு பதிப்பாக மாறிவிட்டதாகக் குற்றச்சாட்டுகள் எழுந்தன. மாவோயிஸ்டுகளின் நிலைப்பாடு சரிதான் என்பதைக் காட்டிய நிகழ்வாக இது பார்க்கப்பட்டது.

அப்போது வளர்ந்துவந்த இந்திய தேசிய காங்கிரசை அடக்கிவைக்க இதேபோன்ற உத்தி பயன்படுத்தப்பட்டது என்கிறார் அவர்.

ஏறக்குறைய ஒரு வருடம் கழித்து, 2015 ஜனவரியில், டெல்லி சட்டமன்றத் தேர்தல் பிரச்சாரத்தின்போது, நரேந்திர மோடி கெஜ்ரிவாலை நக்சல்களுடன் ஒப்பிட்டுப் பேசினார். கடந்த ஐந்து தசாப்தங்களாக நாட்டில் எழுச்சிபெற்றுவந்த ஒரு கிளர்ச்சி இயக்கத்தைப் புரிந்துகொள்வதில் தனக்குள்ள இயலாமை அல்லது விருப்பமின்மையை இதன் மூலம் அவர் வெளிப்படுத்திக்கொண்டார் என்று சொல்லலாம்.

❍

இங்கு எங்கள் அனைவரிடமும் டார்ச் விளக்கு உள்ளது. அது இங்கே அடிப்படைத் தேவை. நான் வந்தபோது என்னிடம் டார்ச் விளக்கு இல்லை. நாங்கள் பயணிக்கும் இரவுகளில் ஒரு கெரில்லா எனக்கு வழிகாட்டுவார். பின்னர், சோன்பூர் கிராமத்தின் வாரச் சந்தையிலிருந்து எனக்கு ஒரு டார்ச்சை வாங்கித்தருமாறு கிராமவாசி ஒருவரிடம் கெரில்லாப் படையினர் கேட்டார்கள். நான் பணம் தர முன்வந்தபோது அந்தப் படையின் தலைவர் அதை வாங்க மறுத்துவிட்டார். வாங்கிக்கொள்ளுமாறு நான் வற்புறுத்தியபோது, அணியின் மற்ற உறுப்பினர்களும், "அவரிடம் பணம் வாங்க வேண்டாம்" என்றார்கள். கடைசியில் எப்படியோ ஐம்பது ரூபாய் கொடுத்துவிட்டேன். ஃபுலோவிடமும் இதேபோன்ற டார்ச் உள்ளது, அதே நிறம், அதே மாடல். என்னுடைய டார்ச்சைப் பார்க்கும்போது அவர் முகத்தில் வியப்பு நிழலாடுகிறது. என்னை நெடுநேரம் பார்க்கிறார். அவருக்குள் ஏதோ எண்ணங்கள் தோன்றுவதை என்னால் உணர முடிகிறது. ஆனால் அவர் எதுவும் சொல்லவில்லை. இரண்டு நாட்களுக்குப் பிறகு, குழுவின் மற்ற உறுப்பினர்கள் அன்றாடப் பணிகளுக்காக வெளியில் சென்றிருக்கும்போது, ஃபுலோ தன்னுடைய எண்ணங்களை வெளிப்படுத்துகிறார்.

அந்த டார்ச் 2010ஆம் ஆண்டு ஜூன் மாதம் கொங்கேராவில் பதுங்கியிருந்து நிகழ்த்தப்பட்ட தாக்குதலில் கொல்லப்பட்ட அவரது நண்பர் பாண்டு என்பவருக்குச் சொந்தமானது. அவரது மனைவி ரமே 2009இல் கடுமையாக நோய்வாய்ப்பட்ட நிலையில் நகரத்தில் ஒரு மருத்துவரைச் சந்திக்கச் சென்றபோது கைது செய்யப்பட்டார். அவர் இப்போது ஜக்தல்பூர் சிறையில் இருக்கிறார். இருபத்தேழு சி.ஆர்.பி.எஃப். வீரர்கள் கொல்லப் பட்ட கொங்கேரா சம்பவத்தில் ஃபுலோவும் ராஜ்னுவும் பங்குபெற்றார்கள். நாராயண்பூர் மாவட்டத்தில் உள்ள தௌடாய்

காவல் நிலையத்திலிருந்து வழக்கமான ரோந்துப் பணிக்காகச் சென்ற சுமார் அறுபது பேர் கொண்ட போலீஸ் குழுவைச் சுமார் 150 மாவோயிஸ்டுகள் பதுங்கியிருந்து தாக்கினார்கள்.

அவரது நண்பர்களான பாண்டு, ரமேஷ், சங்கர் ஆகிய மூவரும் கொல்லப்பட்டார்கள். தாக்குதலை நடத்திய படைப்பிரிவின் தளபதி பாண்டு. ரமேஷ் ஒரு பிரிவின் தளபதியாக இருந்தார். இருவரும் ஏ.கே. 47 ரகங்களை எடுத்துச் சென்றனர். சிபிஆர்எஃப் கமாண்டன்ட் வீரத்துடன் போராடியதாக ஃபுலோ நினைவுகூர்கிறார். "அந்தக் கிழவர் மிகவும் துணிச்சலானவர்" என்கிறார். துப்பாக்கிச் சூட்டுக்கு மத்தியில் அவருடைய இரண்டு ஜூனியர்கள் சரணடைய விரும்பினார்கள். ஆனால் அவர் அவர்களை அனுமதிக்கவில்லை. "நீங்கள் சரணடைந்தால் உங்களைச் சுடுவேன்" என்று எச்சரித்தார். "ஆனால் தங்கள் சீருடையைக் கழற்றிவிட்டு ஓடிவிட்டார்கள்" என்கிறார் ஃபுலோ.

ஒரு மாதத்திற்குள், 2014, 31 மார்ச் அன்று மற்றொரு டார்ச் என் பாதையில் குறுக்கிட்டது. மக்களவைத் தேர்தலுக்கு முன் பஸ்தரில் உள்ள கோண்டாகாவோனில் காங்கிரஸ் துணைத் தலைவர் ராகுல் காந்தியின் தேர்தல் பிரச்சாரப் பேரணி நடந்தது. தசாராம் என்ற முதியவர் 'மூன்று செல்கள் கொண்ட தன்னுடைய டார்ச்'சைத் தேடிக்கொண்டிருந்தார். அந்தப் பேரணிக்காக நாற்பத்தைந்து கிலோமீட்டர் தொலைவில் உள்ள லவகான் கிராமத்திலிருந்து அவரையும் அவரது அக்கம்பக்கத்தவர்களையும் கூட்டிவந்திருந்தார்கள். நுழைவாயிலில் இருந்த போலீசார் அவரை அவரது டார்ச்சை அங்கேயே வைத்துவிட்டுப் போகும்படி சொன்னார்கள். ஆனால் கூட்டம் முடிந்த பிறகு அவரால் போலீஸ்காரர்களைக் கண்டுபிடிக்க முடியவில்லை. "டார்ச் காணவில்லை என்று எங்கே புகார் கொடுப்பது?" என்று அவன் நண்பன் கேட்டான். "மூன்று செல் டார்ச்" என்று அவனைத் திருத்தினார் தசாராம். அவரது கிராமத்தில் மின்சாரம் இல்லை. டார்ச் அங்கே இன்றியமையாதது மட்டுமல்ல, அதை வாங்குவதும் கடினமாக இருந்தது, வாராந்தரப் பொருட்காட்சிகள் அல்லது நகரச் சந்தைகளில் மட்டுமே கிடைக்கும். பேரணி மைதானம் காலியாகிவிட்டது. ஆனால் தசாராம் இன்னும் தனது மூன்று செல் டார்ச்சைத் தேடிக்கொண்டிருந்தார்.

கொங்கேரா மரணங்களைப் பற்றி என்னிடம் நீண்ட நேரம் சொல்லிவிட்டு, ஃபுலோ அமைதியாகிவிட்டார். அவருடைய டார்ச் இப்போது என் கையில் இருந்தது. நான் அதன் வடிவத்தைப் புரிந்துகொள்ள முயற்சித்தேன். நான்கு வருடங்களுக்கு முன்பு அது வேறொருவருடையது. நான் ஃபுலோவின் டார்ச்சை

வைத்துக்கொண்டு என்னுடையதை அவரிடம் கொடுத்தால், அவருக்கு வித்தியாசமே தெரியாது. தோழர் பாண்டுவின் டார்ச் என்னுடையதாக ஆகலாம். ஆனால் நான் அவ்வாறு செய்யவில்லை. என்னுடைய டார்ச் வேறொருவருடையதாக இருந்திருக்கலாம் என்றும் எனக்குத் தோன்றியது. அது பதுங்கியிருந்து மேற்கொள்ளும் தாக்குதலில் பயன்படுத்தப்பட்டிருக்கலாம். ஒருவேளை அதன் வெளிச்சத்தில் சடலங்களிலிருந்து ஆயுதங்கள் பறிக்கப்பட்டிருக்கலாம். இருண்ட இரவுகளில் அதன் வெண்ணிற ஒளிக்கற்றைக்கு அடியில் காதலர்களுக்கும் நண்பர்களுக்கும் பல கடிதங்கள் எழுதப்பட்டிருக்கலாம்.

அந்த அபுஜ்மத் பயணத்திற்குப் பிறகு எனக்கு டார்ச் தேவைப்படவில்லை. அதன் பேட்டரிகள் செயலிழந்தன. நான் பல நகரங்களுக்குச் சென்றேன். ஒவ்வொரு இடமாற்றத்தின்போதும் எனது உடைமைகளில் பலவற்றை இழந்தேன் அல்லது விட்டுவிட்டேன். பேட்டரிகளை நான் மாற்றவில்லை என்றாலும், ஆரஞ்சு நிற டார்ச் எப்போதும் என்னுடன் இருக்கும். மேஜை விளக்கின் கீழ் நான் இந்த வரிகளை எழுதும்போது, அது என் மேசை டிராயரில் அமைதியாக இருக்கிறது.

○

கனவு 6

தோழருக்குச் செவ்வணக்கம்.

எப்படி இருக்கிறீர்கள்? உங்கள் குழு / கமிட்டி எவ்வாறு செயல்படுகிறது? நான்கு நாட்களுக்கு முன்பு போலீஸ் பதுங்கியிருந்து தாக்கியது உங்களுக்குத் தெரிந்திருக்கும். நாங்கள் நன்றாகப் போராடினோம். தோழர் ஹங்காவும் தோழர் மிண்டாவும் தியாகிகளானார்கள். எட்டு போலீஸ்காரர்களைக் கொன்றோம். ஏழு துப்பாக்கிகளைத் திருடினோம். போலீஸ் நடவடிக்கை அதிகரித்துள்ளது. நீங்கள் கவனமாக இருங்கள். உங்கள் பகுதியில் தாக்குதல்கள் அதிகம் நடக்கின்றன.

தோழரே, இங்கே எப்போது வருவீர்கள்?

செவ்வணக்கம்.

எனக்கு ஒரே ஒரு ஆசை. இந்த ஆசையை வளர்த்துக்கொள்வதன் மூலம், எனக்குக் கடிதம் எழுதும் நபருக்கு நான் துரோகம் செய்வதாகவும் இருக்கலாம். ஏனென்றால் ஒரு கடிதத்தை எழுதுபவர், அதை யாருக்காக எழுதுகிறாரோ அவரைத் தவிர வேறு யாரும் அதைப் படிப்பதை விரும்புவதில்லை. என்றாலும், கடிதமாகிய நான், வேறொருவரால் படிக்கப்பட வேண்டும் என்ற ஆசையுடன் வாழ்கிறேன். என் மஞ்சள் நிறப் பக்கங்களில் கையால் எழுதப்பட்ட வார்த்தைகள்

ஒரு அந்நியனைத் தூண்டிவிடக்கூடும்; தண்டகாரண்யத்தில் அலைந்து திரியும் ஏக்கங்களையும் அச்சங்களையும் நட்புகளையும் உணர்ச்சிகளையும் வெளிக்கொணர்வதற்கான உந்துதலை வாசகருக்குள் உருவாக்கக்கூடும்.

என்னைப் படிக்கும் ஒருவர், துப்பாக்கிகள், வெடி பொருட்கள், ரத்தம், மரணங்கள் ஆகியவற்றுக்கு மத்தியில் கெரில்லாக்கள் ஒருவருக்கொருவர் எழுதிக்கொள்ளும் கடிதங்களைத் திரட்டித் தொகுக்க வேண்டும் என்று விரும்புகிறேன். மூடப்படாத உறைகளில் வைத்த கடிதங்கள், தபால் பெட்டிகளில் போடாத கடிதங்கள், குறிப்பேடுகளின் தாள்களில் எழுதப்பட்டவை, காகிதங்களை மடித்துப் பின் அடித்து, கிராமவாசிகள் அல்லது தோழர்களிடம் ஒப்படைத்த கடிதங்கள். பல கைகள், குன்றுகள், ஆறுகள், பல நாட்கள் ஆகியவற்றைக் கடந்து உரிய நபரை அடையும் முத்திரையற்ற கடிதங்கள். கிட்டத்தட்ட 750 கடிதங்களைத் தண்டகாரண்யத்தில் உள்ள மாவோயிஸ்டுகள் ஒவ்வொரு நாளும் தங்களிடையே பரிமாறிக்கொள்கிறார்கள். இதுவே பாதுகாப்பான தகவல்தொடர்பு முறையாகக் கருதப்படுகிறது. இருப்பினும், எல்லாக் கடிதங்களும் தங்கள் இலக்கை அடைவதில்லை. சில கடிதங்களைக் காவல் துறையினர் இடையில் மறித்துக் கைப்பற்றிவிடுகிறார்கள். 'பரபரப்பான கண்டுபிடிப்புகள்' என்று அவற்றைக் கொண்டாடுகிறார்கள்.[1]

ஒரு தோழர் தனது கெரில்லாக் காதலருக்கு எழுதிய கடிதம், அவர்கள் ஒன்றாகக் கழித்த தருணங்களை நினைவுபடுத்துகிறது, புரட்சிகரப் போராட்டத்தின் மீதான நம்பிக்கையை மறுஉறுதி

1. விளாடிமிர் நபோகோவுக்கு அப்போது இருபது வயதுதான். அவர் ஒரு பெண்ணைக் காதலித்தார். சோவியத் அரசின் கோபத்துக்கு இலக்கான அவர் நாட்டை விட்டு நிரந்தரமாக வெளியேற வேண்டிய கட்டாயம் ஏற்பட்டது. அவர் பெரிய அளவிலான சொத்தை விட்டுச் செல்ல வேண்டியிருந்தது. ஆனால், ஒருபோதும் உரியவர்களிடம் போய்ச்சேராத கடிதங்கள் பற்றிய நினைவுகளே தனக்குள் எதிரொலித்துக்கொண்டிருப்பதாகப் பல பதிற்றாண்டுகளுக்குப் பிறகு அவர் எழுதிய 'ஸ்பீக், மெமரி' என்னும் தன்னுடைய சுயசரிதையில் நினைவுகூர்ந்தார். "ரஷ்யாவை விட்டு வெளியேறும் உணர்வு முற்றிலும் மறைந்துவிட்டது, தமராவின் கடிதங்கள் அதிசயமாகவும் தேவையில்லாமலும் தெற்கு கிரிமியாவிற்கு வந்துகொண்டிருக்கும், அன்னியமான இடத்தில், அபாயகரமான உயரத்தில், அறிமுகமில்லாத தாவரங்களுக்கு மத்தியில் விடப்படும் பட்டாம்பூச்சிகள் திகைத்துப்போய்த் தன் சிறகுகளைப் படபடவென அடித்துக்கொள்வதுபோல அந்தக் கடிதங்கள் தப்பியோடிய ஒருவரது முகவரியைத் தேடி அலையும்" என்று அவர் எழுதினார்.

வாலண்டினா எவ்ஜெனீவ்னா ஷுல்கின் அவருடைய முதல் நாவலில் மேரியாகவும், சுயசரிதையில் தாமராவாகவும் ஆனார். ஆனால் நபக்கோவ் அவரை எப்போதும் 'லியுஸ்யா என்றுதான் அழைப்பார்' என்று நபோகோவின் வாழ்க்கை வரலாற்றை எழுதிய பிரையன் பாய்ட் பின்னர் குறிப்பிட்டிருந்தார்.

செய்கிறது. ஓராண்டுக்கு முன்பு தாங்கள் சந்தித்துக்கொண்டதற்குப் பிறகு கள நிலவரம் நிறைய மாறிவிட்டது என்று ஒரு அணியின் தலைவர் தனது நண்பருக்கு எழுதுகிறார். சில கடிதங்கள் இடையில் எங்கும் திறக்கப்படுவதில்லை. அதைப் பெறுபவர் உடனடியாக அதை அழித்துவிடுகிறார். இலுப்பை மரங்கள் அடர்ந்த காட்டில் என்றென்றைக்குமாகப் புதைந்து கிடக்கும் கெரில்லாக்களின் அரிய கதைகளைச் சுமந்து செல்லும் கடிதங்கள் இவை.

இந்தக் கடிதங்களின் சொற்கள் அழிக்க முடியாத வெளியை உருவாக்குகின்றன. அவை கடுமையான ஒழுக்கத்தைப் பேணும் கட்சியின் ரகசிய ஆசைகளை விவரிக்கின்றன. பிருஹதாரண்யக உபநிடதத்தில் யாக்ஞவல்கிய ரிஷியிடம் கேள்விக் கணைகளைத் தொடுக்கும் கார்கி கடைசியாக இந்தக் கேள்வியைக் கேட்கிறாள்: "ஆகாயத்தில் வியாபித்திருப்பது எது? இறுதி உண்மை என்பது எது?" யாக்ஞவல்கியர் பதிலளிக்கிறார்: "அக்ஷரா (எழுத்து)."

'எழுத்து' என்றும் 'அழியாதது'. எழுத்து – அது முழுப் பிரபஞ்சத்தையும் உள்ளடக்கியது. அதை ஒருபோதும் அழிக்க முடியாது. எனது பக்கங்களில் பதிவாகியுள்ள மாவோயிஸ்டுகளின் கனவுகள் இந்தப் புரட்சியின் கடைசிக் கடிதங்கள். போர்வீரர்கள் அழிந்த பிறகும் கனவு பிழைத்திருக்கும்.[2]

---

2. 1971 போருக்குப் பிறகு வங்கதேசத்திலிருந்து போரின் நினைவுப் பொருட்களாக இந்திய ராணுவம் கொண்டுவந்தவற்றில் பாகிஸ்தான் தபால் பெட்டி ஒன்றும் இருந்தது. சிவப்பு நிறம் கொண்ட தகரப் பெட்டி போர் நினைவுப் பொருளாக மாறியது ராணுவ வரலாற்றில் அரிய நிகழ்வு. வெற்றியின் நினைவுச் சின்னமாகத் தபால் பெட்டியைக் கொண்டுவரும் ராணுவத்தின் மனநிலையைக் கற்பனை செய்ய முயல்கிறேன். காயங்களையும் தழும்புகளையும் கொண்ட ராணுவ வீரர்களின் ஆடைகளில் எதிரிகளுடையதும் அவர்களுடையதுமான ரத்தம் படர்ந்திருக்கும். என்றாலும் அவர்களின் பார்வையில் பிரகாசமான இந்தச் சிவப்பிற்கும் இடம் இருக்கிறது. இந்தப் பெட்டியில் சில கடிதங்கள் இருக்கலாம். வீட்டிலிருந்து நூற்றுக்கணக்கான மைல்களுக்கு அப்பால் உள்ள இந்தப் படையணி, எதிரி நாட்டின் குடிமக்கள் எழுதிய கடிதங்களைச் சலித்துப் பார்க்கிறது. இந்தக் கடிதங்களில் எழுதப்பட்டுள்ள மொழிகளை (அனேகமாக வங்காளமும் உருதும்) எந்தச் சிப்பாயும் படிப்பதில்லை. ஆர்வமுள்ள சில வீரர்கள் சில கடிதங்களை வீட்டிற்குக் கொண்டுவருகிறார்கள். வேறு சிலர், மொழி தெரிந்த உள்ளூர்வாசிகளைக் கொண்டு அதிலுள்ளதை அறிகிறார்கள். தபால் பெட்டி இப்போது சிம்லாவில் ஒரு மலையின் மூலையில் உள்ள ராணுவ அருங்காட்சியகத்தில் அமைதியாகத் தொங்குகிறது. பழங்கால ஆலயங்களில் பொறிக்கப்பட்டுள்ள கவிதை வரிகள்போலக் காயமடைந்த படையணியினர், கடிதம் வாசிப்பவர் ஆகியோரின் கதை அந்தச் சிவப்பு நிறப் பெட்டியில் பொறிக்கப்பட்டுள்ளது.

விடியல் 3

ஆசியக் கோப்பைப் போட்டிகளின் நேர்முக வர்ணனையை வானொலியில் இரவு வெகு நேரம்வரை கேட்டுக்கொண்டிருக்கிறோம். ரஜ்னு வுக்கு மகேந்திர சிங் தோனியை ரொம்பவும் பிடிக்கும். அனைவரும் அறிந்த தோனி என்று அல்லாமல் மகேந்திரா என்றுதான் ரஜ்னு குறிப்பிடுகிறார். மகேந்திரா எப்படி இருக்கிறார்? மகேந்திரா எவ்வளவு சம்பாதிக்கிறார்? "மகேந்திரா ஒரு ஸ்போர்ட்ஸ்மேன். அவர் மிகவும் வலிமையாக இருப்பார்" என்கிறார் ரஜ்னு.

மகேந்திராவுக்கு அடிபட்டிருக்கிறது. அவர் இன்று விளையாட மாட்டார். இந்திய அணியில் ஒரு இடம் காலியாக இருக்கிறது. மிரியா அந்த இடத்தில் விளையாட வேண்டும் என்றேன்.

இன்று ஞாயிற்றுக்கிழமை. மார்ச் 02. இந்தியா வும் பாகிஸ்தானும் மோதும் நாள். மாலையில்தான் போட்டி தொடங்கும். புரட்சிப் போராட்டத்தை அந்த ஆட்டத்துடன் இணைத்துப் பேசுகிறார் ரஞ்சு. "இந்தியா வென்றால்தான் நமது புரட்சியும் வெற்றிபெறும்" என்கிறார். குழுவினருக்கிடையே கிரிக்கெட் போட்டி பற்றிய ஆர்வம் அதிகரிக்க, கெரில்லாக்கள் தமக்குள்ளேயே ஒரு பந்தயம் நடத்தலாமென்று தீர்மானிக்கிறார்கள். பந்தயத்திற்கு முன்பு அனைவரும் உடற்பயிற்சி செய்து போட்டிக்குத் தயார்ப்படுத்திக்கொள்கிறார்கள். அருகிலுள்ள

கிராமங்களுக்குச் சென்று பந்து வாங்கிவருமாறு தலைவர் தன் அணியினரை அனுப்புகிறார். மரக்கட்டைகள் பல அளவுகளில் கொட்டிக் கிடப்பதால், கிரிக்கெட் மட்டையை உருவாக்குவது அவ்வளவு சிரமம் அல்ல. அணிகளைப் பிரிக்கிறார்கள். ஒரு குழுவுக்கு என்னையும் மற்றொரு அணிக்கு அந்தக் குழுவின் தலைவரையும் கேப்டனாகத் தேர்ந்தெடுக்கிறார்கள். தோழர்களுக்கிடையிலான கிரிக்கெட் போட்டி ஓடையின் அருகில் இப்பொழுது துவங்கவிருக்கிறது. ஆனால் இன்னும் பந்து கிடைக்கவில்லை. 24 கிலோமீட்டர் தூரத்துக்கு அப்பால் சோன்பூர் கிராமத்தின் செவ்வாய்க்கிழமைச் சந்தையில் மட்டுமே பந்து கிடைக்கிறது. இலக்கை பாகிஸ்தான் நன்றாக சேஸ் செய்வதுபோல் தெரிவதால் ரஜ்னு பதற்றமாக இருக்கிறார். இரவு முழுமையாகக் கவிந்துவிட்டது. இரவு உணவும் உண்டாகி விட்டது. தோழர்கள் படுக்கையில் படுத்திருக்கிறார்கள். அவர்களில் சிலரது காதுகள் ரேடியோவில் கிரிக்கெட் வர்ணனையைக் கேட்டுக்கொண்டிருக்கின்றன.

திடீரென எதிர்பாராத திருப்பம். 49ஆவது ஓவரில் புவனேஷ்வர் குமார் 2 விக்கெட்டுகளை வீழ்த்துகிறார்; 50ஆவது ஓவரின் முதல் பந்தில் பாகிஸ்தானின் 9ஆவது விக்கெட்டை ஆர். அஸ்வின் கைப்பற்றுகிறார். போட்டியில் ஜெயிப்பதற்கு மீதமுள்ள 5 பந்துகளில் இன்னும் 10 ரன்கள் பாகிஸ்தானுக்குத் தேவை. "நமது புரட்சியின் வெற்றிக்காக இந்தியா ஜெயிக்க வேண்டும் என்று நான் சொன்னேன் இல்லையா?" சிரித்துக்கொண்டே கூறுகிறார் ரஜ்னு. அதன் பின்னர் அடுத்தடுத்த பந்துகளில் ஷாஹித் அஃப்ரிதி இரண்டு சிக்ஸர்களை அடிக்க, ஒரு விக்கெட் வித்தியாசத்தில் பாகிஸ்தான் வென்றுவிடுகிறது. சுற்றுமுற்றும் பார்க்கும் ரஜ்னு, யாரிடமும் எதுவும் பேசாமல் தனது தார்பாலின் ஷீட்டுக்குள் புகுந்து படுத்துக்கொள்கிறார்.

○

கடந்த சில நாட்களாக மிரியா எங்களுடன் வசித்துவருகிறான். கிராமத்தைச் சேர்ந்தவனான மிரியா உருவத்தில் மிகச் சிறியவன். அவன் வயது 17. அவனது அழகான புன்னகையையும் பலவீனத்தை வெளிப்படுத்தும் கண்களையும் நான் இதுவரை யாரிடமும் பார்த்ததில்லை. அவன் குழந்தையாக இருக்கும்போதே பெற்றோர் இருவரும் காசநோயால் இறந்துவிட்டார்களாம். தனது அண்ணன் அண்ணியுடன் வசித்துவருகிறான். சில ஆண்டுகளுக்கு முன் மிரியாவின் அண்ணன் வழக்கமான ஒரு வேலைக்காக நாராயண்பூருக்குச் சென்றபோது மாவோயிஸ்டு களுக்குத் தகவல் தருகிறார் என்கிற குற்றத்தைச் சுமத்தி

போலீஸ் அவரைக் கைது செய்து சிறையில் அடைத்தது. பிறகு ஒருவழியாகச் சிறையிலிருந்து விடுவிக்கப்பட்டார்.

மிரியாவை என் பையில் போட்டுக்கொண்டு ராய்ப்பூருக்குக் கொண்டுபோய்விடுவேன் என்று கேலிசெய்வேன். அபுஜ்மருக்குச் செல்லும் எல்லைப் பகுதியிலுள்ள குருஸ்னார் போலீஸ் சோதனைச் சாவடியில் என்னைச் சோதனை செய்தால், என் பையில் ஒரு குரங்கை வைத்திருப்பதாக அவர்களிடம் சொல்லுவேன். அதையும் மீறி அவர்கள் என் பையைத் திறக்கச் சொன்னால், பையைத் திறந்தால் குரங்கு கடித்துவிடும் என்று அவர்களைப் பயமுறுத்துவேன். பைக்குள்ளிருக்கும் மிரியா குரங்கு கத்துவது போல் சத்தம் எழுப்பினால், போலீஸ்காரர்கள் அனைவரும் பயந்து ஓடிவிடுவார்கள் என்பேன்.

இதைக் கேட்ட அனைவரும் வாய்விட்டுச் சிரிக்கிறார்கள். எல்லாரையும்விட அதிகமாகச் சிரித்தது மிரியாதான்.

அவனை என்னுடன் கூட்டிச்செல்ல வேண்டுமென்று அடிக்கடி நான் நினைப்பதுண்டு. ராய்ப்பூரில் அவன் படிப்பைத் தொடரலாம். அதே சமயம், நான் சுயநலமாக நடந்து கொள்கிறேனோ என்று எனக்கே சந்தேகம் வருகிறது. காட்டுப் பகுதியில் வசித்துவரும் மிரியா அப்பாவிச் சிறுவன். முயலைப் போல் பலவீனமானவன். தொடக்கத்தில் அனைவரும் அவனை மிரியா என்று அழைத்ததால் அவனது பெயரே அதுதான் என்று நான் நினைத்தேன். கோண்டு மொழியில் 'மிரியா' என்றால் இந்தியில் 'சோட்டு' என்று சொல்வதுபோல. அதாவது, 'சின்னப் பையன்' என்று அர்த்தம்!

○

"மாவோயிஸ்ட்டுகளிடமிருந்து பல 'பர்மார்கள்' கைப்பற்றப் பட்டன." இதுதான் ஒரு வன்முறைச் சம்பவத்திற்குப் பிறகு காவல் துறையினரின் கோப்புகளில் தென்படும் வாக்கியம். சார்கேகுடா, கொட்டகுடா கிராமங்களில் 2012, ஜூன் மாதத்தில் மத்திய ரிசர்வ் போலீஸ் படையினர் நடத்திய தாக்குதலில் 17 பேர் கொல்லப்பட்டபோது அவ்விடத்தில் மாவோயிஸ்ட்டுகள் இருந்ததற்கான சான்றாக அங்கிருந்து மூன்று 'பர்மார்கள்' கைப்பற்றப்பட்டதாகப் பாதுகாப்புப் படையினர் தெரிவித்தனர்.

இதைப் பார்த்துச் சிரிக்கத்தான் முடியும். மரக்கட்டையுடன் இணைக்கப்பட்ட நீண்ட இரும்புக் குழாய் அடங்கிய, துளை வழியாக லோட் செய்யப்படும் பர்மார் வகைத் துப்பாக்கியானது இப்போதெல்லாம் மாவோயிஸ்ட்டுகளின் பயன்பாட்டில்

இல்லவே இல்லை. 15 வருடங்களுக்கு முன் தரமான போர்க்கருவிகள் இல்லாமல், பூமிக்கடியில் குண்டுவெடிப்பு நிகழ்த்தும் தொழில்நுட்பத்தைக் கற்றுக்கொள்ளாத காலத்தில் இதை கெரில்லாக்கள் பயன்படுத்தினார்கள். தண்டகாரண்யத்தில் ஓரளவு அமைதி நிலவிய காலங்களில் மத்திய ரிசர்வ் போலீஸ் படைப் பிரிவுகள் சத்தீஸ்கர் மாநிலத்தில் நுழையக்கூட இல்லை.

பர்மார் வகைத் துப்பாக்கியில் துப்பாக்கிப் பவுடருடன் இரும்புத் துகள்களும் பயன்படுத்தப்படுகின்றன. ஒவ்வொரு முறை சுட்ட பின்னரும் இதை ரீலோட் செய்தாக வேண்டும். இதற்குப் பல நிமிடங்கள் பிடிக்கும். இதன் வீச்சும் குறைவு. இதனால் அதிகபட்சம் காயம் மட்டுமே உண்டாகும். இது தாக்குதலுக்கான ஆயுதமல்ல. பஸ்தர் மாவட்டத்தின் உட்புறத்திலுள்ள பல கிராமங்களில் அவ்வப்போது வேட்டை யாடவும் காட்டு மிருகங்களிடமிருந்து பாதுகாத்துக்கொள்ளவும் இந்தத் துப்பாக்கியை மக்கள் பயன்படுகிறார்கள். “பல தலைமுறைகளாக இந்தத் துப்பாக்கியை நாங்கள் வைத்திருக்கி றோம்” என்கிறார் பேரில் தோலா கிராமத்தைச் சேர்ந்த ஒருவர். இந்தத் துப்பாக்கிக்கான பவுடர் கிராமங்களில் எளிதாகக் கிடைப்பதில்லை என்பதால் இதை யாரும் அவ்வளவாகப் பயன்படுத்துவதும் இல்லை; நினைவுச் சின்னமாகவே பலரது வீடுகளில் இதை வைத்திருக்கிறார்கள். துப்பாக்கியை உறையுடன் தோளில் சுமந்து அங்குமிங்கும் நடப்பது கிராம இளைஞர்களுக்கு ஒரு பொழுதுபோக்கு. 2004ஆம் ஆண்டு கைதுசெய்யப்பட ஓர்ச்சாபார் கிராமத்தைச் சேர்ந்த மங்குராம் பல மாதங்கள் சிறையில் இருந்தார். “என்னிடம் பர்மார் வகைத் துப்பாக்கி இருந்ததால் என்னையும் ஒரு நக்சலைட் என்று நினைத்துவிட்டார்கள்” எனக் கூறிச் சிரிக்கிறார் மங்குராம்.

மாவோயிஸ்ட்டுகளின் தாக்குதலைப் பற்றிய புரிதல் தங்களுக்கு இல்லை, இல்லை என்பதை காவல் துறையினர் அடிக்கடி வெளிப்படுத்திவிடுகிறார்கள். “ஆயுதமேந்திய நூற்றுக் கணக்கான நக்சல்கள் எங்களைத் தாக்கினார்கள்; துப்பாக்கிச் சூடு பல மணிநேரம் நீடித்தது” என்பது மாவோயிஸ்டுகளின் தாக்குதலுக்குப் பின்னர் காவல் துறை வழக்கமாகக் கூறுவது. “இது முற்றிலும் தவறு!” என்கிறார்கள் மாவோயிஸ்டுகள். ஒரு தாக்குதலை நடத்த அதிகபட்சம் 10 கெரில்லாக்கள் இருந்தாலே போதுமானது. அதேபோல், காவல் துறையினர் கருதுவதுபோல, ஒவ்வொரு தாக்குதலுக்கும் மத்தியத் தலைமையின் ஆணை வர வேண்டும் என்பதும் இல்லை. “என் பகுதியில் காவல் துறையினர் இருப்பதாக எனக்குத் தகவல் கிடைத்தால் நான் என்ன செய்வது?

மூத்த காம்ரேடுகளிடம் ஆலோசனை பெற வேண்டுமென்றால், கடிதம் அனுப்புவது மட்டுமே பாதுகாப்பான ஒரே வழி. இதற்கு 12 முதல் 72 மணிநேரம்வரை ஆகலாம். இப்போதெல்லாம் வாக்கி-டாக்கிகளைக்கூட நம்ப முடிவதில்லை... அதனால் முடிந்தவரை சீக்கிரமாகக் காம்ரேடுகளைத் திரட்டித் தாக்குதலை நடத்துவோம்" என்கிறார் ரஜ்னு. "IED அல்லது கிளேமோர் கண்ணிவெடியைப் புதைப்பது மட்டுமே எங்களது வேலை. பின்னர் அதை வெடிக்கவைத்து உடனே துப்பாக்கிச்சூடு நடத்துவோம். IEDயை வெடிக்கவைக்க நேரமில்லை என்றால், துப்பாக்கியால் மட்டுமே சுடுவோம். முதல் ரவுண்டில் சில காவல் துறையினர் உயிரிழப்பார்கள். மற்றவர்கள் உடனே ஒளிந்துகொள்வார்கள். சில காவலர்கள் ஆயுதத்தைப் போட்டுவிட்டு ஓடுவார்கள். மொத்தத் தாக்குதலும் 10 நிமிடத்துக்கு மேல் நீடிக்கவே நீடிக்காது."

முன்கூட்டியே விரிவாகத் திட்டமிட்டு வியூகங்களை வகுத்த பின்னர்தான் பெரும் தாக்குதல்களை நடத்துகிறார்கள். பல ஆண்டுகளுக்கு முன் இத்தகைய ஒரு தாக்குதலில் ரஜ்னுவும் பங்கேற்றிருக்கிறார். தாக்குதல் பல மணிநேரம் நீடித்தது என்றாலும் தான் 12 ரவுண்டுகளை மட்டுமே சுட்டது ரஜ்னுவுக்குத் தெளிவாக நினைவில் இருக்கிறது. "காவல் துறையினரைப் போல குண்டுகளை வீணாக்க எங்களால் முடியாது" என்கிறார் அவர். குண்டுகளும்

வெடிமருந்துகளும் எப்போதும் குறைந்த அளவிலேயே கிடைப்பதால் மாவோயிஸ்டுகள் அவற்றை மிகுந்த கவனத்துடன் பயன்படுத்துவார்கள். பயிற்சிக்காகச் சுடும்போது ஏர்கன்னையும் பலூன்களையும் பயன்படுத்துவார்கள்.

ஒரு குழு தான் திருடிய ஆயுதங்களைத் தன்னிடமே வைத்திருக்காது. பயன்படுத்திய ஒவ்வொரு குண்டுக்கான கணக்கும் மூத்த தலைவர்களுக்கு அறிக்கையாக அனுப்பப்படும். அதை வைத்துத்தான் ஒவ்வொரு குழுவுக்கும் எவ்வளவு ஆயுதங்கள் தர வேண்டும் என்று அவர்கள் தீர்மானிப்பார்கள். மிகச் சிறந்த துப்பாக்கிகள் மாவோயிஸ்டுகளிடம் உள்ளன. எல்லாமே பாதுகாப்புப் படையினரிடம் திருடியவை. ஒரு படையில் பாதிக்கும் குறைவான காம்ரேடுகளுக்கு மட்டுமே தானியங்கித் துப்பாக்கிகள் தரப்படுகின்றன. மீதமிருப்போர் 303 ரக துப்பாக்கி அல்லது சிங்கிள் ஷாட் அல்லது 12 போர்களைக் கொண்ட துப்பாக்கியைத்தான் பயன்படுத்துகிறார்கள். (கடைசி இரண்டையும் பஸ்தரிலுள்ள தங்கள் சிறிய உற்பத்திப் பிரிவுகளில் மாவோயிஸ்டுகளே தயாரிக்கிறார்கள்.)

பேனா, கண்ணாடி, கேமரா, பாத்திரம் என எதை வேண்டுமானாலும் வெடிகுண்டாக மாற்றலாம். வெடிமருந்துடன் ஜெலட்டின் குச்சிகளைச் சேர்த்து அவற்றை ஒரு கன்டெயினரில் வைத்து மூடி சீல் செய்து அதை ஒயருடன் இணைத்துவிட்டால் அதுதான் வெடிகுண்டு. அவ்வளவுதான்!

மொத்த உலகமும் கொடுமையான வெடிகுண்டாக மாறிவருகிறது.

o

இவர்கள் என்னதான் அர்ப்பணிப்புடன் போராடினாலும் புரட்சி என்பது சாத்தியமற்றது என்றுதான் தோன்றுகிறது. புரட்சி வெடிப்பதற்கு முன் தாங்கள் அனைவரும் கொல்லப்பட்டு விடுவோம் என்று அவர்களுக்கு நன்றாகவே தெரியும். “இது தொடர்ந்து நடக்கும் போர். நான் இறந்துவிடுவேன்; ஆனால் புரட்சி நிச்சயம் பிறக்கும்” என்றுதான் கிட்டத்தட்ட எல்லா காம்ரேடுகளுமே கூறுகிறார்கள். ஆனால் அவர்களுடன் சிறிது நேரம் உரையாடினால் ‘செங்கோட்டையில் செங்கொடி’ என்கிற அவர்களது கனவு அரூபமானது என்பது புரிந்துவிடும். செங்கோட்டை எங்கிருக்கிறது என்றே பல காம்ரேடுகளுக்குத் தெரியாது. இவர்களில் பலரைப் பொறுத்தவரை இது ‘நீர், காடு, நிலம்’ (ஜல், ஜங்கில், ஜமீன்) ஆகியவற்றுக்காக நடக்கும் போர். அவ்வளவுதான்.

ராவ்கட் ஏரியா கமிட்டியின் உறுப்பினர் நரேஷ். ராவ்கட் மண்ணில் உயர்தர இரும்புத் தாது கலந்துள்ளது. நாட்டின் வெறெந்தப் பகுதியிலாவது நிலத்தைக் கையகப்படுத்த அரசு விரும்பினால் அது மக்களிடம் பேச்சுவார்த்தை நடத்துகிறது. ஆனால் கங்கேரிலோ எல்லைப் பாதுகாப்புப் படையின் பட்டாலியன்கள் குவிக்கப்பட்டுள்ளதாக நரேஷ் குறிப்பிடுகிறார். "எனது நிலத்தை நீங்கள் கேட்கிறீர்கள்; நான் தர மறுக்கிறேன். என் வீட்டிற்கு வெளியே ஆயுதமேந்திய ஆயிரக்கணக்கான படைவீரர்களை நிறுத்தினால் என்னால் என்ன செய்ய முடியும்?"

கவலையின்றித் திரியும் இளைஞர் இவர். மாவோயிஸ்டு களுக்குத் தகவல் தருகிறார் என்று காரணம்காட்டிக் காவல் துறை ஒருநாள் இவரைக் கைது செய்தது. சிறையில் அவர் கடுமையாகத் தாக்கப்பட்டார். "சிறையிலிருந்து வெளிவந்த பின்னர் எனக்குத் தோன்றியதெல்லாம் ஒன்றுதான்: உயிரோடு இருக்க வேண்டுமென்றால், நக்சலைட்டாக ஆவது மட்டுமே ஒரே வழி!"

புரட்சி எதுவும் வருவதுபோல் தெரியவில்லை. இந்நிலையில் மரணம் பற்றிய பயத்துடன் அவர்கள் எப்படி வாழ்கின்றார்கள்? தமது மண்ணைக் காப்பாற்ற வேண்டுமென்பது ஒரு நோக்கம் என்றால் "வரலாற்றில் இடம்பெற வேண்டும்" என்பது இரண்டாவது நோக்கம். "ஒரு கிராமவாசி இறந்தால் கிராம மக்கள் பலர் அவரது நினைவைப் போற்றுகிறார்கள். நான் இறந்துபோனால் நீங்கள் அனைவரும் என்னை நினைவில் வைத்துக்கொள்வீர்கள். கட்சி என்னைப் பற்றிய புத்தகங்களையும் துண்டுப் பிரசுரங்களையும் வெளியிடும்" என்கிறார் ஒரு காம்ரேட்.

இது திகைப்பூட்டக்கூடியது. மூன்று தலைமுறை களுக்குள் மாவோயிஸ்ட் தலைவர்கள் பஸ்தர் மாவட்ட ஆதிவாசிகளிடையே தமது கருத்துக்களை உறுதியாக விதைத்து விட்டார்கள். வனத்துறை அதிகாரிகள், பட்வாரிகளின் தொந்தரவுகளிலிருந்து மக்களைக் காப்பாற்றி அவர்களுக்கான உரிமைகளைப் பற்றிய விழிப்புணர்வை ஊட்டிய மாவோயிஸ்டுகள் தமது சித்தாந்தத்தையும் இந்த வனப்பகுதியில் விதைத்து விட்டார்கள். வரலாற்றின் எல்லைக்கு வெளியே வாழ்ந்து கொண்டிருந்த மக்களின் மீது திடீரென்று 'ஒரு புரட்சியின் வரலாற்றுச் சிறப்பு மிக்க பொறுப்பு' வந்து சேர்ந்தது. இலுப்பை இலையைக் கட்டிக்கொண்டு நடனமாடி உள்ளூர்த் தெய்வமான புத்ததேவை வணங்கிவந்த மக்களின் மனதிலும் சிந்தனையிலும் லெனின், மா–சே–துங் ஆகியோரது கருத்துக்கள் நுழைந்தன. குடும்பம், கடவுள்கள், காதல் ஆகியவை புரட்சிக்கான தடை களாகப் பார்க்கப்பட்டன. வரலாறு அங்கே வந்து, அந்த வனப்

பகுதியைத் தன் பிடிக்குள் கொண்டுவந்துவிட்டது.[1] 'வரலாற்றுச் சுவடுகளில் தமது இடத்தைப் பிடிப்பதே' ஆதிவாசிகளின் முக்கிய இலக்காக மாறியது.

அனைவரது வாழ்க்கையும் நினைவில் வைக்கப்படுவதில்லை. ஐந்து வருடங்களுக்கு முன்பு நிகழ்ந்த ஒரு மோதலில் கொல்லப்பட்ட காம்ரேட் மக்களுக்காக ஒரு நினைவுச் சின்னத்தை அவரது கிராமமான பாலிபீடாவிற்கு வெளியே மாவோயிஸ்டுகள் எழுப்பினார்கள். ஆனால் அச்சின்னத்திலிருந்து அவரது பெயரை கிராமவாசிகள் அழித்துவிட்டார்கள். "அவர் இங்குதான் வசித்துவந்தார் என்பது காவல் துறையினருக்குத் தெரிந்துவிடுமென்று அவர்கள் பயந்தார்கள்" என்கிறார் மங்களின் தங்கை சிம்ரி. கறுப்புப் புடவையில் கையில் கைக்குழந்தையுடன் இருக்கும் சிம்ரி, மங்களின் நினைவுச் சின்னத்தைச் சுட்டிக்காட்டுகிறார்.

நிலைமை மோசமானால், மங்களுக்கு நேர்ந்த அதே கதிதான் தமக்கும் என்பதை அவர்கள் ஒப்புக்கொள்கிறார்கள். இந்திய அரசின் வலிமை என்பது மாபெரும் சக்தி. கட்சி வெளியிடும் துண்டுப் பிரசுரங்கள் எல்லாம் போதாது. மெதுவாக, நகரங்கள் காடுகளுக்குப் பரவும்; கிராமவாசிகள் நகரங்களுக்குச் சென்றுவிடுவார்கள். ஆனால் இந்தப் பாதையில் திரும்ப வருவது என்பது எப்போதுமே சாத்தியமற்றது. தனது வாழ்நாளில் புரட்சி நடப்பது சாத்தியமல்ல என்று வியூகம் வகுப்பதில் வல்லவரான ராம்தேர் ஒப்புக்கொள்கிறார். ஆனால் போராட்டத்திற்கு மாற்றுவழியும் அவருக்குத் தெரியவில்லை.

இவர்களது நிறைவேறாத கனவுகளுக்கும் சித்தாந்தத்திற்கும் வெகு தொலைவில் வெளியுலகம் இருப்பதாகத் தோன்றுகிறது. பத்தாண்டுகளுக்கு மேலாகக் கட்சியில் செயல்பட்டு, 'நீடித்த போரின் முக்கியத்துவம், நவ ஏகாதிபத்தியத்தின் ஆபத்து,

1. வரலாறு தனக்கே உரிய தொன்மங்களை உருவாக்குகிறது. தண்டகாரண்யத்தின் கிளர்ச்சியாளர்களைப் பற்றிய இந்தக் கதையின் கடைசி வரைவை சிம்லாவில் உள்ள வைஸ் ரீகல் விடுதியில், வட்டமாக அமைந்த கண்ணாடிக் கட்டிடத்தில் உள்ள விசாலமான அறையில் எழுதினேன். இந்த இடம் பல பதிற்றாண்டுகளுக்கு பிரிட்டிஷ் ஆளுநரின் அலுவலகமாக இருந்தது. பிரிட்டிஷ் இந்தியாவின் கோடைக்காலத் தலைநகரமான சிம்லா விடுதலைப் போராட்ட வீரர்களையும் புரட்சியாளர்களையும் கட்டுப்படுத்துவதற்கான வியூகங்களை வகுப்பதற்கான சாட்சியமாக இருந்தது. சூரிய உதயமும் சூரிய அஸ்தமனமும் ஊடுருவக்கூடிய உயரமான ஜன்னல்களைக் கொண்ட இந்த அறையிலிருந்துதான் பூமியின் ஐந்தில் ஒரு பங்கு மக்கள்தொகையை (ஆடென்முதல் மியான்மர்வரை) பிரிட்டிஷார் நிர்வகித்துவந்தார்கள்.

மரணத்தின் கதையின் இறுதிப் பகுதி மலைமீது, காலனிய ஆட்சியாளர் பயன்படுத்திய மேசையில் எழுதப்பட்டது.

உலகமயமாக்கல்' பற்றியெல்லாம் மணிக்கணக்கில் பகலில் பேசும் காம்ரேடுகள் என்றேனும் ஒருநாள் இரவில் 'நவ ஏகாதிபத்திய அமெரிக்கா' எங்கே இருக்கிறது என்று தமக்குள் யோசித்துக்கொண்டிருப்பார்கள்.

"அமெரிக்கா எங்கே இருக்கிறது?" என்று கேட்கிறார் பெண் காம்ரேட் ஒருவர். இரவு உணவாக வேகவைத்த அரிசி, பப்பாளிக் கறியைச் சாப்பிட்டு முடித்து நெருப்பின் முன் அமர்ந்து குளிர்காய்ந்தபடி இதைக் கேட்கிறார். உலகம் உருண்டை என்பதால் இந்தக் கிரகத்தில் அவர்கள் அமர்ந்திருக்கும் இடத்தின் மறுமுனையில் அமெரிக்கா இருக்கிறது என்று சொன்னதும் மற்ற காம்ரேடுகளைப் போல அவரும் அதிர்ச்சி அடைகிறார். அமெரிக்காவில் அப்போது பகல் நேரமாக இருக்கும் என்று சொன்னதைக்கூட அவர்களால் நம்ப முடியவில்லை. கட்சியில் சேர்ந்ததிலிருந்து பெரும்பாலான கோண்டு ஆதிவாசிகள் காடுகளை விட்டு வெளியே வந்ததேயில்லை. மற்றவர்கள் சாலைகளையோ மின்சார வசதியையோ தொலைபேசியையோ பார்த்ததே கிடையாது.

"கோடைகாலத்தைச் சமாளிக்க நகரங்களில் ஏதோ ஒன்று இருக்கிறது என்று கேள்விப்பட்டிருக்கிறேன். அது எப்படி வேலை செய்யும்?" என்று ஒரு தோழர் கேட்கிறார். அவர் கேட்பது மின்விசிறியைப் பற்றி. நகரங்களில் இருப்பவர்கள் எரிவாயுவைப் பயன்படுத்தித்தான் சமைக்கின்றனர் என்பதையும் சமைப்பதற்கு அவர்களுக்கு மரமோ, விறகோ தேவையில்லை என்பதையும் மற்றொரு தோழரால் நம்பவே முடியவில்லை.

"ராய்ப்பூர் எவ்வளவு பெரிதாக இருக்கும்? அதில் எத்தனை வீடுகள் இருக்கும்? எத்தனை வாகனங்கள் இருக்கும்?" என்று கேட்கிறார் இன்னொரு தோழர்.

இக்கேள்விகளுக்கான பதில்களை அறியாமலேயே தாம் இறந்துவிடுவோமென்று அவர்கள் நம்புகிறார்கள். "காட்டை விட்டு வெளியே வந்த அடுத்த கணம் என்னைக் கொன்றுவிடுவார்கள். புரட்சி நிகழ்ந்த பிறகுதான் நாங்கள் காட்டை விட்டு வெளியேற முடியும்" என்கிறார் இன்னொரு இளைஞர்.

பழைய நிகழ்வொன்று நினைவுக்கு வருகிறது. 2012, ஏப்ரலில் மாவோயிஸ்டுகளால் சுக்மா மாவட்ட ஆட்சியர் அலெக்ஸ் பால் மேனன் கடத்தப்பட்டு அவர்களின் பிடியில் இருந்தபோது, ஒரு இளம் கெரில்லா அவரிடம் பணிவான முறையில் இந்த வேண்டுகோளை முன்வைத்தார். "ஐயா, ஹேண்ட்பம்ப் மெக்கானிக் வேலைக்கு நான் விண்ணப்பித்திருக்கிறேன்.

நீங்கள் விடுதலையானதும் என் விண்ணப்பத்தைப் பார்த்து ஏதாவது செய்ய முடியுமா?" மேனனுக்குப் பாதுகாவலாக இருந்த அந்த கோண்டு இன ஆதிவாசி ஒரு பலவீனமான தருணத்தில் தன்னுடைய இருப்பின் பலவீனத்தையும் கிளர்ச்சியின் பலவீனத்தையும் பிணையக் கைதியிடமே வெளிப்படுத்திவிட்டார்.

"ஒருவர் வழி தவறிவிட்டால், அவர் யாரிடமாவது வழி கேட்பார்; அல்லது வழிகாட்டும் பலகையைப் பார்ப்பார். ஆனால் பறவைகளின் கதி என்ன? ஒரு பறவைக் கூட்டத்தைச் சேர்ந்த ஒரு பறவை மாலையில் தனது கூட்டுக்குத் திரும்பும்போது வழிதவறி வானத்தில் தொலைந்துவிட்டால் என்ன ஆகும்? காலையில் அது பார்த்த மேகங்கள் மாலையில் தடம் மாறியிருக்கும். வானம் அப்பறவைக்கு ஒரே மாதிரியாகத்தான் தெரியும் அல்லவா?" ஒரு நாள் மாலையில் வானத்தைப் பார்த்துக்கொண்டிருந்த நரேஷையும் ஜெய்லாலையும் பார்த்து நான் இப்படிக் கேட்டேன்.

அன்று மார்ச் 3ஆம் தேதி. "அட! ஆமாம், அது எப்படி வழியைக் கண்டுபிடிக்கும்?" என்று ஆச்சரியப்பட்டார் ஜெய்லால்.

எங்களது தலைக்கு மேல் ஒரு கிளி மிகவும் குழப்பத்துடன் பறந்துகொண்டிருந்தது; அதன் அலறல் சத்தம் ஆகாயத்தை ஊடுருவியது. அது தனது வழியை மறந்துவிட்டதாகவே எங்களுக்குத் தோன்றியது. ஆனால் அதற்கு எங்களால் உதவ முடியாது.

❍

இதனிடையே கணபதியை நேர்காணல் செய்வது குறித்துப் பல உத்தரவாதங்களுக்குப் பிறகு அவரது நெருங்கிய உதவியாளராகிய சம்பாலா ரவீந்தர் என்கிற அர்ஜுன் என்பவர் மூலம் எனக்கு இறுதியான பதில் கிடைத்தது. இப்போதைக்குச் சந்திக்க முடியாது என்று அவர் வருத்தம் தெரிவித்தார்; ஆனால் "கூடிய விரைவில்" சந்திக்கலாம் என்றும் நம்பிக்கை தெரிவித்தார். "நீண்ட காலம் தங்கியிருந்த போதிலும் உங்களது பணி முடியவில்லை; எங்களை மன்னித்துவிடுங்கள்" – இதுவே அவரது கடிதத்தின் கடைசி வார்த்தைகள்.

ராம்தேரைத் தொடர்ந்து மிகவும் வலிமையானவரும் அதிகம் மதிக்கப்படும் மாவோயிஸ்டுகளுள் ஒருவருமான அர்ஜுன் அபுஜ்மத் பட்டாலியனின் தலைவராகப் பொறுப்பேற்றுக்கொண்டார். ஆனால் சில மாதங்கள் கழித்து அவர் தனது மனைவியுடன் தெலங்கானா காவல் துறையினரிடம் சரணடைந்தார். தகவல் தெரிவிப்பவர்கள்

மூலம் காவல் துறையினருடன் நீண்ட பேச்சுவார்த்தை நடத்திய பின்னர்தான் சரணாகதி நடைபெறுவது வழக்கம். இதை வைத்துப் பார்க்கும்போது தலைவரானபோதே சரணடைவது என்பது அவரது மனதில் இருந்திருக்கலாம். அவரது தலைவருடன் என்னை நேர்காண வைப்பதாக எனக்கு உத்தரவாதம் அளித்த சமயத்தில்கூட அவர் காவல் துறையினருடன் சரணாகதி பற்றிப் பேசிக்கொண்டிருந்திருக்கலாம்.

இதுதான் இவர்கள் வாழ்க்கையின் நகைமுரண்.

○

அரசு, ஜனநாயகம், புரட்சி பற்றியெல்லாம் மாவோயிஸ்டுகளுடன் அவ்வப்போது விவாதம் செய்வேன். 2013ஆம் ஆண்டில் சர்ச்சைக்குரிய மக்கள் நீதிமன்றத்தை (ஜன் அதாலத்) ஜெய்லால் தலைமை தாங்கி நடத்தினார். கொங்கர் கிராமத்தில் வசித்துவந்த கவசி சந்திரா என்பவரை சுமார் 200 கிராமவாசிகள் சேர்ந்து அவரது மனைவி, பெற்றோர் மற்றும் குழந்தைகள் முன்பு அடித்தே கொன்றுவிட்டனர். சந்திராவைக் காவல் துறைக்குத் தகவல் சொல்பவர் என்று மாவோயிஸ்டுகள் சந்தேகித்ததால் இவ்வாறு அவரைக் கொல்லும்படி உத்தரவிட்டதே ஜெய்லால்தான். “சந்திராவின் மூலம் மக்களுக்கு நாங்கள் ஒரு செய்தியைச் சொல்ல விரும்பினோம்” என்கிறார் ஜெயலபால். “தண்டனையைக் கிராமத்தினர் முடிவுசெய்தார்கள் . . . சிலசமயங்களில் இம்மாதிரி பாடம் புகட்ட வேண்டிய அவசியம் உள்ளது” என்கிறார் அவர்.

ஆதிவாசிகளைத் துன்புறுத்துவதாக இவர்கள் குற்றம் சாட்டும் காவல் துறையினருக்கும் இவர்களுக்கும் என்ன வித்தியாசம் என்று கேட்டவுடன் ஜெய்லால் மாலைநேர வானத்தைச் சற்று நேரம் பார்த்தார். ஒரு கிளிக்கூட்டம் கூடு திரும்பிக்கொண்டிருந்தது. மிக நீண்ட இடைவெளிக்குப் பின்னர் பேசிய அவர் முதலில் தனது செயலை நியாயப்படுத்த முயன்றார். பிறகு, “ஆம், நீங்கள் சொல்வது சரிதான். இது தவறுதான்” என்று ஒப்புக்கொண்டார். “மூத்த தலைவர்கள்தான் இதுகுறித்து முடிவுசெய்ய வேண்டும்” என்றும் கூறினார்.

தர்பா தாக்குதலின்போது மாநில காங்கிரஸ் தலைவர் நந்தகுமார் படேலையும் அவரது இளம் மகன் தினேஷையும் கொலை செய்தது மிகப்பெரிய தவறு என்று ராம்தேரும் ஒப்புக்கொண்டார். “அதற்கு முந்தைய நாள்தான் போலியான என்கவுண்டர்களுக்கு எதிராக வலுவான ஒரு அறிக்கையை படேல் வெளியிட்டிருந்தார். அவர் கொல்லப்பட்ட செய்தியை

ரேடியோவில் கேட்ட நாங்களேகூட ஏன் இப்படிச் செய்து விட்டோம் என்று வருந்தினோம்."

எப்போதும் வாதம் புரியும் இவர்கள் தமது சித்தாந்தத்திலும் நிகழ்முறைகளிலும் இருக்கும் குறைகளை ஒப்புக்கொள்ளவும் தயாராக இருக்கிறார்கள். "எல்லாச் சொத்துக்களும் தவறானவை; வேலைக்கான ஊக்கத் தொகை ஒருவரை நேர்மையற்றவராக ஆக்குகிறது" என்று மாவோவை மேற்கோள் காட்டி இவர்கள் சொல்லும்போது நான், "எனக்கு சம்பளம் கிடைக்கிறது. கடினமாக உழைத்தால் ஊக்கத்தொகை கிடைக்கும். அப்படியானால் நான் ஊழல் செய்வதாக நீங்கள் நினைக்கிறீர்களா? மாவோ சொன்ன அனைத்தையும் ஏன் நம்புகிறீர்கள்?" என்று கேட்பேன்.

"இதுபற்றி மூத்த தலைவர்களுடன் நாங்கள் ஆலோசனை நடத்துவோம்" என்று பதில் வருகிறது.

இவர்களது இயக்கத்தின் கோட்பாட்டு ஆதாரங்கள் பலவற்றை எதிர்க்கலாம். ஆனால் அவர்களுடன் பேச்சுவார்த்தை நடத்தி அவர்களைப் புரிந்துகொள்ள அரசு விரும்பவில்லை. எனவே ஆயுதப் போராட்டம்தான் ஒரே தீர்வு என்று ஆதிவாசி கெரில்லாக்கள் நம்பிவருகிறார்கள்.

காட்டிற்காக நிகழும் போரில் பல கெரில்லாக்கள் இறக்கின்றனர். உயர்நிலைத் தலைவர்களைத் தவிர, மிகச் சிலரே காட்டை விட்டு இதுவரை வெளியே வந்திருக்கிறார்கள். பஸ்தர் கிராமவாசிகளின் வாழ்க்கையானது எப்போதும் இலுப்பை, கூந்தற்பனை, அரிசி, புளி சட்னி ஆகியவற்றைச் சுற்றியே அமைந்துள்ளது. கட்சியில் சேர்ந்த பிறகு சாவைப் பற்றிய நிரந்தர பயம் அவர்களைத் தொற்றிக்கொள்கிறது.

தனது உற்பத்திப் பொருட்களை விற்கக் கடந்த பத்தாண்டு களில் நகரம் வனப்பகுதிக்குச் சற்று அருகில் வந்துள்ளது. இன்னும் இங்கே மின்வசதி வரவில்லை. ஆனால் நகரத்தை ஒட்டி அமைந்துள்ள சில வீடுகளில் பேட்டரி, டிவி, டிடிஎச் ஆகியவை உள்ளன. இதனால் கிராமவாசிகள் நகரத்தை இன்னும் நன்றாகத் தெரிந்துகொள்ள ஆரம்பித்துவிட்டார்கள். ஆனாலும் இன்னமும் நகரவாசிகள்மீது அவர்களுக்குச் சந்தேகம் இருக்கிறது. டிடிஎச் மிக விரைவில் வனப்பகுதியை மாற்றக்கூடிய வலிமை கொண்டது. ஆனால் டிவி சேனல்கள் வருவதற்கு முன் அபுஜ்மத்தில் செய்ய வேண்டிய அடிப்படை வசதிகள் நிறைய உள்ளன.

மூத்த மாவோயிஸ்ட்டுகள் சிலரிடம் சோலார் பேட்டரிகள் உள்ளன. இதை வைத்துத்தான் காவல் துறையினர் மீதான

தாக்குதல் நடவடிக்கைகளை அவர்கள் தமது மடிக்கணினியில் ஜூனியர் கெரில்லாக்களுக்குப் போட்டுக் காட்டுகிறார்கள். தமது ஆதரவாளர்களால் தயாரிக்கப்பட்ட இயக்கம் தொடர்பான பிரச்சார ஆவணப்படங்களைப் போட்டுக் காட்டுவதுடன் அவ்வப்போது 'கிங் காங்' போன்ற திரைப்படங்களையும் போட்டுக் காட்டுகிறார்கள்.

பல வீடியோக்கள் அடங்கிய மூன்று பென் டிரைவ்களை மூத்த தலைவர் ஒருவர் என்னிடம் கொடுத்தார். அதிலிருந்து ஒவ்வொரு இரவும் எனது மடிக்கணினியை இடத்தில் வைத்து, காவல் துறையினர் மீதான தாக்குதல் வீடியோக்களைப் படையணி உறுப்பினர்கள் ஆர்வத்துடன் பார்க்கிறார்கள். திரையில் காட்டப்படும் அந்தத் தாக்குதலில் தானும் பங்குபெற்றதாக ஒரு கெரில்லா மிகுந்த துடிப்புடன் கூறுகிறார். அதே தாக்குதலில் தனது தோழரை இழந்துவிட்டதாக வேறொரு காம்ரேட் குறிப்பிடுகிறார். திரையில் ஒரு கதை காட்டப்படுகிறது; காம்ரேடுகளிடையே பல கதைகள் எதிரொலிக்கின்றன. அப்படங்களில் அவர்கள் தம்மையே பார்க்கிறார்கள். "அடுத்த காட்சியில் நான் வருவேன்... நான் அந்தப் புதரின் பின்னால் ஒளிந்திருக்கிறேன்... அங்கிருந்து அதோ தப்பிக்கிறேன்..." என்று பரபரப்புடன் தங்கள் அனுபவத்தைப் பகிர்ந்துகொள்கிறார்கள்.

ஒருநாள் இரவு தியோ என்ஜெலோபாலசின் 'யுலிசிஸ் கேஸ்' என்ற படத்தை நான் அவர்களுக்குப் போட்டுக் காண்பித்தேன். அவர்களுக்கு மொழி அல்லது சப்–டைட்டில்கள் புரியவில்லை என்றாலும் படக் காட்சிகளைப் பார்த்துப் பிரமித்துவிட்டார்கள். குறிப்பாகக் கிழக்கு ஐரோப்பாவின் ஒரு பகுதியில் லெனினின் பிரம்மாண்டமான வெண்ணிறச் சிலை இடித்துத் தள்ளப்படு வதை அவர்கள் மிகவும் ரசித்தார்கள்.

மடிக்கணினி விரைவிலேயே முகாமின் மிகவும் மதிப்பு வாய்ந்த பொருளாக ஆகிவிட்டது. இரவு நேரத்தில் மடிக்கணினி இயக்கப்படுவதால் எப்போது இரவு வருமென்று அனைவரும் ஆவலுடன் காத்திருப்பார்கள். சிலசமயம் அவர்களை வெறுப்பேற்றுவேன். பேட்டரி சரியாகப் பொருத்தப்படவில்லை, ஒயர் லூசாக இருக்கிறது, சாக்கெட் வேலை செய்யவில்லை, இரண்டு விறகு வேண்டும், தடிமனாக இல்லை, ஒயரை சாக்கெட்டில் செருகுவதற்கு ஒல்லியான விறகு வேண்டும், மரத்தில் கட்டி பேட்டரியை தொங்கவிடுவதற்குத் தடிமனான விறகு வேண்டும், ஒயரைக் கொஞ்சம் பிய்க்க வேண்டும், டார்ச் வெளிச்சத்தைக் காட்டுங்கள், முகத்தில் அல்ல கைகளில்... என்று பலவிதமாக அவர்களை வேண்டுமென்றே வெறுப்பேற்றி

முடிந்தவரை பேட்டரியை ஆன் செய்வதைத் தாமதப்படுத்து வேன். நான் கேட்பதை எடுத்துவர எல்லா கெரில்லாக்களும் தயாராக இருப்பார்கள். எடுத்துவரத் தாமதமானால், பெண் காம்ரேடுகள் ஆண் காம்ரேடுகளைத் திட்டுவார்கள். வேண்டுமென்றே அலைக்கழித்தது அவர்களுக்குத் தெரிந்துவிடக் கூடாது என்று நானும் எச்சரிக்கையாவே இருப்பேன். ஆனால், அதற்கு அவசியமே இல்லை. இப்போது நாங்கள் மிகவும் நெருக்கமாக ஆகிவிட்டதால் அவர்களுக்கு நான் வேண்டுமென்றே விளையாடுகிறேன் என்று புரிந்தாலும் என்மேல் கோபம் வராது. சொல்லப்போனால், அவர்களும் என்னுடன் சேர்ந்து இதுபோன்ற குறும்புகளைச் செய்யத் தயாராக இருப்பார்கள்.

○

மடிக்கணினியைத் தவிர, ஆர்வத்துடன் அவர்கள் எதிர்நோக்கும் மற்றொரு கொண்டாட்டம் மாதாந்தர விருந்து. ஒவ்வொரு அணிக்கும் மாதமொரு முறை 'மட்டன்' விருந்துக்கு மாவோயிஸ்டுகள் ஏற்பாடு செய்கிறார்கள். இதற்காகத் தனியாக நிதியும் ஒதுக்குகிறார்கள். அவ்வாறு விருந்து நடக்கும் இரவில் பார்த்தால் காடே விழாக்கோலம் பூண்டிருக்கும். நான் போக வேண்டிய நாளும் வந்துவிட்டது; ஆனால், 'மட்டன்' விருந்துக்கோ இன்னும் பல நாட்கள் இருந்தன. எனக்காகப் பிரிவுபசார விழா நடத்த அவர்கள் விரும்பினார்கள். கடந்த மூன்று வாரங்களாக அவர்களுடன் தங்கியிருக்கிறேன். நான் அவர்களைப் பற்றியும் அவர்கள் என்னைப் பற்றியும் பலவற்றைத் தெரிந்துகொண்டிருக்கிறோம். பலவற்றைப் பகிர்ந்துகொண்டிருக்கிறோம். அவற்றில் பலவற்றை இங்கோ அல்லது வேறெங்குமோகூடப் பதிவுசெய்ய முடியாது. நாங்கள் ஒன்றாக அமர்ந்து சாப்பிட்டோம். மரக்கட்டைகளை வெட்டினோம். நதியில் குளித்தோம். எனது சவரக் கருவியை அவர்கள் ஜாலியாகப் பயன்படுத்தினார்கள். கரடிகளையும் கொசுக்களையும் பற்றிக் கவலைப்படாமல் வானத்தைப் பார்த்தபடி உறங்கினோம். மட்கோக்களைப் பார்த்து நான் பிரமிப்படைந்தேன். அவர்களிடமிருந்து கோண்டு மொழியைக் கற்றுக்கொண்டேன். அவர்கள் என்னிடம் இந்தி கற்றுக்கொண்டார்கள். மரணத்தை மிக அருகில் எதிர்கொண்ட பல்வேறு தருணங்களை நாங்கள் ஒன்றாக அனுபவித்தோம். எங்கள் நினைவுகளில் இருக்கும் மரணத்தின் தடங்கள் ஒருபோதும் அழியாது.

நாளை நான் கிளம்பப்போகிறேன். இன்று எப்படி மட்டன் சமைப்பது? கட்சி நிதியிலிருந்து முன்பணத்தை அவர்களால்

எப்படி எடுக்க முடியும்? அவசரமாக ஒரு மீட்டிங்கிற்கு ஏற்பாடு செய்த மாவோயிஸ்டுகள் இதுபற்றித் தமது தலைவர்களிடம் பிறகு பேசிக்கொள்ளலாம், இன்று தங்கள் விருந்தாளிக்கான பிரிவுபசார உணவைச் சமைத்துவிடுவோம் என்று முடிவுசெய்கிறார்கள். விருந்தைப் பற்றி மகிழ்ச்சியுடன் அவர்கள் என்னிடம் கூறியபோது நான் அவர்களுக்கு ஏமாற்றமளிக்கும் பதிலைக் கூறினேன். நான் சுத்த சைவம்.

அவர்களால் அதை நம்ப முடியவில்லை. 'மட்டன்' இல்லாமல் எப்படி ஒருவரால் வாழ முடியும்? நகரத்தில் மக்கள் எப்படி வாழ்கிறார்கள்? எப்படியும் பிரிவுபசார விருந்து தர வேண்டுமென்பதில் உறுதியாக இருந்த காம்ரேடுகள் ஜிலேபி செய்யப்போவதாகக் கூறினர். சந்தைக்குப் போவதென்றால் பல மணிநேரம் ஆகும் என்பதால் ஒரு கிராமவாசியை உடனடியாக சைக்கிளில் அனுப்பிவைத்தார்கள். பல நாட்களுக்கு முன்பு செய்யப்பட்ட அந்த ஜிலேபிகள் அங்கு வருவதற்கு முன் காய்ந்து, மஞ்சள் நிறமாக ஆகியிருந்தன. ஆயினும் நாங்கள் அனைவரும் தரையில் அமர்ந்து அந்த இனிப்பைச் சாப்பிட்டோம். உலகின் மீதிருந்த எனது நம்பிக்கை மீண்டும் உறுதிப்பட்டது.

○

அடுத்த நாள் ராய்ப்பூருக்குத் திரும்பும் நீண்ட, சோகமான பயணத்தைத் தொடங்கினேன். நான் எடுத்து வந்திருந்த மருந்துகள், கொசுவலை, சோப்பு, ஷாம்பு, சவரப் பொருட்கள் உள்பட எனது பெரும்பாலான பொருட்களை மாவோயிஸ்டுகளுக்குத் தந்துவிட்டதால் எனது பை கனமின்றி இருந்தது. எனது ஆன்மா களைப்புற்றிருந்தது. காட்டைப் பற்றிய நினைவுகளைத் தாண்டி யோசிக்க முடியாத அளவுக்கு அந்த அனுபவங்கள் என் மனதை ஆக்கிரமித்திருந்தன. ஆனால், காட்டுக்கு வெளியேயும் வாழ்க்கை எனக்காகக் காத்துக்கொண்டிருந்தது. சிறிது நேரத்தில் புதுதில்லி செல்லும் ஒரு விமானத்தில் நான் அமர்ந்திருந்தேன்; அந்தப் பயணத்தின்போதுதான் அபுஜ்மத்தில் செலவழித்த நாட்களைப் பற்றிய எனது கடைசிப் பயணக் குறிப்பை எழுதினேன்.

> மார்ச் 14, மதியம் 12:30. புதுதில்லியுள்ள இந்தியன் எக்ஸ்பிரஸ் பத்திரிகை அலுவலகம். ஆசிரியர்களுக்காகக் காத்திருக்கிறேன். அபுஜ்மத்திலிருந்து திரும்பியதும் உடனடியாகப் புதுதில்லிக்கு வரும்படி சொல்லியிருந்தார்கள். சஞ்சீவ் சின்ஹா, பிரியா சந்திரசேகர், விஜய் பிரதாப் சிங் ஆகியோரின் கருப்பு-வெள்ளைப் படங்கள் அலுவலகச் சுவரில் தொங்குகின்றன. அவர்கள் பிறப்பு, இறப்புத் தேதிகளும்

கடமையாற்றும்போது அவர்கள் எப்படி இறந்தார்கள் என்பதைச் சொல்லும் இரண்டு வாக்கியங்களும் ஒவ்வொரு படத்தின் கீழும் உள்ளன. இதில் நான்காவதாக என்னுடைய புகைப்படம் இடம்பெற்றால் படத்தின் கீழே என்ன எழுதுவார்கள்? என் சகாக்களில் யார் அதை எழுதுவார்? யார் அதை எடிட் செய்வார்?

O

பிப்ரவரி–மார்ச், 2015, அபுஜ்மத்

பகுதி 5

நிராசை 5

"நீங்கள் எங்கள் அமைப்பின் அறிவுஜீவியாக வேலை செய்வீர்களா?"

எனக்கு வியப்பாக இருந்தது.

"எங்கள் மிகப் பெரிய பலவீனமே இதுதான். எங்களிடம் அறிவுஜீவிகள் யாரும் இல்லை."

அது ஜார்க்கண்ட் - பிகார் எல்லையை ஒட்டி அமைந்துள்ள காடு. 2013, ஏப்ரல் 16. சத்ரா மாவட்டத்தின் லாலாங் ஊராட்சி ஒன்றியம். 16 முதல் 30 வயதுவரை உள்ள சுமார் 25 இளைஞர்கள் ஏகே-47, ஐ.என்.எஸ்.ஏ.எஸ். துப்பாக்கிகளை ஏந்தியபடி காவல்காத்து நின்றார்கள்.

அக்ரமன் என்கிற ரவீந்தர் கஞ்சு, குட்டு என்கிற சாகர், நான் ஆகிய மூவரும் மரங்களுக்கிடையே அமர்ந்திருந்தோம். தங்களுடைய உண்மையான பெயரை என்னிடம் சொல்ல அவர்கள் விரும்ப வில்லை.

சிறிது நேரத்திற்கு முன்புதான் திருதீய சம்மேளன் பிரஸ்துதி கமிட்டியைச் சேர்ந்த இந்த இரு கமாண்டர்களும் தங்கள் இளம் வீரர்களை ஆயுதம் தாங்கிய அணிவகுப்புப் பயிற்சிகளை எனக்குச் செய்துகாட்டச் சொன்னார்கள். மாவோயிஸ்டுகளுக்குத் தாங்கள் எந்த விதத்திலும் சளைத்தவர்கள் அல்ல என்பதை நிரூபிப்பதற்காக அப்படிச் செய்தார்கள்.

சில ஆண்டுகளுக்கு முன்புவரை அவர்கள் மாவோயிஸ்ட் கம்யூனிஸ்ட் சென்டர் (எம்சிசி), சிபிஐ (மாவோயிஸ்ட்) ஆகிய அமைப்புகளின் தொண்டர்கள். கருத்து வேற்றுமை காரணமாகப் பிரிந்துவந்து டிஎன்பிசியைத் தோற்றுவித்தார்கள். சத்ரா, லதேஹார் மாவட்டங்களில் அவர்களுக்கு இப்போது ஓரளவு அதிகாரம் இருக்கிறது. மாவோயிஸ்டுகளுக்கு எதிராகப் போரிடக் காவல் துறை அவர்களைத் தூண்டிவிடுகிறது.

ஜார்க்கண்டில் சிபிஐ (மாவோயிஸ்ட்) அமைப்பிலிருந்து பிரிந்துசென்ற அமைப்புகள் நிறைய உள்ளன. படிக்காத, வேலைக்குப் போகாத இளைஞர்களை இவை ஈர்க்கின்றன. இவர்கள் கடத்தல் போன்ற அடிப்படையான வன்முறைகளில் மட்டுமே ஈடுபடுகிறார்கள். பெரும்பாலும் காவல் துறையினரின் ஆதரவுடன் இவற்றைச் செய்கிறார்கள்.

சத்ராவில் மார்ச் 28 அன்று பத்து மாவோயிஸ்டு களைக் கொன்று, இரண்டு டஜன் மாவோயிஸ்டுகளைச் சிறைப்பிடித்ததும் அக்ரமனின் குழு திடீரென்று புகழடைந்தது. கைகள் கட்டப்பட்டுப் பலவீனமான நிலையில் மாவோயிஸ்டு களை யாரும் அதுவரை பார்த்ததில்லை. ஆந்திரப் பிரதேசம் தவிர வேறு எந்த மாநிலத்திலும் ஒரே சமயத்தில் இவ்வளவு மாவோயிஸ்டுகளை வலுவிழக்கச் செய்ததில்லை. யார் இவர்கள்? இந்த வலிமையையும் ஆயுதங்களையும் இவர்கள் எங்கிருந்து பெற்றார்கள்?

மாவோயிஸ்டுகளுடனான தங்கள் பகையை விவரித்த அக்ரமனும் குட்டுவும் திடீரென்று இப்படிக் கேட்டார்கள்: "எங்களுடைய மிகப் பெரிய பலவீனமே மாவோயிஸ்டுகளைப் போல எங்களுக்கென்று அறிவுஜீவிகள் இல்லாததுதான். நீங்கள் எங்களுடைய அறிவுஜீவியாகச் செயல்படுவீர்களா?"

"நான் வெறும் பத்திரிகையாளன். அவ்வளவுதான்."

"இது ஊடகங்கள், அறிவுஜீவிகள் செய்யக்கூடிய வேலை. உங்களைப் போன்றவர்களின் உதவி இல்லாமல் மாவோயிஸ்டு களால் இந்த அளவுக்கு வளர்ந்திருக்க முடியாது" என்றார்கள். அவர்கள் குரல்களில் அசாத்தியமான உறுதி தெரிந்தது. நிச்சயத்தன்மை இருந்தது.

மாவோயிஸ்டுகள் நாடு முழுவதும் பரவியிருப்பதும் தாங்கள் ஜார்க்கண்டின் சில மாவட்டங்களிலேயே சுருங்கியிருப்பதும் அவர்களுக்குத் தெரியும். காவல் துறையின் ஆதரவு நின்றுவிட்டால் அடுத்த கணமே அவர்கள் காணாமல் போய்விடுவார்கள். அதனால்தான் தங்களை வலுப்படுத்திக்கொள்ள வேண்டும் என்று விரும்பினார்கள். வனத்தில் இருப்பவர்கள் கெரில்லாப்

படையினரின் போரைத் தலைமைதாங்கி நடத்தினார்கள். தடைசெய்யப்பட்ட அத்தகைய இயக்கத்தினருக்கான கருத்தியல் தளத்தை நகர்ப்புறத்தில் இருக்கும் படித்த ஆதரவாளர்கள் உருவாக்கினார்கள். அந்தப் போர் இன்றியமையாதது என்று வாதிட்டார்கள். இத்தயை ஆதரவுத் தளம் இல்லாமல் மாவோயிஸ்டுகளால் இவ்வளவு நீண்ட பயணத்தை மேற்கொண்டிருக்க முடியாது. டி.எஸ்.பி.சி படையைச் சேர்ந்த இளைஞர்களுக்கு அத்தகைய ஆசைகள் இருந்தன. ஆனால் காட்டின் மறுபுறத்தில் இருக்கும் தங்களுடைய தலைவர் வேறு விதமாகச் சிந்தித்துக்கொண்டிருந்தது அவர்களுக்குத் தெரியாது.

“அறிவுஜீவி என்பவர் யார்? அறிவுஜீவிகளாகிய நீங்கள் தலையிட்டு இதையெல்லாம் முடிவுக்குக் கொண்டுவர முடியாதா?” என்று அவர்களுடைய தலைவர் பிரஜேஷ் கஞ்சு கேட்டார். கருத்த நிறமும் முரட்டுத் தோற்றமும் கொண்டிருந்தார். அவருடைய சுருட்டை முடிகள் தொப்பிக்கு வெளியே எட்டிப் பார்த்தன. இருபது ஆண்டுகளாக நடந்துவரும் கெரில்லாப் போரினால் களைத்துப்போன அவர் எஞ்சியுள்ள வாழ்நாளைத் தன் மனைவியுடனும் மகனுடனும் கழிக்க விரும்பினார். “நாங்கள் வன்முறையை விரும்பவில்லை. ஆனால் நாங்கள் ஆயுதங்களைக் கீழே போட்டுவிட்டால் மாவோயிஸ்டுகள் எங்களைக் கொன்றுவிடுவார்கள். சாவது என்றால் போர்க்களத்தில் சாவதையே நான் விரும்புகிறேன். நான் போராடுவேன். என் மகனுக்கும் துப்பாக்கி சுடுவதில் பயிற்சி அளிப்பேன்” என்று அவர் வருத்தத்துடன் என்னிடம் சொன்னார். போரை முடிவுக்குக் கொண்டுவர உடனடியாக யாரேனும் தலையிட வேண்டும் என்று அவர் விரும்பினார்.

இந்தக் கட்டத்தில் அவர்கள் பின்வாங்குதைக் காவல் துறையும் விரும்பவில்லை. “ஆயுதங்களைக் கைவிடாதீர்கள்” என்று உளவுத்துறை அதிகாரி ஒருவர் பிரஜேஷுக்குச் செய்தி அனுப்பியிருந்தார். ‘காவல் துறையின் வளர்ப்பு நாய்கள்’ என்று டி.எஸ்.பி.சி.யை மாவோயிஸ்டுகள் குறிப்பிட்டார்கள். அடர்ந்த காட்டினுள் அமர்ந்திருந்த குட்டு இதைக் கேட்டுச் சிரித்தார். “போலீஸ் எங்களைப் பயன்படுத்திக்கொள்கிறது என்று சொல்வதை நாங்களும் கேள்விப்பட்டோம். ஆனால் நாங்கள் போலீஸைப் பயன்படுத்திக்கொள்கிறோம் என்றும் சொல்லலாம். நாங்கள் இப்போதுதான் போராட்டத்தைத் தொடங்கியிருக்கிறோம். போலீசுடன் இந்தச் சமயத்தில் மோத நாங்கள் விரும்பவில்லை” என்றார்.

ஜார்க்கண்டிலும் பிஹாரிலும் ஆதிக்கம் செலுத்திவந்த எம்.சி.சி.யுடன் பல ஆண்டுகள் இணைந்து செயல்பட்ட பின்

இயக்கத்தை விட்டு வெளியே வந்தபோது பிரஜேஷின் வயது இருபதுகளின் தொடக்கத்தில் இருந்தது. மேலும் பலரும் இயக்கத்தை விட்டு வெளியேறினார்கள். 2004இல் எம்.சி.சி., இந்தியக் கம்யூனிஸ்ட் கட்சி (மார்க்கிஸ்ட் – லெனினிஸ்ட்), மக்கள் யுத்தக் குழு ஆகிய அமைப்புகள் ஒன்றிணைந்து சிபிஐ (மாவோயிஸ்ட்) என்னும் அமைப்பைத் தோற்றுவித்தபோது பிரஜேஷைப் போன்றவர்கள் அதை எதிர்த்து 2003வாக்கில் டி.எஸ்.பி.சி.யை உருவாக்கினார்கள்.

இந்தச் சகோதர யுத்தத்திற்குப் பின்னால் சாதிப் பரிமாணம் ஏதும் இல்லை என்று டி.எஸ்.பி.சி.யின் போராளிகள் மறுத்தாலும் பிரஜேஷ் உள்பட இந்த இயக்கத்தில் உள்ள பலரும் பட்டியல் சாதிகளைச் சேர்ந்தவர்கள். எம்.சி.சி.யின் யாதவ் சமூகத்தைச் சேர்ந்த தலைவர்களை எதிர்த்துக் குரல் எழுப்பியவர்கள். அதிதீவிர இடதுசாரிப் போராளிகள் மத்தியிலும் சாதிய அமைப்பு ஊடுருவியுள்ளது.

○

ஜார்க்கண்டில் நடக்கும் நக்சல் கிளர்ச்சியும் தண்டகாரண்யத்தின் கிளர்ச்சியும் அடிப்படையிலேயே வேறானவை. தண்டகாரண்யத்தில் சிபிஐ (மாவோயிஸ்ட்) என்னும் ஒற்றை அமைப்பு உள்ளது. ஜார்க்கண்டில் ஒன்றுக்கொன்று கடுமையான விரோதம் கொண்ட பல தீவிர இடதுசாரிக் குழுக்கள் உள்ளன. வலிமை வாய்ந்த மாவோயிஸ்டுகள் இதர போராளிக் குழுக்களுடனான சண்டையில் தங்கள் ஆற்றலைச் செலவிடுவார்கள் என்ற நம்பிக்கையோடு காவல் துறையினர் இந்தச் சண்டைகளை உற்சாகத்துடன் பார்த்துக் கொண்டிருக்கிறார்கள். ஜார்க்கண்ட் நிர்வாகமும் ஜார்க்கண்ட் மக்களும் மாவோயிஸ்ட் குழுவுக்கும் இதர குழுக்களுக்குமிடையே எந்த வித்தியாசத்தையும் பார்ப்பதில்லை. மத்திய உள்துறை அமைச்சகத்திற்கு ஜார்க்கண்ட் மாநில அரசு அனுப்பும் ஆண்டு அறிக்கைகளில் இந்திய மக்கள் விடுதலை முன்னணி போன்ற அமைப்புகள் மாவோயிஸ்டுகளுக்கு இணையாகவே குறிப்பிடப்படுகின்றன. இந்திய மக்கள் விடுதலை முன்னணி ஒரு சில மாவட்டங்களில் மட்டுமே செயல்படுகிறது. இந்தக் குழுவின் ஒரே வேலை கடத்தலும் அது தொடர்பான குற்றச் செயல்களும்தான்.

கெரில்லா தாக்குதல்கள் அதிகம் நடக்கும் தண்டகாரண்யமும் ஜார்க்கண்டும் மாவோயிஸ்ட் இயக்கம் குறித்த முக்கியமான அறிகுறிகளை வழங்குகின்றன. இந்த இரு இடங்களிலும் உள்ள மாறுபட்ட சூழல்கள், அரசியல் ஸ்திரமின்மையும்

வறுமையும் சேர்ந்து புரட்சி நடவடிக்கைளுக்கு வழிவகுக்கின்றன என்னும் பொதுக் கருத்தை மறுக்கின்றன. வறுமை ஓரளவு வன்முறைக்குக் காரணமாக அமையலாம். ஆனால் அது புரட்சிக்கு வழிவகுக்கும் என்று சொல்லிவிட முடியாது.

2000ஆம் ஆண்டில் மக்கள் யுத்தக் குழுவின் தலைவர்கள் மக்கள் விடுதலை கெரில்லாப் படையை உருவாக்கினார்கள். ஜார்க்கண்ட், சத்தீஸ்கர் ஆகிய மாநிலங்கள் உருவாக்கப்பட்டன. இந்த இரு மாநிலங்களிலும் பல பகுதிகள் போதிய வசதிகள் இல்லாத நிலை இருந்தது. இன்றளவும் அந்த நிலை நீடிக்கிறதும் ஜார்க்கண்டின் அரசியல் சூழ்நிலை ஸ்திரமற்றதாக உள்ளது. 2014இல் அங்கு பெரும்பான்மை பலம் கொண்ட ஓர் அரசு அமைந்தது. அதற்கு முன்பு 13 ஆண்டுகளில் எட்டு முதல்வர்களை அம்மாநிலம் கண்டது. மூன்று முறை குடியரசுத் தலைவர் ஆட்சி அமல்படுத்தப்பட்டது. சத்தீஸ்கர் மாநிலம் இதற்கு மாறாக, வலுவான முதலமைச்சர்களைப் பெற்றிருக்கிறது. மூன்று முதலமைச்சர்களை மட்டுமே அம்மாநிலம் கண்டிருக்கிறது. எப்போதுமே பெரும்பான்மை வலிமையுடன் ஆட்சி அமைந்திருக்கிறது. ஆனால் ஜார்க்கண்டில் கெரில்லாக்களின் எண்ணிக்கை குறைந்திருக்கிறது. சத்தீஸ்கரிலோ பஸ்தர் பகுதியில் அவர்களுடைய ஆதிக்கம் நீடிக்கிறது.

“நாங்கள் வர்க்கப் போராட்டமாக இந்தப் போரைத் தொடங்கினோம். ஆனால் அது பிசுபிசுத்துவிட்டது. பிஹாரிலும் ஜார்க்கண்டிலும் எங்கள் இயக்கம் நிலப்பிரபுக்களுக்கு எதிரான நிலமற்றவர்களின் கோபத்தைப் பிரதிபலித்தது. முழுப் புரட்சிக்கான ஆசையை அல்ல. நிலமற்றவர்களுக்கு நிலம் கிடைத்ததும் புரட்சி என்னும் இலக்கை நோக்கி அவர்களைக் கொண்டுவரக் கட்சியால் முடியவில்லை” என்கிறார் பாலமுவில் உள்ள சதீஸ்குமார். இவர் அனைத்து ஜார்க்கண்ட் மாணவர் சங்கத்தின் தலைவர். இந்த அமைப்புக்குச் சட்டமன்றத்தில் பிரதிநிதித்துவம் இருக்கிறது. குமார் 1982இல் மக்கள் யுத்தக் குழுவில் சேர்ந்து கிட்டத்தட்ட 25 ஆண்டுகள் ஆயுதம் தாங்கிய போராட்டத்தில் ஈடுபட்டார். 2009இல் கட்சியை விட்டு விலகி ஜார்க்கண்ட முக்தி மோர்ச்சா (ஜே.எம்.எம்.) சார்பில் சட்டமன்றத் தேர்தலில் போட்டியிட்டார்.

ஜார்க்கண்டில் கெரில்லாக்கள் பலர் அரசியலில் சேர்ந்து விட்டார்கள். அப்படிச் சென்ற முக்கியமான போராளிகளில் ஒருவர் பாலமு தொகுதியின் முன்னாள் எம்.பி. காமேஸ்வர் பைதா. பல்வேறு கொலைகளிலும் மோதல்களிலும் இவர் பெயர் அடிபட்டது. அவர் கைது செய்யப்பட்டாலும்

சிறையில் இருந்தபடியே ஜே.எம்.எம். சார்பில் 2009 மக்களவைத் தேர்தலில் போட்டியிட்டு வென்றார். 2014 பொதுத் தேர்தலுக்கு முன்பு வீசிய மோடி அலையைத் தொடர்ந்து பாஜகவில் சேர்ந்தார். தேர்தலில் நிற்க வாய்ப்புக் கிடைக்காததால் திருணமூல் காங்கிரஸில் சேர்ந்துவிட்டார்.

அரசியலுக்கும் கிளர்ச்சிக்கும் இடையிலான எல்லைக்கோடு ஜார்க்கண்டில் மிகவும் மங்கலாக உள்ளது. டி.எஸ்.பி.சி.யின் தொண்டர்கள் பலரின் உறவினர்கள் அரசியலில் இருக்கிறார்கள். பிரஜேஷுக்கு அடுத்த நிலையில் இருக்கும் தலைவரான லட்சம் கஞ்சு என்கிற கொஹ்ராமின் மனைவி மம்தா தேவி மாவட்ட கவுன்சிலின் தலைவராக இருக்கிறார்.

பிரஜேஷின் தம்பி கணேஷ் கஞ்சு 2009 சட்டமன்றத் தேர்தலில் ஜே.எம்.எம். சார்பாகப் போட்டியிட்டார். பிறகு பாஜகவில் சேர்ந்தார். பிறகு மீண்டும் ஜே.எம்.எம்.மில் சேர்ந்து அதன் சார்பில் 2014 தேர்தலில் சிமாரியா தொகுதியில் வெற்றிபெற்றார். அவருடைய குரல் மென்மையாக இருக்கிறது. தன்னுடைய அண்ணன் தடைசெய்யப்பட்ட அமைப்பின் தலைவர் என்ற உணர்வு அவர் குரலில் வெளிப்படவில்லை. பல ஆண்டுகளுக்கு முன்பு குண்டு வெடிப்பில் சிக்கி இடதுகையை இழந்துவிட்டார். தசைப் பிடிப்புள்ள கை சதையால் ஆன முண்டுடன் தொங்குகிறது. அவர் பைக் ஓட்டுகிறார். கஷ்டப்பட்டுக் கை நீட்டி கிளட்சை எப்படியோ இயக்கிவிடுகிறார். ஸ்கூட்டரில் இருப்பதுபோல மோட்டார் சைக்கிளிலும் இடது கைப்பக்கம் கியர் இருந்திருந்தாலும் கியர்களை மாற்ற ஏதாவது வழி கண்டுபிடித்திருப்பார். லாலாங் பகுதிக்குள் பைக்கில் என்னை அழைத்துச் சென்றபோது பைக் ஓட்டிக்கொண்டே அடிக்கடி செல்போனில் பேசிக்கொண்டிருந்தார். செல்போனைக் கழுத்துக்கும் தோள்பட்டைக்கும் இடையில் வைத்தபடி பேசினார்.

அவரைப் பார்க்கும்போது சர்வேஸ்வர் தயாள் சக்சேனா எழுதிய 'மன்டு பாபு' என்னும் கவிதை நினைவுக்கு வந்தது. மன்டு பாபு துப்பாக்கியின் விசையை அழுத்தக் கூடாது என்பதற்காகக் காவல் துறையினர் அவர் ஆள்காட்டி விரலை வெட்டிவிட்டார்கள். ஆனால் மன்டு அதை நினைத்துச் சிரித்தார். அவரால் நடுவிரலைப் பயன்படுத்திச் சுட முடிந்தது.

○

ஜார்க்கண்டில் மாவோயிஸ்ட் இயக்கம் பலவீனமடைந்ததற்கு ஜார்க்கண்ட் சமூகம் மிகவும் அரசியல்மயமாகியிருப்பதும் ஒரு காரணம். சத்தீஸ்கரில் காங்கிரஸ், பாஜக என்று இரண்டு பெரிய

கட்சிகள்தான் இருக்கின்றன. 81 சட்டமன்றத் தொகுதிகளை மட்டுமே கொண்ட சிறிய மாநிலமான ஜார்க்கண்டில் குறைந்தது ஆறு பெரிய கட்சிகளும் அதே அளவுக்குச் சிறிய கட்சிகளும் களத்தில் இருக்கின்றன.

பஸ்தரில் பல ஆயிரக்கணக்கான சதுர கிலோமீட்டர் நிலப்பரப்பில் அரசியல், நிர்வாக அமைப்புகள் ஏதும் இல்லை என்பது மாவோயிஸ்டுகளுக்கு வசதியாக இருக்கிறது. வடமேற்கு ஜார்க்கண்டில் பல ஆண்டுகளாக அரசு என்பதே இல்லை. தொலைதூரப் பகுதிகள் பலவற்றில் மின்சாரம் இல்லை. ஆனால் அரசியல்வாதிகள் அபரிமிதமாக இருந்தார்கள். மக்கள் தங்கள் குறைகளைத் தீர்த்துக்கொள்ளப் பக்கத்தில் இருக்கும் அரசியல்வாதியை அணுகுவார்கள். அரசியல்வாதிகள் வாக்காளர்களைக் கவர என்ன வேண்டுமானாலும் செய்யத் தயாராக இருப்பார்கள். தடைசெய்யப்பட்ட அமைப்பை மக்கள் நாடுவதை அரசியல்வாதிகள் விரும்ப மாட்டார்கள். சமூகக் கோபத்திற்கான வடிகால் அரசியல் வெளியில் கிடைக்கிறது. வாக்காளர்களின் ஆதரவைத் தக்கவைத்துக்கொள்வதற்காக அரசியல்வாதிகள் தொகுதிகளைச் சுற்றி வருகிறார்கள். இந்தச் சூழ்நிலையில் புரட்சிக்கான இடம் கரைந்துபோகிறது.

பிற பகுதிகளிலும் இதே நிலைதான். 2004இல் எம்.சி.சி.யும் மக்கள் யுத்தக் குழுவும் இணைந்த பிறகு சதீஷ் குமார் சிபிஐ (மாவோயிஸ்ட்) அமைப்பின் உத்தர பிகார், உத்தரப் பிரதேசம், உத்தராகண்ட் ஆகியவற்றுக்கான சிறப்புக் குழுவின் உறுப்பினரானார். வறுமை சூழ்ந்த பகுதிகள் தங்கள் வளர்ச்சிக்கு ஏற்றவை என்று மாவோயிஸ்டுகள் கருதினார்கள். ஆனால் அரசியல் பரவியிருக்கும் அந்தப் பகுதியில் அது நடக்கவில்லை. "அங்கே செய்வதற்கு அதிகம் இல்லை" என்றார் சதீஷ்குமார்.

2007இல் சிபிஐ (மாவோயிஸ்ட்) அமைப்பின் ஏழாவது மாநாடு நடைபெற்றபோது அதில் கலந்துகொள்ளத் தெரிவு செய்யப்பட்ட தொண்டர்களில் சதீஷும் ஒருவர். "ஜார்க்கண்டை மாவோயிஸ்டுகளின் இன்னொரு தளமாக மாற்றுவதற்கான புதிய அழைப்பு விடுக்கப்பட்டது. அது சாத்தியமாகும் என்று நாங்கள் நினைத்தோம். ஆனால் நடக்கவில்லை. ஒருபோதும் அது நடக்காமலேயே போகலாம்" என்று அந்நாட்களை நினைவு கூர்ந்தார் சதீஷ். "தண்டகாரண்யத்தில் மாவோயிஸ்டு களுக்குக் குடும்பம் இல்லை. கண்டிப்பாகக் குழந்தைகள் இல்லை. பிஹாரிலும் ஜார்க்கண்டிலும் நிலப்பிரபுத்துவ அமைப்பும் குடும்ப உறவுகளும் வலுவானவை. அந்த அமைப்பிற்குள் திரும்பிச் செல்வதற்கான ஏக்கம் எப்போதும் இருக்கும்" என்றார் சதீஷ்.

பிஹார் – ஜார்க்கண்ட் பகுதியைச் சேர்ந்த மாவோயிஸ்டுகள் வித்தியாசமான செயல்முறையைக் கொண்டிருக்கிறார்கள். தலைமறைவு நடவடிக்கைகளில் ஈடுபடும் அவர்கள் அதிலிருந்து வெளியே வந்து குடும்பத்துடன் சில ஆண்டுகள் செலவிட்டுவிட்டுப் பிறகு மீண்டும் கெரில்லா வாழ்க்கைக்குத் திரும்புகிறார்கள். இந்தச் சுழற்சி தொடர்கிறது. குடும்பத்துடன் திரும்பத் திரும்ப ஏற்படும் தொடர்புகளால் புரட்சிப் பணிகள் தள்ளிப்போகின்றன. ஒரு கட்டத்தில் மொத்தமாக வீட்டுக்குத் திரும்பிவிடுகிறார்கள்.

இன்னொரு வித்தியாசம் தலைமையில் இருக்கிறது. தண்டகாரண்யத்தில் கட்சிக்குத் தலைமை தாங்கியவர்கள் ஆந்திரப் பிரதேசத்தைச் சேர்ந்தவர்கள். அவர்கள் மாணவர் இயக்கங்களில் உருவாக்கப்பட்டவர்கள். அவர்களால் பஸ்தரின் குடிமக்களை எளிதாக வசப்படுத்தி வழிகாட்ட முடிந்தது. பிஹார், ஜார்க்கண்ட் பகுதிகளின் மாவோயிஸ்டுகளிடம் ஆந்திரப் பிரதேசத்தைச் சேர்ந்த தலைவர்களின் கொள்கைப் பிடிப்பைக் காண முடிவதில்லை.[1]

ஜார்க்கண்டில் சகோதர யுத்தங்களும் மாவோயிஸ்டு களைப் பலவீனப்படுத்தியிருக்கின்றன. தங்களுக்குள் சண்டை யிடுவதை நிறுத்தி, காவல் துறைக்கு எதிராக ஒன்றுபடுமாறு 2012, ஜூன் 24 அன்று ஆயுதம் தாங்கிய அனைத்துக் குழுக்களுக்கும்

---

1. ஒரு காலத்தில் கிளர்ச்சியாளர்களின் தொட்டிலாக இருந்த ஆந்திரப் பிரதேசத்தில் தற்போது வன்முறை கட்டுப்படுத்தப்பட்டுள்ளது. ஆனால் மேற்பரப்பில் உள்ள ஆதரவு தொடர்கிறது. 2014, ஆகஸ்ட் 24 அன்று தெலுங்கு எழுத்தாளர்கள், பத்திரிகையாளர்கள், கல்வியாளர்கள் ஆகியோர் சிபிஐ (மாவோயிஸ்ட்) அமைப்பு தொடங்கப்பட்டுப் பத்து ஆண்டுகள் நிறைவடைந்ததைக் கொண்டாட ஒரு கூட்டத்தை நடத்தினார்கள். மாவோயிஸ்ட் இயக்கத்திற்கு ஆதரவு தெரிவிக்குமாறு பார்வையாளர்களைக் கேட்டுக்கொண்டார்கள். விருதுபெற்ற கவிஞர் கே. சிவா ரெட்டியும் அந்தக் கூட்டத்தில் கலந்துகொண்டார். ஒருநாள் முழுவதும் நடைபெற்ற அந்தக் கூட்டத்தையடுத்து அதுபோன்ற பல கூட்டங்கள் ஆந்திரப் பிரதேசத்திலும் தெலங்கானாவிலும் நடைபெற்றன. கூட்ட அரங்கிற்கு வெளியே மாவோயிஸ்டுகளின் வாழ்வையும் சாதனைகளையும் புகழ்ந்துரைக்கும் நூல்கள் விற்கப்பட்டன.

   இந்தியாவின் பெரும்பாலான பகுதிகளில் இத்தகைய கூட்டங்களை நடத்தினால் காவல் துறையினர் நடவடிக்கை எடுப்பார்கள். ஆனால் ஹைதராபாதில் அது நடக்காது. நாட்டின் மாபெரும் தகவல் தொழில்நுட்ப மையங்களில் ஒன்றான ஹைதராபாதில் முன்னாள் நக்சலைட்டுகள் பலர் முக்கியமான பதவிகளில் இருக்கிறார்கள். தெலங்கானா மாநிலப் பத்திரிகையாளர் அகாடமியின் தலைவரான அல்லம் நாராயணா அவர்களில் ஒருவர். தன்னுடைய 'நடுத்தர வர்க்கப் பின்னணி'யின் காரணமாகக் கட்சியை விட்டு வெளியேறியது குறித்து வருத்தம் தெரிவித்தார். "மாவோயிஸ்டுகள் மக்களுக்காக மாபெரும் தியாகங்களைச் செய்திருக்கிறார்கள். அவர்கள் மீது எனக்குப் பெரிய மரியாதை இருக்கிறது. அரசாங்கத்தின் அடக்குமுறைக்கான எதிர்வினையாகவே அவர்களுடைய வன்முறையைப் பார்க்கிறேன்" என்றும் அவர் பேசினார்.

மாவோயிஸ்ட் அமைப்பு வேண்டுகோள் விடுத்தது. குழுக்களுக்கிடையிலான சண்டை நிறுத்தம் ஒரு மாதம்கூட நீடிக்கவில்லை. வலிமைவாய்ந்த மாவோயிஸ்ட் அமைப்பின் வேண்டுகோள் சுவையான நகைமுரணாக மாறியது. மாவோயிஸ்டுகள் இந்தப் போட்டிக் குழுக்களை 'எதிர்ப் புரட்சியாளர்கள்' என்றும் 'பிற்போக்குவாதிகள்' என்றும் அடிக்கடி குறிப்பிடுவதுண்டு. காவல் துறையுடனான போரை நிறுத்திவைப்பதாக மாவோயிஸ்ட் அமைப்பு தன்னிச்சையாக அறிவித்தது. சிறிய குழுக்களைப் பேச்சுவார்த்தைக்கு அழைத்தமை இந்த மாநிலத்தில் தங்கள் நிலை ஆட்டம் கண்டிருப்பதை மாவோயிஸ்டுகள் உணர்ந்திருப்பதையே காட்டியது. மாவோயிஸ்டுகள் ஒரு காலத்தில் தங்களுடைய தளமாக மாற்ற விரும்பிய மாநிலம் இது. புரட்சிக்குத் 'தோதான சூழல்' இருப்பதாக அவர்கள் நம்பிய மாநிலம்.

அறிவுஜீவிகள் துணை இருந்தாலும் சரி, இல்லாவிட்டாலும் சரி, ஜார்க்கண்ட் ஒருபோதும் இன்னொரு பஸ்தாராக முடியாது.

○

மரணத்தின் கதை 7

'நக்சல் வெளியீடுகள்' என்பதைக் காரணம் காட்டிக் காவல் துறை பலரைக் கைது செய்கிறது. இது ஒரு சில பெயர்ச் சொற்களை ஒட்டிக் காவல் துறை முன்வைக்கும் அபத்தமான காரணம். கைது செய்யப்பட்ட நபர் தடைசெய்யப்பட்ட நடவடிக்கைகளில் ஈடுபட்டதற்கான தடயம் எதையும் முன்வைக்க முடியாத நிலையில் அவர்களிடமிருந்து 'நக்சல் வெளியீடு'களைக் கைப்பற்றியதாகச் சொல்லிவிடுவார்கள்.

2012, பிப்ரவரி மாதம் பிலாயைச் சேர்ந்த ஜோ என்னும் பெண்ணைக் காவல் துறை கைது செய்தது. அதற்கு முன்பு அவருடைய கணவர் தீபக் பர்கானிஹாவைக் கொல்கத்தாவில் கைது செய்தது. "நக்சல்களின் நகர்ப்புற அடையாளம்" என்று இவர்கள் இருவரையும் காவல் துறை குறிப்பிட்டது. தீபக் ஸ்டீல் அதாரிடி ஆஃப் இந்தியா லிமிடெட்டின் பிரிவான பிலாய் எஃகு ஆலையில் தொழில்நுட்ப வல்லுநராகப் பணியாற்றினார். தன்னுடைய திறமையான செயல்பாட்டுக்காக விருதுபெற்றவர் இவர். 2009இல் தீபக் தலைமறைவானார். சிபிஐ (மாவோயிஸ்ட்) அமைப்பின் மத்தியத் தொழில் நுட்பக் குழுவின் உறுப்பினராகச் செயல்பட்டார் என்பது இவர் மீதான குற்றச்சாட்டு. ரேகாவின் வீட்டிலிருந்து கைப்பற்றப்பட்ட 'நக்சல் வெளியீடுகள்' விசித்திரமான கலவையிலானவை: பகத்சிங்கின் படம், மார்க்ஸ், ஏங்கல்ஸின் எழுத்துக்கள், பிரெக்டின் கவிதைகள். அதில் ஒரு கவிதை இது:

இருண்ட காலங்களிலும் / பாடல்கள் இருக்குமா? / இருக்கும், அப்போதும் பாடல்கள் இருக்கும் / அவை இருண்ட காலங்களைப் பற்றியதாக இருக்கும்.

இந்தப் புத்தகங்களில் 'நக்சல்' தன்மை என்ன இருக்கிறது என்று காவலர் ஒருவர் தன் மேலதிகாரியிடம் கேட்டார். மேலதிகாரி அவரைத் திட்டினார். குற்றம்சாட்டப்பட்டவருக்கும் மேலதிகாரிக்கும் எந்த விரோதமும் இல்லை. இந்த நூல்கள் எல்லாம் 'தடைசெய்யப்பட்ட வெளியீடுகள்' என்றும் இவை யாரிடம் இருந்தனவோ அவர் மாவோயிஸ்ட் என்பது இதன் மூலம் உறுதியாகிறது என்றும் அவர் உறுதியாக நம்பினார்.

குற்றச்சாட்டும் குற்றமும் ஒரே நபரைத் தேடுகின்றன. காஃப்காவின் பிரதான பாத்திரங்கள் பல சமயம் ஒரே விதமான சட்டங்களின் பிடிக்குள் சிக்கிக்கொள்கிறார்கள்.

காவலர்களுடன் இது குறித்து வாதிட்டால் குடிமக்களின் பாதுகாப்புக்காகவே இப்படிப்பட்ட கடினமான பகுதிக்குப் பணி மாற்றம் பெற்று வந்திருப்பதாகக் கூறுவார்கள். மேலும் தொடர்ந்து வாதிட்டால் தங்கள் அலுவலக அலமாரிகளை அலங்கரிக்கும் இந்தியக் குற்றவியல் சட்டம், இந்திய அரசமைப்புச் சட்டம் ஆகிய நூல்களில் உள்ள சட்டப் பிரிவுகளை எடுத்து வீசுவார்கள். இந்த நூல்களின் இத்தனை பிரதிகளை ஏன் அங்கே வைத்திருக்கிறார்கள் என்று அவர்கள் சொல்ல மாட்டார்கள். அவர்கள் அறியாமை கண்டு நீங்கள் பரிதாபப்படலாம். அல்லது அவர்களுக்கு எதிராக எழுதலாம். ஆனால், உங்களுடைய ஒரே பாதுகாவலர்கள் என்று அவர்கள் தங்களைக் கருதிக்கொள்கிறார்கள். எதிர்ப்பு எத்தகையதாக இருந்தாலும் அது அரசியல் சட்டத்தால் அங்கீகரிக்கப்பட்டதாகவோ அல்லது மனித உரிமை ஆணையத்தின் அறிக்கையில் இடம்பெற்றதாகவோ இல்லாவிட்டால் அதை அவர்கள் மதிக்க மாட்டார்கள்.¹

○

---

1. காவல் துறைக்கு இன்னொரு முகமும் இருக்கிறது. மோதல் நடக்கும் இடத்திலிருந்து செய்தி தருவது என்பது பல சமயம் காவல் துறையின் உதவி இல்லாமல் நடக்காது. இத்தகைய பகுதிகளில் இணையத் தொடர்போ ஸ்கேனிங் செய்வதற்கான வசதிகளோ இல்லை என்பதால் காவல் துறை சூப்பரின்டென்டென்ட் அலுவலகத்திலிருந்தோ அல்லது மாவட்ட ஆட்சியர் அலுவலகத்திலிருந்தோதான் செய்திகளை அனுப்ப வேண்டும். கேமரா பேட்டரிகளையும் மடிக்கணினிகளையும் காவல் நிலையங்களில்தான் சார்ஜ் செய்துகொள்ள வேண்டும்.

காவல் நிலையத்தின் கணினியில் ஒரு பத்திரிகையாளர் தட்டச்சு செய்யும் செய்திக் கட்டுரை நிர்வாகத்திற்கு எதிரானது என்பது காவலர்களுக்குத் தெரியும். அந்தப் பத்திரிகையாளர் ரகசியமாக ஸ்கேன் செய்யும் தாள்கள் காவல் நிலையத்தின் கோப்புகளிலிருந்து எடுத்தவை என்பதும் அவர் மின்னஞ்சலில்

பஸ்தரின் நிலவரத்தைப் புரிந்துகொள்வதில் அரசு எந்த அளவுக்குத் தவறியிருக்கிறது என்பதை 2012 கோடைக்காலத்தில் நான் உணர்ந்தேன். பஸ்தரின் உட்புறங்களில் இருக்கும் பல குழந்தைகள் சிறிய வயதிலேயே கல்வியை நிறுத்திவிட்டார்கள். மாவோயிஸ்டுகள்தான் அவர்களைக் கல்வியைக் கைவிட வைத்ததாக அரசு குற்றம் சுமத்துகிறது. தண்டேவாடாவின் மாவட்ட ஆட்சியர் ஓ.பி. சௌத்ரி இதுகுறித்து மேலும் ஆராய்ந்தார் (இவர் இப்போது பாஜகவில் சேர்ந்துவிட்டார்). கோண்டுப் பகுதியின் குழந்தைகளுக்குக் கற்றுத் தரப்பட்ட இந்தி எழுத்துக்கள் அவர்களுக்கு அன்னியமாக இருந்ததை அவர் கண்டறிந்தார். அவை அவர்களுடைய பண்பாட்டுக் குறியீடுகளுடன் தொடர்பற்றவையாக இருந்தன. 'ஆ' என்னும் எழுத்தைக் கற்பிக்க 'ஆம்' (மாங்காய்) என்னும் சொல் இருந்தது. இப்போது அது 'ஆக்' (கோண்டு மொழியில் இலை) என மாற்றப்பட்டுள்ளது. 'ரி' என்னும் எழுத்துக்கு முன்பு இருந்த சொல் 'ரிஷி'. இப்போது 'ரிம்மா' (கோண்டு மொழியில் எலுமிச்சை). இப்படி ஒவ்வொரு எழுத்தும் உள்ளூர்ச் சூழலுக்கேற்ப மாற்றப்பட்டிருக்கிறது. புதிய பாடத்திட்டத்தைத் தயாரித்தவர்கள் எந்த அளவுக்கு நுண்ணுணர்வுடனும் படைப்பூக்கத்துடனும் செயல்பட்டிருக்கிறார்கள் என்றால் அவர்கள் 'க்ஷ', 'க்ஞ' ஆகிய எழுத்துக்களை முற்றாகத் தவிர்த்துவிட்டார்கள். காரணம், இந்த ஒலிகள் கோண்டு மொழியில் இல்லை.[2]

அனுப்பும் படம் காவல் நிலையத்தில் மரணமடைந்தவரின் படம் என்பதும் தெரியும். இந்தக் கட்டுரை வெளிவந்தால் பெரிய கொந்தளிப்பு நிகழும் என்பதும் தெரியும். என்றாலும் காவல் நிலைய அதிகாரி வேண்டுமென்றே இவற்றைக் கண்டுகொள்ளாமல் இருப்பார். கான்ஸ்டபிள் யாரேனும் அதுபற்றிச் சாடையாகக் கூறினால், போகட்டும் விடு என்பதுபோல இவர் கையாட்டுவார். "அனுப்பட்டும். அவர்கள் மீடியாக்காரர்கள். அவர்கள் வேலையைச் செய்கிறார்கள். அது எல்லோருக்கும் பயன்படும்" என்பார்.

காவலர்கள் தங்களுடைய உடனடி நிர்வாகத் தேவைகளைக் காட்டிலும் அரசியல் சாசனத்தின் மீதான தங்கள் உறுதிமொழிக்கு முன்னுரிமை தரும் தருணங்கள் இவை. சத்தீஸ்கரின் சீனியர் ஐ.பி.எஸ். அதிகாரி ராஜேந்தர் குமார் விஜ அப்படிப்பட்ட ஒருவர். அவரை நன்றியோடு இங்கே நினைவுகூர்கிறேன்.

காவல் துறையினரை இழிவுபடுத்தும் போக்கு எழுத்தாளர்கள், அறிவுஜீவிகளிடையே இருக்கிறது. கருணையற்றது எனக் கருதப்படும் காக்கிச் சீருடையில் விதிவிலக்குகளுக்கு இடம் உண்டு என்பதால் அக்கறையும் அன்பும் கொண்டவர்களாகத் தங்களைக் கருதிக்கொள்ளும் கலைஞர்களும் செயல்பாட்டாளர்களும் காவல் துறை குறித்த தங்களுடைய தவிர்க்க இயலாத அவநம்பிக்கையை மறுபரிசீலனை செய்ய வேண்டும். அவர்களுடன் உரையாடலைத் தொடங்குவதற்கான வெளியைக் கண்டுபிடிக்க வேண்டும். எத்தனை எழுத்தாளர்கள் அல்லது அறிவுஜீவிகள் உங்களைத் தங்கள் வீட்டுக்குள் அனுமதித்து, மேசை, நாற்காலி, பேப்பர், பேனா, கம்ப்யூட்டர், ஸ்கேனர் எல்லாம் கொடுத்து, தங்களைக் குறைசொல்லி எழுதுவதற்கு அனுமதிப்பார்கள்?

ஆங்கில நெடுங்கணக்கில் உள்ள சில எழுத்துக்களுக்கும் இந்தியாவின் மண்ணுக்கும் சம்பந்தமே இல்லை. எடுத்துக்காட்டாக *x-xylaphone.* இந்தியர்களில் எத்தனை பேர் ஸைலஃபோனைப் பார்த்திருப்பார்கள்? வில்லியம் வேர்ட்ஸ்வொர்த்தின் 'டஃபோடில்ஸ்' கவிதை கரீபியன் நாடுகளில் இதே போன்ற விவாதத்தை எழுப்பியது. தங்கள் நிலத்தில் முளைக்காத ஒரு பூவைப் பற்றிய பாடலைத் தங்கள் நாட்டின் பாடப் புத்தகத்தில் வைப்பதன் பொருள் என்ன என்று கரீபிய எழுத்தாளர்கள் தங்கள் பின்காலனிய வாசிப்பின் மூலம் கேள்வி எழுப்பினார்கள். காலனிய உணர்வின் எச்சம் பற்றிக் குறிப்பிடுவதற்கும் அதை எதிர்கொள்வதற்கும் 'டஃபோடில் உளச்சிக்கல்' *(Daffodil complex)* என்ற தொடரை எழுத்தாளர்கள் உருவாக்கினார்கள்.

பல்வேறு நாடுகளின் இலக்கியங்களையும் ஒருவர் கற்கத்தான் வேண்டும். ஆனால் ஒரு ஊரின் பாடத் திட்டம் உள்ளூரின் அலாதியான பண்பாட்டுக் கூறுகளைப் புறக்கணித்தால் மாணவர்கள் தங்கள் பாடப் புத்தகங்களை அன்னியமாக உணர்வார்கள். பஸ்தரில் அதுதான் நடந்திருக்கிறது.

இந்தியாவில் இந்தி பேசும் பகுதிகளில் உள்ள பள்ளிகளில் கட்டுரைத் தேர்வில் மாணவர்கள் 'தீபாவளி', 'எனக்குப் பிடித்த பிரார்த்தனை', 'என்வீடு' போன்ற தலைப்புகளில் கட்டுரைகள் எழுத வேண்டும். அத்தகைய தலைப்புகளில் ஒன்று பசு. பல மாணவர்கள் பசு எங்கள் தாய் (காய் ஹமாரி மாதா ஹை) என்றுதான் தொடங்குவார்கள். அதையே அவர்கள் ஆங்கிலத்தில் எழுதும்போது அது 'பசு வீட்டு விலங்கு' என்று மாறிவிடுகிறது.

நான் உத்தரப் பிரதேசத்தின் சிறு நகரங்களில் வளர்ந்தவன். ஆரம்பக் கல்வியை அங்கேதான் கற்றேன். பிறகு பல்வேறு பெருநகரங்களில் வசித்திருக்கிறேன். உலக சினிமா, உலக இலக்கியம் ஆகியவற்றோடு எனக்கு அறிமுகம் இருக்கிறது. ஆனாலும் என்னால் இப்போதுகூட 'பசு வீட்டு விலங்கு' (காய் ஏக் பால்து பசு ஹை) என்று இந்தியில் என்னால் எழுத

---

2. மொழிப் பிரச்சினை உள்ளார்ந்த சிக்கல்களைக் கொண்டது. கோண்டு மொழியை உயிர்ப்புடன் வைத்திருக்க வேண்டிய தேவை இருக்கிறது என்றால் கோண்டு ஆதிவாசிகளுக்கு வேறு அபிலாஷைகளும் இருக்கின்றன. சுக்மா பகுதியைச் சேர்ந்த ஆதிவாசி ஒருவர் எனக்கு நெருங்கிய நண்பரானார். அவர் வயது இருபதுகளின் தொடக்கத்தில் இருக்கலாம். நாங்கள் இருவரும் மோட்டார் சைக்கிளில் காட்டுக்குள் செல்வோம். அவர் என்னுடன் ஆந்திரப் பிரதேசத்திற்கும் ஒடிஷாவிற்கும் வந்தார். பத்தாம் வகுப்புவரை படித்திருந்த அவர் ஆங்கிலத் தொடர்களை என்னிடமிருந்து கற்றுக்கொள்வதில் ஆவலாக இருந்தார். "நீ என்னைக் காதலிக்கிறாயா?" என்பதை ஆங்கிலத்தில் எப்படிக் கேட்பது என்று அவர் என்னிடம் கேட்டார். "இது உனக்கு எதற்காக" என்று கேட்டேன். "நான் இங்கிலீஷில் கேட்டால் அவளுக்கு ரொம்பப் பெருமையாக இருக்கும்" என்றார் அவர்.

முடியாது. அதுபோலவே ஆங்கிலத்தில் Cow is My Mother என்று எழுத முடியாது. ஒரு நிலத்தின் கலாச்சாரக் குறியீடுகள் அதன் மொழியில் பிரதிபலிக்கின்றன. சொற்களையும் ஒலிகளையும் சுற்றி அடர்த்தியான உறவு வலை பின்னப்பட்டுள்ளது. மொழி தன்னைப் பேசுபவர்களைப் பேணுகிறது. கலாச்சாரத்தின் தொன்மங்கள், நினைவுகளின் களஞ்சியத்தோடு அவர்களை இணைக்கிறது. ஒரு சமூகத்திற்கும் அதன் மொழிக்குமான உறவு தொப்புள்கொடி உறவைப் போன்றது. அதைத் துண்டித்து விட்டால் மக்கள் மறதியில் ஆழ்ந்துவிடுவார்கள்.

இந்தி பேசும் மக்களில் பலர் மாட்டிறைச்சி சாப்பிடுகிறார்கள். பசு தொடர்பாக எந்த நெகிழ்ச்சியும் அவர்களுக்கு இல்லை. அப்படி இருக்க அவர்களுக்கு உரிமை இருக்கிறது. ஆனால் இதர பலருக்கோ ஆங்கிலத்திலிருந்து இந்திக்கு மாறும்போது அவர்கள் சொல்லாடலும் மாறக்கூடும். அப்போதும் பசு அரசியலை அவர்கள் எதிர்ப்பார்கள். மாட்டிறைச்சி சாப்பிடும் மக்களின் உரிமையை ஆதரிப்பார்கள். ஆனால் மொழி மாறியதும் பசு வேறொரு பார்வையில் வெளிப்படுகிறது.

பசு என்பது இந்தியில் வெறும் வீட்டு விலங்கு அல்ல. சாலைகளிலும் சந்துகளிலும் பசு ஆசுவாசமாகத் திரிந்துகொண்டிருப்பதைக் காணலாம். நம்மில் பலரும் சிறு வயதில் பசுவுடன் நெருக்கமான உறவு கொண்டிருப்போம். பசுவின் கழுத்துக்குக் கீழே தொங்கும் சதையை அன்போடு தடவிக்கொடுத்திருப்போம். அம்மா ரொட்டி சுடும்போது முதல் ரொட்டியைப் பசுவுக்காக எடுத்துவைத்திருப்பார். நாம் ரொட்டியை எடுத்துக்கொண்டு போய் பசு ஏதாவது தென்படுகிறதா என்று பார்ப்போம். கண்ணில் படும் பசுவின் முன் ரொட்டியை ஆட்டி அதை இழுப்போம். அது முன்னால் வந்து ரொட்டியை லபக்கென்று கவ்விக்கொள்ளும். கன்றுக்குட்டியைப் பார்க்கும்போது அது எருமைக் கன்றா பசுக் கன்றா என்ற சந்தேகம் வந்திருக்கும். ஆண் கன்றுக்குட்டிக்கு ரொட்டியைக் கொடுத்துவிட்டதற்காக அம்மா நம்மைத் திட்டியிருப்பார். பல ஆண்டுகளுக்குப் பிறகு அமெரிக்காவின் பண்ணைகளில் கொழுத்த பசுக்களைப் பார்த்தபோது அவை முற்றிலும் வேறொரு விலங்காக எனக்குத் தெரிந்தன. மாபெரும் தோற்றம் கொண்ட அந்தப் பசுக்களைப் பார்க்கவே பயமாக இருந்தது. எங்கள் ஊரில் நான் பார்த்த சாதுவான பசு அல்ல இது. இந்தப் பசுக்களின் கழுத்தை எப்படித் தடவிக் கொடுக்க முடியும் என்று வியப்படைந்தேன்.

O

பிப்ரவரி-மார்ச், 2015, அபுஜ்மத்

இடப்பெயர்வு 4

'நக்சல் வெளியீடு' என்று காவல் துறை கருதிய ஒரு பிரசுரத்தை மொழிபெயர்த்த ஒரே காரணத்திற் காக ராய்ப்பூரைச் சேர்ந்த பிரஃபுல்ல ஜா தேசத்துரோகக் குற்றம் சுமத்தப்பட்டுத் தண்டிக்கப் பட்டார். அவர் அதை மொழிபெயர்த்துப் பல ஆண்டுகளுக்குப் பிறகே அவர்மீது வழக்குப் பதிவுசெய்யப்பட்டது. அவரைக் குற்றம் சாட்டுவதற்கான காரணமாக அவரிடமிருந்து கைப்பற்றப்பட்ட சில பொருட்கள் குற்றப்பத்திரிகை யில் பதிவுசெய்யப்பட்டிருந்தன. 'பிரேம்சந்த் கீ சர்வசிரேஷ்ட் கஹானியான்' (பிரேம்சந்தின் சிறந்த கதைகள்) என்னும் இந்திப் புத்தகமும் அதில் அடக்கம்.

2013 ஜூலை மாதம் ஜாவுக்குத் தண்டனை வழங்கப்பட்டது. சத்தீஸ்கரில் குடிமைச் சமூகம் என ஒன்று இல்லை என்பதற்கான சாட்சியமாக அது இருந்தது. குடிமைச் சமூகம் அற்ற இந்தச் சூழல் மாவோயிஸ்டுகள் பஸ்தரில் வளர்ச்சிபெற்று இந்த ஆதிவாசிகளின் பகுதியைத் தங்கள் பரிசோதனைக் களமாக மாற்றிக்கொள்ள வழிவகுத்தது. குடிமக்கள்மீது 'நகர்ப்புற நக்சல்கள்' என்று அரசு முத்திரை குத்தவும் இது காரணமாக அமைந்தது.

ஆந்திரப் பிரதேசத்தில் உள்ளது போன்ற உயிரோட்டமுள்ள குடிமைச் சமூகம் கிளர்ச்சியாளர் களுக்கும் அரசுக்கும் இடையிலான தடுப்பு மண்டலத்தை உருவாக்குகிறது. இது கேள்விகளை எழுப்பி, இரு தரப்பினரையும் சுய பரிசோதனை மேற்கொள்ள நிர்ப்பந்திக்கிறது. இரு தரப்பினரும்

தங்கள் இறுக்கமான நிலைப்பாடுகளைத் தளர்த்திக்கொண்டு பேச்சுவார்த்தையில் ஈடுபட வகைசெய்கிறது. சத்தீஸ்கரில் வழக்கறிஞர்கள், ஆசிரியர்கள், இதழியலாளர்கள், எழுத்தாளர்கள் என யாரும் அரசின் அல்லது கிளர்ச்சியாளர்களின் கதையாடலைக் கேள்விக்குட்படுத்தவில்லை. அமைதிக்கான சூழலை உருவாக்குவதில் முக்கியப் பங்கு வகிக்கக்கூடிய மாணவர் அமைப்புகளும் சத்தீஸ்கரில் இல்லை.

சத்தீஸ்கர் மாவோயிஸ்ட் பிரச்சினை குறித்த முக்கியமான குரல்களில் மிகப் பெரும்பாலானவை மாநிலத்திற்கு வெளி யிலிருந்து எழுபவை. எனவே அரசால் அவற்றை எளிதில் நிராகரித்துவிட முடிகிறது.

சத்தீஸ்கரில் உள்ள ஊடகக் குழுமங்கள் பலவற்றுக்கு நிலக்கரிச் சுரங்கங்கள், இரும்புத் தாது, நீர் மின் உற்பத்தி எனப் பல விதமான வணிக நோக்கங்கள் உள்ளன. வணிகச் செயல்திட்டத்தை முன்னெடுப்பதற்கான கருவியாக இதழியல் ஆகிவிட்டது.

2008இல் எழுபது வயதை நெருங்கிக்கொண்டிருந்த ஜா, ஏழு பேருடன் சேர்த்துக் கைதுசெய்யப்பட்டார். "மாவோயிஸ்டு களின் நகர்ப்புற வலைப்பின்னலை முறியடித்த மாபெரும் வெற்றி" என்று சத்தீஸ்கர் காவல் துறை இந்தக் கைதுபற்றிக் குறிப்பிட்டது. ஆனால் நீதிமன்றம் அவரை மாவோயிஸ்ட் என்று தீர்ப்பு வழங்கவில்லை. அவர் தடைசெய்யப்பட்ட அமைப்பின் உறுப்பினராக இருப்பதாகவும் நீதிமன்றம் கூறவில்லை. விசாரணை அறிக்கை அவரை 'காந்தியவாதி' என்றும் 'ஒருபோதும் வன்முறையைக் கைக்கொள்ளவோ ஆதரிக்கவோ மாட்டார்' என்றும் குறிப்பிட்டது. என்றாலும் 2013ஆம் ஆண்டு ஜூலை மாதம் அவர் தேசத்துரோகம், தேசத்துக்கு எதிராகப் போர் தொடுக்கும் முயற்சி ஆகிய குற்றச்சாட்டுக் களின் அடிப்படையில் குற்றவாளியாக அறிவிக்கப்பட்டார். சத்தீஸ்கரில் அப்படி அறிவிக்கப்பட்ட முதல் பத்திரிகையாளர் அவர்தான். எந்த அடிப்படையும் இல்லாதது என்று பலரும் கருதிய குற்றச்சாட்டுக்களின் பேரில் பத்திரிகையாளர் ஒருவர் குற்றவாளியாக்கப்பட்டதை எதிர்த்துச் சத்தீஸ்கர் ஊடகங்கள் சிறிய முணுமுணுப்பைக்கூட வெளிப்படுத்தவில்லை.

1990களின் மத்தியில் *தைனிக் பாஸ்கர்* நாளிதழின் ராய்ப்பூர் அலுவலகத்தில் ஜா சில கட்டுரைகளை அவ்வப்போது மொழிபெயர்ப்பார். இவை 'மாவோயிஸ்ட் வெளியீடுகள்' என்று அவருடைய சகாக்கள் கருதினார்கள். இதன் அடிப்படையிலேயே அவர்மீது வழக்குத் தொடுக்கப்பட்டது. 2013இல் ராய்ப்பூர் சிறையில் அவரை நான் சந்தித்தபோது தன் சகாக்களின்

பார்வையை நினைவுகூர்ந்து சிரித்தார். "அது மாவோயிஸ்ட் வெளியீடு அல்ல. எகனாமிக் அண்ட் பொலிடிகல் வீக்லி இதழ் நேபாள மாவோயிஸ்டுகள் பற்றிய சிறப்பிதழைக் கொண்டுவந்தது. அதிலிருந்த பல கட்டுரைகளை நான் மொழிபெயர்த்தேன். பிறகு அவை 'லோக்தந்த்ரா கீ தகர் பர் நேபாள்' (ஜனநாயகம் பாதையில் நேபாளம்) என்னும் தலைப்பில் இந்தியில் புத்தகமாக வெளியாயின" என்றார்.

ராய்ப்பூர் அப்போது புறநகரமாக இருந்தது. அரசியல் பொருளாதாரம் குறித்து ஜா தன் நண்பர்களுடன் விவாதிப்பதுண்டு. விஜய் ரெட்டி என்கிற கே.ஆர். ரெட்டி என்னும் இளம் வழக்கறிஞரும் அவர்களில் ஒருவர். அவரைப் பற்றி யாருக்கும் தெரியாது. ஆனால் அதுகுறித்து ஜாவுக்கு எதுவும் தெரியாது. ஆந்திரப் பிரதேசத்தில் உள்ள கரீம் நகரில் தன் குடும்பத்துடன் வசித்துவந்தார். அவர் மனைவி சாந்திபிரியா என்கிற மாலதி. அவர்களுக்கு ஒரு மகனும் மகளும் இருந்தார்கள். விஜய் ரெட்டி 2007இல் தலைமறைவானார். அவர் சிபிஐ (மாவோயிஸ்ட்) இயக்கத்தின் தண்டகாரண்யச் சிறப்பு மண்டலக் குழுவின் செய்தித் தொடர்பாளர் என்பது பிறகு தெரியவந்தது. பின்னாளில் சுக்தேவ் அந்தப் பொறுப்பில் இருந்தார். (சுக்தேவைப் பற்றி இந்நூலில் வேறொரு இடத்தில் சொல்லியிருக்கிறேன்.) ஜாவுடன் அவருடைய மகன் பிரதீக், சாந்திபிரியா (மாலதி), அவருடைய தோழி மீனா சௌதரி ஆகியோரும் இன்னும் நான்கு பேரும் 2008 ஜனவரியில் கைதுசெய்யப்பட்டார்கள். மாவோயிஸ்டுகளுக்கு ஆயுதங்களையும் இதர பொருட்களையும் தந்தார்கள் என்பது இவர்கள் மீதான குற்றச்சாட்டு, நான்கு ஆண்டுகளுக்குப் பிறகு சுக்மா மாவட்ட ஆட்சியர் அலெக்ஸ் பால் மேனனைக் கடத்திச் சென்ற மாவோயிஸ்டுகள் அவரை விடுதலை செய்ய வேண்டுமானால் மாலதி, மீனா, பிரஃபுல்ல ஜா ஆகியோர் உள்ளிட்ட சிலரை விடுதலை செய்ய வேண்டும் என்ற நிபந்தனை விதித்தார்கள். விஜய் ரெட்டி தன் நண்பருக்கு இப்படி நன்றிக்கடன் செலுத்த விரும்பியிருக்கலாம்.

ஜா செய்ததெல்லாம் மொழிபெயர்ப்பு வேலைகள் மட்டுமே என்று காவல் துறையும் ஒப்புக்கொண்டது. ஆனால் "மற்றவர்களுக்குப் பாடம் புகட்ட வேண்டும்" என்பதற்காக அவரைக் கைது செய்து தண்டிக்க வேண்டும் என்று கோரியது. குற்றம்சாட்டப்பட்டவர் மீதான விசாரணை அறிக்கையும் அந்த நபர் நீதிமன்றத்தில் முன்வைக்கும் வாதங்களும் முற்றிலும் மாறுபட்டவையாக இருப்பதே வழக்கம். காவல் துறை விசாரணை குற்றம்சாட்டப்பட்டவர் சொன்னதாகப் பலவற்றை உள்ளடக்கி அந்த அறிக்கையைத் தயார் செய்யும். குற்றம்சாட்டப்பட்டவர் நீதிபதியின் முன்னால் அவற்றையெல்லாம் மறுப்பார். ஆனால் ஜா

விஷயத்தில் அவர் மீதான விசாரணை அறிக்கை, நீதிமன்றத்தில் என்னுடனான நீண்ட நேர்காணலில் அவர் கூறியவை, அவருடைய வாதங்கள் ஆகிய அனைத்தும் ஒன்றுபோலவே இருந்தன. அவர் மீதான விசாரணை அறிக்கையில் அவருக்கு எதிரான சிறு தடயம்கூட இல்லை.

மக்கள் சிவில் உரிமைக் கழகத்தில் ஜா தீவிரமாக ஈடுபட்டிருந்தார். *தைனிக் பாஸ்கர், தி ஹிதவாதா* போன்ற நாளிதழ்களில் தலையங்கங்களை எழுதுபவராகச் சில ஆண்டுகள் பணிபுரிந்த அவர் பெரும்பாலும் சுயாதீனப் பத்திரிகையாள ராகவே செயல்பட்டுவந்தார். அவ்வப்போது நூல்களையும் வெளியிட்டார். மானுடவியலில் முதுகலைப் பட்டம் பெற்ற அவர் 'இடப்பெயர்வும் பண்பாட்டு மாற்றங்களும்' என்னும் பொருள் குறித்து ஆய்வு மேற்கொண்டார்.

அவருடைய நண்பர் விஜய் ரெட்டி மக்கள் யுத்தக் குழுவின் மிக முக்கியமான நபர்களில் ஒருவர். சத்தீஸ்கரில் நகர்ப்புற இயக்கத்தைத் தலைமை தாங்கி நடத்தும் பொறுப்பு அவருக்கு அளிக்கப்பட்டது. ரெட்டியின் சகாக்கள் பஸ்தரில் தங்களுடைய தளத்தை உருவாக்கிக்கொண்டிருந்தபோது விஜய் 1980களின் இறுதியில் ராய்ப்பூருக்கு வந்து ரவிசங்கர் சுக்லா பல்கலைக்கழகத்தில் சட்டப் பாடத்தில் பட்டப் படிப்பு பயின்றார். பிலாயில் வீடு எடுத்துத் தங்கிய அவர் பல்வேறு பத்திரிகையாளர்களை நண்பர்களாக்கிக்கொண்டார். ரெட்டியின் கட்டுரைகளும் நேர்காணல்களும் சத்தீஸ்கர் பத்திரிகைகளிலும் செய்தித் தொலைக்காட்சிகளிலும் வெளியாயின. 'மாவோயிஸ்டுகளின் நகர்ப்புற வலைப்பின்னல்' என்னும் தொடர் அப்போது புழக்கத்திற்கு வந்திருக்கவில்லை. கிளர்ச்சியாளர்கள் பத்திரிகையாளர்களை பஸ்தர் முகாமுக்குள் எளிதாக அனுமதித்த காலம் அது.

மூத்த மாவோயிஸ்டுகள் பலரும் ராய்ப்பூரிலும் பிலாயிலும் பல ஆண்டுகள் தங்கியிருந்தார்கள். 2010வாக்கில்தான் அவர்கள் தலைமறைவானார்கள். தண்டகாரண்யத்தில் நடந்த கெரில்லா யுத்தத்திற்கு சத்தீஸ்கரின் நகரங்களில் நடைபெற்ற மாவோயிஸ்ட் செயல்பாடுகள் துணைபுரிந்தன. தலைமறைவாவதற்கு முன் விஜய் ரெட்டி சத்தீஸ்கர் நகர்ப்பகுதியில் 20 ஆண்டுகள் தங்கியிருந்தார். செல்வாக்கு மிகுந்த பலருடன் நட்பு ஏற்படுத்திக்கொண்டார். வழக்கறிஞர் உடையுடன் அவர் எடுத்துக்கொண்ட பாஸ்போர்ட் அளவு புகைப்படத்தைத் தவிர அவருடைய புகைப்படம் வேறு எதுவும் காவல் துறையிடம் இல்லை. அவர் தலைமறைவாகி, மாலதி கைதுசெய்யப்பட்ட பிறகு அவருடைய பிள்ளைகள் ஹைதராபாத்துக்குப் போய்விட்டார்கள்.

குற்றவாளி என்று தீர்ப்பளிக்கப்பட்டு, மேல் முறையீடு செய்வது குறித்து ஆலோசித்துக்கொண்டிருந்த நிலையிலும் பிரஃபுல்லா ஜா, விஜய் ரெட்டியுடனான நட்பைக் குறித்துப் பேசத் தயாராகவே இருந்தார். ஆனால் ராய்ப்பூரைச் சேர்ந்த இதர பத்திரிகையாளர்கள் மாவோயிஸ்ட் செய்தித் தொடர்பாளரைப் பற்றிப் பேசுவதைத் தவிர்த்தார்கள். “1988இல் நான் முதல் முறையாக ரெட்டியைச் சந்தித்தேன். அவர் அபாரமான சட்ட மாணவர். மாவோயிஸ்ட் வெளியீடுகளை விநியோகம் செய்துகொண்டிருந்தார்” என்று ஜா என்னிடம் சொன்னார். “பத்திரிகையாளர்கள் பலரை ரெட்டி பஸ்தரில் மாவோயிஸ்ட் முகாம்களுக்குக் கூட்டிச் சென்றிருக்கிறார். அவர்களில் ஒருவர் மடிக்கணினியைக்கூட எடுத்துச் சென்றார். நான் அங்கு போனதே இல்லை. போக வேண்டிய தேவை இருப்பதாக நினைத்ததில்லை” என்றார். ஜாவைப் பற்றிய புலனாய்வு அறிக்கையும் இந்தக் கூற்றுடன் ஒத்துப்போகிறது. மாவோயிஸ்ட் முகாம்களுக்கு வரும்படி ரெட்டி அவ்வப்போது வலியுறுத்தியபோதும் ஜா ஒருமுறைகூடப் போகவில்லை.

ராய்ப்பூரில் பல பத்திரிகையாளர்கள் ரெட்டியின் நண்பர்கள். ஆனால் ஜா மட்டும்தான் கைதுசெய்யப்பட்டார். “நான் சுயாதீனப் பத்திரிகையாளன். எனக்கென்று எந்தப் பின்னணியும் இல்லை. என் மேல் சுலபமாகக் கை வைக்கலாம்” என்றார் ஜா. இவருடைய மகன் பிரதீக் போக்குவரத்துத் துறையில் செயல்பட்டுவந்தார். ரெட்டியின் பயணங்களை இவர் கவனித்துக்கொண்டதும் ஜாவைக் கைதுசெய்யக் காரணமாக அமைந்தது என்று காவல் துறையினர் கூறினார்கள். “அப்பாவின் நண்பருடைய இத்தகைய செயல்பாடுகளில் பையன் ஈடுபட்டிருந்தான் என்றால் அப்பாவும் சந்தேகத்தின் எல்லைக்குள் வந்துவிடுவார்” என்று காவல் துறை அதிகாரி ஒருவர் கூறினார். மகன் மாவோயிஸ்டாக இல்லை என்றாலும் அவனுடைய தந்தை இதற்குப் பொறுப்பாக்கப்படுவார் என்று நீதிமன்றம் குறிப்பிட்டிருந்தது. யாருக்காகத் தான் வேலை செய்கிறோம் என்று பிரதீக் தெரிந்துகொண்டிருக்க வேண்டும் என்று ஜா என்னிடம் சொன்னது அவருடைய நேர்மைக்குச் சான்று.

தான் கைதான பிறகு தன்னுடைய பத்திரிகையாள நண்பர்கள் தன்னைக் கைவிட்டுவிட்டதை ஜா நினைவுகூர்ந்தார். “பத்திரிகையாளர்கள் பலர் வீட்டுக்கு வருவார்கள். அப்பா கைதுசெய்யப்பட்ட பிறகு அதுபற்றி எழுதும்படி அவர்களைக் கேட்டுக்கொண்டோம். ஆனால் யாருமே எழுதவில்லை” என்று ஜாவின் மகள் பிரியா என்னிடம் சொன்னார்.

கிட்டத்தட்ட ஏழு ஆண்டுகளைச் சிறையில் கழித்த ஜா 2014, செப்டம்பர் 27 அன்று வீடு திரும்பியபோது அவருடைய நகரத்தின் தோற்றமும் சூழலும் அடையாளம் தெரியாத அளவுக்கு மாறியிருந்தன. "இவையெல்லாம அதே சாலைகள்தானா என்று நான் என் மனைவியிடம் கேட்டேன். இது ராய்ப்பூர்தான் என்று அவள் சொன்னாள்" என்று ஜா கூறியபோது பக்கத்தில் இருந்த அவர் மனைவி கவிதாவுக்கு முகம் சிவந்தது. 69 வயது நிறைவடைந்த மறுநாளில் அவர் விடுதலை ஆனதை கவிதா தன் கணவருக்கு நினைவுபடுத்தினார்.

இவ்வளவு காலம் சிறையில் இருந்தாலும் 'காந்தியவாதி' ஜாவுக்கு அதுகுறித்து வருத்தம் எதுவும் இல்லை. "என்னைக் குற்றவாளியாக்கித் தண்டனை அளித்தது தவறுதான். அதை எதிர்த்து நான் போராடுவேன். ஆனால் சிறையில் இருந்த காலத்தைப் படிப்பதற்குச் செலவிட்டேன். நிறையப் படித்தேன்" என்றார் ராய்ப்பூரில் தன் வீட்டில் குடும்பத்தினருடன் ஓய்வெடுத்தபடி இருக்கும் ஜா.

சிறை நூலகத்தில் அவர் கேட்ட முதல் புத்தகம் துளசிதாசரின் 'ராம சரித மானஸ்'. அடுத்தது பாலகங்காதர திலகரின் 'கீதா ரகசியம்'. அடுத்தது காந்தியின் 'சத்திய சோதனை.' "இந்தப் புத்தகங்களை முன்பே பலமுறை படித்திருக்கிறேன். ஆனால் சிறையில் படிக்கும்போது இந்த நூல்களில் அரிய ஞானத்தைக் கண்டேன். ராமாயணத்தையும் கீதையையும் தன் வாழ்வில் இணைத்துக்கொண்ட ஒரே இந்தியர் காந்திதான்" என்றார் ஜா.

நாத்திகரான ஒரு நக்சலைட் எப்படி சமய நூல்களைப் படிக்கிறார் என்று சிறைப் பணியாளர்களுக்கு ஒரே ஆச்சரியம். "நான் நக்சல் அல்ல, இவை மதப் புத்தகங்களும் அல்ல" என்று அவர் அவர்களிடம் சொன்னார். "இந்தியச் சமூகத்தையும் கலாச்சாரத்தையும் பற்றி அறியக் கட்டாயம் படிக்க வேண்டும்" என்று இந்தப் புத்தகங்களை அவர்களுக்குப் பரிந்துரைத்தார்."

'பக்தி நிரம்பிய பிராமண'ரைப் போல இவருடைய அன்றாட நடவடிக்கைகள் இருந்ததால் சிறைப் பணியாளர்கள் இவரை விரைவிலேயே 'மகராஜ்' என்று அழைக்க ஆரம்பித்துவிட்டார்கள்.

சிறையில் தன்னை நன்றாக நடத்தியதாகச் சொல்லும் ஜா ராய்ப்பூர் சிறைக் கண்காணிப்பாளர் டாக்டர் கே.கே. குப்தாவை வெகுவாகப் பாராட்டுகிறார். 2015 ஜனவரியில்தான் அவரை விடுவிக்க வேண்டும். ஆனால் சில மாதங்களுக்கு முன்பே விடுதலை செய்துவிட்டார்கள்.

இவருடைய குடும்பம் இத்தனை ஆண்டுகளை எப்படிச் சமாளித்தது? குறிப்பாக, வயதான நிலையில் கணவரும் மகனும்

இல்லாமல் கவிதா எப்படிச் சமாளித்தார்? இந்தக் கேள்விக்குப் பதிலாக 'ராம சரித மானஸ்' நூலிலிருந்து ஒரு செய்யுளைச் சொன்னார் கவிதா. அவர் சொன்னதில் இருந்த தவறைக் கணவர் திருத்தினார்.

ஹோ ஹை சோய் ஜோ ராம் ராச்சி ரக்கா

கோய் காரி தர்க் பதாவே ஷாகா

(எல்லாமே ராமபிரான் தீர்மானித்தபடி நடக்கும். வீணாக வாதம் செய்து ஏன் இழுத்தடிக்க வேண்டும்.)

'தீவிரமான மாவோயிஸ்ட்' என்று நம்பப்பட்ட குடும்பத்திடமிருந்து இப்படி ஒரு பதில்.[1]

○

---

1. பிலாஸ்பூரைச் சேர்ந்த துணி வியாபாரிகள் நரேஷ் குப்னானி, ரமேஷ் குப்னானி, ராய்ப்பூர் தையல்காரர் தயாராம் சாஹூ ஆகியோரும் இந்த வழக்கில் தண்டனை பெற்றார்கள். அவர்கள்மீது தேசத்துரோகக் குற்றச்சாட்டோ குற்றவியல் சதிக் குற்றச்சோட்டோ சுமத்தப்படவில்லை. 'சட்ட விரோத இயக்கத்திற்கு உதவி' புரிந்ததற்காக சத்தீஸ்கர் பொதுப் பாதுகாப்புச் சட்டம் பிரிவு 8(3)இன் கீழ் அவர்கள் குற்றம் சுமத்தப்பட்டார்கள். குப்னானி சகோதரர்கள் விஜய் ரெட்டிக்கு மாவோயிஸ்ட் சீருடைக்கான துணிகளை விற்றதற்காகவும் சாஹூ சீருடையைத் தைத்துக் கொடுத்ததற்காகவும் தண்டிக்கப்பட்டார்கள். தங்கள் வாடிக்கையாளரின் அடையாளம் என்ன என்பதே தங்களுக்குத் தெரியாது என்று மூவரும் கூறினார்கள். ராய்ப்பூரில் இண்டஸ்ட்ரீஸ் டிடக்டிவ் அண்ட் செக்யூரிடி சர்வீசஸ் என்னும் நிறுவனத்தைச் சேர்ந்தவர் என்று தன்னைக் கூறிக்கொண்ட சுனில் சௌதரி என்பவருக்குத்தான் துணிகளை விற்றதாகக் குப்னானி சகோதரர்கள் வாதிட்டார்கள்.

"தான் தைத்த சீருடைகளில் தன்னுடைய கடையின் குறியைப் பதிக்க சாஹூ தவறிவிட்டார். எனவே அவர்கள் மாவோயிஸ்டுகள் என்பது அவருக்குத் தெரிந்திருக்கும்" என்று நீதிமன்றம் முடிவு செய்தது. குப்னானி சகோதரர்கள் தங்கள் அறிவைப் பயன்படுத்தவில்லை என்று நீதிமன்றம் குறிப்பிட்டது. "ராய்ப்பூரில் உள்ள ஒரு நிறுவனம் பிலாஸ்பூரில் ஏன் துணிகளுக்கு ஆர்டர் கொடுத்துத் தேவையில்லாமல் போக்குவரத்துச் செலவுகளைச் செய்ய வேண்டும்? பொருட்கள் நக்சல்களுக்குப் போகின்றன என்பது குற்றம்சாட்டப்பட்டவர்களுக்குத் தெரியாது என்பதை ஒப்புக்கொண்டாலும் அடுத்த முறை ஆர்டர் வந்தபோது அந்த டிடெக்டிவ் நிறுவனம் உண்மையிலேயே இருக்கிறதா என்பதைச் சரிபார்த்திருக்க வேண்டும். அப்படிச் சரிபார்க்காததால், அவை நக்சல்களுக்கானவை என்பது தெரிந்தே ஆர்டர்களை ஏற்றுக்கொண்டிருக்கிறார்கள் என்ற முடிவுக்குத்தான் வர முடியும்."

பிலாஸ்பூர் ராய்ப்பூரிலிருந்து 120 கிலோமீட்டர் தொலைவில் உள்ளது. மாநிலத் தலைநகரைக் காட்டிலும் இது பெரிய நகரம், பெரிய சந்தை. சத்தீஸ்கர் உயர் நீதிமன்றமும் பிலாஸ்பூரில்தான் உள்ளது. மாவோயிஸ்டுகள் தொடர்பான ஒரு வழக்கில் ஒரு பத்திரிகையாளர், ஒரு தையல்காரர், துணி வியாபாரிகள் ஆகியோர் பலவீனமான வாதங்களின் அடிப்படையில் குற்றவாளிகளாகத் தீர்ப்பளிக்கப்பட்டதை எதிர்த்து எந்தக் குரலும் எழவில்லை. "தீவிர நக்சல்களுக்குத் தண்டனை விதிப்பு" என்று உள்ளூர் ஊடகங்கள் முழங்கின.

கனவு 7

மார்க்கேஸின் கதையைப் போன்ற சம்பவம் இது. ஏழு ஆண்டுகளுக்கு முன்பு அன்னுலால் பண்டாரி என்னும் இளைஞர் இந்தக் கிராமத்தில் வாழ்ந்துவந்தார். இந்த இடம் தொன்மங்களில் வரும் நிலப் பரப்பைப் போன்றது. இலுப்பை, தேக்கு, பைன் ஆகிய மரங்கள் இங்கே அதிகம். மின்சாரமோ தொலைபேசியோ இல்லை. மாதத்திற்கொரு முறை தபால்காரர் வெளி உலகத்திலிருந்து செய்திகளைக் கொண்டுவருவார்.

விழாக்காலங்களில் ஷெனாய், டோலக் ஆகியவற்றுடன் உள்ளூர் இசைக் கருவிகளையும் அன்னுலால் பண்டாரி வாசிப்பார். வனப் பகுதியின் பாடல்களை இசைப்பார். பறவைகள், பெண்கள், குழந்தைகளின் குரல்களை 'மிமிக்ரி' செய்வார். சில சமயம் வீதி நாடகங்களையும் நிகழ்த்துவார். ஒருமுறை மாவட்டத் தலைமையகமான நாராயண்பூருக்குச் சென்றபோது திருமண வரவேற்பு நிகழ்வில் வாத்தியக் குழுவையும் புதிய இசைக் கருவிகளையும் பார்த்தார்.

அப்படித்தான் அது தொடங்கியது.

அபுஜ்மத்தின் அர்க்காதியோ புயேந்தியா[1] தன்னுடைய கிராமத்திற்கு 'நவீன இசை'யைக் கொண்டுவந்தார். பழைய கேசியோ சிந்தசைசரையும் கொண்டுவந்தார். எங்கிருந்தோ லாரியின் பாட்டரி

---

1 காப்ரியேல் கார்சியா மார்க்கேஸின் 'தனிமையின் நூறு ஆண்டுகள்' நாவலில் வரும் பாத்திரம்.

ஒன்றையும் ஏற்பாடுசெய்தார். அந்தக் கிராமத்தின் மாலை நேரச் சந்திப்புகள் இசைமயமாக மாறின. மொத்த வனப்பகுதியிலும் அந்த ஆர்வம் தொற்றிக்கொண்டது. இந்த இசைக் கருவிகளை எப்படி வாசிப்பது என்று தன் நண்பர்களுக்குச் சொல்லிக் கொடுத்து அபுஜ்மத்தின் முதல் இசைக் குழுவை உருவாக்கினார். 'மா தண்டேஸ்வரி கிளப்' என்று அதற்குப் பெயர். இலுப்பை மரங்களையும் விவசாயத்தையும் நம்பிப் பிழைத்துவந்த அந்தப் பரந்த வனப்பகுதியின் முதல் தொழில்முனைவோர் அவராகவே இருக்கக்கூடும்.

அன்னுவும் அவர் இசைக்குழுவும் விரைவிலேயே அந்தப் பகுதியில் பிரபலமாகிவிட்டார்கள். திருமணங்களுக்கும் விழாக்களுக்கும் இசை நிகழ்ச்சி நடத்த வனத்தின் மறுமுனையிலிருந்தெல்லாம் அவருக்கு அழைப்புகள் வந்தன. அவரும் அவருடைய குழுவும் செழித்தன. அவருடைய குழுவில் இடம்பெற்று அவரிடம் கற்றுக்கொண்ட கிராம இளைஞர்கள் சிலர் குடும் துலா, மா ஷீத்லா என்று இரண்டு குழுக்களை உருவாக்கிவிட்டார்கள். குடும் துலா என்பது பஸ்தரின் தெய்வத்தின் தம்பி. மா ஷீத்லா, மா தண்டேஸ்வரியின் தூரத்துச் சொந்தம்.

இன்று அந்தக் குழுக்கள் ஒரு நிகழ்ச்சிக்கு ரூ. 1000 முதல் 3000வரை கட்டணம் கேட்கிறார்கள். இதர கிராமங்களின் சிறுவர்கள் அன்னுவிடம் வந்து இசை கற்றுக்கொள்கிறார்கள்.

15 கிலோ மீட்டர் தொலைவில் இருக்கும் ஒரு கிராமத்தின் தலைவர் என்னிடம் சொன்னார்: "அபுஜ்மத்தில் யாரை வேண்டுமானாலும் கேட்டுப்பாருங்கள். அங்கு ஒலிக்கும் இதை சோன்பூரின் இசை என்பார்கள்."

அபுஜ்மத், சோன்பூர், 2012 மார்ச் 27.

மரணத்தின் கதை 8

கதைகள் சில சமயம் போராட்டத்திற்கும் எதிர்ப்புக்குமான வடிகால்களாக இருக்கின்றன. உள்ளூர்ச் சமூகங்கள் வெளியிலிருந்து வரும் அதிகாரம் ஒழுக்க விதிகளையும் சட்டங்களையும் தங்கள்மீது திணிப்பதைத் தங்கள் கதைகளின் மூலம் தங்கள் அடையாளத்தை உறுதியாக முன்வைப்பதன் மூலம் எதிர்க்கின்றன. அச்சிடப்பட்ட படைப்பின் மூலம் பிரக்ஞைபூர்வமாக இதைச் செய்யலாம் (எடுத்துக்காட்டாக, மிலன் குந்தேராவின் கதைகள் செக்கோஸ்லோவாக்கியாவில் சோவியத் ரஷ்யாவின் தலையீட்டை எதிர்த்தன.) வாய்மொழி மரபின் மூலம் ஒரு தலைமுறையிலிருந்து அடுத்த தலைமுறைகளுக்கும் இந்த எதிர்ப்பு எடுத்துச் செல்லப்படலாம்.

மத்திய இந்தியாவில் உள்ள காடுகளில் வசிக்கும் உள்ளூர்ச் சமூகக் குழுக்கள் இந்துக் கடவுளர்கள்மீது உதாசீனம் காட்டிவருகின்றன. இந்தக் கடவுள்களை இலுப்பை மரத்தில் மூட்டப்பட்ட நெருப்பில் சுட்டு ஊறுகாய் போடுகிறார்கள். சமஸ்கிருதக் கதைகளுக்குள் அதிரடியாகப் பிரவேசிக்கிறார்கள். சமஸ்கிருதப் பிரதிகளின் மீது படைப்பூக்கத்துடன் அவர்கள் நிகழ்த்தும் இடையீடுகள் சமஸ்கிருதத்தின் பண்பாட்டு அதிகாரத்திற்கும் அது பிரதிநிதித்துவப்படுத்தும் நெறிமுறைகளுக்கும் எதிராகச் செயல்புரியும் விழைவை வெளிப்படுத்துகின்றன. இந்துக் கடவுள்களை அனைவருக்குமானவையாகப்

பொதுமைப்படுத்தும் முயற்சிகள் நடந்தாலும் பல்வேறு சமுகக் குழுக்கள் இந்தக் கடவுளர்களைத் தங்களுடைய தேவைகளுக்கேற்ப உருமாற்றிக்கொள்வதால் இந்தக் கடவுளர்களின் ஆளுமையில் ஒற்றைப்படைத்தன்மை இல்லை. தெய்வீகக் கதைகளில் இடையீடு செய்யும் போக்கு காடுகளில் வசிக்கும் மக்கள் அல்லது விளிம்பு நிலைப் பகுதிகளைச் சேர்ந்தவர்களிடையே அதிகம் காணப்படுகிறது. அரசு ஆதரித்துப் பரப்பும் ஒழுங்குபடுத்தப்பட்ட மொழியின் வீச்சுக்கு அப்பால் இருக்கும் இடங்கள் இவை. இங்கே இருப்பவர்களைத் தங்களைக் காட்டிலும் கீழான நிலையில் இருப்பவர்களாகவே நகரவாசிகள் கருதுகிறார்கள். இந்நிலையில் படைப்பூக்கம் கொண்ட பதிலடிதான் எதிர்ப்பின் வலுவான வடிவமாக உள்ளது.

சத்தீஸ்கரில் உள்ள ராம்நாமிஸ் என்னும் ஏழை தலித் பிரிவினரிடையே இத்தகைய எதிர்ப்பின் அற்புதமான வடிவம் காணப்படுகிறது. மகாநதியின் இரு கரைகளிலும் வசிக்கும் இவர்கள் ராய்கர், பலோடா, பஜார், ஜஞ்சிர்–சம்பா ஆகிய மூன்று மாவட்டங்களில் பரவியிருக்கிறார்கள். ராமனைப் பற்றிய கதையொன்றில் உள்ள அபாரமானதொரு கலகமே 125 ஆண்டுகளுக்கு முன்பு இந்தச் சமூகம் உருவாகக் காரணமாக அமைந்தது. ராம நாமத்தை இவர்கள் ஜபிக்கக் கூடாது, ராமனைத் துதிக்கும் சுலோகங்களைச் சொல்லக் கூடாது என்று புரோகிதர்கள் தடுத்தார்கள். ராமநாமத்தை இவர்கள் சொல்வது அவரைச் சிறுமைப்படுத்திவிடும் என்று காரணம் சொன்னார்கள். இதற்குப் பதிலடியாக இந்த தலித்துகள் தங்கள் உடல்களில் ராமனின் பெயரைப் பச்சைக் குத்திக்கொள்ளத் தொடங்கினார்கள். பாலுறுப்புகள் உள்பட உடல் முழுவதும் நூற்றுக்கணக்கான பச்சைகளைக் குத்திக்கொண்டார்கள். அந்தரங்க உறுப்புகளில் ராமன் பெயரைப் பச்சை குத்திக்கொண்டதன் மூலம் அந்த மாபெரும் கடவுளை மறைவான இடங்களுக்கும் தருணங்களுக்கும் கொண்டு சென்றார்கள். நகரத்துப் புரோகிதர்கள் இதை அபச்சாரமாகக் கருதினார்கள்.

துளசிதாசரின் 'ராம சரித மானஸ்' நூலில் சூத்திரர்களை இழிவுபடுத்தும் பிரபலமான பாடல்களையும் இவர்கள் கட்டுடைத்தார்கள். 'பூஜியா பிப்ரா சில் குண் ஹீனா / சூத்ரா ந குண் ஞான் பிரவீணா' என்ற சுலோகம் 'ராம சரித மான'ஸில் உள்ளது. 'கேடுகெட்ட பிராமணன்கூட வழிபடத் தகுந்தவன்; ஆனால் சூத்திரன் ஒருபோதும் எந்த அறிவும் பண்பும் பெற மாட்டான்' என்பது இதற்குப் பரவலாக ஏற்றுக்கொள்ளப்பட்ட பொருள். ஸ்ரீராம் நாமிகள் இதை அப்படியே புரட்டிப் போட்டார்கள். 'பண்புகளை இழந்த பிராமணன் கொல்லப்பட

வேண்டும்; சூத்திரர்கள் எப்போதும் பண்புடனும் அறிவுடனும் இருக்கிறார்கள்' என்பதாக இதை மாற்றினார்கள். இப்படி மாற்றியதில் இந்த தலித்துகளின் மொழிநுட்பமும் அழகாக வெளிப்பட்டது. அவர்கள் அழுத்தம் கொடுத்த 'பூஜியா' அல்லது 'புஞ்சா' என்பதற்கு வேறு பொருள்களும் உள்ளன. பூஜியா என்றால் பூஜிக்கத் தகுந்த என்று பொருள். 'பூஜ் தியா' என்று இதை மாற்றினால் அடித்து நொறுக்குதல் அல்லது கொலை செய்தல் என்று பொருள் வரும்.

பஸ்தரில் புழக்கத்தில் இருக்கும் தங்குல் ஜகர் இதற்கு இன்னொரு எடுத்துக்காட்டு. தங்குல் ஜகர் அல்லது தீஜா ஜகர் என்பது இப்பகுதியைச் சேர்ந்த நான்கு நாட்டார் காவியங்களில் ஒன்று. குருமாயி அல்லது குருமாதா என்று அழைக்கப்படும் ஆதிவாசிப் பெண்கள் விழாக்காலங்களில் பல நாட்களுக்கு இதை ஓதுவார்கள். ஆண்கள் கோரஸில் இணைந்துகொள்வார்கள். அதன் கதை இதுதான்:

பாலி கவ்ரா என்ற பெண்ணிடம் சிவபெருமான் கவரப்படுகிறார். அந்தப் பெண் அவருடைய பேத்தி முறை உறவினள். பார்வதிக்கும் தூரத்துச் சொந்தம். அவள் அழகில் தன்னைப் பறிகொடுத்த சிவன் அவளை அடையப் பல முயற்சிகள் செய்கிறார். அவளோ அவர்மீது எந்த ஈடுபாடும் காட்டாமல் நிராகரிக்கிறாள். சிவன் மனம் தளராமல் தொடர்ந்து முயற்சி செய்கிறார். அவள் தவத்தில் இருக்கும்போதும் அவளை ஈர்க்க முயல்கிறார். இது படைப்புரீதியான அரிய திருப்பம். பொதுவாகப் புராணக் கதைகளில் சிவன் தவமிருப்பார். பிறர், பெரும்பாலும் அரக்கர்கள், அவர் தவத்தைக் கலைப்பார்கள். பஸ்தரின் காவியத்தில் சிவன் ஒரு பெண்ணின் தவத்தைக் கலைக்கிறார்.

பலவிதமான தந்திரங்களைப் பிரயோகித்த பிறகு சிவன் ஒருவழியாக அந்தப் பெண்ணைத் தன் வழிக்குக் கொண்டுவந்து மணந்துகொள்கிறார். மணமுடித்து வீட்டுக்கு வரும்போது பார்வதியின் கோபத்தை எண்ணி அஞ்சும் சிவன் பாலி கவ்ராவைத் தன் நீண்ட தலைமுடிக்குள் மறைத்து வைத்துக்கொள்கிறார். அவர் உடலின் பூசப்பட்டுள்ள சந்தனத்தைப் பார்த்துப் பார்வதிக்கு ஐயம் ஏற்படுகிறது. திருமணத்தின்போதுதான் உடலில் சந்தனம் பூசுவார்கள். நண்பனின் திருமணத்திற்குப் போய்விட்டு வருவதாகசிவன் பொய் சொல்கிறார். ஆனால் பார்வதி விரைவிலேயே உண்மையைக் கண்டுபிடித்துவிடுகிறார். தன் வீட்டில் இன்னொரு பெண் இருப்பது குறித்துக் கோபம் கொள்கிறார். பாலி கவ்ராவை பார்வதி

சபித்துவிடுகிறார். பெரும் துயரங்களுக்கு ஆளாக்குகிறார். வேதனை தாளாமல் அந்த இளம் பெண் தற்கொலை செய்துகொள்கிறாள். இதனால் பெரும் துக்கத்தில் மூழ்கும் சிவன் உடல் முழுவதும் சாம்பலைப் பூசிக்கொண்டு தவத்தில் ஈடுபடுகிறார். ஆண்டுகள் கரைகின்றன. பாலி கவ்ரா மறுபிறவி எடுக்கிறாள். இப்போது அவள் பெயர் தீலி கவ்ரா. சிவன் படும் வேதனையைத் தாங்க முடியாத பார்வதி தீலி கவ்ராவின் பெற்றோரைச் சந்தித்துத் தன் கணவருக்காகப் பெண் கேட்கிறார். பார்வதி பாலிக்குச் செய்த கொடுமைகளை நினைவுபடுத்தும் பெற்றோர் அவருடைய கோரிக்கையை நிராகரிக்கிறார்கள். இனி ஒருபோதும் அப்படிச் செய்ய மாட்டேன் என்று பார்வதி சபதம் செய்த பிறகு அவர்கள் ஒப்புக்கொள்கிறார்கள். சிவன் தீலியை மணக்கிறார். கைலாய மலையில் அந்தத் தம்பதியர் மகிழ்ச்சியான இல்லற வாழ்வை நடத்தட்டும் என்று வாழ்த்திவிட்டு பார்வதி அவர்களை விட்டு விலகிச் சென்றுவிடுகிறார்.

அசாதாரணமான கதை இது. ஏகபத்தினி விரதனாகவே சிவன் இந்துக்களின் மனங்களில் படிந்திருக்கிறார். மொத்த இந்துப் புராணக் கதைகளிலும் பெண்களைத் துரத்தாத, அவர்களை நாடிச் செல்லாத மிகச் சிலரில் ராமனும் சிவனும் அடங்குவார்கள். ஒரே ஒருமுறை சிவன் விஷ்ணுவின் பெண் அவதாரமான மோகினியுடன் கூடுகிறார். அது விதிவிலக்கு. சிவன் இந்திரனைப் போலச் சபலங்களும் பிறழ்வுகளும் கொண்டவரல்லர். பெண்கள் விஷயத்தில் அவர் ராமனைவிட ஒரு படி மேலானவர். ராமர்கூட சீதை விஷயத்தில் சில தருணங்களில் ஆட்சேபத்திற்குரிய விதத்தில் நடந்துகொண்டிருக்கிறார். சிவனைப் போன்ற கணவன் வேண்டும் என்று வேண்டிக்கொண்டு இளம் பெண்கள் விரதம் இருப்பதுண்டு.

ஆதிவாசிகள் தங்கள் தெய்வங்களைப் பெரிதாக மரியாதை யோடு நடத்துவதில்லை என்பதால் சிவனை இப்படிச் சித்தரிப்பதற்கு அவர்கள் பெரிதாக மெனக்கெட வேண்டியதில்லை என்று சிலர் வாதிடலாம். எனவே, இதை வைத்துக்கொண்டு நகர்ப்புறக் கலாச்சாரக் குறியீடுகளுக்கு எதிராக பஸ்தர் ஆதிவாசிகள் வினை புரிகிறார்கள் என்று சொல்லிவிட முடியாது என்று அவர்கள் கூறலாம். ஆனால் இதில் குறிப்பிடத்தகுந்த அம்சம் என்னவென்றால் நகர்ப்புறத்தின் பொது வழக்குக் கதையாடல் சிவனை பார்வதியின் விசுவாசமான கணவராகவும் அழிக்கும் கடவுளாகவும் சித்தரிக்கிறது. சிவனின் இந்த வடிவத்தை ஏற்பதற்குப் பதில் அவருக்கு நேர் எதிரான இயல்புக் கூறினை பஸ்தர் வழங்குகிறது. இத்தகைய சமுகங்களில் இது

வழக்கம்தான் என்றாலும் நகர்ப்புறக் கதையாடலுக்கு எதிராக இது உள்ளது என்பது முக்கியமானது.

மகிஷாசுர விழா இதற்கு இன்னொரு எடுத்துக்காட்டு. கடந்த சில ஆண்டுகளாக வங்கத்திலும் ஜார்க்கண்டிலும் உள்ள அசுர் என்னும் பழங்குடி இனச் சமூகம் ஒன்று இந்தத் திருவிழாவைக் கொண்டாடி வருகிறது. மிகவும் பலவீனமான நிலையில் உள்ள பழங்குடி இனம் என்று இந்திய அரசு இச்சமூகத்தை வரையறுத்திருக்கிறது. இவர்கள் மகிஷாசுரனின் வழித்தோன்றல்களாகத் தங்களைக் கருதிக்கொள்கிறார்கள். மகிஷாசுரனை வதம் செய்த துர்க்கையை இவர்கள் தூற்றுகிறார்கள். துர்க்கா பூஜை என்பது மகிஷாசுரன் வதத்தைக் கொண்டாடும் திருவிழா. ஆனால் இவர்களோ அந்த விழாக்காலத்தின்போது துக்கம் அனுஷ்டிக்கிறார்கள். சாக்த மரபின் முக்கியமான சமய நூல்களில் ஒன்றான துர்க்கா சப்தகதி என்னும் நூலில் உள்ள கதையை இந்தப் பழங்குடியினர் இவ்விதமாகக் கட்டுடைக்கிறார்கள் மகிஷாசுரன் கதை பல நூற்றாண்டுகளாகப் புழக்கத்தில் உள்ளது. ஆனால் அண்மைக் காலத்தில் அரசியல் ரீதியான உறுதியான அணிதிரட்டலாக இது முக்கியத்துவம் பெற்றுள்ளது. இதர பல பழங்குடியினச் சமூகத்தினரும் பட்டியல் சாதியினரும் மஹிஷாசுர ஷஹதத் திவஸ் (மஹிஷாசுரன் தன்னுயிரைத் தியாகம்செய்த நாள்) என்ற பெயரில் இந்துக் கலாச்சாரத்தில் துர்க்கையை வழிபடும் பிரிவினருக்கான எதிர்ப்பாக இந்த நாளை நினைவுகூர்கிறார்கள்.

இத்தகைய கட்டுடைப்புகளுக்கான காரணங்கள் நகரத்திற்கும் வனப்பகுதிக்கும் இடையே உள்ள உறவில் இருக்கின்றன. காடுகள் பல சமூகக் குழுக்களுக்குப் பல நூற்றாண்டுகளாக இயல்பான வசிப்பிடமாக இருந்துவருகின்றன. வனத்துடனான அவர்கள் உறவே அவர்கள் வாழ்வையும் உலகப் பார்வையையும் கலைகளையும் தீர்மானிக்கும் காரணியாக உள்ளது.

பண்டைய சமஸ்கிருதப் பிரதிகளில் காடுகள் பற்றிய தெளிவின்மை காணப்படுகிறது. காடு முனிவர்களின் இருப்பிடம். உலகியல் பணிகளிலிருந்து ஓய்வு பெற்று ஞானம் பெறுவதற்கான இடம். பற்றற்ற நிலையை அடைவதற்கான வழிமுறையான வானப்பிரஸ்தம் என்னும் வாழ்வின் மூன்றாவது கட்டத்தைக் கழிப்பதற்கான இடம். இளவரசர்கள் முனிவர்களின் ஆசிகளையும் அறிவுரைகளையும் பெறுவதற்காக வனங்களில் உள்ள ஆசிரமங்களுக்குச் செல்வார்கள். நாடு கடத்தப்படும் மன்னர்கள் புகலிடம் தேடும் இடம். யட்சர்கள், கந்தர்வர்கள் போன்ற சக்திவாய்ந்த பிரிவினர் வசிக்கும் இடம். இவர்கள்

இளவரசர்களின் முயற்சிகளுக்குத் துணையிருப்பார்கள். ராமாயணம், மகாபாரதம் போன்ற இதிகாசங்கள் தங்கள் கதாநாயகர்கள் வனவாசம் செய்வதை மையமாகக் கொண்டு கட்டமைக்கப்பட்டவை. காடுகள் அரக்கர்களுக்கும் இருப்பிடமாக இருந்தன. மன்னர்கள் அரக்கர்களைத் தங்கள் எதிரிகளாகக் கருதி அவர்களை அடக்கவும் ஒழிக்கவும் முயல்வார்கள். வேத தர்மத்தைக் காக்க உறுதிபூண்ட முனிவர்களுக்கு மட்டுமின்றி, அவர்களுடைய தார்மிக நெறிமுறைகளைப் பின்பற்றாத சமூகக் குழுக்களுக்கும் காடுகளே வசிப்பிடம்.

காடுகளைப் பற்றிய இப்படியான கலவையான சித்திரங்கள் நகர்ப்புற மக்களின் மனங்களில் காடுகளுக்குத் தனித்த ஆளுமையைத் தந்தன. நகரத்தைப் பொறுத்தவரை காடு என்னும் நிலப்பரப்பின் தன்னாட்சியைக் காப்பாற்ற வேண்டும். ஆனால், சில சமயங்களில் அதே காடுகளை ஆக்கிரமிக்கவும் அழிக்கவும்கூட அவசியம் ஏற்படும். காடு என்பது பருண்மை யான இருப்பாகவும் கலாச்சார ஆற்றலாகவும் விளங்குகிறது. நகர்புறத்தின் காவியங்களும் தொன்மங்களும் நகரத்தின் தார்மிக, சமய நெறிகளைக் காடுகளுக்கும் கொண்டுசென்றன. நகரத்திற்கும் வனத்திற்குமான மோதல் நிலப்பரப்பில் மட்டுமின்றிக் கதைகளின் களத்திலும் நடந்தது. நகரத்தால் காட்டினை நேரடிப் போரில் வெற்றிகொள்ள முடியும். ஆனால் தன் எதிர்ப்பைக் காட்டக் காட்டிற்கு இன்னொரு வழி தெரியும். நகரத்தின் காவியங்களைக் கட்டுடைப்பதே அந்த வழி.

இந்தக் கட்டுடைப்பின் உளவியல், கலாச்சாரக் காரணங் களை உறுதிசெய்ய வரலாற்று ரீதியான ஆதாரம் ஏதும் இல்லை. வனங்களின் கதைசொல்லிகள் தங்கள் நோக்கங்களை வெளிப்படுத்தும் பதிவு எதையும் விட்டுச் செல்லவில்லை. ஆனால் பல்வேறு தலைமுறைகளால் நூற்றுக்கணக்கான ஆண்டுகளாக உருவாக்கப்பட்டு உருமாறி வந்திருக்கும் இந்தக் கதைகள் வனச் சமூகத்தின் குரலை எதிரொலிக்கின்றன. மகிஷாசுரன் போன்ற கதைகளின் சமகால மறுவடிவங்களையும் பீமா கோரேகான் போரைப் பற்றி தலித்துகளும் மராத்தாக்களும் தரும் மாறுபட்ட விளக்கங்களையும் பயனுள்ள அறிகுறிகளாகக் கொண்டால் இத்தகைய கதையாடல்களையும் நகர்ப்புற ஆதிக்கத்திற்கான எதிர்வினை எனக் கொள்ளலாம். இத்தகைய சமூகங்களுக்குக் கதை என்பது உயிரற்ற விறகுக் கட்டை அல்ல. கதைசொல்லியின் ஆதங்கங்களையும் கனவுகளையும் வருங்காலத் தலைமுறைகளுக்கு எடுத்துச் செல்லக்கூடிய உயிர்த்துடிப்புள்ள இருப்பு.

சுமார் 150 ஆண்டுகளுக்கு முன்புவரை நகர்புறத்திற்குக் காட்டுடன் பல அடுக்குகள் கொண்ட உறவு இருந்தது. காடும் நகரமும் எதிரும் புதிருமானவையாக இல்லை. காடுகளின் மீது முதலாவது பெரிய தாக்குதலைத் தொடுத்தவர்கள் பிரிட்டிஷ்காரர்கள். ரயில்வே பாதை அமைப்பதற்காகக் காடுகளை அவர்கள் துண்டாடினார்கள். வனவிலங்குகளைக் கொல்பவர்களுக்குப் பரிசுகளை அறிவித்தார்கள். உள்ளூர்ச் சமூகக் குழுக்கள் பலவற்றைக் குற்றப் பரம்பரையினர் எனக் குறிப்பிட்டார்கள். காடுகளின் மீதான இரண்டாவது தாக்குதல் காடுகளில் புதைந்துள்ள கனிம வளங்களைப் பற்றி அறிந்துகொண்ட சுதந்திர இந்தியாவிடமிருந்து வந்தது. காடு என்பது கனிமங்கள் நிரம்பியிருக்கும் நிலப்பரப்பு என்றானது. எந்த விலை கொடுத்தாவது அந்த வளங்களை எடுத்துக்கொள்ள வேண்டும் என்னும் அணுகுமுறை உருவாகிவிட்டது. காடுகளில் இருப்பவர்கள் நாகரிகமற்ற காட்டுமிராண்டிகள் என்றும் அவர்களை அடக்கியாக வேண்டும் என்றும் தேவைப்பட்டால் ஒழித்துக்கட்ட வேண்டும் என்றும் தற்போது கருதப்படுகிறது.

நேரு காலத்தில் வடகிழக்கு மாநிலங்களில் இருக்கும் பழங்குடியினர் தொடர்பான விவகாரங்களில் அரசுக்கு ஆலோசனை வழங்குவதற்காக மானுடவியலாளர் வெர்ரியர் எல்வினை அரசு நியமித்தது. பழங்குடியினர் குறித்த கொள்கை பற்றியும் நாட்டில் காடுகளைப் பாதுகாக்க வேண்டுமா அல்லது அங்கு தொழிற்சாலைகளைக் கட்ட வேண்டுமா என்பது பற்றியும் விவாதம் நடந்தது. 1958இல் எல்வின் எழுதிய 'A Phylosophy for North–East Frontier Agency' (வடகிழக்கு மாகாணங்களின் முகமைக்கான சித்தாந்தம்) என்னும் நூலுக்கு எழுதிய முன்னுரையில் பிரதமர் ஜவஹர்லால் நேரு இப்படிக் குறிப்பிட்டிருந்தார்:

"இந்தப் பகுதிகளின் மீது நிர்வாகத்தைத் தேவை யில்லாமல் திணிப்பதோ பலவிதமான திட்டங்களால் திக்குமுக்காட வைப்பதோ கூடாது. அவர்களுடைய சமூக, கலாச்சார நிறுவனங்களுடன் முரண்படாமல் அவற்றின் மூலமாகவே செயலாற்ற வேண்டும் ... பழங்குடியினரின் பகுதிகளுக்குள் அளவுக்கு அதிகமாக வெளியாட்களை அனுப்பக் கூடாது!"[1]

பழங்குடியினரின் வாழ்க்கை வட்டங்களில் இயங்குகிறது என்பதை எல்வின் ஒருமுறை நேருவிடம் கூறினார். நெருப்பை

---

1 வெர்ரியர் எல்வினின் குறிப்பும் அசாம் முதல்வருக்கு ஜவஹர்லால் நேரு எழுதிய கடிதமும்; ராமச்சந்திர குஹாவின் 'Savaging the Civilized: Verrier Elwin, His Tribals, and India' நூலிலிருந்து.

மூட்டி அதைச் சுற்றி வட்டமாக அமர்வது, வட்டமாக அமர்ந்து சாப்பிடுவது என்று அவர்கள் வாழ்க்கை வட்டங்களின் வழியே இயங்குகிறது. “ஆனால் (அசாமில்) புதிதாகக் கட்டப்பட்ட பள்ளிக்கூடங்கள் நேர்க்கோட்டில் அமைந்தவை” என்று எல்வின் நேருவிடம் சொன்னார். அதன் பிறகு நேரு 1958, ஆகஸ்ட் 1 அன்று அசாம் முதலமைச்சர் பி.பி. சாலிஹாபுக்கு இப்படி எழுதினார்: “பழங்குடியினரின் கிராமத்தில் அவர்களுக்கு அன்னியமான வடிவில் பள்ளியையோ மருத்துவமனையையோ கட்டினால் அது அங்கே ஒட்டாமல் துருத்திக்கொண்டு நிற்கும்... பழங்குடி இன மக்கள் நம்முடைய அதிகாரிகளுடன் இயல்பாகப் பழக வேண்டும் என்றால் நம்முடைய அதிகாரிகள் அந்தச் சூழலுக்கு முற்றிலும் அன்னியமான கட்டிடங்களில் வசிக்கக் கூடாது.”

இப்படிச் செய்தால் காடுகள் அருங்காட்சியகம் போலவும் அதில் வசிக்கும் மக்கள் அருங்காட்சியகத்திலுள்ள கலைப் பொருட்கள் போலவும் ஆகிவிடுவார்கள் என்று இதற்கு எதிர்ப்புக் குரல் எழுந்தது. எனினும் இந்த இரு தரப்புகளுக்கிடையிலான உரையாடல் காடுகள் மேலும் வளமடைவதற்கான சாத்தியப்பாட்டை உருவாக்கின. கடந்த சில பதிற்றாண்டுகளாக இத்தகைய உரையாடல்கள் குறைந்துவருகின்றன. ஒருசில செயல்பாட்டாளர்களையும் எழுத்தாளர்களையும் தவிர யாருமே காடுகளைப் பற்றிப் பேசுவதில்லை. அப்படிப் பேசுபவர்கள்மீது ‘வளர்ச்சிக்கு எதிரானவர்கள்’ என்றோ ‘தேசவிரோதிகள்’ என்றோ முத்திரை குத்தப்படுகிறது.

நகரத்திற்கும் காட்டிற்கும் இடையில் உருவாகியுள்ள அதிகார அடுக்கு காடுகளின் கதைகளை மாற்றிவிட்டது. முன்பெல்லாம் புராணக் கதைகளைத் திருப்பிப் போடுவதில் கதைசொல்லிகள் திருப்தி அடைந்தார்கள். இப்போது போர்க்களம் மாறிவிட்டது. மத்திய இந்தியாவின் காடுகளில் உள்ள பழங்குடியினர் தங்கள் ‘நீர், வனம், மக்கள்’ (ஜல், ஜங்கில், ஜமீன்) ஆகியவற்றைக் காப்பாற்றுவதற்காக மேற்கொள்ளும் போர் நேரடியானது; தெளிவானது. காட்டின் கதை மெல்ல மெல்ல மரணத்தின் கதையாக மாறிவருகிறது. பழைய கதைசொல்லிகள் மறைந்துவருகிறார்கள். அரசுக்கும் மாவோயிஸ்டுகளுக்கும் இடையில் நடக்கும் போரில் அவர்கள் போரிடுபவர்களாக இருக்கிறார்கள். சிலர் காக்கிச் சீருடை அணிந்திருக்கிறார்கள். சிலர் கெரில்லாப் படையில் சேர்ந்திருக்கிறார்கள். பஸ்தர் கிராமத்தில் உள்ள இரண்டு சகோதரர்கள் எதிரெதிர் முகாம்களில் இருக்கிறார்கள். இறுதியில் யார் பிழைத்திருந்தாலும் அங்கு நிகழக்கூடிய அழிவு மகாபாரத யுத்தத்திற்கு இணையாக இருக்கும். பஸ்தர் நாசமாகிவிடும். நூற்றுக்கணக்கான

பீஷ்மர்கள் அம்புப் படுக்கையில் படுத்திருப்பார்கள். பல துரோணாச்சாரியர்களின் தலைகளை அவர்களுடைய அன்புக்குரிய சீடர்கள் சீவி எறிந்திருப்பார்கள். கதைசொல்லிகளின் கட்டைவிரல்களும் நாக்குகளும் ஏற்கெனவே பலி கொடுக்கப்பட்டுவிட்டன.

மக்கள் தங்கள் ஏக்கங்கள், ஆசைகள், பொறாமைகள், காதல்கள் ஆகியவற்றைப் பதிவு செய்வதற்கான புனித வெளியாகக் கதைகள் இருக்கின்றன. கதைகள் கதை சொல்பவர்களுக்கும் கேட்பவர்களுக்கும் விடுதலை வழங்குகின்றன. இந்த வெளியைப் பறிகொடுத்த சமூகம் அழிவை நோக்கி மெல்ல மெல்ல நகரும். நக்சல்களின் கதை அழிவின் பிரதிபலிப்பு.

சமஸ்கிருதக் காவியங்களில் ரிஷிகளும் முனிவர்களும் நகர்ப்புறத்தின் காற்றையும் நறுமணத்தையும் காடுகளுக்குக் கொண்டுவருவார்கள். இன்று நகரங்களின் தரகர்கள் நிலங்களை அளப்பதற்கும் அபகரிப்பதற்கும் வருகிறார்கள். தண்டேவாடாவில் இந்தியாவின் மிக வளமான இரும்பும் தாதுக்களும் உறைந்திருக்கின்றன. காங்கிரஸ் தலைவர் கவாகி லக்மா, சிபிஐ தலைவர்கள் மனீஷ் குஞ்சம் உள்ளிட்ட பல பழங்குடி இன அரசியல்வாதிகள் தங்கள் நிலங்களில் சுரங்கம் அமைக்கும் உரிமையைக் கோரிவருகிறார்கள். அதனால் அரசு அந்த உரிமையைக் கொடுக்கவில்லை.

எஸ்ஸார் நிறுவனம் பஸ்தரில் மாபெரும் தொழிற்சாலையைக் கட்டி எழுப்பியுள்ளது.[2] தண்டோவாடாவின் உள்ளூர்வாசி ஒருவர் அதைச் சுட்டிக்காட்டி என்னிடம் இப்படிச் சொன்னார்: "வெளியிலிருந்து வருபவர்கள் உங்கள் நிலங்களில் பெரிய கட்டிடங்களைக் கட்டுகிறார்கள். நீங்கள் குடிசையில் இருக்கிறீர்கள். நீங்கள் காய்ந்த மிளகாய் சட்னி சாப்பிடுகிறீர்கள். அவர்கள் சிக்கன், பன்னீர் சாப்பிடுகிறார்கள். உங்களுக்கு எப்படி இருக்கும்?"

'யோக வாசிஷ்டம்' என்னும் நூலில் இப்படி ஒரு வாசகம் இருக்கிறது: "கதை சொல்வதன் மூலம் உருவாகும் மனப்பதிவைப் போன்றது உலகம்." பஸ்தரில் நடக்கும் வன்முறை முடக்கி வைக்கப்பட்ட கதையின் ஏக்கத்தைப் பிரதிபலிக்கிறது. அந்தக் கதை தன்னைப் பதிவுசெய்துகொள்ள மரணத்தின் பாதையைத் தேர்ந்தெடுத்திருக்கிறது. அந்தக் கதையைக் கேட்கவோ புரிந்துகொள்ளவோ அரசு விரும்பவில்லை. அதற்கான தார்மிக வலிமை அதற்கு இல்லாமல் இருக்கலாம். நகர்ப்புறத்தின் காவியங்கள் பண்டைய காலத்தில் காட்டுக்கு வந்தபோது காடு

2. 2019, டிசம்பர் மாதத்தில் ஏர்செலர்மிட்டல் அண்ட் நிப்பான் ஸ்டீல் எஸ்ஸார் ஸ்டீல் இந்தியா லிமிடட் நிறுவனத்தை வாங்கியது.

தன்னுடைய சொந்தக் கதைகளின் மூலம் அதை எதிர்கொண்டது. காடு இப்போது தன்னுடைய மரணத்தின் கதையை நகரத்திற்குச் சொல்கிறது. நகரமோ, காட்டின் குரலை அமுக்கிவிட முடியும் என்று நம்புகிறது. மரணத்தை எதிர்கொள்வதன் மூலம் பழங்குடியினரின் கதை இருளின் மூலைக்குள் பதுங்கித் தன்னைப் புதுப்பித்துக்கொண்டு மேலும் வலுவான வடிவில் நீடித்து நிற்கும் என்னும் உண்மையை நகரம் அறியவில்லை.

O

மரணத்தின் கதை 9

நக்ஸல்களின் வரலாறை இந்திய ஊடகங்கள் எந்த மொழியில் எழுதுகின்றன? இப்போரின் கதையாடலை ஊடகங்கள் எப்படிக் கட்டமைக்கின்றன? 2013ஆம் ஆண்டு மே மாதத்தில் காங்கிரஸ் தலைவர்கள் மகேந்திர குமார், நந்தகுமார் படேல் உள்ளிட்ட பலரைப் படுகொலை செய்த நக்சலைட்டுகளின் தர்பா தாக்குதல்தான் இந்தியாவில் இதுவரை எந்த ஒரு அரசியல் கட்சியின் மீதும் நடத்தப்பட்ட மாபெரும் தாக்குதல்.[1] தர்பா தாக்குதலுக்குப் பின்னர் ஊடகத்தினரிடமிருந்து எதை நாம் எதிர்பார்க்க முடியும்?

"பாதுகாப்புப் படையினரைத் தூண்டும் வகையில் மாவோயிஸ்ட் இயக்கப் பெண்கள் அரை நிர்வாணமாகக் காட்சி தந்தார்கள்" – இது இந்தி நாளிதழ் பத்ரிகாவில் 02.6.2013 அன்று வெளியான முதல் பக்கச் செய்தி. "தெற்கு பஸ்தர் காடுகளில் நடந்த மோதல்களின்போது மாவோயிஸ்ட் இயக்கப் பெண்கள் அரை நிர்வாணக் கோலத்தில் தோன்றி பாதுகாப்புப் படையினரைத் திட்டினார்கள் ... வீரர்களின் கவனத்தைத் திசைதிருப்ப அவர்களை நோக்கி ஆபாசமான சைகைகளைச் செய்தார்கள்."

---

[1] அரசியல் தலைவர்களுடன் செல்லும் பாதுகாப்பு வாகனங்கள்மீது இதற்கு முன்பும் தாக்குதல் நடத்தப்பட்டுள்ளது: ஆந்திரப் பிரதேச முதலமைச்சர் என். சந்திரபாபு நாயுடுவின் ஊர்வலத்தின் மீது 2003 அக்டோபரிலும் மேற்கு வங்க முதல்வர் புத்ததேவ் பட்டாச்சார்யாவின் ஊர்வலத்தின் மீது 2008 நவம்பரிலும் தாக்குதல்கள் நடத்தப்பட்டன. தாக்குதலில் இருவரும் தப்பினார்கள்.

பெயர் சொல்ல விரும்பாத ஒரு காவலர் இத்தகைய அனுபவங்களை விவரித்ததாக அந்தச் செய்தி கூறியது. 'மோதல் குறித்து காவலர் தரும் பரபரப்பான விவரங்கள்' என்பதாக அது வெளியானது.

"ஒரு லிட்டர் 50 ரூபாய் விலையுள்ள மினரல் வாட்டரையும் லஸ்ஸியையும் நக்சல்கள் குடிக்கிறார்கள்" என்று அதே செய்தித்தாள் விவரித்திருந்தது. அந்த அறிக்கையின்படி, அதீத வெப்பம் நிலவும் நாட்களில் தாங்கள் போகுமிடமெல்லாம் மினரல் வாட்டர் பாட்டில்களையும் லஸ்ஸி பாட்டில்களையும் நக்சல்கள் கொண்டுபோவார்களாம். செய்திக் கட்டுரையுடன் இடம்பெற்றிருந்த புகைப்படத்தில் பெரிய ஐஸ் பெட்டியும் குவா மினரல் வாட்டர் பாட்டில்களும் சில அமுல் லஸ்ஸி பாக்கெட்டுகளும் இருந்தன. "(தர்பா தாக்குதல் நடந்த இடத்தில்) சுமார் 500 குவா மினரல் வாட்டர் பாட்டில்கள் (காலி) சிதறிக் கிடந்தன."

கெரில்லா தாக்குதல் நடத்தும் ஒரு குழுவால் இத்தகைய விலையுயர்ந்த பொருட்களைக் காட்டுக்குள் எடுத்துச் செல்ல முடியாது என்பது அதை எழுதிய நிருபருக்கும் வெளியிட்ட ஆசிரியருக்கும் தோன்றவில்லை. அந்த பாட்டில்களும் கண்டெயினரும் அந்தப் பகுதியில் கார்களில் சென்று கொண்டிருந்த காங்கிரஸ் தலைவர்களுடையதாகவும் இருக்கலாம். பின்னாளில் என்னிடம் பேசிய ஒரு காங்கிரஸ் தலைவர் கண்டெயினர் தன்னுடையதுதான் என்று சிரித்துக்கொண்டே சொன்னார்.

2010ஆம் ஆண்டு மார்ச் மாதம் பஸ்தர் காவல் துறையினர் ஜெனிலியா என்ற பெண்ணைக் கைது செய்தவுடன் 'ஜெனிலியாவின் சிவப்புக்கதை' (ஜெனிலியா கா லால் கஹானி) என்ற தலைப்பில் ஒரு செய்தித் தொகுப்பை சத்தீஸ்கர் மாநிலத்தின் பிரதான செய்தி சேனலான 'சேனல் Z24' ஒளிபரப்பியது. அவரைக் காவல் துறை விசாரணை செய்து மாவோயிஸ்டுகளுடனான தொடர்பை உறுதிசெய்யும் முன்பே இத்தொகுப்பு ஒளிபரப்பாகியது. அறிக்கை, அச்சுப்பிரதி அடங்கிய சிடி, வேறொரு சம்பவம் பற்றிய சிடி ஆகியவற்றை சத்தீஸ்கர் அரசின் மக்கள் தொடர்புத் துறையிடம் அளித்த சேனல் அதிகாரிகள் அதற்காக அரசிடம் ரூ.10 லட்சம் (சேவை வரி நீங்கலாக) தருமாறு கோரினர். சேனலுக்கு ரூ.4 லட்சம் மட்டுமே அளித்த அரசு அதிகாரிகள் தமது குறிப்புரையில் "இந்நிகழ்ச்சியை பிரைம் டைம் என்று சொல்லப்படும் அனைவரும் பார்க்கக்கூடிய நேரத்தில் சேனல் ஒளிபரப்ப வில்லை. மேலும், வீடியோவில் பழைய கோப்புக் காட்சிகள் பல அடங்கியிருந்தன" என்று குறிப்பிட்டார்கள்.

2011ஆம் ஆண்டு பிப்ரவரியில் இன்னொரு முக்கிய செய்தி சேனலான 'சஹாரா சமய்' நக்ஸலைட்டுகளின் சவால்களை எதிர்நோக்கும் பல்வேறு அரசுத் துறைகள் தத்தமது வளர்ச்சிப் பணிகளை எப்படி மேற்கொண்டுவருகின்றன என்பதை விளக்கும் சிறப்பு நிகழ்ச்சியைத் தயாரிப்பது பற்றிய எழுத்து வடிவிலான ஒரு திட்டத்தை சத்தீஸ்கர் அரசின் மக்கள் தொடர்புத் துறையினரிடம் சமர்ப்பித்தது. இந்நிகழ்ச்சிக்கான செலவு ரூ. 25 லட்சம் (சேவை வரிகள் தனி). ஏனென்றால் இது "தேசிய சேனல், தில்லி பிராந்திய சேனல், மத்தியப் பிரதேசம், சத்தீஸ்கர், பிகார், ஜார்க்கண்ட், உத்தரப் பிரதேசத் தொலைக்காட்சிகளில் 12 முறை ஒளிபரப்பாகும்." மார்ச் 3 அன்று 'நக்ஸல் பிரச்சினை தொடர்பான சிறப்பு நிகழ்ச்சியைத் தயாரித்து ஒளிபரப்ப' அரசு 'சஹாரா சமய்' சேனலுக்கு அனுமதி அளித்தது.

நக்ஸலைட்டுகள் தொடர்பான நிகழ்ச்சிகள் செய்திச் சந்தையின் விற்பனைப் பண்டங்களாக ஆகிவிட்டன. கிட்டத்தட்ட நாற்பதாண்டுக் காலமாக சத்தீஸ்கர் இந்தியாவின் நக்சல் தலைநகரமாக இருந்துவருகிறது. இங்குள்ள செய்தி சேனல்களும் செய்தித்தாள்களும் பிரிவினைவாதம் பற்றி நியாயமான உரையாடல்களை நடத்த வேண்டுமென்று எதிர்பார்க்கப்படுகிறது. ஆனால் இங்குள்ள முக்கிய இந்தி மொழிச் செய்தித் தாள்களில் இப்படிப்பட்ட தலைப்புக்களில்தான் செய்திகள் வருகின்றன: 'நக்சலைட் பிரச்சினையால் பாதிக்கப்பட்ட குழந்தைகள் குடியரசுத் தலைவரைச் சந்தித்தன', 'பட்டப்பகலில் 14 சேவல்களை நக்ஸலைட்டுகள் கொள்ளையடித்தனர்; இச்சம்பவத்திற்குப் பின்னர் அப்பகுதியில் பயம் நிலவுகிறது.'

அந்தக் குழந்தைகள் 'நக்சலைட் பிரச்சினையால் பாதிக்கப்பட்ட குழந்தைகள்' அல்ல. காவல் துறையினருக்கும் நக்ஸலைட்டுகளுக்குமிடையே மோதல் நடந்ததாகப் பதிவாகியுள்ள மாவட்டங்களைச் சேர்ந்தவர்கள். 'நக்சலைட்டுகளால் பாதிக்கப்பட்ட இடங்களைச் சேர்ந்த குழந்தைகள் குடியரசுத் தலைவரைச் சந்தித்தனர்' என்பதற்கு பதிலாக 'நக்சலைட் பிரச்சினையால் பாதிக்கப்பட்ட குழந்தைகள்' எனக் குறிப்பிடுவதன் மூலம் இக்குழந்தைகளை நேரடியாக நக்சலைட்டுகளுடன் தொடர்புபடுத்திப் படிப்பவரின் கவனத்தைக் கவர முனைகிறார்கள். 'நக்சல்' என்னும் அடையாளம் அந்தக் குழந்தைகள்மீது படிந்துவிடும். பள்ளியில் இந்த அடையாளத்தைச் சுமந்துகொண்டு அவர்கள் திரிய நேரிடும். வாழ்நாள் முழுவதும்கூட இது தொடரலாம். ஊடகத்தினரின் பார்வையின்படி, ராஜ்நந்த் காவோன் 'நக்சலைட்டுகளால் பாதிக்கப்பட்டுள்ள மாவட்டம்' என்பதால் அங்கு வசிக்கும் ரமன் சிங்கும் 'நக்சலைட்டுகளால் பாதிக்கப்பட்ட முதலமைச்சர்.'

புதுதில்லியிலிருந்து வெளிவரும் ஆங்கிலச் செய்தித்தாள்கள் 'நக்சல் தொற்று பரவிய பகுதி' (*Naxal-infested area*) என்ற தொடரைப் பயன்படுத்துகின்றன. 'தொற்று' என்ற சொல் கிருமிகளைக் குறிப்பிடுகிறது. ஒரு குறிப்பிட்ட புவியியல் பகுதியைத் தொற்று பரவிய பகுதியாகவும் அதில் வசிப்பவர்களைக் கிருமிகளாகவும் சித்தரிக்கும் சொல்லாடல் இந்தப் பிரச்சினை குறித்த நுட்பமான பார்வையை உதாசீனப்படுத்துகிறது. ஊடகத்தின் இத்தகைய கதையாடல்களால் நமது நாட்டின் பெரும்பாலான பகுதிகளில் இருப்பவர்கள் தண்டகாரண்யத்தில் வசிக்கும் ஒவ்வொருவரையும் நக்சலாகவே கருதுவதாகத் தெரிகிறது.

○

நோபல் பரிசு வரலாற்றில் இலக்கியத்திற்கான நோபல் பரிசை இதுவரையில் இரு பத்திரிகையாளர்கள் மட்டுமே பெற்றுள்ளனர்.[2] அவர்களில் ஒருவர் மகத்தான நாவலை எழுதினார். இருவருமே யுத்தங்களைப் பற்றிய செய்திக் கட்டுரைகளை எழுதியவர்கள். யுத்தம் பற்றிய விமர்சனங்களையும் முன்வைத்தவர்கள். (இதில் மூன்றாவது பத்திரிகையாளரையும் சேர்த்துக்கொள்ளலாம்.

2. புகழ்பெற்ற பத்திரிகையாளராகவும் இருந்த எழுத்தாளர்களில் நோபல் பரிசை முதன்முறையாக வென்றவர் எர்னெஸ்ட் ஹெமிங்வே. உலகம் முழுவதிலும் பல்வேறு போர்களைப் பற்றிய செய்திக் கட்டுரைகளை எழுதியிருக்கிறார். பல ஆண்டுகள் கழித்து ஸ்வெட்லனா அலெக்ஸீய்விச் (Svetlana Alexievich) என்னும் பெண் பத்திரிகையாளர் பத்திரிகை எழுத்துக்காகவே நோபல் பரிசை வென்றார். காப்ரியேல் கார்சியா மார்க்கேஸும் பத்திரிகைகளில் கணிசமாக எழுதியிருக்கிறார். ஆனால், அவருடைய புனைவு நூல்கள்தாம்அவருக்குப் புகழ் பெற்றுத் தந்தவை.

ஆனால், அவர் முதன்மையாக ஒரு நாவலாசிரியர்; தொடக்கத்தில் பத்திரிகையாளராக இருந்தவர் என்று சொல்லலாம்.)

எழுத்துலகில் யுத்தம் பற்றிய செய்திக் கட்டுரைகள் மிகுந்த முக்கியத்துவம் பெறுவதற்குக் காரணம் உண்டு. போரில் மாமலைகளும் சரிந்துபோகும். தன் வாழ்நாள் முழுவதிலும் ஒரே ஒரு (அரை) பொய்யை மட்டுமே தருமபுத்திரர் கூறினார்; அதுவும் போரில் சொன்னது. அவரால் திரித்துச் சொல்லப்பட்ட ஒரு வாக்கியத்தால் அவரது மரியாதைக்கும் வழிபாட்டுக்கும் உரிய குரு துரோணாச்சாரியரின் மரணம் நிகழ்ந்தது; தருமராஜரின் வாழ்வில் நீங்காத களங்கமும் ஏற்பட்டது.

யுத்தம் என்பது சுய அன்பும் சுய தியாகமும் நிறைந்த தனித்துவமான கலவை. வீரனுக்குத் தன் தாய்நாட்டின் மீது அதீத அன்பு இருந்தால்தான் அவனால் பிறரைக் கொல்ல முடியும். தன் உயிரைப் பணயம் வைக்காமல் போர்க்களத்திற்குள் ஒருவரால் பிரவேசிக்க முடியாது. இவ்விரு அதீத எல்லைகளும் எதிர்மறையானவை அல்ல; ஒன்று மற்றொன்றின் பிரதிபலிப்பு. போர் பற்றிய செய்திகளைத் திரட்டி வழங்குவது என்பது இரண்டு முனைகளுக்கிடையே கயிற்றின் மேல் நடக்கும் கழைக்கூத்தாடியின் கலையைப் போலத்தான். எதிரெதிர் முனைகளில் இருக்கும் அன்புக்கும் அழிவுக்கும் இடையில் சமநிலை பேண வேண்டும். சற்று இடறினாலும் கழைக்கூத்தாடி கீழே விழுந்துவிடுவார். சொந்த விருப்பு வெறுப்புகளை வெளிப்படுத்தாமல் சொந்தத் தேர்வுகளைக் கேள்விக்குட்படுத்துவதுதான் இதழியல் நெறி என்றால், தன்னுடைய நாடு ஈடுபடும் போரைக் குறித்து எழுதும்போது இந்த விமர்சனப் பார்வை மிகவும் மேம்பட்ட நிலையில் இருக்க வேண்டும். தன்னுடைய நிலப்பரப்பைப் பாதுகாக்க நாட்டிற்குப் படைவீரர்கள் அவசியம். அதேபோலப் போர் பற்றிய தகவல்களை நியாயமான முறையில் தரவும் திரட்டவும் சிறப்பான பத்திரிகையாளர்களும் தேவை.[3] ஒவ்வொருவரும்

3. 1961இல் நாஜிப்படைத் தளபதி அடால்ஃப் ஈக்மேனின் வழக்கு விசாரணை குறித்து ரிப்போர்ட் செய்ய *த நியூயார்க்கர்* பத்திரிகையின் 55 வயதுப் பெண் செய்தியாளர் ஜெருசலேம் நகருக்கு வந்தார். ஜெர்மானிய–யூதப் பெற்றோர்களுக்குப் பிறந்து அப்போது நியூயார்க்கில் வசித்து வந்த அப்பெண் ஹிட்லர் ஆட்சியின்போது ஜெர்மனியை விட்டு வெளியேறி பிரான்ஸில் சிறைவாசம் செய்தவர். நாஜிக்களின் கொடுமையை அனுபவித்த ஒரு செய்தியாளர் எழுதும் ரிப்போர்ட்டின் தொனி எப்படி இருக்கும் என்பதுபற்றி நமக்கு ஒரு அனுமானம் இருக்கும். ஆனால் அவர் அனுப்பிய ரிப்போர்ட் *த நியூயார்க்கர்* பத்திரிகையின் செய்தி அறையைக் குழப்பத்தில் ஆழ்த்தியது. அந்தச் செய்திக் கட்டுரை குறித்து யூத இனத்தவரிடையே பெரும் விவாதம் எழுந்தது.

மிக அற்புதமான இதழியல் எழுத்தாக ஹன்னா ஆரென்டின் ‘பெனாலிட்டி ஆஃப் ஈவில்’ (தீமையின் சாதாரணத்தன்மை) என்பதைக் குறிப்பிடலாம். தன்

படைவீரராக ஆகிவிட முடியாது. போர் பற்றியும் யார் வேண்டுமானாலும் எழுதிவிட முடியாது. போர் என்பது உருவமற்றது. அதன் வடிவமும் வண்ணமும் கண்ணிமைக்கும் நேரத்தில் மாறிவிடக்கூடியது.

○

இந்தியப் பாதுகாப்புப் படையினருக்கும் ஆயுதமேந்திய தீவிரவாதிகளுக்கும் இடையே மோதல்கள் நடைபெறும் பஸ்தர், காஷ்மீர் இரண்டுக்கும் இடத்திலும் வரலாற்றிலும் குறிப்பிடத்தகுந்த ஒற்றுமைகள் உள்ளன. இரண்டுமே அற்புதமான வனப்பகுதிகள், தடாகங்கள், மலைப்பகுதிகள் ஆகியவற்றைக் கொண்டவை. இவ்விரு பகுதிகளிலும் நிலவும் தீவிரவாதத்தின் தன்மைகள் மாறுபட்டவை எனினும் இவ்விரு நிலப்பகுதிகளும் சமூகத்தினரும் இந்திய நாட்டின் இறையாண்மைக்குச் சவால் விடுத்துக்கொண்டிருக்கின்றனர்.

இவற்றில் சில முக்கியமான வேற்றுமைகளும் உள்ளன. சீரான வரிசையில் அமைந்த மரங்கள், அளவான மேகக்கூட்டங்கள், தெளிவாகவும் உறுதியாகவும் பேசும் மக்கள் எனக் காஷ்மீரின் அடையாளம் கச்சிதமாக உள்ளது. பெருமளவிலான பாழிடம் *wilderness*, ஓடைகள், வாடிச் சுருங்கிய மக்கள் என்பதாக பஸ்தரின் அடையாளம் சீரற்றுக் கலைந்துள்ளது. தனது அடையாளம் தொலைந்துவிடக் கூடாது என்பதில் காஷ்மீர் மிகவும் கவனமாக இருக்கிறது; பஸ்தரோ தன் அடையாளம் குறித்த மறதியில் இருக்கிறது. தன்னுடைய நிலத்தையும் அடையாளத்தையும் காக்கவே இரு இடங்களிலும் போராட்டம் நடைபெறுகிறது; ஆனால் பஸ்தரின் நக்ஸல் எழுச்சி மதசார்பற்ற போராட்டம். காஷ்மீரில் கடந்த பல ஆண்டுகளாக நடைபெறும் போராட்டம்

இனத்தையே அழிக்க முற்பட்ட நாஜிப் படைத் தளபதியை விமரிசனம் செய்யாமல், அவரையும் அவரது செயல்களையும் 'புரிந்துகொள்ள' முற்பட்ட ஹன்னா அந்தத் தளபதியால் ஒரு கட்டத்தில் 'சிந்திக்கவே முடியாமல் போய்விட்ட'தாகக் குறிப்பிட்டுள்ளார். உணர்ச்சிகளால் ஆட்கொள்ளப்படுவது இயல்பானது என்ற சூழலிலும் அவர் தன் தொழிலுக்கு நேர்மையாக நடந்துகொண்டிருக்கிறார். தன்னுடைய ரிப்போர்ட்டுகளைப் பல முறை திருத்தி அனுப்பியுள்ளார். பலமுறை கெடுவிற்குள் கட்டுரை அனுப்பத் தவறியிருந்தார். ஆரெண்ட் தாமதமாகத் தன் கட்டுரைகளை அனுப்பியது பற்றிக் கருத்து தெரிவித்த *த நியூயார்க்கர்* பத்திரிகை ஊழியர் ஒருவர், 'டால்ஸ்டாய் போரும் அமைதியும் நாவலை எழுத இதைவிடக் குறைவான நேரத்தையே எடுத்திருப்பார்' என்றார்.

ஆரெண்டின் கட்டுரைகள் அச்சேறிய பின்னர் அவருக்கு வந்த பல வசைக் கடிதங்கள் ஒன்றில் இவ்வாறு குறிப்பிடப்பட்டிருந்தது: "உங்களால் அவமானப்படுத்தப்பட்ட 6 மில்லியன் தியாகிகளின் ஆன்மாக்கள் உங்களை அனுதினமும் வதைக்கும்." இஸ்ரேலிய அதிகாரிகள் அவரது புத்தகம் அச்சேறாமல் தடுக்க முயன்றனர். ஆரெண்ட் பின்வாங்கவில்லை. செவிமடுக்கவில்லை. புரிந்துகொள்ள முயற்சிப்பதும் மன்னிப்பதும் ஒன்றல்ல என்பதை அவர் அறிவார்.

இஸ்லாமிய மதத்தில் வேர்கொண்டது. மத அடிப்படையிலான போராட்டமென்பதால் இதை நியாயமானதல்ல என்று கூறிவிட முடியாது. ஆனால், மத அடிப்படையைக் கொண்டிருப்பது இதன் வீச்சைக் குறுக்கிவிடுகிறது. மேலும், இதில் மிக முக்கியமான அம்சம் என்னவென்றால் காஷ்மீர் போராட்டத்தில் இதுவரை பெண் போராளிகள் யாருமே ஈடுபட்டதில்லை. தண்டகாரண்யத்திலோ மாவோயிஸ்ட் படையில் 40 சதவீதம் பெண்கள். ஒரு மக்கள் இயக்கமென்பது வன்முறையை நிகழ்த்துவதில் அதற்குள்ள ஆற்றலை வைத்து மட்டும் மதிப்பிடப்படுவதில்லை. அந்தப் போராட்டத்தில் யாரெல்லாம் பங்குபெறுகிறார்கள் என்பதும் மிக முக்கியமாகும்.

காஷ்மீரைப் பற்றி எழுதப் பல எழுத்தாளர்கள், பத்திரிகையாளர்கள், திரைப்பட இயக்குநர்கள் தயாராக உள்ளனர்; ஆனால், பஸ்தரைப் பற்றி எழுத யாருமே தயாராக இல்லை. வெளியாட்களை விட்டுவிடலாம்; சத்தீஸ்கரிலிருந்துகூடப் பஸ்தரின் உட்பகுதிகளுக்குச் சென்றுவர யாரும் தயாராக இல்லை.

கலை, இலக்கியங்களுக்குப் பெயர்போன மத்தியப் பிரதேச மாநிலத்தின் ஒரு பகுதியாக பஸ்தர் முன்பு இருந்தது. ஆனால் மத்தியப் பிரதேசத்தின் இலக்கிய உலகினுள் இந்த வனப்பகுதியால் பிரவேசிக்க முடியவில்லை. மத்தியப் பிரதேசத்தைச் சேர்ந்த புகழ்பெற்ற பலர் உலகையெல்லாம் சுற்றிவந்தார்கள். ஆனால், தமது மாநிலத்தின் தென்கோடியைப் பற்றி அவர்கள் எழுதியதில்லை. ஓவியர் ஜே. சுவாமிநாதன் மத்தியப் பிரதேசத்தின் ஆதிவாசி ஓவியக் கலையை போபாலுக்குக் கொண்டுவந்தார். படானுக்கு வந்த அவர் ஜங்கர் சிங் ஷியாமைக் கண்டுபிடித்தார். ஆனால் அபுஜ்மத் பற்றி அவரும் கண்டுகொள்ளவே இல்லை.[4]

---

4. அற்புதமான விதிவிலக்காக நிர்மல் வர்மாவைக் குறிப்பிடலாம். 'இரவின் செய்தியறிக்கைகள்' (ராத் கா ரிப்போர்ட்) என்னும் அவரது நாவலில் கதாநாயகனான பத்திரிகையாளர் ரிஷி பஸ்தரில் சிலகாலம் வசித்தார். அப்பிராந்தியத்தைப் பற்றிய விவரம் புத்தகத்தில் இல்லை என்றாலும், அதன் நிழல் நாவல் முழுவதும் படர்ந்துள்ளது. அவருக்கும் அவரது ஆசிரியருக்குமிடையே நடக்கும் உரையாடல் பஸ்தரைப் பற்றியும் பத்திரிகைத் தொழில் பற்றியும் நன்கு விளக்குகிறது.

   பஸ்தரில் இரண்டு மாதங்கள் அலைந்து திரிந்த பின்னர் அங்கிருந்து திரும்பியபோது, தன்னுடைய குறிப்புக்கள் அதிகமாகிவிட்டதைக் கண்டு "இது என்ன செய்தியறிக்கையா அல்லது சுயசரிதையா ?" என்று ராய் சாஹிப் வியப்படைந்தார். அவநம்பிக்கை தோய்ந்த குதர்க்கச் சிரிப்புடன் ராய்சாஹிப் இப்படிச் சொன்னது ஒவ்வொரு நிருபரின் கனவு என்று சொல்லலாம். தனது வாழ்வில் நடக்கும் எல்லா நிகழ்வுகளும் செய்தித்தாளில் அச்சாகும் நிகழ்வுகளுடன் தொடர்புடையதாக இருக்க வேண்டுமென்பது ஒவ்வொரு நிருபரின் ரகசியக் கனவாக இருக்கும். பஸ்தர் பற்றிய தனது செய்திக் கட்டுரையை புதியதொரு தாளில் புதிதாக அவர் எழுதினார். அப்படி எழுதும்போது, 'கர்மாவின் மாய வசீகரத்திலிருந்து தப்பிப்பவர்தான் ஒரு சிறந்த நிருபராக இருக்க முடியும்' என்று ராய் சாஹிப் அடிக்கடி கூறுவார் என்று குறிப்பிட்டுள்ளார்.

மத்தியப் பிரதேச மாநிலத்தில் 1980களில் நக்சலைட்டுகள் இயக்கம் வலுப்பெறத் தொடங்கியதிலிருந்து பஸ்தரில் பணிபுரியும் காவல் துறை அதிகாரிகள் நக்சலைட்டுகளின் நடமாட்டம் பற்றி போபாலின் அரசியல் எஜமானர்களுக்குத் தகவல் தரத் தொடங்கினார்கள். சிலசமயம் நக்சலைட்டுகள் நகர்ப் பகுதிகளிலும் தாக்குதல் நடத்துவார்கள். 1999ஆம் ஆண்டு ஒரு டிசம்பர் நாளிரவில் போக்குவரத்து அமைச்சர் லிகிராம் கவாரேவை பாலகாட் மாவட்டத்தில் அவர் குடியிருந்த வீட்டிலிருந்து வெளியே இழுத்து வந்து துண்டு துண்டாக வெட்டிக் கொன்றார்கள். ஆயினும் கலைஞர்கள் பஸ்தரைக் கண்டுகொள்ளவில்லை. இந்த அணுகுமுறை கவனக்குறைவால் நிகழ்ந்ததாகவும் இருக்கலாம். ஆனால், அப்படி எடுத்துக்கொள்ள முடியாது. பஸ்தரின் மனக்குறைகள் நியாயமானவை. உள்ளூர் நிர்வாகமும் மாநில அரசும் இவற்றைக் கண்டுகொள்ளாமல் விட்டது மட்டுமின்றிப் பெரும்பாலான எழுத்தாளர்களும் கலைஞர்களும்கூட இதைப் புறக்கணித்துவிட்டார்கள். நக்சலைட்டுகள் ஆந்திரப் பிரதேசத்திலிருந்து இப்பகுதிக்கு இடம் பெயராமல் இருந்திருந்தால், கண்ணிவெடிகளால் காவல் துறை வாகனங்கள் அழியாமல் இருந்திருந்தால் இந்தப் பகுதியைப் பற்றி யாருமே கவனம் செலுத்தியிருக்கமாட்டார்கள்.

சூழ்நிலை இப்போதும் பெரிதாக மாறிவிடல்லை. எந்த முன்னணி ஆங்கிலச் செய்தி சேனலுக்கும் சத்தீஸ்கரிலிருந்து பணிபுரியும் நிருபரோ கேமராமேனோ இருந்ததே இல்லை. நக்சலைட் தாக்குதல் நடக்கும்போது மட்டும் சேனலின் செய்திக்குழு அங்கு சென்று பரபரப்பைக் கிளற ஒரு செய்தித் தொகுப்பைத் தயாரிக்கும். அதுவும் காவல் துறை மீதான 'காம்ரேடுகளின்' தாக்குதல் தலைப்புச் செய்தியாகும்படி இருந்தால் மட்டுமே அதுகுறித்த விரிவான தொகுப்பு தரப்படும். மின்னணு, அச்சு ஊடகத்தினர் எவருக்கும் நக்சல் பகுதியின் செய்தியாளர் என யாரும் இல்லை. காஷ்மீரிலோ பல இடங்களிலிருந்து ஊடகத்தினர் வருகிறார்கள்.

மாவோயிஸ்டுகளைப் பற்றிய பொதுவான கண்ணோட்டம் நான்கு வகைகளில் மக்களிடையே பரப்பப்படுகிறது: கால்நடை மேய்க்கும் கெரில்லாக்கள், வரலாற்றைச் சரிசெய்ய முற்படும் சக்திகள், பிணைத் தொகை கேட்டு மிரட்டும் பயங்கரவாதிகள், வழிதவறிச் சென்ற இளைஞர்கள். உங்களுக்குப் பொருத்தமான 'வகை'யை நீங்களே தேர்வு செய்துகொள்ளலாம். இந்தியாவின் ஒட்டுமொத்த அலட்சியத்தின் நிழலில் வாழும் நக்சலைட்டுகள் மாயாவிகள்போலத் தென்படலாம். விளக்கப்படாத எந்த ஒரு மாயையும் வலுவானதாகவும் அதீத இயற்கையைக்

கொண்டதாகவும் மாறிவிடும். தலைமறைவு வாழ்க்கை நடத்தும் தீவிரவாதிக்கு இந்தச் சூழல் வசதியானது. தீவிரவாதிகளைச் சுற்றிச் சமூகத்தினர் பின்னும் இவ்வகை மாயைகளின் உருவாக்கம் எந்த அளவு உண்மையோ எந்த அளவு தீவிரவாதமும் உண்மையானது.

வன்முறை அல்லது ஆயுதப் புரட்சி என்பது மாவோயிஸ்டு களுக்குத் தரப்படும் பயிற்சியின் ஒரு பகுதி மட்டுமே. வன்முறை என்பது சட்டென்று கவனத்தைக் கவரக்கூடியதாக இருப்பதும் பரபரப்பை ரசிப்பதற்கான நம்முடைய கூட்டு மனநிலையும் சேர்ந்து இதையே நக்சல் தொடர்பான சொல்லாடலின் முக்கிய அம்சமாக ஆக்கிவிடுகின்றன. மாவோயிஸ்டுகளின் வன்முறை நம் கண்களை மறைத்துவிடுகிறது. எதிரியைத் தாக்குவது, மக்களிடையே விழிப்புணர்ச்சியை ஏற்படுத்துவது, அறிவுஜீவி களைக் கவர்வது என விரியும் அவர்களுடைய சிக்கலான வியூகத்தை நாம் காணத் தவறுகிறோம்.

இந்தியாவின் முன்னணிப் பத்திரிகையாளர்களின் அறியாமை பயங்கரமானது. 2017ஆம் ஆண்டு ஏப்ரலில் சுக்மா நரில் நக்சல்கள் நடத்திய தாக்குதலில் 25 மத்திய ரிசர்வ் போலீஸ் படையினர் (CRPF) கொல்லப்பட்டதும் சிபிஆர்எஃப்பின் எல்லா ரோந்து வாகனங்களிலும் கண்ணிவெடித் தாக்குதலி லிருந்து தப்பிப்பதற்காக 'மைன் புரூஃப்' (புல்லட் புரூஃப்போல) பொருத்தப்பட வேண்டும்' என்று மூத்த தொலைக்காட்சி நிருபர் கருத்து வெளியிட்டார். தன் கோரிக்கை 'தேசவிரோதமானதா' என்றும் அவர் ஆச்சரியப்பட்டார். நிச்சயமாகத் தேசவிரோதக் கோரிக்கை அல்ல; ஆனால், தவறான தீர்வு. முதலாவதாக, பஸ்தர் போன்றதொரு பிரதேசத்தில் இத்தகைய கருவிகள் பொருத்தப்பட்ட கனரக வாகனங்களை நம்பிச் செயல்பட முடிவதில்லை. இரண்டாவதாக இத்தகைய வாகனங்களில் பெரும்பாலானவை தண்டகாரண்யத்தில் நடந்த கண்ணிவெடித் தாக்குதல்களில் அழிக்கப்பட்டு விட்டன. இவ்வாகனங்களைத் நக்சல்களால் சுலபமாக அடையாளம் காண முடியும் என்பதால், காவல் துறையின் சின்னம் ஏதுமற்ற சிவிலியன் வாகனங்களையே காவல் துறை பயன்படுத்த விரும்புகிறது.

சில சமயங்களில் இந்த அறியாமை சுவாரசியமானதாக வும் ஆகிவிடுகிறது. 2012இல் ஒரு மாவோயிஸ்ட் தலைவரை நான் பேட்டி கண்டவுடன் ஒரு முன்னணி ஆங்கிலச் செய்தி சேனல் என்னைத் தொடர்புகொண்டு தீவிரவாதிகளுடன் ஒரு 'நேரலை' நிகழ்ச்சி நடத்த முடியுமா எனக் கேட்டது. இந்தக் கோரிக்கை எவ்வளவு அபத்தமானது என்பதை விளக்கியபோது அத்தலைவரின் புகைப்படங்கள் அல்லது ஒலிப்பதிவு இருக்கிறதா என்று கேட்டார்கள். செம்படையினரின் கிளர்ச்சி குறித்த

பத்திரிகைத் துறையினரின் அறியாமை ஒருபுறம் இருக்க, பத்திரிகை ஆசிரியர்களின் அதிகாரபூர்வமான / அதிகாரத் தொனியிலான ட்வீட்டுகளும் சேர்ந்துகொள்கின்றன. சத்தீஸ்கரின் இந்திச் செய்தித்தாள்கள்/ சேனல்களுக்காகக் குறைந்த சம்பளத்தில் பணிபுரியும் உள்ளூர்ப் பத்திரிகையாளர்களின் பணியால்தான் பஸ்தரில் பத்திரிகைத் துறை இருப்பதே தெரியவருகிறது. பல ஆபத்துகளினூடே தினமும் பணிபுரியும் இவர்கள்தாம் மாவோயிஸ்டுகள், காவல் துறையினர், பத்திரிகை ஆசிரியர்கள் ஆகியோரிடையே கடினமான சமநிலையை ஏற்படுத்திவருகிறார்கள். ஆயினும் இவர்கள் யாரும் எந்த ஊடகத்திலும் முழுநேர ஊழியர்கள் அல்லர். அனுப்பும் செய்திக்கு மட்டும் பணம் கிடைக்கும். அவ்வளவுதான்.

போர் மண்டலம் பற்றிய செய்திகளைத் திரட்டத் தேவையான குணங்களான தைரியம், அன்பு, அர்ப்பணிப்பை வெளிப்படுத்தக்கூடிய சம்பவம் ஒன்றை நினைவுகூர்கிறேன். 16.4.2013 அன்று சுக்மா காடுகளில் மாவோயிஸ்டுகளுடன் நடைபெற்ற துப்பாக்கிச் சண்டையின்போது ஆந்திரப் பிரதேச அரசின் மாவோயிஸ்ட் எதிர்ப்புப்படை ‘க்ரேஹவுண்ட்ஸ்’–ஐச் சேர்ந்த ஜி.வி. பிரசாத் என்ற கமாண்டோ காணாமல் போய்விட்டார். மூன்று நாட்கள் கழித்து பீஜப்பூரைச் சேர்ந்த பத்திரிகையாளர் கணேஷ் மிஸ்ராவும் வேறொரு பத்திரிகையாளரும் நிலைமையை அறிந்துவரச் சென்றார்கள். மாவட்டத் தலைநகரிலிருந்து 90 கிமீ தொலைவில் கவர்கட்டா கிராமத்தின் அடர்ந்த காடுகளில் ஒரு குட்டையின் அருகே அழுகிய நிலையிலிருந்த பிரசாத்தின் சடலத்தை அவர்கள் கண்டுபிடித்தார்கள். மிஸ்ரா எதையும் பார்க்காததுபோல் பீஜப்பூருக்குத் திரும்பி வந்திருக்கலாம்; ஆனால் ஆந்திரப் பிரதேசத்தின் பத்ராசலம்வரை சென்ற அவர் பிரசாத்தின் மரணம் குறித்துக் காவல் துறையினரிடம் தெரிவித்தார். பிரசாத்தின் சடலத்தை எடுத்து வருமாறு ஆந்திரக் காவல் துறையினர் அவரையே கேட்டுக்கொண்டார்கள். அடுத்த நாள் காலை தனது இரு சக்கர வாகனத்தில் தனியாக அவ்விடத்திற்கு மீண்டும் சென்றார் மிஸ்ரா. கவர்கட்டாவை அடைந்த மிஸ்ரா காவல் துறை ஏற்பாடு செய்திருந்த டிராக்டரில் பிரசாத்தின் சடலத்தை ஏற்றி அத்துடன் மீண்டும் பத்ராசலம் வந்தடைந்தார். “திரும்பச் சென்று சடலத்தை எடுத்து வரும்படி ஆந்திரப் பிரதேசக் காவல் துறையினர் என்னிடம் கோரினார்கள். தாங்கள் சென்றால் திரும்பவும் மாவோக்கள் தாக்குதல் நடத்துவார்கள் என்று காவல் துறையினர் நினைத்திருக்கக்கூடும். சடலத்தை எடுத்து வருமாறு பிரசாத்தின் உறவினர்களும் என்னிடம் கோரியதால் நான் சென்றேன்” என்று விளக்குகிறார் மிஸ்ரா.

மிஸ்ரா தனிமரம் அல்ல; இவ்வாறு காவல் துறையினருக்கும் கிராமத்தினருக்கும் அவ்வப்போது உதவிபுரியும் பல பத்திரிகையாளர்கள் பஸ்தரில் இருக்கிறார்கள். மாவோக்கள் யாரையாவது கடத்திச் சென்று பிணைத்தொகை கேட்கும்போதும் இவர்கள் தூதர்களாகச் செயல்பட்டுக் கடத்தப்பட்டவர் விடுதலையாக உதவுகிறார்கள். பல செய்திகளை முதலில் வெளியிடுவதும் இவர்கள்தாம்; இவர்கள் திரட்டும் செய்திகள், புகைப்படங்கள், வீடியோக் காட்சிகளை தலைநகரில் இருக்கும் முன்னணி சேனல்கள் தாமே திரட்டியதுபோல் காட்டிக்கொள்ளும். தலைநகரப் பத்திரிகையாளர்கள் அடிக்கடி ட்விட்டரில் தரும் புகைப்படங்கள், தகவல்கள் அனைத்துமே இந்தப் பகுதிநேரச் செய்தியாளர்களால் திரட்டப்படுபவையே. பிரசுரமாகும் செய்திகளில் இவர்களுடைய பெயர்கள் இடம்பெறாது. இந்த யுத்தத்தின் இன்னொரு துரோகப் பரிணாமமாகவும் இதைக் குறிப்பிடலாம்.

அலட்சியம், தவறான தகவல்கள், அறியாமை ஆகிய வற்றினூடே பஸ்தரின் வாழ்க்கை தொடர்கிறது. இக்காடு களைப் போர்மண்டலமாக மாற்றியதற்கு மாவோயிஸ்டுகள் மட்டும்தான் காரணம் என்று இனியும் யாராவது குற்றம் சாட்ட முடியுமா?

o

இடப்பெயர்வு 5

ராய்ப்பூரில் அன்றைய இரவு முடிவில்லாதது போலிருந்தது. சுட்டெரிக்கும் 45 டிகிரி வெயிலில் கடந்த ஒருமாத காலமாகப் புத்தா தலாபுக்கு அருகே கிட்டத்தட்ட 5000 பேர் தங்கிவருகிறார்கள். எஞ்சியிருந்த தமது பொருட்களை எடுத்துக் கொண்டு இன்றிரவு அவர்கள் சொந்த ஊருக்குத் திரும்புகிறார்கள். சத்தீஸ்கர் மாநிலத்தில் பழங்குடியினப் பகுதிகளில் வசிக்கும் இவர்கள் அரசின் மதிய உணவுத் திட்டத்தின் கீழ் உணவு வழங்கப்படும் அரசுப் பள்ளிகளில் உணவைச் சமைக்கிறார்கள். வெறும் ரூ.1000 சம்பளத்தில் ஒருவர் மாதம் முழுவதும் 100 மாணவர்களுக்கு உணவு சமைக்க வேண்டும்; ஒரு நாள் சம்பளம் ரூ.33 மட்டுமே. குறைந்தபட்ச ஊதியமாக அரசு அறிவித்துள்ள தொகையின் மூன்றில் ஒரு பங்குகூட இது இல்லை. ஆனால், தொலைதூரப் பள்ளிகளில் வேலை செய்ய யாருமே முன்வருவதில்லை என அரசு எப்போதும் குறைபட்டுக்கொள்கிறது. பஸ்தர், சுர்குஜா பகுதிகளில் உள்ள பள்ளிகளில் பெரும்பாலும் படிப்பறிவில்லாத இந்த ஆண்களும் பெண்களும் கடந்த பல ஆண்டுகளாக உணவு சமைத்து வருகிறார்கள். தமக்குள் சங்கம் அமைத்துக்கொண் டிருக்கும் இவர்கள் மகாத்மா காந்தி ஊரக வேலைவாய்ப்பு உறுதித் திட்டத்தில் தரப்படும் ஊதியத்திற்கு நிகராகத் தங்களுக்கும் தர வேண்டு மென்று கோரி தில்லிக்கு வந்து போராட்டம்

நடத்தினார்கள். இந்தத் திட்டம் ஆண்டுக்குக் குறைந்தது 100 நாட்கள்வரை ஒவ்வொரு வீட்டிலும் ஒருவருக்காவது வேலைவாய்ப்புத் தருவதற்கு உத்தரவாதம் அளிக்கிறது.

கோடை விடுமுறைக்காகப் பள்ளிகள் மூடப்பட்டுள்ளதால் வீடுகளை விட்டு வெளியே சென்று தார்பாலின் ஷீட்டுகளால் அமைந்த முகாம்களில் தங்கி ஊதியம் உயருமென்ற நம்பிக்கையில் தமது சேமிப்புகளைச் செலவழித்துவிடுகிறார்கள். இறுதியாக அவர்களுக்கு என்னதான் கிடைத்தது?

மாதம் ரூ. 200 ஊதிய உயர்வு. அதாவது ஆண்டுக்கு ரூ.2400

அவ்வளவுதானா? ஒரு நாளுக்கு ரூ.7க்கும் குறைவான ஊதிய உயர்வுதானா? இதுவும் குறைந்தபட்ச ஊதியத்தைவிடக் குறைவுதானே?

எங்களால் என்ன செய்ய முடியும் என்று கேட்கும் இவர்கள் ஒரு கதை சொல்கிறார்கள்.

ராய்ப்பூரில் கிராமவாசிகள் வெயிலில் அமர்ந்து பேசிக்கொண்டிருப்பதைப் பார்த்த உள்ளூர் இடதுசாரித் தொழிற்சங்கத் தலைவர், இப்படிப் போராடினால் உங்களுக்கு வெற்றி கிடைக்காது என்றும் ஒரு அமைப்பின்கீழ் போராடினால்தான் அரசுக்கு அழுத்தம் தரவும் முடியும், உங்கள் கோரிக்கைகளையும் அரசு நிறைவேற்றும் என்றும் யோசனை தந்தார்.

நகர்ப்புறத்தைச் சேர்ந்த படித்தவரான அந்த நபரைத் தமது நலம் விரும்பியாகக் கிராம சமையல்காரர்கள் கருதினார்கள். அவர்கள் தங்குவதற்காக அமைத்திருந்த தார்பாலின்களில் தமது தொழிற்சங்கத்தின் செங்கொடிகளை அவர் ஏற்றினார். முதலமைச்சரின் இல்லம், தலைமைச் செயலகம் உள்ளிட்ட முக்கிய இடங்களில் போராட்டங்கள் நடத்த வேண்டுமென்று அவர்கள் விரும்பினார்கள். ஆனால் தொழிற்சங்கத் தலைவரோ அவர்கள் சார்பில் அதிகாரிகளுடன் தாம் பேச்சுவார்த்தை நடத்திவருவதாகக் கூறினார். எனவே, ஊடகத்தினரின் பார்வையில் படாமலும் பொதுமக்களின் கவனத்தைக் கவராமலும் புத்த தலாப் பகுதியிலேயே கிராம சமையல்காரர்கள் இருந்தார்கள்.

இன்று மதியம் அவர் திடீரென்று அவர்களைச் சந்திக்க வந்தார். உங்களது கோரிக்கைகள் அனைத்தும் ஒப்புக்கொள்ளப் பட்டுவிட்டன. அரசுடன் ஒப்பந்தம் போடப்பட்டுவிட்டது. ரூ. 200வரை ஊதிய உயர்வு கிடைக்கும். இப்போது நீங்கள் போகலாம் என்றார்.

“ரூ. 200 என்பதை ஊதிய உயர்வாகவே ஏற்றுக்கொள்ளவே முடியாது என்பதை அவரிடம் நீங்கள் சொன்னீர்களா?”

“சொன்னோம். ஆனால் இந்த முறை இது போதும்; இன்னும் வேண்டுமென்றால் அடுத்த முறை பார்த்துக்கொள்ளலாம்” என்றார்.

“அடுத்த முறையா? கிராமத்திலிருந்து இன்னொரு முறை 24 மணிநேரம் பயணம் செய்து இங்கு உங்களால் வர முடியுமா? மாநிலத்தின் பல பகுதிகளில் வசிக்கும் உங்களால் திரும்பவும் ஒன்றுசேர முடியுமா?”

“தெரியவில்லை. இன்றே இங்கிருந்து கிளம்பிச் சென்று விடுமாறு எங்களிடம் அவர் சொன்னார். இப்போதைக்கு இவ்வளவுதான் முடியும் என்றார்.”

“அவருடைய தொலைபேசி எண்?”

“இல்லை; இந்தத் துண்டுப் பிரசுரங்கள்தாம் உள்ளன.”

“அவர் தந்த துண்டுப் பிரசுரங்களில் எந்தத் தொலைபேசி எண்ணும் இல்லை.”

இரவு கடுமையாகக் கொதிக்கிறது. சங்கத்தின் நிர்வாகிகள் இரண்டு நாட்களுக்கு முன்பே பஸ்தரிலுள்ள தமது கிராமத்துக்குச் சென்றுவிட்டதாகக் கூட்டத்திலிருக்கும் சிலர் சொல்கிறார்கள்.

“ஒப்பந்தம் இன்று கையெழுத்தாகியிருந்தால் இரண்டு நாட்களுக்கு முன்பே அவர்கள் எப்படிப் போயிருக்க முடியும்? என்ன ஒப்பந்தம் இது? ஒப்பந்தத்தின் பிரதிகள் எங்கே? உங்களது சார்பில் ஒப்பந்தத்தில் கையெழுத்திட்டது யார்? சமையல்காரர்கள் சங்கத்தினரா? இப்பேச்சுவார்த்தையில் அரசு தரப்பிலிருந்து கலந்துகொண்டவர்கள் யார்?”

அவர்களிடம் எந்தப் பதிலும் இல்லை.

சங்கத்தின் தலைவர், துணைத்தலைவரின் தொலைபேசி எண்கள் அவர்களிடம் இருக்கின்றன. இப்போது அதிகாலை 2 மணி. இருப்பினும், தயங்காமல் அவர்களுக்கு நான் ஃபோன் செய்தேன். இவ்வளவு அதிகாலையில் அழைப்பு வருமென்று யாரும் எதிர்பார்க்க மாட்டார்கள்; அதிலும் சற்று முன்புதான் தமது சொந்த ஊருக்குப் போய்ச் சேர்ந்த அந்த இரண்டு சமையல்காரர்களும் நிச்சயம் எதிர்பார்த்திருக்க மாட்டார்கள்.

யார், எதற்காக அழைக்கிறார் என்பதை அவர்களால் முதலில் புரிந்துகொள்ள முடியவில்லை. அவர்களிடம்

பேசியதிலிருந்து ஒருவழியாக நான் புரிந்துகொண்டது இதுதான்: தொழிற்சங்கப் பிரதிநிதிக்கும் ஒரு அரசு அதிகாரிக்குமிடையே இரண்டு நாட்களுக்கு முன்னர் ஒரு ஒப்பந்தம் (சங்கம் அல்லது அதன் நிர்வாகிகள் கலந்துகொள்ளாமல்) முடிவுக்கு வந்ததாம். ஒப்பந்தம் கையெழுத்தாகும் முன்பே ஊருக்குக் கிளம்பிச் சென்றுவிடுமாறு சொல்லிச் சங்க நிர்வாகிகள் இருவரையும் தொழிற்சங்கப் பிரதிநிதி அனுப்பிவிட்டாராம். தமது கோரிக்கைகளைச் சுருக்கிக்கொள்ளுமாறு கடைசி நேரத்தில் மற்ற நிர்வாகிகளிடம் சொன்னாராம்.

அப்போது அதிகாலை 2:30 மணி. களைப்புற்றிருந்த சிலர் சாலை விளக்குகளின் கம்பங்களில் சாய்ந்துகொள்கிறார்கள். கையறு நிலையில் பதற்றத்துடன் இருந்த அவர்களுக்கு வயிற்றைக் கலக்கியது. வயதான பெண்மணிகள் துணி மூட்டைகளைக் கட்டுகிறார்கள். கிராமத்துக்குத் திரும்பும் நீண்ட பயணத்தைத் துவக்கப் பேருந்து நிலையம் நோக்கி நடக்கத் தொடங்குகிறார்கள். திகைத்துப்போன பிசாசுகளைப் போல அவர்களது பிம்பங்கள் குளத்தில் பிரதிபலிக்கின்றன.

குளத்தின் நடுவே சுவாமி விவேகானந்தரின் பிரம்மாண்டமான சிலை ஒன்று நிற்கிறது. பகல் பொழுதில் படகுச் சவாரி செய்ய மக்கள் இங்கு வருகிறார்கள். பகலில் நீரைக் கிழித்துக் கொண்டு செல்லும் படகுகள் இரவில் சிறகுகள் வெட்டப்பட்ட பறவைகளைப் போல அமைதியாகக் கரையோரம் கட்டப்பட்டிருக்கின்றன. அங்கிருந்து பஸ் நிலையம் செல்ல வெகுதூரம் பயணிக்க வேண்டும். வெகுசிலரின் ஊர்களுக்கு மட்டுமே நேரடி பஸ் வசதி இருக்கிறது. அடுத்த பஸ் எப்போது என்று யாருக்கும் தெரியவில்லை. கணக்கற்ற பலரின் நம்பிக்கைகளை இந்த வெள்ளிக்கிழமை இரவு காவு வாங்கிவிடுமோ?

மாநிலத் தலைநகரின் கொளுத்தும் வெயிலில் திறந்த வெளியில் ஒரு மாதம்வரை 5000 பேர் தங்கியிருந்தார்கள். தாங்கள் கொண்டுவந்திருந்த அரிசியைச் சமைத்துத்தான் இத்தனை நாள் சாப்பிட்டார்கள். சாலையோரக் குழாய்களின் அடியில் குளித்தார்கள். யாருமே அவர்களைக் கண்டுகொள்ளவில்லை. ஊடகத்தினரோ, அரசியல்வாதிகளோ அவர்களிடம் வந்து பேசவேயில்லை. பொதுமக்களின் கவனத்தை அவர்கள் கவராத வண்ணம் ஒரு சதிவலை பின்னப்பட்டது. அவர்களுள் பலர் முதல்முறையாக ராய்ப்பூருக்கு வந்திருந்தார்கள். மாநிலத்தையும் அதன் தலைநகரையும் பற்றிய எப்படிப்பட்ட நினைவுகளுடன் அவர்கள் இன்று ஊருக்குத் திரும்புகிறார்கள்? இந்த மே மாதத்தை எதனுடன் தொடர்புபடுத்தி அவர்கள் நினைவில்

வைத்துக்கொள்வார்கள்? தொழிலாளர் தினம் வரும் மாதமென்றா? அல்லது, கொதிக்கும் குளம், சிவப்புத் துண்டுப் பிரசுரங்கள், சிவப்பு நிறச் சுவரொட்டிகள் ஆகியவற்றுடன் தொடர்புபடுத்தியா?

இந்த முறை இது போதும்; மீதியை அடுத்த முறை பார்த்துக்கொள்ளலாம். சுர்குஜாவையும் பஸ்தரையும் சேர்ந்த ஆதிவாசிகளிடம் தொழிற்சங்கத் தலைவர் கூறிய கடைசி வார்த்தைகள் இவைதான்.

2012, மே 25, ராய்ப்பூர்.

மரணத்தின் கதை 10

ஆதிவாசிகளின் வாழ்க்கை பற்றிய நகரவாசிகளின் அணுகுமுறை லியோ டால்ஸ்டாயின் 'த த்ரீ ஹெர்மிட்ஸ்' (மூன்று துறவிகள்) கதையை நினைவூட்டுகிறது. மோட்சம் அடைய விரும்பித் தனித்தீவில் வாழும் மூன்று மனிதர்களின் கதையை அப்படகில் பயணிக்கும் ஒருவன் பாதிரியாருக்குச் சொல்கிறான். அதைக் கேட்டு ஆர்வமடையும் பாதிரியார் அத்தீவை நோக்கிச் செல்லும்படி மாலுமிகளிடம் சொல்கிறார். தீவை அடைந்ததும் அந்த மூன்று பேரிடமும் அவர் முதலில் கேட்ட கேள்வி இதுதான்: "கடவுளுக்கு எந்த வழியில் நீங்கள் ஊழியம் செய்கிறீர்கள்?"

"கடவுளுக்கு எப்படி ஊழியம் செய்வதென்று எங்களுக்குத் தெரியாது. எங்களுக்கு நாங்களே ஊழியம் செய்துகொண்டு ஒருவருக்கொருவர் ஆதரவாக இருக்கிறோம்" என்று பதிலளித்தார் அம்மூன்று துறவிகளுள் ஒருவர். "சரி, கடவுளை நீங்கள் எப்படி வழிபடுகிறீர்கள்?"

"நீங்கள் அங்கே இருக்கிறீர்கள். நாங்கள் இங்கே இருக்கிறோம். கடவுளே, எங்கள்மீது கருணைகாட்டுங்கள்" என்று சொல்லி வழிபடுவதாக ஒருதுறவி தெரிவித்தார். கிறிஸ்தவ மதத்தின் முப்புனித அம்சங்களை அவர்கள் புரிந்துகொள்ளவில்லை என்பதை உணர்ந்த பாதிரியார் ஒருநாள் அங்கேயே தங்கி அதுபற்றி அவர்களுக்குக் கற்பித்தார். அவர்

கூறுவதை அவர்களால் புரிந்துகொள்ளவே முடியவில்லை. ஒவ்வொரு பிரார்த்தனையையும் நூறு முறை திரும்பத் திரும்பச் சொல்லுமாறு செய்த பாதிரியார், திருப்தியான புன்னகையுடன் திரும்பினார். திரும்பவும் கப்பலுக்கு வந்தார். அந்தத் தீவு இருளில் மறைந்தது. அப்போது ஒரு ஒளிக்கீற்று கப்பலைத் தொடர்ந்து வருவதைப் பார்த்தார். அது அருகில் வந்தவுடன் வெள்ளையாக ஜொலித்த மூன்று துறவிகளும் ஒன்றாகக் கைகோத்துக்கொண்டு நீரின் மேல் ஓடி வருவதைக் கண்டு திகைத்துப்போனார். "நீங்கள் சொல்லிக்கொடுத்ததை நாங்கள் மறந்துவிட்டோம்; மறுபடியும் சொல்லிக்கொடுங்கள்" என மூவரும் ஒரே குரலில் கேட்டார்கள்.

"உங்களது பிரார்த்தனைகள் கடவுளின் காதுகளை எட்டும்" என்ற பாதிரியார் தன்மீது சிலுவைக் குறி இட்டுக்கொண்டார். "உங்களுக்குச் சொல்லிக்கொடுப்பது என்னால் முடியாத காரியம். எங்களைப் போன்ற பாவிகளுக்காக நீங்கள் பிரார்த்தனை செய்யுங்கள்" என்றார்.[1]

நகரம் ஆதிவாசிகள்மீது தனது மொழியையும் திணிக்க முயல்கிறது. டால்ஸ்டாயின் பாதிரியார் கடைசியில் தனது தவறை உணர்ந்துகொண்டார். ஆனால் நகரவாசிகளுக்குத் தமது செயல் குறித்து எந்த வருத்தமோ குற்றஉணர்வோ இருப்பதாகத் தெரியவில்லை.

❍

'நாகரீக வாழ்க்கைக்கு' அப்பால் வசிக்கும் இனத்தவரைக் குறிக்க 'ஆதிவாசிகள்', 'பழங்குடியினர்' ஆகிய இரு சொற்களும் மாறிமாறிப் பயன்படுத்தப்படுகின்றன. 'ஆதிவாசி' என்ற சொல் நிலத்தின் மூத்த குடிகளைக் குறிப்பதால் அதிலுள்ள காடுகள், தாது வளங்கள்மீது அவர்களுக்குத்தான் முதல் உரிமை உள்ளது என்பதும் தெளிவாகிறது. சட்டத்தின்கீழ் சில குறிப்பிட்ட உரிமைகள் தரப்பட்டுள்ளோரைக் குறிக்கப் பயன்படும் நிர்வாக–சட்டரீதியான சொல்தான் 'பழங்குடி' என்பது. 'ஆதிவாசி' என்ற வார்த்தை காடுகளில் அல்லது சுலபமாகச் செல்ல முடியாத இடங்களில் வசிப்போரைக் குறிக்கிறது;

1. புனைவுகளில் அதிக ஆர்வமற்ற லுட்விக் விட்ஜென்ஸ்டீன் மீபவுதீகப் பார்வைக்காக டால்ஸ்டாயின் இந்தக் கதையை மிகவும் விரும்பினார். பல தலைமுறைகளுக்குப் பின்னர், சிறந்த தத்துவவாதியான ராமசந்திர காந்தி தனது நண்பரான நிர்மல் வர்மாவுக்கான நினைவுரையில் டால்ஸ்டாயின் 'மூன்று துறவிகள்' கதையைப் பற்றிக் கூறினார். அக்கதையின் கடைசிக் காட்சியை வர்மாவின் 'கவ்வே அவுர் காலா பானி' (மீட்சியின் காகங்கள்) கதையுடன் ஒப்பிட்டார். அவரது கடைசிச் சொற்பொழிவுகளுள் ஒன்று இது. இதற்கு இரண்டு மாதங்களுக்குப் பின்னர் அவர் மறைந்துவிட்டார்.

பழங்குடியினர் நகரங்களிலும் பகுதியளவு நகரமாக உள்ள இடங்களிலும் வசிக்கிறார்கள்.

'ஆதிவாசி', 'பட்டியலினத்தவர்', 'பழங்குடியினர்' ஆகிய சொற்கள் வெறும் சமூக-மானுடவியல் பிரிவைச் சேர்ந்தவை மட்டுமல்ல; இவற்றில் ஆழமான அரசியல், பண்பாட்டு ரீதியான உட்பொருள்கள் அடங்கியுள்ளன. ஆங்கிலேய ஆட்சியின்போது உருவாக்கப்பட்ட 'பழங்குடியினர்' என்ற சொல்லானது இந்தியாவில் மாறுபட்ட, பல விதமான சமூகத்தினரை நியாயமற்ற முறையில் ஒரே குழுவினராகக் குறிப்பிடப் பயன்படுத்தப்படும் சொல். ஒரு சமூகத்தை மதிப்பிடுவதற்கு அந்தச் சமூகம் நாட்டின் ஒட்டுமொத்த உற்பத்திக்கு எந்த அளவுக்குப் பங்களிக்கிறது என்பது முக்கியமான அளவுகோலாகிவிட்டது. பழங்குடியினர் அல்லது ஆதிவாசிகளின் உற்பத்தியும் நுகர்வும் மிகக்குறைவு என்பதால் 'பின்தங்கியவர்கள்', 'நவீனத்திற்கு எதிரானவர்கள்' என்னும் ஆபாசமான அடைமொழிகளை அவர்களுக்கு நாம் தந்திருக்கிறோம்.

அபுஜ்மத்தில் பசுக்களும் எருமை மாடுகளும் ஆங்காங்கே அலைந்து திரிந்தாலும் நாராயண்பூருக்குப் பால் விற்பதில் ஆதிவாசிகளுக்குப் பெரிதாக விருப்பமில்லை; சொல்லப்போனால், தமது தேவைக்குக்கூடப் பசுக்களிடமிருந்து அவர்கள் பாலைக் கறப்பதில்லை. மாவோயிஸ்டுகள் விவசாயத்திற்கு எருதுகளைப் பயன்படுத்த இவர்களுக்குக் கற்றுத்தர முயல்கிறார்கள். ஆயினும் அது பெரிதாகப் புழக்கத்திற்கு வரவில்லை. கோண்டு மொழியில் இரும்புக்கு மட்டும்தான் ஒரு சொல் இருக்கிறது. வேறு எந்த உலோகத்திற்கும் இல்லை. இயற்கையுடனான இவர்களின் பந்தம் நகரத்தாரின் பந்தத்திலிருந்து அடிப்படையிலேயே மாறுபடுகிறது. பொருளாதார உற்பத்தி என்பது அவர்களின் பிரதான அக்கறைகளுள் ஒன்றாக எப்போதும் இருந்ததில்லை. மொத்த உள்நாட்டு உற்பத்தி என்பதற்குப் பஸ்தரில் எந்தப் பொருளும் இல்லை.

ஒரு சமூகத்தை அதன் உள்ளார்ந்த அலகீடுகளால் மட்டுமே மதிப்பிட முடியும் என்பதுதான் நவீன சிந்தனை. நமது கருத்துக்களைப் பிறர்மீது திணிப்பது என்பதுதான் சகிப்புத் தன்மையற்ற, பின்தங்கிய நிலை. கிராமத்தினர் மீதான நகரத்தினரின் இழிவான பார்வை மொழியிலும் அரசியலமைப்புச் சட்டத்திலும்கூட நுழைந்திருக்கிறது. குடிமக்களை citizen என்று குறிப்பிடுகிறோமே தவிர Villager என்றல்ல. Citizen எனப்படும் குடிமக்களுக்கு அரசியலமைப்பு உரிமைகள் வழங்கியிருக்கிறது. இந்தச் சொல்லுக்கும் City (நகரம்) என்பதற்குமான வேர்ச்சொல் ஒன்றுதான். (பழைய பிரெஞ்சு மொழியின் Cite).

மொத்த உள்நாட்டு உற்பத்தி என்னும் கண்ணாடியைக் கழற்றிவிட்டுப் பார்த்தால் வாழ்க்கையின் வண்ணங்களைக் காணலாம். பஸ்தர் எழுதும் மௌனமான, உணர்ச்சிமயமான கவிதையை அப்போதுதான் நம்மால் வாசிக்க முடியும். எதையுமே பேசிக்கொள்ளாமல் நாள்முழுக்க ஒரு குடும்பத்தினரால் இருக்க முடியும். நெருங்கிய உறவினர்களுடன் பேச வேண்டிய அவசியமே இராதபோது, வெளியுலகத்துடன் என்ன பேசுவது? காட்டில் மோட்டார் பைக்கில் பயணிக்கையில் வழி கேட்கும்போது நான் போக வேண்டிய இடம்வரை கொண்டுவிட அவர்கள் தயாராக இருப்பார்கள். திட்டமிடப்படாத அவர்களது பயணம் அத்துடன் முடிந்துவிடாது. தனக்காக அக்கறையுடன் ஊரில் காத்திருக்கும் குடும்பத்தினர் குறித்த கவலையின்றிக் கிராமத்தில் தங்கிவிடுவார்கள். திடீரென்று இப்படிச் சென்று விடுவது குறித்து விளக்குவதற்குத் தொலைத்தொடர்பு வசதி எதுவும் கிடையாது. கிராமத்திலுள்ள எந்த வீட்டின் முற்றத்தில் வேண்டுமானாலும் அவர்கள் தங்கிக்கொள்ளலாம். கொஞ்சம் மஹுவாவும் சோறும் கிடைக்கும். 'சல்ஃபி' எடுத்துவருவதிலோ அல்லது மரவேலை செய்வதிலோ இந்த விருந்தாளிகள் அந்த வீட்டாருக்கு உதவுவார்கள். பிறகு ஓரிரு நாட்களில் சொந்த ஊருக்குத் திரும்புவார்கள். எல்லாமே மிகவும் சாவகாசமாக நடைபெறும் இடம் பஸ்தர். ஒட்டுமொத்த உற்பத்தியைப் பற்றியெல்லாம் அவர்கள் யோசிப்பதில்லை. அறிவியல்பூர்வமான சிந்தனை, பகுத்தறிவு என்னும் இரட்டை இலக்குகள் பற்றியும் அவர்களுக்குக் கவலை இல்லை. ஆதிவாசிகள் பிறரைக் காட்டிலும் வளர்ச்சியில் குறைந்தவர்கள் என ஒருமுறை வி.எச். நைபால்

கூறியதைச் சரியென்று முன்பு நினைத்திருந்தேன். பஸ்தருக்குச் சென்ற பின் இந்தக் கண்ணோட்டம் அடியோடு மாறியது. நவீன உலகிடம் சரணடைய அபுஜ்மத் தயாராக இல்லை. தன்னுடைய சொந்தத் தொன்மங்களின் மூலம் அது வரலாற்றை எதிர்கொள்கிறது.[2]

சட்ட நூல்களிலுள்ள சட்டங்களால் நிர்வகிக்கப்படும் நவீன அரசுக்கு மொழியிலும் செயல்பாட்டிலும் தெளிவு என்பது மிகவும் அவசியம். நிர்வாக விவகாரங்களில் தெளிவின்மையைக் கொண்டிருக்க முடியாது. ஆனால், பெரும்பாலான இந்திய மக்களின் வாழ்வு இதற்கு நேரெதிராகவே உள்ளது. ஒரு இடத்துக்கு வழிகாட்டுவதில் தொடங்கி உறுதிமொழி ஏற்பது, காதல் கடிதம் எழுதுவது என்று பலவற்றிலும் உள்ளதை உள்ளபடி சொல்வதை மக்கள் விரும்புவதில்லை. இது யாரையும் ஏமாற்றுவதற்காக அல்ல. தெளிவான பதில்களைச் சொல்லாமல் புதிய கேள்விகளை எழுப்பிக் குழப்பக்கூடிய பதில்களைச் சொல்வதில் அலாதியான இன்பம் அடைகிறார்கள். வரையறுக்கப்பட்ட இறுக்கமான முடிவுகளை மறுத்துத் திறந்த நிலையில் அவற்றை வைத்திருப்பதை விரும்பும் நாகரிகத்தின் அறிகுறி இது. நவீன அரசாலும் அதை நடத்துபவர்களாலும் மக்களின் பொதுவான இந்த இயல்பை உணர முடியாது. பஸ்தரில் இது மேலும் ஆழமாக வேரூன்றியுள்ளது. பிரிவினைவாதிகள் காட்டுக்குள் வசிப்பவர்களுக்கு வரலாற்றை அறிமுகப்படுத்திய பிறகும் அவர்களுடைய இந்த இயல்பு மாறவில்லை.

---

2. இது பஸ்தருக்குப் பொருந்தாது. அகிரா குரோசவா இயக்கிய 'யுமே' (கனவுகள், 1990) என்னும் ஜப்பானியத் திரைப்படத்தில் 103 வயது கிராமவாசிக்கும் ஒரு பயணிக்கும் இடையேயான உரையாடல் எனக்கு நினைவுக்கு வருகிறது:

   பயணி: இந்தக் கிராமத்தின் பெயர் என்ன ?

   முதியவர்: பெயர் என்று எதுவுமில்லை. இதைக் 'கிராமம்' என்று அழைக்கிறோம். ஆனால் வெளியாட்கள் இதை 'நீராலைகள் உள்ள கிராமம்' என்கிறார்கள்.

   பயணி: இங்கு மின்சார வசதி கிடையாதா ?

   முதியவர்: அப்படி எதுவும் இங்கு தேவையில்லை.

   பயணி: அப்படியானால் வெளிச்சத்துக்கு ?

   முதியவர்: எங்களிடம் மெழுகுவர்த்திகளும் காட்டுக்கடுகு எண்ணெயும் உள்ளன.

   பயணி: இரவு நேரத்தில் இருட்டாக இல்லையா ?

   முதியவர்: இரவு என்றாலே இருட்டாகத்தானே இருக்கும். அதுவும் பகல்போல வெளிச்சமாக இருந்தால்தான் பிரச்சினை. நட்சத்திரங்களைப் பார்க்க முடியாத அளவுக்கு வெளிச்சமான இரவுகள் எனக்குத் தேவையில்லை.

பஸ்தரைப் பற்றி எழுத முற்படும் வெளியாட்கள் காட்டின் இயல்பைப் புரிந்துகொள்ள நவீன சொற்களையே பயன்படுத்த வேண்டியிருக்கிறது. அவர்களுடைய மொழியும் உருவகங்களும் காட்டின் உணர்வுக்கும் மொழிக்கும் எதிரானவை என்பதால் அவர்கள் எழுதுபவை மொழிபெயர்க்கப்பட்ட பிரதிகளாக மாறிவிடக்கூடியவையாக உள்ளன. பல்வேறுபட்டவர்கள் எழுதும் பஸ்தாின் கதையாடல் பல சமயம் இந்த நெருக்கடியை எதிர்கொள்கிறது. புரியாத வார்த்தைகளை வைத்து பஸ்தரை விளக்க முற்படுகிறார்கள். 'தொலைதூர பஸ்தர்', 'பஸ்தரின் தொலைதூரக் கிராமங்கள்' என்பன போன்ற தொடர்களைப் பயன்படுத்துகிறார்கள். இந்த நூலில் நானும் பயன்படுத்தி யிருக்கிறேன். ஆனால், தாங்கள் 'தொலைதூரத்தில்' வசிப்பதாக பஸ்தர்வாசிகள் நினைப்பதில்லை. தமது வனப்பகுதியை 'எளிதில் அணுகக்கூடியது', 'தொலைதூரத்தில் உள்ளது' என்றெல்லாம் அவர்கள் பிரிக்கவில்லை. நகர்ப்பகுதி தனது வசதிக்காகவும் நோக்கத்துக்காகவும் கண்டுபிடித்த இந்த வார்த்தைகள் நகரம் உருவாக்கிய அதிகார அடுக்கைக் குறிப்பிடுகின்றன.

புரியாத மொழியில் ஒரு சமூகத்துடன் பேசி, அவர்களது மொழிபற்றி எதுவும் தெரிந்துகொள்ளாமல் அந்நிய மொழியில் அவர்களைப் பற்றி எழுதினால் அது முழுமையற்றதாகவும் பெரும்பாலும் திரிக்கப்பட்டதாகவும்தான் இருக்கும். ஆதிவாசிகளுடன் மொழிரீதியான வலுவான தொடர்பு எனக்கு இருந்ததில்லை. கிட்டத்தட்ட என்னுடைய ஒவ்வொரு கேள்விக்கும் நான் கேட்காத கேள்விக்கான பதிலைத்தான் அவர்கள் எனக்குத் தந்தார்கள். வேறு வார்த்தைகளைப் பயன்படுத்திக் கேள்வியை மீண்டும் நான் விளக்கினாலும் எங்களது உரையாடல் நேர்க்கோட்டில் அமையாது. பஸ்தரின் தனித்த அறிவாற்றலையும் இது பிரதிபலிக்கிறது. ஆதிவாசிகளின் உலகில் கேள்விகளுக்கோ பதில்களுக்கோ அதிக இடமில்லை. தற்கணம் என்பதே பல சமயம் தன்னளவில் முழுமையானது. கேள்விகள் நிறைந்த நகர வாழ்க்கையினின்றும் இது முற்றிலும் மாறுபட்டது. ஆதிவாசிகள் பகுதிகளில் பயணித்தபோது, பலரைச் சந்தித்தேன். காதல், பாலுறவு உள்ளிட்ட அவர்களின் அந்தரங்க விஷயங்கள் பற்றியும் மேலும் சில சின்னச் சின்ன விஷயங்கள் பற்றியும் பல கேள்விகளைக் கேட்டேன். ஆனால் என்னைப் பற்றியோ, எனது வேலையைப் பற்றியோ அவர்கள் யாருமே ஒரு கேள்விகூடக் கேட்டதாக எனக்கு நினைவில்லை. கெரில்லாக்களுடன் தங்கியிருந்தபோதும் புரட்சி, சித்தாந்தம் குறித்து மட்டும் பேசுவார்களே தவிர என்னைப் பற்றி எதுவுமே

அவர்கள் கேட்டதில்லை. மூத்த மாவோயிஸ்ட் தலைவர்கள் மட்டும் என்னிடம் சில கேள்விகளைக் கேட்டார்கள். அதுவும் இந்தியச் சமுதாயம், அரசியலைப் பற்றித்தான். எனது அந்தரங்க வாழ்க்கை, சொந்த ஊர், கல்விபற்றி எந்த ஒரு ஆதிவாசியும் என்னிடம் எதுவுமே கேட்கவில்லை. நானோ, அவர்களைப் பற்றிய அனைத்துத் தகவல்களையும் திரட்ட எப்போதும் தயாராக இருந்தேன். நகரத்திலிருந்து வந்தவர்களில் பலர் இங்கு முதலீடு செய்தும் தமது வாழ்வின் பெரும்பகுதியை இங்கு செலவிட்டும் கிட்டத்தட்ட உள்ளூர்வாசிகளைப் போலவே வாழ்ந்துவருகிறார்கள். என்றாலும், அவர்களுடைய பேச்சிலும் அவர்கள் சார்ந்துள்ள நகரத்தின் சாயல்தான் அதிகம் இருக்கும். தங்கள் உரையாடல்களில் அவர்கள் குறிப்பிடும் விஷயங்களும் பஸ்தருக்கு அன்னியமாகவே இருக்கும்.

என்னுடைய சொற்களும் ஒருவிதத்தில் அப்படித்தான் இல்லையா? என்றாவது ஒருநாள் கோண்டு இனப்பெண் ஒருத்தி இந்தப் பக்கங்களைப் படித்து என்னைச் சந்தேகத்துடன் பார்க்கலாம். என் கண்ணோட்டம் பற்றிக் கேள்வி எழுப்பி என் எழுத்துக்களை நிராகரிக்கலாம். அவள் தனது நாட்குறிப்பில் 'மரணத்தின் கதை' அழிக்கப்பட வேண்டும் என்றும் எழுதி வைக்கலாம்.[3]

---

3. வேறெங்கும் சொல்ல முடியாத விஷயத்தைப் பதிவு செய்யவே ஒருவர் எழுத்தாளராக ஆகிறார். வெளியுலகிற்குத் தெரியாமல் கவனமாக மறைத்துவைத்திருக்கும் துரோகங்களுக்கான பிராயச்சித்தமாக எழுத்து அமையும் என்னும் அப்பாவித்தனமான நம்பிக்கையும் இருக்கிறது. தனது கடந்த காலத்தை மீட்டுக்கொள்வதற்காக ஒருவர் ஒரு கதையைச் சொன்னால் அந்தக் கதை வெளிவராமல் நிரந்தரமாக முடங்கிவிடும். ஒரு பழைய நாட்குறிப்பு என் நினைவுக்கு வருகிறது:

> 19.8.2011, ராய்ப்பூர். இதுவரை நான் எழுதிய, எனது பேனாவிலிருந்து வெளிவந்த ஒவ்வொரு வார்த்தையும், பிரச்சினை முடிந்த பிறகு எதிர்கொள்ள முடியாத பாவம் கலந்த உறவு என்று எனக்கு நேற்று தோன்றியது. அவற்றை எழுதியது என்னும் தவறைப் புரிந்ததால் கத்தியைப் போல் எழுத்துக்கள் உங்களைத் துளைக்கின்றன.

இந்த மாநிலத்திற்கு வந்து சேர்ந்த முதல் 2 நாட்களில், பயணத்தைத் துவக்குவதற்கு சிலமணி நேரங்களுக்கு முன்பு நக்சல் தாக்குதல் குறித்து நான் எழுதிய ரிப்போர்ட்டைப் பற்றி எழுதியது இது.

பகுதி 6

இடப்பெயர்வு 6

“இப்போது மகிழ்ச்சியாக இருக்கிறேன் என்று சொன்னால் அது எனக்கு நானே செய்துகொள்ளும் துரோகமாக இருக்கும். ஒரு தனிமனிதன் என்ற வகையில் என் அடையாளத்தை நான் இழந்து விட்டேன்.”

நான் திடுக்கிட்டேன். “நிச்சயமாகத்தான் சொல்கிறீர்களா? நான் இதை எழுதப்போகிறன்” என்றேன். எங்களது உரையாடல் ‘பதிவு செய்வதற்கானது’ என்பது அவருக்குத் தெரியும் என்பதில் எந்த ஐயமும் இல்லை என்றபோதும் அதை உறுதிப்படுத்திக்கொள்ள விரும்பினேன்.

தெலங்கானா காவல் துறையின் புலனாய்வுத் துறை அலுவலகத்தில் சிறப்புப் புலனாய்வு அதிகாரி ஒருவரின் மேற்பார்வையில் நாங்கள் உரையாடினோம். அது 2014ஆம் ஆண்டு ஆகஸ்ட் மாதத்தின் புழுக்கமான நாள்.

ஜி.வி.கே. பிரசாத் சில மாதங்களுக்கு முன்புவரை குட்சா உசேந்தி என்கிற சுக்தேவ் என்று அறியப்பட்டார். சிபிஐ (மாவோயிஸ்ட்) தண்டகாரண்யச் சிறப்பு மண்டலக் குழுவின் செய்தித் தொடர்பாளராக இருந்தார். 45 வயதான சுக்தேவ் பல மொழிகளைப் பேசினார். தன்னுடைய தோழர்கள் பலரைப் போலவே அவருக்கும் வாரங்கல் மாவட்டம்தான் சொந்த ஊர்.

இப்போது அவர் சரணடைந்துவிட்டார். இவரும், இவர் தன் மனைவி என்று சொல்லிக்கொள்ளும் லலிதா என்ற சக கிளர்ச்சியாளரும் சரணடைந்து

விட்டதை வெளிப்படையாக அறிவிப்பதற்காகத் தெலங்கானா காவல் துறையினர் பெரிய அளவில் பத்திரிகையாளர் சந்திப்பை நடத்தினார்கள். "என் உடல்நிலை மோசமாகிவிட்டதால் கட்சியின் அனுமதியுடன் நான் சரணடைகிறேன்" என்று சுக்தேவ் ஊடகங்களிடம் கூறினார். காவல் துறை அவருக்கு ஒரு வீட்டையும் மருத்துவச் சிகிச்சைக்காகப் பணமும் கொடுத்தது. அவர் சரணடைய லலிதாதான் காரணம் என்ற செய்தியையும் காவல் துறையினர் ரகசியமாகப் பரப்பினார்கள்.

சில நாட்களுக்குப் பிறகு தண்டகாரண்யச் சிறப்பு மண்டலக் குழுவின் செயலர் ராமண்ணா சுக்தேவின் "ஒழுக்கக் குறைபாடு" பற்றி அறிக்கை விடுத்தார். லலிதா சுக்தேவின் மனைவி அல்ல என்றும் கட்சியின் ஊடகத் துறையில் பணிபுரிந்தவர் என்றும் ராமண்ணா கூறினார். "தன் மனைவியைக் கைவிட்டுவிட்டு ஒரு பெண்ணுடன் ஓடிச் செல்வது அவருடைய குணம் என்ன என்பதைக் காட்டுகிறது" என்றார் ராமண்ணா. சுக்தேவ் 1980களில் கட்சியில் சேர்ந்தார் என்று கூறிய ராமண்ணா, "1993இல் கட்சி ராணுவ மட்டத்திலும் இயக்க அளவிலும் பல்வேறு பிரச்சினைகளை எதிர்கொண்டிருந்த" சமயத்தில் கட்சியை விட்டு விலகிவிட்டதாகத் தெரிவித்தார். "அவருடைய நடத்தையை உரிய முறையில் ஆய்வுசெய்த பிறகு" 1997இல் அவர் மீண்டும் கட்சியில் சேர்த்துக்கொள்ளப்பட்டார். சில ஆண்டுகளுக்குப் பிறகு அவருடைய "பலவீனம் மீண்டும் கட்சிக்குத் தெரியவந்தது. தன்முனைப்பு, அதிகாரவர்க்க அணுகுமுறை, ஆணாதிக்கப் போக்கு உள்ளிட்ட பல குறைகள் அவரிடம் காணப்பட்டன" என்றது அந்த அறிக்கை. ஒரு பெண்ணுடன் இருந்த காதல் உறவு காரணமாக 1999இல் கட்சி சுக்தேவைத் தண்டித்தது. அவருடைய மனைவி காவல் துறையுடனான மோதலில் கொல்லப்பட்ட பிறகு அவர் 2003இல் ராஜி என்னும் தோழரை மணந்துகொண்டார். இப்போது அவரை விட்டுவிட்டு லலிதாவுடன் ஓடிப்போய்விட்டார் என்று ராமண்ணா அந்த அறிக்கையில் கூறியிருந்தார்.

ஹைதராபாதில் சுக்தேவைச் சந்தித்தபோது அவருடைய கடந்த காலம் பற்றி எனக்கு எதுவுமே தெரியாது. அவர் சரணடைந்த பிறகு இளம் கெரில்லாக்கள் சிலரைச் சந்தித்தேன். இவர்கள் அவரிடம் பயிற்சி பெற்றவர்கள். மாவோயிசக் கோட்பாடுகளை அவர்களுக்குக் கற்பித்த சுக்தேவ் புரட்சி தவிர்க்க முடியாதது என்பதால் அதன்மீது ஒருபோதும் நம்பிக்கை இழக்காதீர்கள் என்று அவர்களிடம் வலியுறுத்திச் சொல்லியிருந்தார். இப்போது அவர்கள் தங்களுடைய முன்னாள் தலைவரைக் குடிகாரர் என்று சொன்னார்கள். "சிலர்

இப்படிச் செய்துவிடுகிறார்கள். அதனால் மொத்தக் கட்சிக்கும் கெட்ட பெயர் வந்துவிடுகிறது" என்று சுக்தேவின் வயதில் பாதியே இருக்கும் ராஜனு மாண்ட்வி என்னிடம் கூறினார்.

சுக்தேவின் 'நடத்தைக் கோளாறுகள்' கட்சிக்கு முன்பே தெரியும் என்றால் அத்தனை ஆண்டுகள் அவர் கட்சியில் இருக்க அவர்கள் ஏன் அனுமதித்தார்கள்? முக்கியமான பொறுப்புகளை ஏன் கொடுத்தார்கள்? ஒருவர் வெளியேறிய பிறகு அவர்மீது இப்படிப்பட்ட குற்றச்சாட்டுக்களைச் சுமத்துவது அப்பட்டமான சந்தர்ப்பவாதம் இல்லையா? உங்களோடு இருக்க விரும்பவில்லை என்பதாலேயே ஒருவர் தீய சக்தியாகிவிடுவாரா? கட்சியிடம் இதற்கான பதில்கள் இல்லை. எனினும் இந்தப் போக்கு அசாதாரணமானது அல்ல. சரணடைந்த கட்சிக்காரர்களை இப்படிப்பட்ட சொற்களால் அலங்கரிப்பது கட்சியின் வழக்கம்தான்.

சராசரி உயரமும் ஒல்லியான உடல்வாகும் கொண்ட இந்த மனிதர் தன் முன்னாள் தோழர்கள் தன்னை ஒழுக்கம் கெட்டவர் என்று அறிவித்துவிட்டதை அறிவார். புரட்சிக் கனவுகளைச் சுமந்தபடி 1967ஆம் ஆண்டில் பஸ்தருக்குள் பிரவேசித்த அவர் பல ஆண்டுகள் பழகிய தன்னுடைய முன்னாள் தோழர்களை எவ்வாறு நினைவில் வைத்திருக்கிறார் என்பதை அறிய வேண்டும் என்பதில் நான் குறியாக இருந்தேன்.

சரணடைந்ததற்குப் பிந்தைய தன்னுடைய வாழ்க்கையை சுக்தேவ் முற்றாக நிராகரித்துப் பேசியதைச் சற்றும் நம்ப முடியாமல் கேட்டுக்கொண்டிருந்தேன். காவல் துறை அதிகாரி ஒருவரின் முன்னிலையில் அவர் இதைக் கூறினார். "முழுமையான மகிழ்ச்சி என்பது இல்லை. என்னைப் போன்ற ஒருவனுக்கு... ஏன் அம்பானிகூட முழுமையான மகிழ்ச்சியோடு இருக்க மாட்டார். காட்டில் நான் மிகவும் மகிழ்ச்சியாக இருந்தேன். இப்போது மகிழ்ச்சியாக இருக்கிறேன் என்று சொன்னால் அது எனக்கு நானே செய்துகொள்ளும் துரோகமாக இருக்கும். இன்று எனக்குத் தங்க இடம் இருக்கிறது. மூன்று வேளையும் சாப்பாடு கிடைக்கிறது. ஆனால் இது எனக்கு மட்டும்தான். என்னைச் சுற்றிலும் பார்க்கும்போது அது (வறுமையும் ஏற்றத்தாழ்வுகளும்) என்னைத் தொந்தரவு செய்கிறது. என்னுடைய லௌகீகமான மகிழ்ச்சி என்னைத் துன்புறுத்துகிறது" என்று சொல்லும்போது அவர் குரல் தழுதழுக்கிறது. அவருடைய கண்ணாடிக்குப் பின்னால் கண்கள் பனிக்கின்றன. "ஒரு தனிமனிதன் என்ற அளவில் என் அடையாளத்தை நான் இழந்து விட்டேன். நகரத்தில் என் வாழ்க்கை சீராக இருக்கிறது" என்றார்.

அவருடைய நேர்காணலுக்கு நான் ஏற்பாடு செய்தபோது காவல் துறை அதிகாரியும் உடன் இருக்க வேண்டும் என்று ஹைதராபாத் சிறப்புப் புலனாய்வுத் துறை கூறியது. நான் ஒப்புக்கொண்டேன். காவல் துறை அதிகாரியின் முன்னிலையில் உரையாடுவது குறித்து எனக்கு ஐயங்கள் இருந்தன. ஆனால் என்னிடம் என்ன சொல்ல வேண்டும் என்பதை சுக்தேவ் ஏற்கெனவே முடிவு செய்துவிட்டார் என்று தோன்றியது. முதலில் நாங்கள் கட்சியைப் பற்றிப் பேசினோம். அவர் மெல்ல மெல்ல மனதைத் திறந்து பேச ஆரம்பித்தார். காவல் துறை அதிகாரி அங்கே இருப்பதையே அவர் கண்டுகொள்ளவில்லை. அவர் சரணடைவதற்கான பேச்சுவார்த்தையில் ஈடுபட்டவர்களில் ஒருவராகவும் அந்த அதிகாரி இருக்கலாம். சுக்தேவ் தன்னுடைய பேட்டியின் முடிவில் இப்படிச் சொன்னார்: "ஏற்றத்தாழ்வு எப்போது முடிவுக்கு வருகிறதோ அப்போதுதான் மகிழ்ச்சியாக இருப்பேன்."

○

ஒரு வாரத்திற்குப் பிறகு 'லங்கா பாப்பி ரெட்டி' இதே வார்த்தைகளை என்னிடம் சொன்னார். 1980களில் ஆந்திரப் பிரதேசத்திலிருந்து தண்டகாரண்யத்திற்கு வந்த முதல் கெரில்லாக் குழுவைச் சேர்ந்தவர் ரெட்டி. இவர் 2008இல் சரணடைந்தார். 2014, ஆகஸ்ட் மாதத்தில் ஒருநாள் பகல் நேரம். ரெட்டி வாரங்கலில் உள்ள தன் வீட்டில் தன்னுடைய மகளின் முதல் வெளிநாட்டுப் பயணத்திற்கான தயாரிப்பில் ஈடுபட்டுக்கொண்டிருந்தார். கம்மம், கரீம்நகர், வாரங்கல் ஆகியவை முக்கியமான நக்சல் கெரில்லாக்கள் பலருடைய சொந்த ஊராகவும் கோட்டையாகவும் இருந்தன. நன்றாகப் படிக்கும் மாணவர்கள் பலர் தங்கள் படிப்பையும் வேலையையும் விட்டுவிட்டுப் புரட்சிக் களத்தின் சுழலில் குதித்தார்கள். 1980களின் மாவோயிச இயக்கம் இந்த மூன்று மாவட்டங்களைச் சேர்ந்த இளம் ஆண்களையும் பெண்களையும் மையமிட்டதாகவே அமைந்திருந்தது. 2014இல் சிபிஐ (மாவோயிஸ்ட்) கட்சியின் தண்டகாரண்யச் சிறப்பு மண்டலக் குழுவின் 24 உறுப்பினர்களில் 20 பேரும் மத்தியக் குழுவின் 20 உறுப்பினர்களில் 11 பேரும் ஆந்திர மாநிலத்தைச் சேர்ந்தவர்கள். அந்த அளவுக்கு மாவோயிச இயக்கத்தில் ஆந்திரத்தின் ஆதிக்கம் இருந்தது. ஆனால் இந்த நிலை பெரிய அளவில் மாறிவிட்டது. இந்தப் பகுதிகளைச் சேர்ந்த மாணவர்கள் பலர் உயர் கல்விக்காக வெளிநாடுகளுக்குச் செல்கிறார்கள். அப்படிப்பட்டவர்களில் ஒருவர்தான் 18 வயதான தேஜஸ்வி. மிக உயர் பதவியில் இருந்து பிறகு சரணடைந்த கெரில்லாத் தலைவர்

ஒருவரின் மகள். தேஜஸ்வி சோபாவில் அமர்ந்தபடி தன் அப்பா பேசுவதை உன்னிப்பாகக் கவனித்துக்கொண்டிருக்கிறார்.

52 வயதாகும் லங்கா பாப்பி ரெட்டி திரும்ப வந்து குடும்ப வாழ்வைத் தொடங்கி ஆறு ஆண்டுகள் கழிந்துவிட்டன. புரட்சிக்காகப் போராடிய அந்த நாட்கள் ரெட்டியை அப்போதும் துன்புறுத்திக்கொண்டிருந்தன. "காட்டுக்குள் இதைவிட மேலான வாழ்க்கையை வாழ்ந்தேன். நியாயமான சமுதாயம் உருவாகப் போராடினேன். அது எனக்கு மனநிறைவைத் தந்தது. இப்போது அதிகமாகச் சம்பாதிக்கிறேன். ஆனால், என்னைச் சுற்றிலும் நடக்கும் தீமைகளுக்கு நானும் சாட்சியாக இருக்கிறேன். முன்பெல்லாம் யாராவது லஞ்சம் கொடுத்தாலோ வாங்கினாலோ அவர்களை அடிப்பேன். இப்போது நானே லஞ்சம் கொடுக்க வேண்டியிருக்கிறது."

சுக்தேவும் இதே உணர்வுகளைத் தான் வெளிப்படுத்தினார் என்று நான் சொன்னபோது அவருக்கு வியப்பு ஏதும் ஏற்படவில்லை. "நானும் கட்சிக்கு எதிராக எதுவும் சொன்னதில்லை" என்றார். சுக்தேவ் வெளியே வந்த பிறகு ரெட்டி அவரை அழைத்துப் பேசினார். கட்சிக்கு எதிராக எதுவும் பேசக் கூடாது என்பதில் இருவரும் உறுதியாக இருந்தார்கள்.

ரெட்டியின் புரட்சிகர வாழ்க்கையில் அவர்மீது பழி விழுந்திருக்கிறது. அது அவரைத் தடுமாறச் செய்திருக்கிறது. பல ஆண்டுகளுக்கு முன்பு அவர் தண்டகாரண்யத்தில் முக்கியமான போராளியாக இருந்தபோது கட்சி அவரை, "பெண் போராளியிடம் தவறாக" நடந்துகொண்டதற்காகக் கட்சி அவரைத் தண்டித்தது. அப்போது அவர் ஹரியானாவில் இயங்கிவந்தார். சிபிஐ (மாவோயிஸ்ட்) கட்சியின் உயர்மட்டத் தலைவர்களில் ஒருவரான அவர் மத்தியக் குழுவின் உறுப்பினராக இருந்தார். அப்படியும் கட்சி அவரைத் தண்டித்தது. பஞ்சாபில் புரட்சி நடவடிக்கை எதுவுமே நடக்கவில்லை. அங்கே அனுப்பப்பட்ட அவமானத்தைத் தாங்க முடியாத ரெட்டி வேறு வழியில்லாமல் சரணடையும் முடிவை நோக்கித் தள்ளப்பட்டிருக்கக்கூடும் என்று பஸ்தரில் மாவோயிஸ்ட் ஒருவர் என்னிடம் கூறினார்.

சரணடைந்த பல கெரில்லாப் போராளிகளை நான் சந்தித்திருக்கிறேன். பல காரணங்கள் சரணடைவதை நோக்கித் தள்ளுகின்றன. புரட்சியின் சாத்தியமின்மையை உணரும்போது அவர்கள் மனஉறுதி நொறுங்கிப் போகிறது. குடும்ப வாழ்வின் மீதான ஆசை அவர்களை ஆக்கிரமிக்கிறது. எப்போது வேண்டுமானாலும் கொடூரமாகக் கொல்லப்படுவோம் என்னும்

மரணத்தின் கதை 265

சாத்தியக்கூறுடன் காட்டுக்குள் பசியும் தாகமும் கொண்ட வாழ்க்கையை யாராலும் வாழ முடியாது. ஒவ்வொரு நாள் காலையிலும் சூரியனைப் பார்க்கும்போதும் இதுதான் நாம் காணும் கடைசிச் சூரிய உதயமாக இருக்கலாம் என்னும் எண்ணம் தோன்றும். காட்டில் வசிக்கும் கெரில்லாக்களைத் தாக்கும் பலவிதமான நோய்களும் நோய்த் தொற்றுக்களும் புரட்சி குறித்த மகத்தான கனவை மங்கச் செய்துவிடும். சிகிச்சைக்காக நகரத்திற்குள் சென்றால் பிடிபட்டுவிடக்கூடிய அபாயம் இருப்பதால் அப்படிப் போகவும் முடியாது.

தேசத்தின் ராணுவ வீரர்கள் தொடர்ந்து போர்க்களத்தில் இருப்பதற்கு உதவியாக மருத்துவப் பராமரிப்பும் இதர பல வசதிகளும் இருக்கின்றன. களத்தில் இருப்பவர்கள் அவ்வப்போது மாற்றப்படுவார்கள். ராணுவ வீரர் ஒருவர் போர்க்களத்தில் நீண்ட காலம் இருப்பது அரிது. மாவோயிஸ்ட் போராளிகளோ இந்திய அரசின் மாபெரும் வலிமையை எதிர்த்து நின்று வெல்ல முடியாது என்பதை அறிந்திருந்தும் கனவைச் சுமந்து கொண்டு பசியையும் கொசுக்கடியையும் பொறுத்துக்கொண்டு காடுகளிலேயே தங்கள் மொத்த வாழ்வையும் கழிக்கிறார்கள். அவர்கள் மறைந்திருந்து தாக்குவதன் மூலம் காவல் துறையினர் சிலரைக் கொல்லலாம். ஆனால் 'செங்கோட்டையில் செங்கொடி' என்பது அவர்கள் வாழ்நாளில் சாத்தியமே இல்லாத லட்சியம். நீடித்த போர் என்னும் பலிபீடத்தில் ஒருவரால் எத்தனை காலம் தன் வாழ்வைத் தியாகம் செய்யமுடியும்? அவர்கள் உடலைக் காட்டிலும் ஆன்மா பலவீனமடைந்துவிடுகிறது. வெளியுலகில் காத்திருக்கும் சித்திரவதைகள் பற்றி நன்கு அறிந்திருந்தும் காடுகளை விட்டு வெளியேற இந்தப் பலவீனமே அவர்களைத் தூண்டுகிறது. தாங்கள் தீங்கானது என்றும் வெறுக்கத்தக்கது என்றும் கருதியவற்றைச் செய்யும் சூழலுக்குள் அவர்கள் சிக்கிக்கொள்கிறார்கள்.

லங்கா ரெட்டியின் கதை என்ன? அவர் சரணடையத் தயாராக இல்லை. தன்னுடைய புரட்சிப் போராட்ட வாழ்வின் உச்சத்தில் அவர் செய்த மீறல் அவர் வெளியேறக் காரணமாக அமைந்தது. சுயதிருப்தியையும் சுயகௌரவத்தையும் தனக்கு அளித்த பாதையை அவர் துறக்க வேண்டியதாயிற்று.

கனவு 8

அவருடைய பிறப்பே கலகத்தின் குறியீடுதான். அவரது பெற்றோர், இனப்பெருக்கம் என்பதே புரட்சியின் லட்சியங்களுக்கு எதிரானது என்று கருதும் கெரில்லாப் படையைச் சேர்ந்தவர்கள். தண்டகாரண்யத்தில் நக்சல் இயக்கத்தின் ஆரம்ப நாட்கள் அவை. ஆந்திரப் பிரதேசத்திலிருந்து வந்த சிபிஐ (மார்க்சிஸ்ட்-லெனினிஸ்ட்), மக்கள் யுத்தக் குழு ஆகிய அமைப்புகளின் கெரில்லாக்கள் வனப் பகுதியைத் தங்கள் தளமாக ஆக்கிக்கொண்டு தலைமறைவு ராணுவத்தை உருவாக்க விரும்பினார்கள். உள்ளூர் ஆதிவாசிகள் அவர்களுடைய முன்களச் சிப்பாய்களாக ஆனார்கள். பெண்களின் பங்கேற்பு ஆண்களுக்குச் சமமாக இருந்தது. பெண்ணின் கருவில் வளரும் குழந்தை தாயையும் தந்தையையும் புரட்சிப் பாதையிலிருந்து திசை திருப்பிவிடக்கூடும். அவளுடைய தந்தை கெரில்லாப் படையின் உயர்மட்டத் தலைவர். ஆனால் குழந்தையும் வேண்டும் என்று அவர் விரும்பினார்.

இதுகுறித்துத் தன் தோழர்களுடன் லங்கா பாப்பி ரெட்டி நீண்ட நெடிய விவாதங்களை மேற்கொண்டிருக்கிறார். அவர் மனதை மாற்ற அவர்கள் முயற்சி செய்தார்கள். ஆனால் அவர் மசியவில்லை. 1996, அக்டோபர் மாதம் தோள்களில் துப்பாக்கியைச் சுமந்த பெண்கள் இலுப்பை மரத் தோப்புக்குப் பக்கத்தில் ஒரு கூடாரத்தை அமைத்தார்கள். ரெட்டியின் மனைவி அந்தக் கூடாரத்தினுள் குழந்தையைப் பெற்றெடுத்தார். மாவோயிஸக் கிளர்ச்சியின் தலைமையகமாக

இருந்த, இப்போதும் இருக்கின்ற, அபுஜ்மத் காட்டில் கெரில்லாப் புரட்சியாளர்களுக்குப் பிறந்த இரண்டாவது குழந்தை[1] அது. ஒளிவீசுபவள் என்னும் பொருள் கொண்ட தேஜஸ்வி என்னும் பெயரை அந்தக் குழந்தைக்கு ரெட்டி சூட்டினார். துப்பாக்கிகளின் தொட்டிலில் பிறந்த அந்தக் குழந்தை 20 ஆண்டுகள் கழித்துச் சீனாவுக்குப் பயணம் செய்யும் என்று அந்தக் குழந்தையின் தந்தை கற்பனையாவது செய்திருப்பாரா? இந்தத் தந்தை–மகளின் கதை இந்தியாவில் மாவோயிஸ்ட் இயக்கத்தின் மறக்க முடியாத காவியக் கதைகளில் ஒன்று.

18 ஆண்டுகள் கழித்து, 2014, ஆகஸ்ட் 26 அன்று வாரங்கல் மாவட்டம் ஹனம்கோண்டா நகரில் எதிர்பாராத வகையில் அவர்கள் கதைக்குள் நான் பிரவேசித்து அவர்களுடைய காவியக் கதையில் இன்னொரு இயலைச் சேர்த்தேன். முன்னாள் புரட்சியாளர்களைத் தேடிச் சென்ற நான் ரெட்டியின் வீட்டிற்குச் சென்றேன். வலுவான அரசியல் பின்புலம் கொண்ட தன்னுடைய வசதியான நிலப்பிரபுத்துவக் குடும்பத்தைப் பற்றி அவர் என்னிடம் சொன்னார். காங்கிரஸ்காரரான அவர் தந்தை சுதந்திரப் போராட்ட வீரர். அவருடைய சித்தப்பா கம்யூனிஸ்ட் கட்சியின் தலைவர். அவர்களுக்குச் சுமார் 200 ஏக்கர் நிலம் இருந்தது. வினோபா பாவேயின் பூதான் இயக்கத்தின்போது அவருடைய அப்பா பெரும் பகுதி நிலத்தைக் குடியானவர்களுக்குக் கொடுத்துவிட்டார். 1970களில் ரெட்டி தன்னுடைய நண்பர்கள் பலருடன் நக்சல் இயக்கத்தில் சேர்ந்தார். சில ஆண்டுகளுக்குப் பின் அவருடைய சகோதரர் முரளிமோகன் ரெட்டி நெருக்கடி நிலையின்போது போலி காவல் துறை மோதலில் கொல்லப்பட்டார். அவருடன் மேலும் மூன்று இளைஞர்களும் உயிரிழந்தார்கள். அவர்களில் ஒருவர் வாரங்கல் ரீஜினல் இன்ஜினியரிங் கல்லூரியில் படித்துக்கொண்டிருந்தார். அந்தக் கல்லூரி பின்னாளில் பல முக்கியமான மாவோயிஸ்ட் தலைவர்களை உருவாக்கியது.

தன் சகோதரர் இறந்ததும் 1976 மே மாதம் ரெட்டி தலைமறைவானார். நவம்பரில் கைதுசெய்யப்பட்டார். நெருக்கடி நிலையின்போது எட்டு மாதங்கள் சிறையில் இருந்தார். சில ஆண்டுகளுக்குப் பிறகு மக்கள் யுத்தக் குழு ஆந்திரப் பிரதேசத்தில் தோற்றுவிக்கப்பட்டது. ரெட்டி தன் குடும்பத்தை

---

1. இதற்குச் சில ஆண்டுகளுக்கு முன்பு வாரங்கல் மாவட்டத்தைச் சேர்ந்த கெரில்லாப் போராளிக்குக் குழந்தை பிறந்தது. அந்தப் பெண் குழந்தையுடன் காட்டைவிட்டு வெளியே வந்தார். ஆனால் விரைவிலேயே அவர் மரணமடைந்தார். அபுஜ்மத்தில் மாவோயிஸ்டுகளுக்கு ஒரு சில குழந்தைகளே பிறந்தன. அந்தக் குழந்தைகள் காட்டிலேயே வளர்ந்தன. பெரியவர்களான பின் அவர்கள் கட்சியில் சேர்ந்தார்கள். தேஜஸ்வி மட்டுமே வெளியில் சென்று படித்தார்.

விட்டுப் பிரிந்து துப்பாக்கிக் குழலிலிருந்து பிறந்த கனவுடன் தண்டகாரண்யத்திற்குள் பிரவேசித்தர்.

O

நாங்கள் வரவேற்பறையில் இருக்கிறோம். அப்போது ஒரு பெண் உள்ளே வருகிறார். அவர்கள் தெலுங்கில் பேசிக்கொள்கிறார்கள். எனக்குத் தெலுங்கு தெரியாது. ஆனால் அந்தப் பெண் அவருடைய மகள் என்பது புரிகிறது. நான் குழம்புகிறேன். 2008இல் சரணடைவதற்கு முன் ரெட்டி 30 ஆண்டுகள் தலைமறைவு வாழ்க்கையில் இருந்தார். இந்தப் பெண் எப்போது பிறந்தாள்? அவளுடைய அம்மா யார்? இவள் தன் குழந்தைப் பருவத்தையும் வளரிளம் பருவத்தையும் காட்டுப் பகுதியில் துப்பாக்கிகளுக்கும் குருதிக்கும் நடுவில் கழித்தாளா? எப்போது எங்கே கல்வி பெற்றாள்? (பார்க்க நன்கு படித்த பெண்போல இருக்கிறாள்.) ஹரியானாவில் தன் அப்பாவுடன் இருந்தாளா?

கேள்விகள் எனக்குள் பொங்குகின்றன. ஆனால் தனிப்பட்ட விவகாரங்களைப் பற்றிக் கேட்கும் தைரியம் வரவில்லை. அவர் சரணடைந்தது ஏன் என்னும் கேள்வியை நடுவில் எப்படியோ நுழைத்துவிடுகிறேன். "தனிப்பட்ட காரணங்கள்" இருந்ததாகச் சொல்லும் ரெட்டி இப்படிப்பட்ட விஷயங்களைத் தவிர்க்கும்படி சொல்கிறார்.

ஆனால் கதை அதோடு முடியவில்லை. அந்தப் பெண் அங்கேயே இருக்கிறாள். என்ன படிக்கிறாய் என்று அவளிடம் இயல்பாகக் கேட்டேன். பனிரெண்டாம் வகுப்பு முடித்துவிட்டு மருத்துவப் படிப்புக்காகச் சீனாவுக்குப் போகிறாள் என்று ரெட்டி பதில் சொல்கிறார்.

என் குழப்பம் இன்னும் அதிகரித்தது. சீன அரசு இந்திய மாவோயிஸ்ட் கெரில்லாக்களின் குழந்தைகளை மேற்படிப்புக்கு அழைக்கிறதா? இது ஒரு வகையான ரகசியக் கலாச்சாரப் பரிமாற்றமா?

"இங்கே எம்பிபிஎஸ் சீட் கிடைப்பது மிகவும் கஷ்டம்" என்கிறார் ரெட்டி. "வாரங்கலிலிருந்து பல மாணவர்கள் பட்டப் படிப்புக்காகச் சீனாவுக்குச் செல்கிறார்கள்."

ரெட்டி காட்டில் இருந்தபோது இவள் வெளியில், ஆந்திரப் பிரதேசத்தில் ஏதேனும் ஒரு நகரில் படித்திருக்கக்கூடும் என்பதைப் புரிந்துகொள்கிறேன். ஆனால் எப்படி? எங்கே? அப்போது திடீரென ஒரு சரடு உருவாகிறது. அதன் வழியே கதை தன்னை வெளிப்படுத்திக்கொள்கிறது.

"சீனாவிலேயே மருத்துவராக வேலை செய்யப் போகிறாயா அல்லது படித்து முடித்த பிறகு இந்தியாவுக்குத் திரும்பி வருவாயா?"

மீண்டும் அவள் அப்பாவிடமிருந்தே பதில் வருகிறது. "அவள் இங்கே திரும்பி வந்து மக்களுக்குச் சேவை செய்ய வேண்டும் என்று விரும்புகிறேன். அவள் பிறந்த இடத்திற்குப் போய் அங்குள்ள மக்களுக்காக வேலை செய்ய வேண்டும்" என்றபடி அவர் தன் மகளைப் பார்க்கிறார். அவள் சோபாவிலிருந்து எழுந்து வந்து அவர் பக்கத்தில் உட்கார்ந்துகொள்கிறாள்.

"அது என்ன இடம்?"

"அபுஜ்மத்."

"அபுஜ்மத்தா? இவள் அங்கேயா பிறந்தாள்? அபுஜ்மத்தில் எங்கே?"

"உங்களுக்குத் தெரியாது. காட்டிற்குள் ரொம்ப தூரத்தில் நை பெராட் என்ற நதி ஓடுகிறது. அதன் கரையில்... இவளால் அந்த நதிக்குப் போக முடியுமா என்று எனக்குத் தெரியவில்லை."

அப்பாவும் மகளும் ஒருவரை ஒருவர் பார்த்துக் கொள்கிறார்கள். இந்தக் கதையை அவர் அவளிடம் பலமுறை சொல்லியிருக்கிறார் என்பதை அந்தப் பார்வை உணர்த்துகிறது. ஆனால் அந்தக் கதை முழுமையடையவில்லை. அது எப்போதாவது தன் முடிவை எட்டுமா என்பது குறித்து இருவருக்கும் எந்த நிச்சயமும் இல்லை. தன்னுடைய அப்பா துப்பாக்கியுடன் அலைந்து திரிந்த அந்தக் காட்டிற்கு, அவருடைய முன்னாள் தோழர்கள் இன்னமும் அரசை எதிர்த்துப் போராடிக்கொண்டிருக்கும் இடத்திற்கு, அவளால் ஒருபோதும் போக முடியாது.

"நை பெராடா? பாலிபடா கிராமத்தை ஒட்டிப் பாய்கிறதே அந்த நதியா?"

"ஆமாம். பாலிபடாதான். அது உங்களுக்கு எப்படித் தெரியும்?"

"நான் பாலிபடாவுக்குப் போயிருக்கிறேன். அந்தக் கிராமத்தில் சில நாள்கள் தங்கியிருக்கிறேன். அந்த ஆற்றில் குளித்திருக்கிறேன். அது கிட்டத்தட்ட நேராக ஓடிவந்து கிராமத்துக்குப் பக்கத்தில் வட்டமடித்துத் திரும்புகிறது. பழைய பாறைகளும் கற்பாறைகளும் அதைச் சுற்றிலும் இருக்கின்றன. கொஞ்சத் தூரம் போனால் சல்ஃபி மரங்களின் அற்புதமான தோப்பு ஒன்று இருக்கும். அதுதான் அந்தக் கிராமம். சரியா?"

"ஆமாம். அதுதான் நை பெராட். அது வட்டமாகத் திரும்புகிறது."

"அந்தக் கிராமத்தையும் நதியையும் புகைப்படம் எடுத்திருக்கிறேன். அதைப் பார்க்க விரும்புகிறீர்களா?"

"புகைப்படங்களா? இங்கேயா? இப்போதேவா?"

"ஆமாம்... என் லேப்டாப்பில் இருக்கிறது. காரில் வைத்திருக்கிறேன்."

அடுத்த காட்சி படுவேகமாக நிகழ்கிறது. ஒவ்வொரு கணமும் விழுந்தடித்துக்கொண்டு ஓடி அடுத்த கணத்தைத் தாண்டிச் செல்கிறது. நான் வெளியில் ஓடுகிறேன். வெண்ணிற இண்டிகா கார் நிற்கிறது. பின்பக்கக் கதவின் கைப்பிடியைத் திருப்புகிறேன். பூட்டியிருக்கிறது. நான்கு கதவுகளும் பூட்டியிருக்கின்றன. டிரைவரைக் காணோம். நான் யாரையாவது சந்திக்கச் செல்லும்போது டிரைவர் வண்டியைப் பூட்டிவிட்டுப் பக்கத்தில் எங்காவது போய்வருவது வழக்கம். நான் அவரை அழைப்பேன். அவர் கைபேசி அணைக்கப்பட்டிருந்தாலோ அல்லது அவர் வெகுதூரம் சென்றிருந்தோலோ நான் பொறுமையாகக் காத்திருப்பேன். ஆனால் இன்று அவருடைய போன் தொடர்புகொள்ள முடியாத நிலையில் இருந்ததை அறிந்து கோபமடைந்தேன். ஆத்திரத்தில் காரின் முன்பகுதியையும் மேற்கூரையையும் குத்தினேன். சிறிது நேரத்தில் டிரைவர் வருகிறார். நான் லேப்டாப்பை எடுத்துக்கொண்டு உள்ளே ஓடுகிறேன். அவர்கள் வரவேற்பறையிலேயே எனக்காகக் காத்திருக்கிறார்கள். நான் லேப்டாப்பைத் திறந்து அதனுள் புகைப்படங்கள் இருக்கும் அறையைத் திறக்கிறேன். அதில் 'அபுஜ்மத்' என்ற உள்ளறை ஒன்று இருக்கிறது. அதில 250 புகைப்படங்கள் இருக்கின்றன. அவற்றில் 12 நை பெராடின் படங்கள். குறிப்பிட்ட ஒரு படத்தைத் தேடுகிறேன். பல புகைப்படங்கள் அவருடைய முன்னாள் தோழர்களின் படங்களாக இருக்கலாம் என்பதால் படங்களை 'ஸ்லைட் ஷோ'வாக ஓட்ட விரும்பவில்லை. படங்களைக் காட்டும் குறுவடிங்களினூடே அலைகிறேன். ஒரு புகைப்படத்தில் நிறுத்தி அதைப் பெரிதாக்குகிறேன். இதுதான் ஆறு. ஆம், இதுதான் ஆறு. அவர் கண்கள் பனிக்கின்றன. 18 ஆண்டுகள் ஆகிவிட்டன. ஆனால் ஆற்றில் எந்த மாற்றமும் இல்லை. அந்த இடம் எங்கே? குழந்தையின் முதல் புன்னகையைப் பதிவுசெய்துகொண்ட மரங்கள் எங்கே? அந்தத் தந்தை, புகைப்படங்களின் எல்லா இடங்களிலும் தேடுகிறார். அவர் பெண்ணும் தன் முதல் அழுகையின் தடங்களைப் படங்களில் தேடுகிறாள். இதுதான் ஆறு. ஒருவேளை இது மரங்கள் சூழ்ந்த பகுதியாக இருக்கும். இதுதான் கிராமம். கிராமத்தின் புகைப்படங்களும் இருக்கின்றன. கிராமத்தின் முகம் சற்று மாறியிருக்கிறது. ஆனால்

நதியின் முகம் மாறவில்லை. வரலாற்றுக் காலத்திற்கு முன்பே அபுஜ்மத்தில் எப்படி இருந்ததோ அப்படியே அந்த நதி இப்போதும் இருக்கிறது. அப்பாவும் பெண்ணும் கணினியின் திரையைத் தொட்டுப் பார்க்கிறார்கள். அந்தப் பெண்ணின் அம்மா குழந்தையை இந்த உலகிற்குக் கொண்டுவந்த இடம். அப்பா அந்த நதியிலிருந்து கைகளால் நீரை அள்ளுவதுபோல் பாவனை செய்து அதைத் தன் மகள்மீது தெளிக்கிறார்.

தேஜஸ்வி முதல் இரண்டு ஆண்டுகள் அபுஜ்மத்தில் இருந்தாள். பெண் கெரில்லாக்களின் செல்லக்குட்டியாக இருந்தாள். துப்பாக்கிகளுக்கும் தாக்குதல்களுக்கும் மத்தியில் அவளுடைய கைக்குழந்தைப் பருவம் கழிந்தது. அவளுடைய எதிர்காலம்பற்றி அப்பா கவலைப்பட ஆரம்பித்தார். 1998ஆம் ஆண்டில் ஒருநாள் இரவில் அவர் தன் குழந்தையைத் தூக்கிக்கொண்டு கோதாவரி நதியைக் கடந்து ஆந்திரப் பிரதேசத்தில் தன் வீட்டுக்குச் சென்றார். அங்கே தன் அன்னையின் பாதுகாப்பில் அவளை விட்டார். பாட்டியின் அரவணைப்பில் அவள் வளர்ந்தாள். தன் பெற்றோர் புரட்சியைக் கொண்டுவருவதற்காகப் போராடுகிறார்கள் என்பதெல்லாம் அவளுக்குத் தெரியவே தெரியாது.

அவளுடைய அப்பா திரும்பி வந்தது பெரிய நிகழ்வாக நடந்தது. கட்சியின் மத்தியக் குழு உறுப்பினர்களில் சரணடைந்த முதல் உறுப்பினர் அவர்தான். (2017, டிசம்பரில் இன்னொரு உறுப்பினரான ஜினுகு நரசிம்ம ரெட்டி என்கிற ஜம்பண்ணா சரணடைந்தார்.) இவர் ஆந்திரப் பிரதேச உள்துறை அமைச்சர் கே. ஜனா ரெட்டியின் முன்னிலையில் சரணடைந்தார். அரசு அதைப் பெரிய அளவில் விளம்பரப் படுத்தியது. “அதை டிவியில் பார்த்த ஞாபகம் இருக்கிறது. அப்பா திரும்பி வருவதாகப் பாட்டி சொன்னார்” என்று தேஜஸ்வி பிறகு என்னிடம் சொன்னார்.

கதையின் இரண்டாவது பகுதி இப்போதுதான் தொடங்க வேண்டும். 12 ஆண்டுகளுக்கு முன் நிர்ப்பந்தத்தினால் தான் விட்டுவிட்டுச் சென்ற மகளைத் தந்தை ‘மீட்டுக்கொள்ள’ வேண்டும். ‘தன் மகளை மீட்டுக்கொள்வதில்’ இருந்த போராட்டம் அவருக்குத் தெளிவாக நினைவில் இருக்கிறது. அவர் நல்ல புகைப்படக்காரர். கணினியிலும் வல்லுநர். காட்டில் இருந்தபோது மாவோயிஸ்டுகளின் தொழில்நுட்பப் பிரிவை அவர்தான் கவனித்துக்கொண்டார். திரும்பி வந்த பிறகு அவர் தன் மகளைப் படம் எடுத்து ஃபோட்டோஷாப் மூலம் மெருகேற்றி முகநூலில் பதிவேற்றிவந்தார்.

தன்னுடைய போராட்ட வாழ்வின் நாட்களைப் பற்றிய கதைகளை அவர் தன் மகளுக்குச் சொன்னார். எந்த லட்சியங்களுக்காக வாழ்ந்தேன் என்பதைச் சொன்னார். மிகுந்த பணிவோடு அவற்றைப் பகிர்ந்துகொண்டார். பின்னாளில் எனக்கு அனுப்பிய மின்னஞ்சல் ஒன்றில் அவர் இவ்வாறு எழுதியிருந்தார்: "நான் சரணடைந்த புரட்சியாளன். வாழ்க்கையில் பெரிதாக எதையும் என்னால் செய்ய முடியவில்லை. எந்த வெற்றியையும் பெறவில்லை. நான் நம்பிக்கை வைத்திருந்த லட்சியங்களுக்காகவே வாழ்ந்தேன்."

அவருக்கு வேறு கவலைகளும் இருந்தன. "என் மகள் மருத்துவ நுழைவுப் படிப்புக்காகத் தயார் செய்துகொண்டிருந்தபோது அவள் ஹைதராபாதில் இருந்தாள். பல மணிநேரம் பயணம் செய்துதான் அங்கே போக முடியும். ஒவ்வொரு ஞாயிற்றுக்கிழமையும் சிக்கன் சமைத்து, பஸ்ஸில் போய் அவளுக்குக் கொடுத்துவிட்டு வருவேன்... என்னால் சீனாவுக்குப் போக முடியாது."

தன் அப்பா "மக்களுக்காக வாழ்ந்தார்" என்பதில் மகளுக்குப் பெருமை இருந்தது. சில மாதங்கள் கழித்து தேஜஸ்வி வாட்ஸ்ஆப்பில் எனக்கு ஒரு செய்தி அனுப்பியிருந்தார்: *'I love my dad sooo muchch'*.

பல ஆண்டுகளுக்கு முன்பு, பல பெருங்கடல்களுக்கும் கண்டங்களுக்கும் அப்பால் இருந்த அலீடா குவேரோ தன் அப்பாவைப் பற்றி இப்படி எழுதினார்:

> "என் தந்தையைப் பற்றிப் படிக்கப் படிக்க அவருடைய இளைமைப் பருவ வாழ்வின் மீது எனக்கு அதிக வாஞ்சை ஏற்பட்டது. தொடர்ந்து படிக்கும்போது அவர் எப்படிப்பட்ட மனிதர் என்பது மேலும் தெளிவாகப் புரிந்தது. அவருடைய மகளாக இருப்பதில் மிகவும் மகிழ்ச்சி அடைந்தேன்... தான் வாழ்ந்த முறையில் வலிமையையும் மென்மையையும் வெளிப்படுத்தியதற்காக அந்த மனிதரை நான் மிகத் தீவிரமாக நேசிக்கிறேன்."

காவல் துறையிடம் சரணடைந்தது குறித்த நினைவு ரெட்டியை வாழ்நாள் முழுவதும் துரத்தக்கூடும். நகர வாழ்க்கை அவருக்கு எப்போதும் சுமையாகவே இருக்கும். ஆனால் அந்த ஆகஸ்ட் மாதத்தின் மாலையில் ஹனம்கோண்டாவிலிருந்து திரும்பியபோது எனக்கு ஒரு எண்ணம் தோன்றியது. தங்கள் மகள்களின் நம்பிக்கையையும் அன்பையும் பெறக்கூடிய வாய்ப்பு – அல்லது தகுதி – எல்லா அப்பாக்களுக்கும் இருந்துவிடாது.

மரணத்தின் கதை 11

“ஒருமுறை சீனியர் போலீஸ்காரர் ஒருவரை அவரது அலுவலகத்தில் போய்ப் பார்த்தேன். அவர் தன் ஷூவைக் கழற்றிவிட்டு வெறும் சாக்ஸ் அணிந்தபடி இருந்தார்” என்று சொல்லிவிட்டு அவர் சிரித்தார். “சில போலீஸ்காரர்கள் அலுவலகத்திற்கு வந்ததும் பெல்ட்டைத் தளர்த்திக்கொள்கிறார்கள். அவ்வளவு பெரிய தொப்பையைத் தூக்கிக்கொண்டு திரிகிறார்கள். எப்படி அவர்கள் துப்பாக்கியைத் தூக்குவார்கள்?”

அவருடைய சிரிப்பு களங்கமற்றதாகவும் இதமாகவும் இருந்தது. அதில் தன்னம்பிக்கையும் அலட்சியமும்கூடத் தெரிந்தது. ஆனால் பிறரைச் சிறுமைப்படுத்தும் ஆணவம் இல்லை. முதலில் அவர் சொல்வதை அமைதியாகக் கவனித்துக் கொண்டிருந்தேன். அவர்கள் பகுதிக்கு நான் போய் நான்கு மாதங்கள்தான் ஆகியிருந்தன. காவல் துறை அதிகாரிகளைப் பார்த்து அவர் சிரிக்கலாம். நான் சிரிக்க முடியாது. ஆனால் விரைவிலேயே நான் அவருடைய சிரிப்பில் கலந்துகொண்டேன்.

அது 2011, டிசம்பர் 2. ராய்ப்பூர். ஹோட்டல் பாபிலோன். ஓய்வுபெற்ற பிரிகேடியர் பி.கே. பொன்வாருடனான என் முதல் சந்திப்பு அது. போர்க்களத்தில் தன் வாழ்நாளைக் கழித்த ராணுவ

வீரரிடம் இருக்கும் கதைகள் மாய யதார்த்தக் கதைகளின் மகத்தான படைப்பாளிகளையும் மலைக்க வைத்துவிடும் என்பதை உணர நான் குடித்திருக்க வேண்டிய அவசியம் இல்லை. 1971இல் நடந்த இந்திய-பாகிஸ்தான் போரில் இளம் கமாண்டோவாகப் பங்குபெற்றவர் அவர். அதன் பிறகு காஷ்மீர், அசாம், திரிபுரா, பங்களாதேஷ் எனப் பல போர்க்களங்களைக் கண்டவர்.

கடந்த சில ஆண்டுகளாக, நக்சல்களின் பகுதிக்குச் செல்லும் பாதுகாப்புப் படையினருக்குக் கெரில்லா போர் முறையில் பயிற்சி அளித்துவந்தார். அரசுக்கும் மாவோயிஸ இயக்கத்தினருக்குமான போர் தீவிரமடைந்த நிலையில் அரசு 2005இல் பயங்கரவாத எதிர்ப்பு மற்றும் வனப் போருக்கான கல்லூரியை கன்கரில் நிறுவியது. அதன் முதல் ஆசிரியர் அவர்தான். இன்றுவரை அந்தப் பணியில் தொடர்கிறார்.

62 வயதான பொன்வார் இறுக்கமான டி-ஷர்ட்டும் கௌபாய் தொப்பியும் அணிந்திருந்தார். முதல் பியர் உள்ளே போன பிறகுதான் தொப்பியைத் தலையிலிருந்து எடுத்தார். காட்டில் ராஜநாகங்களைப் பிடித்து வறுத்துச் சாப்பிட்டிருக் கிறார். "பிறந்ததிலிருந்தே பாம்புகளைப் பார்த்துப் பயப்படும்படி உங்களுக்குச் சொல்லிக் கொடுத்திருக்கிறார்கள். ராஜநாகமே உங்கள் வயிற்றுக்குள் இருக்கும்போது பாம்புகளைப் பற்றிப் பயப்பட என்ன இருக்கிறது? அது சாப்பிட மீன்போலத்தான் இருக்கிறது. அவ்வளவுதான்."

"பாம்பால் என்னைக் கடிக்க முடியாது. துப்பாக்கிக் குண்டால் என்னைத் தாக்க முடியாது." மாவோயிஸ்டுகள் தாக்கக்கூடிய சாத்தியம் பற்றிக் கேட்கையில் இவ்வாறு சொல்லி விட்டுச் சிரிக்கிறார். அவருடைய வெண்ணிற அம்பாசிடர் மணிக்கு 125 கிலோமீட்டர் வேகத்தில் செல்லும். "அந்த வேகத்தில் ஓடும் வண்டியைச் சுட சிறப்புப் பயிற்சி தேவை. நக்சலின் குண்டு என்னை நெருங்காது."

"சிப்பாயின் ஒரே துணை அவனுடைய ஆயுதம்தான். துப்பாக்கியின் விசையில் விரலை வைத்தபடிதான் ஒரு சிப்பாய் தூங்கச் செல்கிறான். எதிர்வினையாற்ற அவனுக்கு அரை வினாடி நேரமே இருக்கிறது."

அவருடைய வார்த்தைகளில் அவர் வாழ்க்கை பிரதிபலித்தது. பொன்வாருடன் கருத்துரீதியாக எனக்கு மாறுபாடுகள்

இருந்தன. ஆனால் இந்த வீரர் தீவிரமான வாழ்க்கையை வாழ்ந்திருக்கிறார் என்பதை உணர்ந்தேன்.

அவர் பேசுவதைக் கேட்கும்போது, தங்களுடையதுதான் இறுதியான வார்த்தை என்றும் அவர்கள் வார்த்தைகளை உணர்ச்சியுடன் இணைக்கும் தொப்புள் கொடியின் ரத்தம் கலப்படமற்றது என்றும் உங்களை நம்பவைக்க ஒருசில எழுத்தாளர்களால் மட்டுமே முடியும் என்று எனக்குத் தோன்றியது.

கிருஷ்ண பல்தேவ் வைதின் டயரிக் குறிப்புகள், தான் உயிர் பிழைத்திருப்பதற்குத் தேவையானவற்றை மட்டுமே எழுதுவது என்னும் அமைதியின்மையின் பதிவுகளாகவே இருந்தன. *முழுமையைத் தராத ஒரு சொல்லையும் நான் எழுத மாட்டேன்.* ஒரு சில அனுபங்களை எழுதுவதில் இருக்கும் பயங்கரத் தன்மையைப் பற்றி, அவற்றை எழுதுவதற்கான நிர்ப்பந்தத்தின் பயங்கரத் தன்மையைப் பற்றி பெர்னண்டோ எழுதுகிறார். ஃப்ரன்ஸ் கஃப்காவின் படைப்புகளில் பயங்கரம் நிறைந்திருக்கிறது.[1]

---

1 ஏனோ இது எனக்கு ஒரு நக்சல் எழுதிய கடிதத்தை நினைவுபடுத்து கிறது. சிபிஐ (மார்க்சிஸ்ட் – லெனினிஸ்ட்) கட்சியை நிறுவியவர்களில் ஒருவரான நாக்பூஷன் பட்நாயக்கிற்கு 1970 டிசம்பரில் மரண தண்டனை விதிக்கப்பட்டது. தண்டனையை எதிர்நோக்கியிருந்த அவர் தன்னுடைய விருப்பத்தைச் சிறைக் கண்காணிப்பு அதிகாரிக்குத் தெரியப்படுத்தினார்.

டியர் சூப்பரின்டென்டென்ட்

மத்திய சிறைச் சாலை, ராஜமுந்திரி

என்னுடைய உடல் சிறந்த முறையில் பயன்படுத்தப்படுவதை உறுதிசெய்ய விரும்புகிறேன். உங்கள் அரசு என் உயிரைத்தான் பறிக்க விரும்புகிறது. என்னுடைய மரணத்திற்கு முன்பு என் உடலின் உறுப்புகளை யெல்லாம் அகற்றிவிட்டு அவற்றை மருத்துவ நோக்கங்களுக்காகப் பயன்படுத்திக்கொள்ளலாம். என் உடலை இத்தகைய நோக்கங்களுக்காக நான் அர்ப்பணிக்கிறேன். நான் உயிரோடு இருக்கும்போதே என்னுடைய உடலுறுப்புக்கள், ரத்தம், தோல், மண்டையோடு, எலும்புகள் எல்லா வற்றையும் எடுத்துவிடுங்கள்.

இதை இன்னும் விளக்குகிறேன். என் உடலிலிருந்து ரத்தத்தையெல்லாம் பிழிந்து எடுத்துவிடுங்கள். கண்களை எடுத்துவிடுங்கள். மற்ற உறுப்புகளை யும் வெட்டி எடுங்கள். கடைசியில் என் நுரையீரல், கல்லீரல், இதயம் ஆகியவற்றை எடுத்துவிட்டு என் மரணத்தை அறிவியுங்கள். என்னுடைய உறுப்புகள் எல்லாம் அவை யாருக்கெல்லாம் தேவையோ அவர்களுக்காகப் பாதுகாக்கப்பட வேண்டும்.

அதிகாரிகள் இதை ஒப்புக்கொள்ளாமல் தூக்குத் தண்டனை என்பதன் மேலோட்டமான பொருளை நடைமுறைப்படுத்த விரும்பினால் நான் இன்னொரு யோசனை சொல்கிறேன். தூக்கு மேடையில் நிற்குமளவிற்கு என் உயிர் ஒட்டியிருக்கும் வகையில் என் உடலிலிருந்து ரத்தத்தையும் உறுப்புகளையும் எடுத்துவிடுங்கள். தூக்கில் தொங்கி நான் இறந்த பிறகு பிற உறுப்புகளையும் எடுத்துவிடுங்கள்.

என்னுடைய உறுப்புகள், ரத்தம், தோல் ஆகியவற்றை யாருக்கெல்லாம் கொடுக்கலாம் என்ற பட்டியலைத் தருகிறேன்: உழைப்பாளிகள், நிலமற்ற

வெளிச்சத்தைக் கண்டு அஞ்சும் ஒருவன் எல்லோரிடமிருந்தும் விலகி இருண்ட மாடியறையில் ஒளிந்துகொள்ள விரும்புகிறான்.

விவசாயிகள், மாணவர்கள், கொத்தனார்கள், பள்ளி ஆசிரியர்கள், புரட்சிகர அறிவுஜீவிகள், சிறு வியாபாரிகள், விற்பனையாளர்கள், பிச்சைக்காரர்கள், பாட்டாளி வர்க்கத்தினர்.

நாக்பூஷண் பட்நாயக்
சிறை எண் 2760
மத்திய சிறை, ராஜமுந்திரி
கிழக்கு கோதாவரி மாவட்டம்

(நாக்பூஷணை விடுதலை செய்ய வேண்டும் என்று ஜெயப்பிரகாஷ் நாராயண் போன்ற பல முக்கியத் தலைவர்கள் கோரினாலும் கருணை மனு எழுத அவர் மறுத்துவிட்டார். அரசு பிறகு அவர் மரண தண்டனையை ஆயுள் தண்டனையாகக் குறைத்தது. 1981இல் அவர் விடுதலை ஆனார்.)

மரணத்தின் கதை

கனவு 9

திருமணமான மாவோயிஸ்ட் இணையரை ஒரே இடத்தில் பணியில் ஈடுபடுத்த மாட்டார்கள். ஆனால் அபுஜ்மத்தில் நான் நீண்ட காலம் தங்கியிருந்தபோது பைக்கும் ராஜ்னு மாண்ட்வியும் ஒரே படையில் சில நாட்கள் இருந்ததைக் கண்டேன். இரண்டு பேருமே பீஜப்பூர் கங்குலார் பகுதியைச் சேர்ந்தவர்கள். அவர்கள் ஒருவருக்கொருவர் மிகவும் குறைவாகவே பேசிக்கொண்டார்கள். யாரோ ஒருவர் சொல்லியிருக்காவிட்டால் அவர்கள் திருமணம் செய்துகொண்டவர்கள் என்பதை என்னால் யூகித்திருக்கவே முடியாது. திருமணத்திற்கு முன்பு அவர்கள் ஒரே படையில் இருந்தார்கள். அவர்களுக்குள் காதல் மலர்ந்ததும் தங்கள் தலைவர் கிரணிடம் சொன்னார்கள். 2010இல் சக தோழர்கள் புடைசூழ மாவோயிஸ்ட் நினைவகத்திற்கு முன்னால் அவர்களுக்கு அவர் திருமணம் செய்துவைத்தார்.

இத்தகைய கட்டுப்பாட்டுக்கு மத்தியில் அவர்களுக்கிடையே 'அந்த சமாச்சாரம்' எப்படி நடக்கிறது என்று தைரியத்தை வரவழைத்துக் கொண்டு ராஜ்னுவிடம் ஒருநாள் கேட்டுவிட்டேன். அவருக்குக் கோபம் வரும் என்று நினைத்தேன். ஆனால் ரொம்பவும் சகஜமாக அவர் பதில் சொன்னார். ஒருவிதமாக ஜாடை செய்து கொள்வோம். பிறகு காட்டுக்குள் சென்றுவிடுவோம். தோழர்கள் புரிந்துகொள்வார்கள். யாரும் தொந்தரவு செய்ய மாட்டார்கள் என்றார்.

இந்த கொரில்லாக்களின் ஆதிவாசி சமூகத்தினர் இதற்கு நேரெதிரான வாழ்க்கையை வாழ்கிறார்கள். அவர்கள் சமூகத்தில் திருமணமாகாத பதின்பருவத்துப் பெண்கள் கர்ப்பமாவது சகஜம். கிராமத்துப் பெரியவர்கள் கூட்டம் கூட்டி அந்தப் பையனையும் பெண்ணையும் விசாரிப்பார்கள். விரைவிலேயே அந்தப் பெண் பையனுடைய வீட்டுக்குப் போய்விடுகிறாள். முறையான திருமணம் என்பதெல்லாம் தேவைப்படுவதில்லை.

காதல், ஆசை ஆகியவற்றுடன் இவ்வளவு இயல்பாக வாழும் ஒரு சமூகத்தினர் தம்மைத் தாமே மாற்றிக்கொள்கிறார்கள். அவர்கள் வாழ்வில் ஒரே நாளில் அடிப்படையான மாற்றம் ஏற்பட்டுவிடுகிறது. இதற்கு விதிவிலக்குகளும் உண்டு. உயர்மட்ட மாவோயிஸ்ட் தலைவர்கள் பலர் திருமணமாகாமலேயே சேர்ந்து வாழ்கிறார்கள். கட்சி சில சமயம் அவர்களுடைய மீறல்களைக் கண்டுகொள்வதில்லை. எடுத்துக்காட்டாக ஜி.வி.கே. பிரசாத் என்கிற சுக்தேவ். அதே சமயம் லங்கா பாப்பி ரெட்டி போன்ற மூத்த உறுப்பினர்கள் கட்டுப்பாட்டை மீறியதற்காகத் தண்டிக்கப்படுகிறார்கள்.

தன்னுடைய 'தி செகண்ட் செக்ஸ்' என்ற நூலில் குடும்பம் என்பது பெண்களுக்குத் தளை என்று சொல்லும் சைமன் டி பேவர் *(Simone de Beauvoir)* மார்க்ஸின் மேற்கோளுடன் முடிக்கிறார்: "மனிதப் பிறவிகளின் உறவுகளில் நேரடியான, இயல்பான, அவசியமான உறவு என்றால் அது ஆண்–பெண் உறவுதான்."

மாவோயிஸ்ட் இணையர் பலர் கட்சிக்கு நகர்ப்புறத் தளத்தை உருவாக்குவதற்காக நகரங்களில் தலைமறைவாகத் தங்குகிறார்கள். சிபிஐ (மாவோயிஸ்ட்) கட்சியின் செய்தித் தொடர்பாளர் செருகுரி ராஜ்குமார் என்கிற ஆசாத் கட்சியைச் சேர்ந்த தன் மனைவி பத்மாவுடன் மத்திய தில்லியின் பிரதான பகுதியில் பல ஆண்டுகள் வசித்தார். 2010இல் மோதலில் கொல்லப்படுவதுவரை யாருக்கும் அவர்மீது சந்தேகம் வரவில்லை. குழந்தைகள் பெற்றுக்கொள்ள வேண்டாம் என்று முடிவு செய்த அந்த இணையர் 1980களிலிருந்தே தங்கள் பெயர்களையும் அடையாளங்களையும் மாற்றியபடி இந்தியா முழுவதும் பல நகரங்களில் வசித்துவந்தார்கள்.

"பொறியியல் கல்லூரியில் அவர்தான் மிகச் சிறந்த மாணவர். அவர் ஏன் கொரில்லா வாழ்க்கையைத் தேர்ந்தெடுத்தார்? சமத்துவமுள்ள சமுதாயம் உருவாக வேண்டுமென்று அவர் கனவு கண்டார்" என்கிறார் தற்போது ஹைதராபாதில் வசிக்கும் பத்மா. ஆசாதின் மரணத்தைப் பற்றி அறிந்தபோது பத்மா தில்லியில் இருந்தார். உடனே கணவனின் கணினி டிரைவ்களையும்

இதர ரகசியப் பதிவுகளையும் அழித்ததுதான் அவர் செய்த முதல் காரியம். கணவரின் மறைவுக்குப் பிறகு தலைமறைவு வாழ்க்கையிலிருந்து வெளியே வந்தார். சிறையில் சிறிது காலத்தைக் கழித்து விடுதலை ஆனார். அவருடைய வீட்டின் உரிமையாளரின் மகளும் மாவோயிஸ்ட் போராளி. அவர் ஜார்க்கண்ட் சிறையில் இருந்தார். அவருடைய மனைவி பிணையில் வெளியே வந்தார்.

இந்தியாவில் பணம் இல்லாமல் அரசியல் சாத்தியமா? அதிகாரம் சிலரிடம் மட்டும்தானே இருக்கிறது? ஏன் அரசும் சந்தையும் ஒன்றிணைந்து ஆதிவாசிகளின் நிலத்தைப் பறிக்கின்றன என்றெல்லாம் பத்மா எழுப்பும் கேள்விகள் பதில்கள் இன்றி ஊசலாடுகின்றன. அரசு தன் வலிமையால் மாவோயிஸ்டுகளை அழிக்கலாம். ஆனால் இந்தக் கேள்விகளுக்குப் பதிலளிக்காத வரையில் அதன் வெற்றி நெறி சார்ந்ததாக இருக்க முடியாது.

போரில் பெறும் எந்த வெற்றியாவது நெறி சார்ந்ததாக இருக்க முடியுமா?

❍

மாவோயிஸ்டுகளின் பகுதிகளில் பணிபுரியும் காவலர்களுக்குக் கூடுதல் படிகள் கிடைக்கின்றன. என்றாலும் பெரும்பாலானவர்கள் தங்கள் பணிக்காலம் முடியும்வரை காத்திருப்பதில்லை. சம்பளம் ஏதும் இல்லாமல் கெரில்லாக்கள் பல பதிற்றாண்டுகள் காடுகளில் வசித்துவருகிறார்கள். "புரட்சி வரும்வரை எல்லாச் சலுகைகளுக்கும் மாவோ தடை விதித்துவிட்டார்" என்கிறார் மாவோயிஸ்ட் படைவீரர் ஒருவர். ஆனால் ஆதிவாசிகள் மாவோயிசத்தைத் தழுவிக்கொண்டார்களா அல்லது மாவோயிசம் அவர்களைத் தழுவிக்கொண்டதா?

மாவோயிஸ்ட் கிளர்ச்சியாளர்கள் காவல் துறையுடனான மோதலில் கொல்லப்பட்ட தங்களுடைய தோழர்களின் நினைவாக ஆண்டுதோறும் ஜூலை மாதம் தியாகிகள் தினம் கொண்டாடுகிறார்கள். தண்டகாரண்யத்தில் பல இடங்களில் நினைவிடங்களை எழுப்பியிருக்கிறார்கள். அவற்றின் முன் கிராமவாசிகளைத் திரளச்செய்து மரணமடைந்தவர்களை நினைவுகூர்கிறார்கள். ஜூலை 2012 தியாகிகள் தினத்தன்று நான் சிபிஐ (மாவோயிஸ்ட்) கட்சியின் கெர்லபால் (*Kerlapal*) பகுதியின் கமாண்டரைத் தெற்கு பஸ்தரில் ஒரு கிராமத்தில் சந்தித்தேன்.

"காவல் துறையினரும் மத்திய ரிசர்வ் போலீஸ் படையினரும் சம்பளம் வாங்கிக்கொண்டு வேலைசெய்கிறார்கள். கொள்கையிலிருந்தும் கொள்கைப் பிடிப்பிலிருந்தும் வலிமை பெறும் படையுடன் அவர்களால் ஒருபோதும் சண்டையிட

முடியாது. இந்தப் படைகள் எல்லாம் பஞ்சுப் பொதிகளைப் போல இடத்தை அடைத்துக்கொள்ளும். ஆனால் உள்ளே ஒன்றும் இருக்காது. காற்றடித்தால் பறந்துவிடும். கருத்தியலை ஆதாரமாகக் கொண்ட ராணுவத்தால் இமயமலையைக்கூட அசைத்துவிட முடியும்" என்கிறார் ஆகாஷ் என்கிற மட்கம் பீமா. அவருக்குப் பக்கத்தில் ஒரு துப்பாக்கி இருக்கிறது. இடுப்பில் குண்டுகளைக் கொண்ட பையைக் *Cadridges* கட்டியிருக்கிறார். அந்த ஆண்டு சுக்மா மாவட்ட ஆட்சியரைக் கடத்திய படையின் தலைவர் அவர்.

கடத்தல் நடந்த சில நாட்களில் காட்டின் இன்னொரு மூலையில் நான் ஆகாஷைச் சந்தித்தேன். இளம் மாவட்ட ஆட்சியரைக் கடத்தியதன் காரணத்தை விவரித்த அவர், "வேறு வழி ஏதாவது இருக்கிறதா?" என்று கேட்டார்.

"கடத்துவது என்பதும் தீர்வு இல்லையே" என்றேன் நான்.

ஜூலை மாதத்தின் மாலையில் அவர் அதே வாதத்தை முன்வைத்தார். சற்றுத் தொலைவில் அவருடைய படையினர் கிராமத்து மக்களை வலது கையை உயர்த்தச் சொல்லி, "காம்ரேட் சாரு மஜும்தார் வாழ்க. காம்ரேட் கிஷன்ஜி வாழ்க" என்று முழக்கமிடச் சொன்னார்கள்.

அக்கம்பக்கத்துக் கிராமங்களிலிருந்து மக்களை (இளைஞர் களும் முதியவர்களும்) அங்கே வரவழைத்திருந்தார்கள். லுங்கி அணிந்த ஆண்களும் புடவை அணிந்த பெண்களும் சலனமற்ற முகங்களுடன் அவர்கள் சொன்னபடி செய்தார்கள். அவர்கள் எழுப்பிய ஒலிகளுக்கும் அந்த முழக்கங்களுக்கும் எந்தத் தொடர்பும் இல்லை. வானம் இருண்டிருக்கிறது. மழை அப்போதுதான் ஓய்ந்திருந்தது. மறுபடியும் எப்போது வேண்டுமானாலும் தொடங்கிவிடலாம். சிலர் உடைந்துபோன குடையைக் கக்கத்தில் இறுக்கமாகப் பிடித்திருகிறார்கள். சிலர் தங்கள் சட்டையின் பின்புறத்தில் சொருகி வைத்திருக்கிறார்கள். அவர்கள் கைகள் ஒன்றுபோல உயரவில்லை. சிலர் மெதுவாகத் தூக்குகிறார்கள். சிலர் முழுமையாகத் தூக்கவில்லை. குடையுடன் போராடும் சிலர் கை தூக்கவே இல்லை. கையை எப்படித் தூக்குவது என்று கெரில்லா கமாண்டர் சொல்லிக் கொடுக்கிறார். மீண்டும் முழக்கமிடும்படி சொல்கிறார். தெளிவாக, சத்தமாக. கோண்டு ஆதிவாசிகளால் அந்த வார்த்தைகளைப் புரிந்து கொள்ள முடியவில்லை. அவர்களுடைய கைகள் தாளகதியில் உயரவில்லை. கிழவர் ஒருவர் தன் தலையில் மிச்சமிருக்கும் சில முடிகளைப் பிடித்து இழுத்துக்கொண்டிருக்கிறார்.

பலமுறை ஒத்திகை பார்த்தும் பிரதியில் உள்ளபடி அரங்கேற்றம் நடக்காததால் தோல்வியடைந்த கமாண்டர்

சோம்பலாக அசையும் கைகளையும் ஒழுங்கற்ற ஒலிகளையும் ஏற்றுக்கொள்கிறார். சமரசம் செய்துகொள்கிறார். ஆனால் அவர் தோல்வியை ஒப்புக்கொள்ளவில்லை. அவர் குழந்தைகளை அழைக்கிறார். அவர்கள் ஆற்றின் அந்தப் பக்கத்தில் இருக்கும் பள்ளிக்கு வாரத்திற்கு ஒருமுறை செல்கிறார்கள். கடைசியாக எப்போது பள்ளிக்குப் போனோம் என்பது அவர்களுக்கு நினைவில்லை. ஆனால் பள்ளிச் சீருடை அணிந்திருக்கிறார்கள். பள்ளி மாணவர்களுக்கு அரசு கொடுத்திருக்கும் நீல நிறச் சட்டைகளில் பல வாரத்து அழுக்கு படிந்திருக்கிறது. பஸ்தர் காடுகளில் இருக்கும் குழந்தைகள் பலரும் ஆண்டு முழுவதும் நீலச் சட்டை அணிந்திருப்பார்கள். காலைமுதல் இரவுவரை; இரவுமுதல் காலைவரை.

தியாகிகளின் பெயர்களைக் கோண்டு மொழியில் எழுதிக் கிராமத்து மக்களுக்குப் படித்துக் காட்டும்படி குழந்தைகளிடம் கமாண்டர் சொல்கிறார். குழந்தைகள் அந்தப் பெயர்களைக் கேட்டதே இல்லை. அவர்களால் அவற்றைப் பிழையின்றி எழுத முடியவில்லை. பேனாவையும் பேப்பரையும் வைத்துக்கொண்டு அவர்கள் போராடுகையில் முழக்கம் எழுப்பிக் களைத்துப்போயிருந்த பெரியவர்கள் ஓய்வெடுத்துக்கொள்கிறார்கள். பிரதியில் அவர்களுக்கான காட்சி சிறிது நேரம் கழித்து வரும். வயதான மூதாட்டி ஒருவர் தன் புடவையில் இருக்கும் முடிச்சை அவிழ்த்துப் புகையிலைப் பொட்டலத்தை வெளியே எடுக்கிறார். இரண்டு கைகள் அவர் முன் அமைதியாக நீள்கின்றன.

காதல்? அன்று மாலை மாவோயிசம் பற்றி என்னிடம் பிரசங்கம்செய்த ஆகாஷ், புரட்சிக்கு முன்பு எல்லாவிதமான இன்பங்களிலிருந்தும் விலகியிருக்க வேண்டிய அவசியத்தை விளக்கினார். ஆகாஷுக்கு அப்போது 26 வயது. ஓராண்டுக்குப் பிறகு 2013 கோடைக்காலத்தில் அவர் தன் காதலி ஹெம்லா ஹுங்கியுடன் சத்தமில்லாமல் தப்பிச் சென்றார். ஹெம்லாவும் மாவோயிஸ்டுகளின் மருத்துவப் பிரிவில் பணியாற்றியவர்.

அவர்கள் காணாமல்போனதை அறிந்த நான் தண்டகாரண்யத்தில் அவர்களைத் தேடினேன். அவர்கள் கடைசியாகத் தென்பட்ட போத்ராஸ் கிராமத்திற்குச் சென்றேன். கட்சியை விட்டு வெளியேறிய பின் அந்தக் கிராமத்தில் குடிசை ஒன்றில் அவர்கள் சுமார் 45 நாட்கள் கிட்டத்தட்ட ஒளிந்து வாழ்ந்தார்கள். பிறகு திடீரென்று ஒருநாள் இரவில் மறைந்துபோனார்கள்.

“அவர்களுடைய முன்னாள் தோழர்கள் அவர்களைக் கொன்றுவிடவில்லை என்று நினைக்கிறேன்.”

“இல்லை, இல்லை. அப்படி எந்தத் தகவலும் இல்லை. அவர்கள் கோதாவரியைக் கடந்து தெற்குப் பக்கம் போயிருக்கலாம்” என்று கிராமவாசிகள் சொன்னார்கள்.

போத்ராஸ் கிராமத்திற்குப் போய் ஐந்து ஆண்டுகளுக்கு மேல் ஆகின்றன. அவர்களைப் பற்றி எந்தத் தகவலும் எனக்குக் கிடைக்கவில்லை. காவலர்களிடமிருந்தும் தோழர்களிடமிருந்தும் தப்பி அவர்கள் எங்கேயோ சென்றிருப்பார்கள் என்றும் அவர்களுக்குக் குழந்தைகூட இருக்கலாம் என்றும் நினைத்து கொண்டேன். *2016*இல் ஆகஸ்டில் ஆகாஷும் *2018* மார்ச்சில் ஹெம்பாவும் கைது செய்யப்பட்டார்கள் என்று அண்மையில்தான் கேள்விப்பட்டேன்.

இருவரும் இப்போது சிறையில் இருக்கிறார்கள்.

நிராசை 6

சுஹாக் நக்ரி – திருமணங்களின் நகரம் – இப்படித்தான் ஃபெரோசாபாதை அவர்கள் அழைக்கிறார்கள். உத்தரப் பிரதேசத்தில் உள்ள இந்தச் சிறு நகரம் இந்தியா முழுவதும் திருமணத் திற்கான வளையல்களைச் செய்து அனுப்புகிறது. இந்தக் கண்ணாடி வளையோசை சற்றும் எதிர்பாராத விதமாக தண்டேவாடா காட்டில் கட்டப்பட்டுவந்த காவல் துறை முகாமில் எதிரொலித்தது. அது நடந்தது 2015ஆம் ஆண்டு ஏப்ரல் மாதத்தின் ஒரு மதியப் பொழுதில். கண்ணிவெடித் தடுப்புச் சாதனம் கொண்ட காவல் துறை வாகனம் ஒன்று கண்ணிவெடியில் சிக்கி வெடித்துச் சிதறியதில் ஐந்து காவலர்கள் இறந்துபோனார்கள். நான் அருகில் இன்னொரு காவல் துறை வாகனத்தில் இருந்தேன்.

சத்தீஸ்கர் ஆயுதக் காவல் படையின் 17ஆவது பட்டாலியனைச் சேர்ந்த சைலேந்திரகுமார் (கான்ஸ்டபிள் 352), இறந்துபோன தன்னுடைய சகாக்களைப் பற்றிப் பேசும்போது அடிக்கடி தன் கைபேசியை எடுத்துப் பார்த்துவிட்டு மீண்டும் பாக்கெட்டுக்குள் போட்டுக்கொண்டார். மணி பார்ப்பதற்காக இருக்கலாம். அதன் திரையில் இருக்கும் படத்தைப் பார்ப்பதற்காக இருக்கலாம். முகாமின் வாசலைப் பாதுகாக்கும் பணியில் இருந்த அவர் இங்கே அமைக்கப்பட்டிருந்த தற்காலிக கேபினுக்குள் இருந்தார். கேபின் சுவரில் இருந்த துளையின் வழியே அவருடைய துப்பாக்கி குறிபார்த்துக்கொண்டிருந்தது.

23 வயதான சைலேந்திரகுமார் ஃபெரோசாபாதைச் சேர்ந்தவர். 2013இல் சத்தீஸ்கர் காவல் துறையில் இணைந்த அவர் நக்சல்களுக்கு எதிரான போரில் எந்தப் பயிற்சியும் இல்லாமலேயே இரண்டு மாதங்களுக்கு முன்பு இங்கே அனுப்பப்பட்டார். “பயிற்சியின்போது பாம்புகளை அப்படியே சாப்பிடச் சொல்வார்கள் என்று கேள்விப்பட்டேன். நக்சல்களைப் பற்றியோ எதற்காக எங்களை இங்கே அனுப்பியிருக்கிறார்கள் என்பது பற்றியோ எனக்கு எதுவும் தெரியாது” என்றார் அவர். “நாட்டின் பாதுகாப்புக்காக” என்று சக காவலர் எடுத்துக் கொடுத்தார். குமார் அதைத் திருப்பிச் சொன்னார். பிறகு மீண்டும் தன் கைபேசியை ஒருமுறை பார்த்துவிட்டு, ஃபிரோசாபாதில் வாழ்க்கை எப்படி இருந்தது என்று சொல்ல ஆரம்பித்தார்.

எப்படி அவர் 1000 கிலோமீட்டர் பயணம் செய்து சத்தீஸ்கர் காவல் துறையில் சேர்ந்தார்? நக்சல்களுடனான போருக்காகக் சத்தீஸ்கருக்குக் கூடுதலாகக் காவலர்கள் தேவைப்பட்டார்கள். தன்னுடைய சிறப்புப் படைகளில் சேரப் பிற மாநிலங்களிலிருந்து விண்ணப்ப மனுக்களைச் சத்தீஸ்கர் காவல் துறை கோரியது. வேலையற்ற இளைஞர்கள் பலர் முண்டியடித்துக்கொண்டு வந்தார்கள். மீண்டும் ஒருமுறை தன் கைபேசியைப் பார்ப்பதைக் கண்ட எனக்கு அவர் யாரையாவது விட்டுவிட்டு வந்துவிட்டாரா என்ற எண்ணம் எழுந்தது. நெடுநாட்களுக்கு முன்பு நான் படித்த சிப்பாய் ஒருவரின் கதை சட்டென்று நினைவுக்கு வந்தது.

கிராமத்து இளைஞன் ஒருவன் ராணுவத்தில் சேர்ந்து போர்க்களம் சென்றான். சில மாதங்கள் கழித்து அவன் மனைவி ஒரு பெண் குழந்தையைப் பெற்றெடுத்தாள். அது மண உறவுக்கு வெளியே பிறந்த குழந்தை என்று கருதிய குடும்பம் அந்தப் பெண்ணைத் தூற்றியது. ஒரு கட்டத்தில் அவளை வெளியே துரத்திவிட்டது. அவள் கிராமத்திற்கு வெளியே சிறிய குடிசையில் வாழ்ந்துவந்தாள். அந்தப் பெண் குழந்தைக்கு நான்கு வயதானது. அந்தச் சிப்பாய் வீடு திரும்பவில்லை. குழந்தையும் அப்பாவை நினைத்து ஏங்கியது. அப்பா எங்கே என்று கேட்டபோதெல்லாம் அவர் வெளிநாட்டுக்குப் போயிருக்கிறார், விரைவில் வந்துவிடுவார் என்று அம்மா சொன்னாள். அந்தப் பதில் அந்தக் குழந்தைக்கு எந்த ஆறுதலையும் அளிக்கவில்லை. பள்ளிக்கூடத்திலும் அக்கம்பக்கத்திலும் கேலிப் பேச்சுக்களை எதிர்கொள்ள வேண்டியிருந்தது.

ஒருநாள் இரவு பெரும் புயல் வீசியது. மின்சார இணைப்பு துண்டிக்கப்பட்டது. இருள் சூழ்ந்தது. “என் அப்பா எங்கே? அவர் ஏன் என்னை விட்டுப் போனார்?” என்று அந்தக் குழந்தை அலறியது. அம்மா மெழுகுவர்த்தி ஏற்றினாள். அவளுடைய

நிழல் சுவரில் விழுந்தது. தன் குழந்தையை என்ன சொல்லியும் சமாதானப்படுத்த முடியாத அம்மா அந்த நிழலைக் காட்டி, "இதுதான் உன் அப்பா" என்றாள்.

"நிஜமாகவா?" என்று குழந்தை அமைதியாகக் கேட்டது.

அம்மா தலையசைத்தாள்.

குழந்தை அமைதியாகத் தூங்கிவிட்டாள். அவளைச் சமாதானப்படுத்துவது எப்படி என்று அம்மாவுக்கு இப்போது தெரிந்துவிட்டது. எப்போதெல்லாம் அவள் அப்பாவைக் கேட்டு அழுகிறாளோ அப்போதெல்லாம் விளக்குகளை அணைத்துவிட்டுத் திரைகளை மூடிவிட்டு மெழுகுவர்த்தியை ஏற்றுவாள். நிழல் அப்பா சுவரில் தோன்றுவார்.

சில மாதங்கள் கழித்துப் போர் முடிந்து அந்தச் சிப்பாய் வீடு திரும்பினான். கிராமத்திற்கு வந்ததும் தன் மனைவியை வெளியே துரத்திவிட்ட செய்தியை அறிந்தான். தன் மனைவியின் மீது அவனுக்கு முழு நம்பிக்கை இருந்தது. அந்தக் குழந்தை தன்னுடைய குழந்தைதான் என்று அவனுக்குத் தெரியும். மனைவியும் குழந்தையும் தங்கியிருந்த வீட்டுக்குச் சென்றான். மனைவி வேலைக்குப் போயிருந்தாள். குழந்தை வெளியே விளையாடிக்கொண்டிருந்தாள். உன் அம்மாவின் பெயர் என்ன என்று கேட்டான். அவனுடைய மனைவியின் பெயரை அந்தக் குழந்தை சொன்னாள். மிகுந்த மகிழ்ச்சியுடன் குழந்தையைத் தூக்கிக்கொண்டான்.

"உங்க அப்பா யாருன்னு உனக்குத் தெரியுமா?"

"தெரியுமே. அவர் தினமும் ராத்திரி வீட்டுக்கு வருவார்."

அந்தச் சிப்பாய் நிலைகுலைந்துபோனான். ஒரு கடிதம் எழுதிவைத்துவிட்டுத் தன் பெற்றோர் வீட்டுக்குப் போய்விட்டான்.

தன் கணவன் திரும்பி வந்துவிட்டதைக் கேள்விப்பட்ட அந்தப் பெண் விரைவாக வீடு திரும்பினாள். வீட்டில் கடிதம் மட்டும்தான் இருந்தது. "இதை நான் உன்னிடமிருந்து எதிர்பார்க்கவில்லை" என்று அதில் எழுதியிருந்தது.

அவள் ஆடிப்போனாள். தன் கணவனுக்காக அவள் வருஷக்கணக்காகக் காத்திருந்தாள். ஒருநாள் அவன் வருவான், தன் குழந்தையை எடுத்து அணைத்துக் கொஞ்சுவான், நாம் புதிய வாழ்வைத் தொடங்குவோம் என்று நம்பியிருந்தாள். வாழ்வையே வெறுத்து ஆற்றில் விழுந்து தற்கொலை செய்துகொண்டாள்.

தான் ஒரு காலத்தில நேசித்த பெண்ணின் குழந்தை என்பதால் அவளை அனாதையாக விட அந்தச் சிப்பாய்க்கு மனம் வரவில்லை. அவளைத் தானே வளர்க்க வேண்டும் என்று முடிவு செய்து வீட்டுக்குக் கூட்டிவந்தான்.

சிறிது காலத்திற்குப் பிறகு கிராமத்தில் இன்னொரு புயல் வீசியது. மின்சாரத் தொடர்பு துண்டிக்கப்பட்டது. இருள் சூழ்ந்தது. அவன் மெழுகுவர்த்தி ஏற்றினான். அவன் நிழல் சுவரில் விழுந்தது.

"அப்பா" என்று குழந்தை வீறிட்டாள்.

"அப்பாவா?"

"ஆமாம். இவர்தான் என் அப்பா. இவர் தினமும் வீட்டுக்கு வருவார். அப்பா... நீங்க எங்கே போயிட்டீங்க..."

அடுத்த நாள் அதே ஆற்றில் அந்தச் சிப்பாயின் பிணம் கிடந்தது.

கனவு 10

"உன்னால் முடியுமா?"

அவன் அவளைக் கேட்டிருக்கலாம். கேட்காமலும் இருந்திருக்கலாம்.

"நீ உன்னைப் பற்றி மட்டும் கவலைப்பட்டால் போதும்."

அவள் இப்படி பதில் சொல்லியிருக்கலாம். சொல்லாமலும் இருந்திருக்கலாம்.

ஒன்று மட்டும் நிச்சயம். இருவரும் காட்டின் மேற்குப் பகுதியில் உள்ள மருத்துவரைச் சந்திக்கப் போகிறார்கள். "அந்த ஆபரேஷன் இவள் உயிருக்கே ஆபத்து விளைவிக்கலாம்" என்று அந்த மருத்துவர் இவர்களிடம் சொல்வார்.

"அப்படியானால் முதல் பலியாக இவள் இருக்கட்டும்" என்று அவன் பதில் சொல்லியிருப்பான்.

அது 1980களின் காலம். சில ஆண்டுகளுக்கு முன்புதான் அவர்கள் இருவரும் கோதாவரியின் தெற்குப் பகுதியிலிருந்து அபுஜ்மத்திற்கு வந்திருந்தார்கள். இங்கே வருவதற்கு முன் ஆந்திரப் பிரதேசத்தில் சில குண்டு வெடிப்புச் சம்பவங்களை நிகழ்த்தியிருந்தார்கள். புரட்சிக்கு அதெல்லாம் போதவில்லை. அவர்களுக்கு ராணுவம் வேண்டும். ராணுவத்தைக் கட்டமைக்கப் பெரிய வனாந்தரம் வேண்டும். ஆனால் திடீரென்று அவர்களுக்கு ஒரு நெருக்கடி முளைத்தது. வனத்திடம் அதற்குத் தீர்வு இல்லை.

அபுஜ்மத்தின் மேற்குப் பகுதியில் உள்ள கட்சிரோலி மாவட்டத்தில் இருக்கும் ஹேமல்கசா கிராமத்தில் நகரத்து மருத்துவர் ஒருவர் இருப்பதை அறிந்தார்கள். இருவரும் காட்டைக் கடந்து ஒருநாள் முழுவதும் நடந்து பின் மாலைப் பொழுதில் ஹேமல்கசாவை அடைந்தார்கள். இருட்டில் யாரையும் தேடிக் கண்டுபிடிப்பது கஷ்டம்தான்; ஆனால் அசாத்தியம் அல்ல.

"எனக்கு இதில் அனுபவம் இல்லை. இந்த ஆபரேஷனை நான் செய்ததில்லை" என்றார் மருத்துவர்.

"இவளை வைத்து உங்கள் பரிசோதனையைத் தொடங்கலாம்" என்றான் அந்தக் கெரில்லாப் போர்வீரன்.

இத்தகைய அறுவைச் சிகிச்சைகளை வருங்காலத்தில் தொடர்ந்து செய்ய வேண்டியிருக்கும் என்பதை அவன் பேச்சு குறிப்புணர்த்தியது.

அவள் மருத்துவரின் குடிசையில் இருந்த உடைந்துபோன மர மேசையின் மேல் படுத்துக்கொண்டாள். தன்னுடைய காதலனைக் கடைசி முறையாகப் பார்த்துக்கொண்டாள். மரணத்தை எதிர்கொள்ளக்கூடிய நிலையில் இருக்கும் காதலியை அவனும் பார்த்தான்.

30 ஆண்டுகள் கழிந்த பிறகு அவர்கள் இருவருக்குமே அந்த முதல் அறுவைச் சிகிச்சை எந்தப் பருவத்தில், எந்த மாதத்தில், எந்த நாளில் நடந்தது என்பது நினைவில் இல்லை. ஆனால் அவர்கள் இருவரிடமும் துளிக்கூடக் கவலையோ பதற்றமோ இல்லை என்று மருத்துவர் தெளிவாக நினைவுகூர்ந்தார்.

அந்தப் பெண் முதல் பலியாக ஆகவில்லை. மாறாக, முதல் முன்னுதாரணத்தை ஏற்படுத்தினாள். அதன் பிறகு அந்த மருத்துவர் மாவோயிஸ்ட் பெண்கள் பலருக்கு அந்த அறுவைச் சிகிச்சையைச் செய்திருக்கிறார். அந்த அறுவைச் சிகிச்சை புரட்சிக்கு அவசியமானது. கெரில்லாப் பெண்கள் தாயாகக் கூடாது. அது புரட்சி உணர்வுக்கு எதிரானது. அப்படிப்பட்ட அபாயங்களைத் தவிர்ப்பதற்காக நக்சல் கமாண்டர்கள் ஆண்–பெண் உறவுக்குக் கடுமையான விதிமுறைகளை வகுத்திருந்தார்கள். காட்டில் கருத்தடைச் சாதனங்கள் இல்லாத நிலையில் கர்ப்பங்களைத் தவிர்ப்பது சாத்தியமாகவில்லை. அந்தப் பெண்தான் கர்ப்படைந்த முதல் கெரில்லாப் பெண்ணா என்பது உறுதியாகத் தெரியவில்லை. ஆனால் தண்டகாரண்யப் போர்க்களத்தில் கெரில்லாப் பெண் ஒருவருக்கு மருத்துவர் ஒருவர் செய்த முதல் கருக்கலைப்பு அறுவைச் சிகிச்சை அதுவாகவே இருக்கக்கூடும்.

அதுதான் தொடக்கம். அதன் பிறகு பல கருக்கலைப்பு அறுவைச் சிகிச்சைகள் நடந்தேறின.

இளம் போராளியாக இருந்த அந்தக் காதலன் இப்போது சிபிஐ (மாவோயிஸ்ட்) கட்சியின் பொலிட்பீரோ உறுப்பினர். நாட்டின் மிகத் தீவிரமான புரட்சியாளர்களில் ஒருவர். பூபதி என்கிற மல்லோஜுலா வேணுகோபால் ராவ். அவருடைய சகோதரர் கிஷன்ஜி என்கிற மல்லோஜுலா கோடேஸ்வர ராவ் மேற்கு வங்கத்தில் 2011ஆம் ஆண்டில் நடந்த மோதலில் கொல்லப்பட்டார்.

அந்த மருத்துவர்? விரைவிலேயே அபுஜ்மத்தில் பிரபலமாகி விட்டார். மாவோயிஸ்டுகளும் ஆதிவாசிகளும் மட்டுமின்றிக் காட்டு விலங்குகளும் அவர் புகழ் பாடின. காயம்பட்ட விலங்கு களைக் குணப்படுத்தினார். விலங்குகளின் கன்றுகளை வளர்த்தார். மலைப் பாம்புகள், முதலைகள், சிறுத்தைகள், ஏன் புலிகள்கூடக் காலை நடையின்போது பொமரேனியன் நாய்க்குட்டிபோல வாலை ஆட்டிக்கொண்டே அவருடன் செல்லும். சிறுத்தைக்கோ மானுக்கோ அல்லது புலிக்கோ குட்டி பிறந்தால் அதன் அம்மா குட்டியின் பின்புறத்தை நக்கிக் கொடுக்கும். குட்டி கண் திறக்கும். மலஜலம் கழித்துவிட்டு அம்மாவின் முலைக் காம்புகளைச் சப்பும். இந்த மருத்துவர் அனாதையான குட்டியின் பின்புறத்தைத் தடவிக் கொடுத்து அதன் வாயில் பால் பாட்டிலை வைப்பார்.

இருபது ஆண்டுகளுக்குப் பிறகு பிரகாஷ் ஆம்தேயும் அவர் மனைவி மந்தாகினி ஆம்தேயும் ரோமன் மகசசே விருது பெறுவதற்காக மணிலாவுக்குச் சென்றார்கள். பிரகாஷின் தந்தை பாபா ஆம்தேயும் இதே விருதைப் பெற்றிருக்கிறார். இந்த ஒரு குடும்பத்தில் மட்டும்தான் பெருமைக்குரிய ரோமன் மகசசே விருதை மூன்று பேர் பெற்றார்கள்.

"மாவோயிஸ்டுகள் தங்கள் மனைவிகளுக்குக் கருக்கலைப்புச் செய்யும்படியும் ஆண்களுக்குக் குடும்பக் கட்டுப்பாடு (வாசக்டமி) செய்யும்படியும் கேட்டுக்கொண்டு வருவார்கள். கருக்கலைப்பில் உயிரிழப்பு ஏற்படக்கூடிய ஆபத்து இருக்கிறது... ஒருமுறை செய்துவிட்டால் அடுத்தடுத்துப் பெண்கள் கருக்கலைப்புக்காக வர வாய்ப்பு இருக்கிறது. அதில் பெரிய அளவில் சுகாதாரப் பிரச்சினைகளும் இருக்கின்றன. எனவே குறைந்த தீமையான வாசக்டமியைத் தேர்வு செய்தேன். வாசக்டமி செய்துகொண்ட நபருக்குக் குழந்தை பிறப்பதற்கான சிகிச்சையும் செய்ய முடியும் என்பது எனக்குத் தெரியும்." 2012ஆம் ஆண்டு தன்னுடைய ஹேமல்கசா வீட்டில் அமர்ந்தபடி பிரகாஷ் ஆம்தே என்னிடம் இதையெல்லாம் கூறினார்.

அதற்குச் சில மாதங்களுக்கு முன்பு, கோடைக்காலத்தில் நான் மற்றொரு மருத்துவர் குழுவினரைச் சந்தித்தேன். அவர்கள் ராஷ்ட்ரீய ஸ்வஸ்த்ய பீம யோஜனா என்ற திட்டத்தின் கீழ் பல கிராமங்களில் பெண்களின் கருப்பைகளை அகற்றியவர்கள். வறுமைக் கோட்டிற்குக் கீழே வாழும் குடும்பங்களுக்கு ஆண்டுக்கு ரூ 30,000 மதிப்பிற்குப் பணமில்லாத உடல்நலக் காப்பீடு வழங்கும் திட்டம் அது. ஹைஸ்டரெக்டமி எனப்படும் அந்த அறுவைச் சிகிச்சைக்கு மருத்துவர் ரூ 12,500 கட்டணம் பெறுவார். மருத்துவர்களின் முகவர்கள் 'இலவச'மாக ஹைஸ்டரெக்டமி செய்துகொள்ளலாம் என்று ஆசைகாட்டி அழைத்துவருவார்கள். பெண்கள் அந்த அழைப்பை மனமுவந்து ஏற்றுக்கொண்டார்கள். "இந்தக் கருப்பையால் மாதாமாதம் தொல்லையும் சங்கடமும் அனுபவிக்கிறோம். எங்கள் வீட்டு ஆண்கள் கருத்தடைச் சாதனம் பயன்படுத்த மாட்டார்கள் என்பதால் கர்ப்பமாகிவிடுவோமோ என்ற பயமும் எப்போதும் இருக்கிறது. எனவே, இதில் பக்க விளைவுகள் இருக்கும் என்று தெரிந்தும் உடனே ஒப்புக்கொண்டோம்" என்றார்கள் அந்தப் பெண்கள்.

முப்பதுகளின் தொடக்கத்தில் இருக்கும் இந்த இளம் பெண்கள் கருப்பையைப் பற்றிக் கவிஞர்கள் உருவாக்கிய உருவகங்களையெல்லாம் நிராகரித்துவிட்டார்கள். அவர்களைப் பொறுத்தவரை இது வெறும் 'பச்சேதானி.' இதைப் பற்றிய உருவகங்களையும் மர்மங்களையும் விலக்கிவிட்டால், சிறிது காலத்திற்குக் குழந்தையைச் சுமந்திருப்பதைத் தவிர வேறு எந்தப் பலனும் இல்லாதது. "குடும்பம் உருவாகிவிட்ட பிறகு அதை எடுத்துவிட வேண்டியதுதான்" என்பதே இவர்களின் உணர்வு. சத்தீஸ்கரில் எத்தனை கருப்பைகள் மிச்சம் இருக்கின்றன என்று தகவல் உரிமைச் சட்டத்தின் கீழ் மனுப் போட்டு விசாரிக்க வேண்டும் என்னும் நகைச்சுவைத் துணுக்கு அந்த நாட்களில் ராய்ப்பூர் மருத்துவமனைகளில் உலா வந்துகொண்டிருந்தது.[1]

---

1. 2014, நவம்பரில் அதிகாரபூர்வமற்ற கருத்தடை அறுவைச் சிகிச்சைகளின்போது இறந்துபோன ஆதிவாசிப் பெண்களைப் பற்றி எழுதும்போது இந்த உருவகத்தை மீண்டும் எதிர்கொண்டேன். பெண்களுக்குக் குடும்பக் கட்டுப்பாடு அறுவைச் சிகிச்சை செய்வதற்கான இலக்கை எட்ட வேண்டிய நெருக்கடியில் அரசு மருத்துவர்கள் இருந்தார்கள். பாலூட்டும் தாய்மார்கள், நீரிழிவு நோயும் ரத்த சோகையும் உள்ள பெண்கள் ஆகியோருக்கு இந்த அறுவை சிகிச்சை செய்துவிட்டார்கள். இவர்களில் பெரும்பாலானோருக்கு அவர்கள் சம்மதம் இல்லாமலேயே அறுவைச் சிகிச்சை நடந்தது. பாழடைந்த கட்டிடங்களில் அறுவைச் சிகிச்சைகள் நடந்தன. இறந்துபோன 13 பேரும் முப்பது வயதுக்குக் கீழே உள்ள இளம் பெண்கள்.

இந்த உருவகம் சிறிது காலமாகவே என்னைத் துரத்திக்கொண்டிருக்கிறது. பஸ்தருக்குச் செல்வதற்குப் பல ஆண்டுகளுக்கு முன்பு நான் ஒரு குறுநாவல் எழுதினேன். அடுத்தடுத்த கருக்கலைப்புகளால் கடுமையான கிருமித்

தண்டகாரண்யத்தில் கருப்பையின் கதை வேறொரு வடிவம் எடுக்கிறது. அபுஜ்மத்தின் எல்லையில் வசிக்கும் பிரகாஷ் மாவோயிஸ்டுகளின் கதைகளில் தொடர்ந்து இடம்பெறுகிறார். பெண்களின் கருப்பையைச் சுத்தம் செய்தல், பெண்ணுடலுக்குள் விதைகளைச் செலுத்தும் ஆண் கெரில்லாக்களின் குழாயை மூடுதல், மாவோயிஸ்டுகளின் காயங்களைக் குணப்படுத்துதல் என்று பலவிதமாக அவரைப் பற்றிப் பேச்சு வருகிறது.

ஹேமல்கசாவுக்கு 1993இல் மின்இணைப்பு வந்தது. 1998இல் சாலை போடப்பட்டது. சாலை அமைவதற்கு முன் அந்த இடம் மழைக்காலங்களில் கட்சிரோலியிலிருந்து துண்டிக்கப்பட்டுத் தீவாகிவிடும். அந்தச் சமயங்களில் சமாளிப்பதற்காக மக்கள் அரிசி முதலான பொருட்களைச் சேமித்து வைத்துக்கொள்வார்கள். 1980களில் பிரகாஷும் அவர் மனைவியும் இங்கே வந்தபோது அவர்களுக்கு இரண்டு குடிசைகள் மட்டுமே இருந்தன. ஒன்றில் அவர்கள் வசித்தார்கள். இன்னொன்றை மருத்துவமனையாகப் பயன்படுத்தினார்கள்.

பிரகாஷுக்கு மாவோயிஸ்ட் கருத்தியலின் மீது எந்த ஈடுபாடும் கிடையாது. “வாசக்டமி செய்ததன் மூலம் நான் அவர்களுக்கோ அவர்கள் இயக்கத்திற்கோ உதவி செய்யவில்லை. முழுக்க முழுக்க மனிதாபிமான அடிப்படையில் மருத்துவராக என் கடமையைச் செய்தேன். இந்தப் பகுதியில் இருக்கும் ஆயிரக்கணக்கான ஆதிவாசிகளுக்கு மருத்துவ உதவி அளித்திருக்கிறேன்” என்கிறார் அவர்.

ஆனால் அவரோ அல்லது அவரைப் போன்ற மருத்துவரோ இல்லாமல் தண்டகாரண்யத்தில் புரட்சிக் கனவு அந்த அளவுக்கு வளர்ந்திருக்க முடியாது. மாவோயிஸ்டுகளின் கதை முழுமையடையாமல் போயிருக்கக்கூடும். எனினும் புரட்சியாளர்கள் சிலர் அவரிடம் வந்ததில்லை. குழந்தை பெற்றுக்கொள்வதும் அவர்களைப் பொறுத்தவரை கலகத்தின் குறியீடுதான்.

○

தொற்றுக்கு ஆளான 24 வயதுப் பெண் கருப்பையை நீக்கும் ஹைஸ்டரெக்டமி சிகிச்சை செய்துகொள்ள வேண்டிய நிலைக்குத் தள்ளப்படுகிறாள். தான் எதை இழந்திருக்கிறோம் என்பதைப் புரிந்துகொள்ளும் திறன்கூடத் தனக்குத் தற்போது இல்லை என்பதை அவள் அறிந்திருக்கிறாள். தன்னுடைய கருப்பையை வீட்டுக்கு எடுத்துச் சென்று கண்ணாடி ஜாடிக்குள் ஃபார்மல்டிஹைட் திரவத்திற்குள் போட்டுத் தன் படுக்கைக்கு முன்னால் வைத்துக்கொள்கிறாள்.

நிராசை 7

எத்தனை ஆண்டுகளாக நான் கட்சியில் இருக்கிறேன்? பதினொன்று? பனிரெண்டு? பதினைந்தாகவும் இருக்கலாம். காட்டைத் தவிர என் வாழ்வில் வேறு ஏதாவது இருக்கிறதா? என்னால் நினைவுபடுத்திக்கொள்ள முடியவில்லை. கட்சியை விட்டு வெளியே வந்து ராஜ்நந்த்காவோன் காவல் துறையில் இணைந்து 26 மாதங்கள் ஆகின்றன. காட்டில் இருக்கும் வாழ்க்கைக்கும் இங்கே இருக்கும் வாழ்க்கைக்கும் இடையே என்ன வேறுபாடு? இரண்டு ஆண்டுகளுக்கு மேல் ஆகியும் இந்தக் கேள்வியை நான் அவ்வப்போது எதிர்கொள்கிறேன். சில நாட்களுக்கு முன்பு பத்திரிகையாளர் ஒருவர் என்னைப் பார்க்க வந்தார். அவரும் இதே கேள்வியைக் கேட்டார். இப்படிப்பட்ட கேள்விகள் எழும்போது என்னோடு கட்சியில் இருந்து, துப்பாக்கி ஏந்திப் போராடி, என்னோடு வெளியேறிய பெண்ணை நான் கேட்கிறேன். அவள் என்னை (உற்றுப்) பார்க்கிறாள்.

பத்திரிகையாளர் ஒருவர் வந்து சில கேள்விகளைக் கேட்பார் என்று சூப்பரின்டென்ட் சாஹேப் சொல்லியிருந்தார். அவர் என்னவெல்லாம் கேட்கக்கூடும் என்பதையும் சொல்லியிருந்தார்.

நான், என் மனைவி, என் நண்பன், அவனுடைய மனைவி ஆகிய எல்லோரும் அந்தப் பத்திரிகையாளருடன் ஒரே அறையில் இருந்தோம். என்

நண்பனும் அவன் மனைவியும் எங்களைப் போலவே நக்சல் கமாண்டர்களாக இருந்து இப்போது ராஜ்நந்த்காவோன் காவல் துறையில் பணிபுரிகிறார்கள்.

எஸ்பி சாஹேப் சொன்னதைப் போலவே அந்தப் பத்திரிகையாளரின் முதல் கேள்வி அமைந்தது. நான் வாசக்டமி செய்துகொண்டேன் என்று பதிலளித்தேன். இன்னொரு கமாண்டரும் செய்துகொண்டிருந்தார். பஸ்தரில் கல்யாணம் செய்துகொண்டவர்கள் அல்லது பெண்களுடன் நெருக்கமாகப் பழகுபவர்கள் எல்லோருக்கும் வாசக்டமி அறுவைச் சிகிச்சை செய்யப்படுகிறது.

"பலவந்தப்படுத்துகிறார்களா? எப்படி அது நடக்கிறது?" என்று அந்தப் பத்திரிகையாளர் திரும்பத் திரும்பக் கேட்டார்.

"செய்துகொள் என்று சொன்னால் செய்துகொள்கிறோம்."

"அப்படிச் சொல்வது யார்?"

"பெரிய கமாண்டர்கள்."

"பெரிய கமாண்டர்களும் செய்துகொள்கிறார்களா? நீங்கள் எப்போது செய்துகொண்டீர்கள்?"

நான் இருபது வயதில் செய்துகொண்டதாகச் சொன்னேன். பதினெட்டு வயதில் செய்துகொண்டதாக என் நண்பன் சொன்னான்.

"அவ்வளவு வயதிலா? உங்களுக்கு வருத்தம் ஏற்பட வில்லையா? எல்லோருமே ஒப்புக்கொள்கிறார்களா? யாருமே எதிர்ப்பதில்லையா?"

அந்தப் பத்திரிகையாளர் என் மனைவிடம் அவளுக்கு எப்படி இருந்தது என்று கேட்டார். அவளால் என்ன சொல்லி யிருக்க முடியும்? நான் என்ன சொல்லியிருக்க முடியும்? அதுபற்றி நினைக்க என்ன இருக்கிறது? எல்லோருமே செய்து கொண்டார்கள். நானும் செய்துகொண்டேன். அவர் ஏன் இதைக் கேட்கிறார் என்று எனக்குத் தெரியவில்லை.

கல்யாணத்துக்குப் பிறகுதான் நான் வாசக்டமி செய்து கொண்டேன். கட்சிரோலி கமாண்டர் அதற்கு முன்பே செய்து கொண்டார்.

இப்போது ஏன் குழாயை மறுபடியும் இணைத்துக் கொள்கிறீர்கள் என்று பத்திரிகையாளர் கேட்டார். அப்பாவாக விரும்புகிறேன் என்று சொன்னேன். என் நண்பனும் அதையே சொன்னான். பத்திரிகையாளர் என் மனைவியிடம் கேட்டார்.

அவள் பதில் சொல்லவில்லை. வாசக்டமியை மாற்றும் சிகிச்சை என்பது ரொம்பப் பெரிய விஷயம் என்று அவர் திரும்பத் திரும்பச் சொன்னார். இதற்கு முன் நக்சல்கள் யாராவது அப்படிச் செய்திருக்கிறார்களா அல்லது நீங்கள்தான் முதலாவதா என்று கேட்டார். உங்கள் புகைப்படங்கள் தில்லியில் பிரசுரமாகும் என்றார்.

பிறகு திடீரென்று அவர் வேறு எதையோ கேட்டார். ஹேமல்கசாவில் ஒரு டாக்டர் எனக்கு ஆபரேஷன் செய்தார் என்றேன். "உங்களுக்கு ஆபரேஷன் செய்தவர் டாக்டர்தான் என்பது நிச்சயமாகத் தெரியுமா?" என்று கேட்டார்.

"எனக்கு ஆபரேஷன் நடந்தது. அதைப் பற்றி எனக்கு ஒன்றும் தெரியாது."

"மற்ற நக்சல்களுக்கும் அவர் வாசக்டமி செய்தாரா?"

ஆமாம் என்றேன். எல்லா நக்சல்களுக்கும் அவர் செய்கிறார். எல்லாரும் அவரிடம் போகிறார்கள். சிலர் நாகபுரிக்குப் போகிறார்கள்.

முதலில் அவர் வாசக்டமியைப் பற்றிக் கேட்டார். பிறகு டாக்டரைப் பற்றிக் கேட்டுக்கொண்டிருந்தார். ஏன் அப்படிக் கேட்கிறார் என்று எனக்கும் என் மனைவிக்கும் புரியவில்லை. அவர் என்ன கேட்டாலும் பதில் சொல்லுங்கள் என்று எஸ்.பி. சாஹேப் சொல்லியிருந்தார். ஆனால் இப்படிப்பட்ட விஷயங்களை எல்லாம் கேட்பார் என்று சொல்லவில்லை.

பத்திரிகையாளர் தன்னுடைய நோட்டுப் புத்தகத்தில் ஆங்கிலத்தில் குறிப்புகளை எழுதிக்கொண்டார். எனக்கு அது புரியவில்லை. காட்டில் இருக்கும் பெரிய கமாண்டர்கள் சிலர் ஆங்கிலத்தில் எழுதுவார்கள்.

ஒரு வாரம் கழித்து அந்தப் பத்திரிகையாளர் தொலைபேசியில் அழைத்தார். என்னுடைய புகைப்படமும் என் கமாண்டராக இருந்த என் நண்பனின் புகைப்படமும் தில்லியிருந்து வரும் அவருடைய செய்தித்தாளில் வந்திருக்கின்றன என்று சொன்னார்.

அவர் தன்னுடைய மொபைல் போனில் எடுத்த படங்கள் அவை. செய்தித்தாளில் என்னுடைய படத்தைக் காட்டும்படி எஸ்பி சாஹேபிடம் நான் கேட்க வேண்டும் என்றார். வாசக்டமிக்கான மாற்று அறுவைச் சிகிச்சை செய்துகொண்ட நக்சல்களுக்கு அரசாங்கம் பணம் கொடுக்கும் என்றார்.

என்னுடைய துப்பாக்கியில் குண்டு வைக்கும் பகுதியைத் திறந்து பார்த்தேன். எத்தனை சுற்றுக்கள் என்று எண்ணினேன்.

எல்லாம் சரியாக இருந்தன. உள்ளங்கையால் ஒரு தள்ளுத் தள்ளி மீண்டும் அதைப் பொருத்தி மூடினேன். இரவு தூங்குவதற்கு முன் குண்டுகளை எண்ணிப் பார்த்து மீண்டும் துப்பாக்கிக்குள் வைப்பது என் வழக்கம். காட்டில் கற்றுக்கொண்ட பழக்கம் இது. முன்பு என்னிடம் இருந்த துப்பாக்கி போலீசிடமிருந்து திருடப்பட்டது. இது போலீஸ் கொடுத்த துப்பாக்கி. விளக்கை அணைப்பதற்கு முன்பு என் துப்பாக்கியை நீண்ட நேரம் பார்த்துக்கொண்டிருந்தேன். அதன் பின்புறத்தில் வெண்ணிறத்தில் இருந்த காவல் துறை முத்திரை என்னுடைய ஏரியா கமிட்டி கமாண்டரிடம் இருந்த இதேபோன்ற துப்பாக்கியை நினைவு படுத்தியது. அதிலும் இதே முத்திரை இருந்தது. அவர் இப்போது எங்கே இருக்கிறார்?

துப்பாக்கியின் குழலை என் இடுப்புக்குக் கீழே நீட்டினேன். அந்தக் குழலால் என் தோலைத் தொட்டேன். எந்தக் குழாய் மூடப்பட்டது? எந்தக் குழாய் திறந்துகொண்டது?

அக்டோபர் 2012. ராஜ்நந்த்காவோன்.

கனவு 11

ஜாபிலி.

ஒரு சொல் பல்வேறு பாதைகளினூடே பயணம் செய்து உங்களிடம் வந்துசேர்கிறது.

2014 ஆகஸ்ட் மாதத்தில் ஒரு பகல் நேரம். ஹைதராபாதில் சினேகலதாவின் வீட்டில் உட்கார்ந்திருக்கிறேன். அவர் பத்திரிகையாளர். அவருடைய கணவர் காசி ஒஸ்மானியா பல்கலைக்கழகத்தில் தெலுங்கு கற்பிக்கிறார். *நடுஸ்துன்ன தெலங்கானா (Nadustanna Telangana)* என்னும் பத்திரிகையை அவர்கள் நடத்துகிறார்கள். இலக்கியம், அரசியல் ஆகியவற்றைக் குறித்த பத்திரிகை அது. காசிம் தலித் சமுதாயத்தைச் சேர்ந்தவர். இந்தப் பெயருக்குப் பின்னால் சுவையானதொரு கதை இருக்கிறது. ஆந்திரப் பிரதேசத்தின் சில சமூகங்களில், குறிப்பாக தலித் சமூகங்களில் ஒரு பழக்கம் இருக்கிறது. ஒரு குழந்தை சிறு வயதிலேயே இறந்துவிட்டால் அடுத்து பிறக்கும் குழந்தையை முஸ்லிம் வழிபாட்டுத் தலத்திற்கு எடுத்துச் செல்வார்கள். அந்தக் குழந்தைக்கு அங்கே முஸ்லிம் பெயர் சூட்டப்படும். அதற்காக அந்தக் குழந்தை இஸ்லாம் மதத்திற்கு மாறிவிட்டதாகப் பொருள் இல்லை.

சினேகாவின் அப்பா சத்யண்ணா என்கிற மல்ல ராஜ ரெட்டி 1980களில் பஸ்தருக்குச் சென்ற ஆரம்பகால கெரில்லாக்களில் ஒருவர். இப்போது அவர் சிபிஐ (மாவோயிஸ்ட்) கட்சியின் மத்தியக்

குழு உறுப்பினர். 1985இல் சினேகாவின் அம்மா நிர்மலக்கா என்கிற ரத்தக்கா ஐந்து வயதாக இருந்த தன் குழந்தையை உறவினர்களிடம் விட்டுவிட்டுத் தண்டகாரண்யத்தில் தன் கணவனுடன் இணைந்துகொண்டார்.

"என் அப்பா எங்களை விட்டுப் போனபோது நான் கைக்குழந்தை. 2007இல் அவர் கைதுசெய்யப்பட்ட பிறகு நீதிமன்றத்தில்தான் அவரை முதன் முதலில் பார்த்தேன். என் அம்மாவைப் பார்க்கக்கூட முடியவில்லை. அவர் இறந்து இரண்டு மாதம் கழித்த பிறகுதான் எனக்குச் செய்தி தெரிந்தது. அவர்கள் இருவரும் நான் குழந்தையாக இருக்கும்போதே என்னை விட்டுவிட்டுப் போய்விட்டார்கள் என்ற மனக்குறை எனக்கு எப்போதும் இருந்தது. வயதான காலத்தில் தன் மகன் தன்னைப் பார்த்துக்கொள்ளவில்லை என்று என் பாட்டியும் புகார் சொல்வார். ஆனால் அவர்கள் மாபெரும் கனவை நிறைவேற்ற முயன்றார்கள் என்பது எங்களுக்குத் தெரியும். அதற்காக அவர்களுக்குப் பெரிய மரியாதை கிடைத்தது" என்றார் சினேகா. அவர் சிவப்பு நிற சல்வாரும் நீல நிற கமீஸும் அணிந்திருந்தார். "அப்படிப்பட்ட மனிதருக்கு மகள் என்பதால் பலரும் என்னை மதிக்கிறார்கள். எங்களுடைய சொந்த ஊரான கரீம்நகருக்குப் போகும்போதெல்லாம் மக்கள் என்னை மிகுந்த மரியாதையுடன் நடத்துகிறார்கள்."

சினேகாவின் பாட்டி 2013இல் இறந்துவிட்டார். அம்மா 1998இல் பஸ்தரில் காவல் துறையினருடனான மோதலில் கொல்லப்பட்டார். அது ஆகஸ்ட் 13. சினேகாவுக்கு நன்றாக நினைவிருக்கிறது. "செய்திக் கட்டுரை ஒன்று வந்திருந்தது. 'பெண் நக்சல் மோதலில் கொல்லப்பட்டர்' என்று தலைப்பட்டிருந்தது." அந்தப் பெண் தன்னுடைய அம்மாவாக இருக்கக்கூடும் என்று சினேகாவுக்குத் தோன்றவில்லை. அந்தச் செய்தி விரைவிலேயே மறந்துபோனது. "அக்டோபர் எட்டாம் தேதி வரவர ராவ் என்னை அவர் வீட்டுக்குக் கூப்பிட்டுச் சொன்னபோதுதான் தெரிந்தது."

சில நாட்களுக்கு முன்பு சாஸ்த்ருல்ல பள்ளியில் இருக்கும் சினேகாவின் தாத்தாவிடம் அவருடைய மருமகள் இறந்து விட்டாள் என்று சொன்னபோது அவரால் நம்ப முடியவில்லை.

சினேகாவின் அப்பா?

"என் அப்பாவைப் பற்றி மற்றவர்கள் சொல்வதை வைத்துத்தான் எனக்குத் தெரியும். நல்ல உயரம். வலுவான உடல். உருண்டு திரண்ட சதைகள். பெரிய மீசை. இப்படித்தான் அவரைப் பற்றிய என் மனச் சித்திரம் இருந்தது. ஆனால்

2007இல் அவர் கைது செய்யப்பட்டபோது கரீம்நகர் நீதிமன்றத்தில் அவரை நான் பார்த்தபோது அவர் முற்றிலுமாக மாறியிருந்தார். மிகவும் வயதானவராக இருந்தார்."

அன்று சினேகாவால் தன் தந்தையை ஐந்து நிமிடங்கள் மட்டுமே பார்க்க முடிந்தது. ஆனால் அவர் ஹைதராபாத் செர்லபள்ளி மத்திய சிறைச்சாலைக்கு மாற்றப்பட்ட பிறகு அடிக்கடி சந்தித்தார். சினேகாவின் பாட்டி தன் மகனைச் சிறையில் சந்தித்தபோது, "எல்லாம் போதும். வீட்டுக்கு வா. எனக்கு வயதாகிவிட்டது. என்னுடன் இரு" என்றார்.

அவர் வரவில்லை. சிறையில் தன் அண்ணனையும் மகனையும் பார்க்கும்போது கெரில்லா வாழ்க்கையின் கதை களைச் சொல்லுவார். சமூக மாற்றத்திற்குப் புரட்சிதான் ஒரே வழி என்றும் சொல்லுவார்.

பெற்றோர் இருவரும் காட்டில் இருந்ததால் சினேகாவின் குழந்தைப் பருவம் போராட்டமாகவே கழிந்தது. தன் பெற்றோர்களைப் பற்றிய செய்தி அறிய அவருக்கு ஒரே ஒரு வழிதான் இருந்தது. ஆந்திரப் பிரதேசத்தைச் சேர்ந்த மாவோயிஸ்ட் யாரேனும் கைது செய்யப்பட்டால் சினேகா சிறைக்குச் சென்று அவரைச் சந்தித்துத் தன் பெற்றோரைப் பற்றிக் கேட்பார். கெரில்லாப் படையினர் அவரைப் பார்த்து உற்சாகமாக, "நீ குழந்தையாக இருந்தபோது நான் உன்னைப் பார்த்திருக்கிறேன்" என்று சொல்வார்கள்.

2009இல் தன் தந்தை விடுதலை செய்யப்பட்டபோதுதான் சினேகா அவரைக் கடைசியாகப் பார்த்தார். அவர் உடனடியாகக் காட்டுக்குப்போய்விட்டார். சில ஆண்டுகள் கழித்து சினேகாவுக்குக் குழந்தை பிறந்தது. வசந்த் என்று அதற்குப் பெயரிட்டார். குழந்தை சினேகாவின் அப்பாவைப் போலவே இருப்பதாகப் பெரியவர்கள் சொன்னார்கள். அப்பா தன் பேரனை ஒருமுறையாவது சந்திக்க வேண்டும் என்பது சினேகாவின் விருப்பம்.

இது 2014. பூர்ணிமா அல்லது ஜாபிலி எப்போது இந்தக் கதைக்குள் வருவார்? நான்கு ஆண்டுகளுக்குப் பிறகு, நான் இந்த நூலின் இறுதி வரைவை எழுதிக்கொண்டிருக்கும்போது, சினேகாவிடம் பேச வேண்டும் என்று தோன்றுகிறது. என்னுடைய நினைவு அல்லது நான் எடுத்த குறிப்புகளில் ஏதோ ஒன்று விடுபட்டுப் போயிருக்கலாம். அல்லது அதில் புதிய பகுதி இணைந்திருக்கலாம். அவர் உடனடியாக என்னை அடையாளம் கண்டுகொள்வார். அவர் இன்னமும் ஹைதராபாதிலேயே வசித்துக்கொண்டிருப்பார். என்னுடைய நூலின் சில பகுதிகளை வாசிக்க விரும்புவதாகச் சொல்வார்.

“உங்கள் மின்னஞ்சல்?” என்று கேட்டுச் செய்தி அனுப்பினேன்.

சினேகாவின் குறுஞ்செய்தி வந்தது. அவருடைய மின்னஞ்சலில் ஜாபிலி என்ற ஒரு சொல் இருந்தது.

ஜாபிலி? கூகிளில் தேடினேன். தெலுங்கில் ‘பவுர்ணமி’ என்று அர்த்தம். பிரபலமான பல பாடல்கள் அந்தச் சொல்லில் தொடங்குகின்றன. ஜாபிலி. பவுர்ணமி. முழு நிலவு. இவ்வளவு அழகான சொல்லைத் தன் மின்னஞ்சலில் கொண்ட இவர் யார்?

நான் குறுஞ்செய்தி அனுப்பிக் கேட்டேன். அவர் சினேகாவின் மகள். சினேகா தன் அப்பாவைப் பார்க்கச் சென்றபோது கருவில் இருந்தவர். யுத்தம் ஒருநாள் முடிவுக்கு வரும், தன் தந்தை விடுதலையாகி வந்து தன் பேரக் குழந்தைகளைத் தன் கரங்களில் ஏந்திக்கொள்வார் என்ற நம்பிக்கையுடன் வயிற்றில் குழந்தையைச் சுமந்தபடி ஒரு பெண் தன் தந்தையைப் பார்க்கச் செல்கிறாள்.

பகுதி 7

மரணம் 6

எங்கள் அலறல்கள் காட்டைத் துளைத்துக் கொண்டு பரவுகின்றன. எங்கள் நைந்துபோன புடவைகளைக் கிழித்துக்கொண்டு மார்பில் அறைந்துகொள்கிறோம். தண்டகாரண்யமே அழுகிறது. எங்கள் கணவர்கள் எங்களைச் சமாதானப்படுத்த முயல்கிறார்கள். எங்களைப் பிடித்து இழுக்கிறார்கள். ஆனால் இன்று, 2013, மே 19, ஞாயிற்றுக்கிழமையன்று நாங்கள் திரும்பிவர விரும்பவில்லை. எங்களுக்குக் கோண்டு மொழி மட்டுமே பேசத் தெரியும் ஆனால் இந்தியில் சில கெட்ட வார்த்தைகளைக் கற்றுக்கொண்டிருக்கிறோம் –வேறு யார், போலீஸ்காரர்களிடமிருந்துதான். அந்தக் கெட்ட வார்த்தைகளை அவர்களைப் பார்த்தே சொல்கிறோம். கங்கலூர் காவல் நிலையத்தின் மீதும் பக்கத்தில் இருக்கும் ஆர்.பி.எஃப். முகாமின் மீதும் கற்களை வீசுகிறோம்.

திரும்பிப் போ. திரும்பிப் போ.

எஹத்சமேதா கிராமத்தில் வசிக்கும் நாங்கள் பல மணிநேரம் நடந்து மலைகளைத் தாண்டிக் கங்கலூருக்கு வந்திருக்கிறோம். திரும்பி வரும்போது பிணங்களைக் கட்டில்களில் தூக்கிக்கொண்டு வருவோம். பிணக்கூராய்வு செய்த பிறகு போலீஸ் எங்களிடம் கொடுத்திருக்கும் பிணங்கள். எங்கள் கணவன்மார்கள், பிள்ளைகளின் பிணங்கள். அடிபட்டவர்கள் சிலரும் கட்டிலில் படுத்திருக்கிறார்கள். எங்கள் வாழ்க்கையில் சிவப்பு, பச்சை நிறப் புடவைகளால் மூடப்பட்ட எத்தனை

சடலங்களை இறுதிச் சடங்குக்காகத் தூக்கி வந்திருக்கிறோம் என்பது எங்களுக்கு நினைவில் இல்லை.

மே 17 அன்று எங்கள் கிராமத்தில் பீஜ் புண்டம் என்ற திருவிழா நடந்தது. அதில் கூடியிருந்தவர்கள்மீது போலீஸ் காரர்கள் துப்பாக்கிகளால் சுட்டார்கள். எட்டுப் பேர் கொல்லப்பட்டார்கள். கரம் ஜோகா, அவருடைய 13 வயதான மகன் பத்ரு, கரம் பாண்டு, அவருடைய 14 வயதான மகன் குட்டு, 15 வயதான புனேம் லக்கு.

சடலங்களைக் காவல் நிலைய வாசலில் வைத்துவிட்டுக் காவல் நிலையத்தின் கதவை உலுக்குகிறோம். போலீஸ்காரர்கள் உள்ளே ஒளிந்திருக்கிறார்கள். சிலர் சுவருக்குப் பின்னால் நிற்கிறார்கள். பூட்டை உடைத்து உள்ளே போக முயல்கிறோம். சி.ஆர்.பி.எஃப். முகாமைச் சுற்றியுள்ள கம்பு வேலியை வயதான இரண்டு பெண்கள் ஆவேசமாகப் பிடித்து இழுக்கிறார்கள். கையில் சமையல் பாத்திரங்கள், கரண்டிகளையெல்லாம் கொண்டுவந்திருக்கிறோம். வேலிக்கு அந்தப் பக்கம் இருக்கும் சி.பி.ஆர்.எஃப். ஆட்கள்மீது அவற்றை விசிறி அடிக்கிறோம்.

ஆதிவாசிகளைக் கொல்வதை நிறுத்து. வேண்டுமானால் எங்களைச் சுடு.

கற்களை எறிவது, காவலர் முகாமைப் பார்த்து வாய்க்கு வந்தபடி திட்டுவது... எங்கள் வீட்டு ஆண்கள் இதையெல்லாம் செய்துவிட்டார்கள். இப்போது எங்கள் முறை.

முதலில் போலீஸ்காரர்கள் எங்களைக் கொன்றார்கள். பிறகு சடலங்களை எடுத்துச் சென்றார்கள். எங்கள் கணவர்கள், மகன்கள் ஆகியோரின் சடலங்களை அவர்கள் என்ன செய்தார்கள் என்று தெரிந்துகொள்ள விரும்புகிறீர்களா? எங்களால் அதை விளக்க முடியாது. எங்கள் மொழியில் அதற்கான சொற்கள் இல்லை.

○

விறகு பொறுக்கும் இந்தப் பெண்கள் கடந்த 24 மணிநேரமாகக் காவல் நிலையத்திற்கு முன்னால் நிற்கிறார்கள். நான்கு மணிநேரங்களுக்கு முன்னால் இந்தச் சடலங்களுக்கு என்ன நடந்தது என்பதை அவர்கள் உண்மையிலேயே புரிந்து கொண்டிருக்கிறார்களா? எல்லா வாழ்க்கையும் மரணத்துடன் முடிந்துவிடுவதில்லை. மரணம் புதிய வேதனைகளையும் கொண்டு வரக்கூடும்.

காட்டின் ஈவிரக்கமற்ற மே மாத வெயிலின் கீழ் இந்தச் சடலங்கள் கிடந்தன. 45 டிகிரி செல்சியஸ் வெயில் கொளுத்துகிறது.

36 மணிநேரத்திற்கு முன்பு குண்டுகள் அவர்களைத் தாக்கின. சடலங்கள் ஆபாசமான முறையில் வீங்கியிருந்தன. அழுகி, தாங்க முடியாதபடி நாற்றமடித்துக்கொண்டிருந்தன. பக்கத்தில் ஆண் உறவினர்கள் நின்றார்கள். சி.ஆர்.பி.எஃப். சிப்பாய்கள் இன்னமும் எச்சரிக்கையுடன் சடலங்களைக் காவல் காத்துக்கொண்டிருந்தார்கள். அவர்கள் முகங்களைத் துணிகளால் மூடியிருந்தார்கள். கைகளில் X95, ஏ.கே. 47 துப்பாக்கிகள். அவற்றில் கிரனேடு லாஞ்சர்களும் பொருத்தப்பட்டிருந்தன.

"வயிற்றில் கீறல்போடுங்கள்" என்று ஒருவர் ஆணையிட்டார். அவர் முகமும் துணியால் மூடப்பட்டிருந்தது. அவர் கையில் ஒரு பதிவேடு வைத்திருந்தார். அவர் அரசு மருத்துவர் பி.ஆர். புஜாரி சுக்கு என்ற கிராமவாசி முன்னால் வந்தார். உயிரிழந்து கட்டிலில் கிடப்பவர்களில் ஒருவரின் உறவினர் அவர். சடலத்தைப் போர்த்திய துணியை அவர் அகற்றினார். வீங்கி ஊதா நிறமாகிவிட்ட உடல் வெளியே தெரிந்தது. வயிற்றைக் கிழித்துத் திறந்தார். செந்நிறப் புழுக்கள் வெளியே வந்தன. உடலிலிருந்து பெரும் சத்தத்துடன் வினோதமான காற்று வெளியானது. "இறந்த உடல்கள் பலூன்களைப் போன்றவை. அவற்றைக் கிழித்துத் திறந்தால் பலூன் வெடிப்பதுபோலச் சத்தம் வரும்" என்று சி.ஆர்.பி.எஃப். சிப்பாய் ஒருவர் என்னிடம் விளக்கினார். உறவினர்கள் சடலங்களைப் பிடித்துக்கொண்டு தலைகீழாகவும் பக்கவாட்டிலும் திருப்பினார்கள். மருத்துவர் தலையிலிருந்து எடுத்த குச்சியை விட்டு ஆட்டியபடி அவற்றைப் பரிசோதித்தார். பதிவேட்டில் குறித்துக்கொண்டார்.

ஓராண்டுக்கு முன்னால் இப்படிப்பட்ட பிணங்களின் முன்னே நீங்கள் நின்றுகொண்டிருந்தீர்கள். இதே மாவட்டத்தில் இன்னொரு கிராமத்தில். 2012, ஜூன் 28 இரவில் சி.ஆர்.பி.எஃப். படையினர் சர்சேகுடா கிராமத்தில் பீஜ புண்டம் திருவிழா கொண்டாடிக்கொண்டிருந்த மக்கள்மீது துப்பாக்கிச் சூடு நடத்தியது. 19 பேர் கொல்லப்பட்டார்கள். பிணக்கூராய்வு முடிந்துவிட்டது. எரிப்பதற்கு முன்பு கிராமத்தை நீங்கள் அடைந்துவிட்டீர்கள். இங்கே, எஹத்சமேதா கிராமத்தில் பிணங்களைக் கிழித்துத் திறப்பதைப் பார்த்தீர்கள்.

பாதுகாப்புப் படையினருடனான மோதலில் கொல்லப்படும் மக்களின் சடலங்களைப் பிணக்கூராய்வு செய்ய வேண்டும் என்றும் மரணத்தின் காரணம் என்ன என்பதுபற்றி அதிகாரபூர்வமான அறிக்கையைத் தயாரிக்க வேண்டும் என்றும் இந்தியச் சட்டங்கள் கூறுகின்றன. மாவட்ட மருத்துவமனையில் இரண்டு மருத்துவர்கள் பிணக்கூராய்வு செய்ய வேண்டும் என உச்ச நீதிமன்றம் உத்தரவிட்டுள்ளது. போலி மோதல் நடைபெற்றதா

என்பதை அறியும் வகையில் புகைப்படங்களும் வீடியோ பதிவும் எடுக்கப்பட வேண்டும் என்றும் அது கூறியுள்ளது. 'மோதல் கொலை' என்று காவல்துறை கூறிக்கொளளலாம். அப்படியானால் தரப்பினரும் ஒருவரை ஒருவர் சுட்டிருக்க வேண்டும். ஒருவர் மிக அருகிலிருந்து தலையில் சுடப்பட்டதாகப் பிணக்கூராய்வு காட்டக்கூடும். கொன்றவர் பொய் சொல்லலாம். பிணம் வாய் திறந்து பேசாது. ஆனால் பட்ட காயம் உண்மையைச் சொல்லி விடும். சுட்ட கோணம், நோக்கம் ஆகியவற்றைக் கூறிவிடும்.

எஹத்சமேதாவில் அது எப்படி நடந்தது?

"வேறு பிளேடு இல்லையா? புதிய பிளேடு?" டாக்டர் பூஜாரி தன் சகாக்களைக் கேட்டார். டாக்டர் இதுவரை எந்தச் சடலத்தையும் தொடவில்லை. கிழிந்துபோன பச்சை நிற மேலங்கியும் நீல நிற அரை நிஜாரும் அணிந்த சுக்லு இரண்டு பிளேடுகளைக் கொண்டு ஐந்து சடலங்களை அறுத்திருந்தார். பிளேடை மாற்ற வேண்டுமென்று டாக்டருக்குத் திடீரென்று தோன்றியது. ஆனால் வேறு பிளேடு எதுவும் அங்கே இல்லை. மருத்துவக் கருவிகள் எதுவும் இல்லை. சுக்லுவிடம் ஒரே ஒரு ஜோடி மருத்துவக் கையுறைகளைக் கொடுத்திருந்தார்கள். கையுறைகளை மாற்றாமலேயே அவர் உடல்களைக் கீறித் திறந்துகொண்டிருந்தார். தன் கையைச் சடலங்களின் வயிற்றுக்குள் விட்டு உள்ளுறுப்புகளை வெளியே எடுத்து டாக்டரிடம் காட்டி விட்டு மீண்டும் உள்ளே வைத்தார். சடலங்கள் வானத்தைப் பார்த்தபடி இருந்தன. வாய்கள் திறந்திருந்தன. பற்கள் கறுத்துப் போயிருந்தன.

தங்கள் உறவினர்களின் பிணக்கூராய்வு வெட்ட வெளியில் அனைவரின் பார்வையிலும் நடப்பதைக் கிராமவாசிகள் பார்த்துக்கொண்டிருந்தார்கள்.

திறந்த வெளியில் பிணக்கூராய்வு செய்வது சட்ட விரோதம் என்று டாக்டர் பூஜாரி ஒப்புக்கொண்டார். காவல் துறையினரின் எதிரில் செய்வதும் சட்டப்படி தவறு என்பதையும் ஒப்புக்கொண்டார். "குறிப்பிட்ட சில சூழ்நிலைகளில் சப்டிவிஷனல் மாஜிஸ்திரேட்டின் அந்தஸ்தில் அல்லது அதற்கு மேம்பட்ட பதவியில் இருக்கும் அதிகாரி வேறு விதமாகப் பிணக்கூராய்வு செய்ய அனுமதி அளிக்கலாம்" என்று அவர் விளக்கமளிக்க முயன்றார்.

"பிணக்கூராய்வுக்குத் தேவையான ஒரே விஷயம் போதுமான வெளிச்சம் மட்டும்தான். மற்ற விஷயங்களைச் சூழ்நிலைக்கு ஏற்ப மாற்றிக்கொள்ளலாம்" என்றார் சப்டிவிஷனல் மாஜிஸ்திரேட் வீரேந்திர பகதூர்.

அப்பட்டமான அத்துமீறல்.

ஆகவே, பஸ்தர் மருத்துவர் தனிப்பட்ட முறையில் உடலைப் பரிசோதனை செய்ய வேண்டிய அவசியம் இல்லை. கிராமவாசி ஒருவர் தன் மகனுடைய சடலத்தைத் திருப்பிப் போடுவார். சுக்லு அதை அறுப்பார். குண்டு பட்ட காயத்தை டாக்டர் சற்றுத் தொலைவிலிருந்து 'பரிசோதனை' செய்வார். எண்ணற்ற சடலங்களைத் திறந்து பார்த்த அனுபவம் கொண்ட இந்த டாக்டருக்குக் கண் பார்வை மிகவும் கூர்மையானது என்று தோன்றுகிறது. கையில் அபாயகரமான ஆயுதங்களுடன் காவலர்கள் பாதுகாப்புத் தருவார்கள். ஒரு சடலம் நீல நிற ஜட்டி மட்டுமே அணிந்திருக்கும். அதைக் கழற்று என்று யாரோ சொல்லுவார். ஒருவர் இறந்துபோனவரின் சகோதரராக இருக்கலாம் – அதைக் கழற்றுவார். இறந்து போனவர் நிர்வாணமாகிவிடுவார். அவருடைய பிறப்புறுப்பு கோரமாக இருக்கும். அவர் உடல் உப்பிப்போன கறுப்பு பலூன்போல இருக்கும்.

ஒரு மணிநேரம் கழித்து அந்தச் சடலங்கள் கட்டில்களில் கிடத்தப்பட்டுக் கங்கலூர் காவல் நிலையத்திற்குக் கொண்டு செல்லப்படுகின்றன. அங்கே கூடியிருக்கும் பெண்கள் பல மணிநேரமாகக் கத்திக் கத்தித் தொண்டை கிழிந்துபோய்க் காத்திருக்கிறார்கள். திரும்பிப் போகும்படி அவர்களுடைய கணவன்மார்கள் கேட்டுக்கொள்கிறார்கள். இறுதிச் சடங்கு களைச் செய்தாக வேண்டுமே.

நிர்வாகம் ஒரு டிராக்டரை ஏற்பாடு செய்திருக்கிறது. ஆனால் அந்தப் பகுதி மிகவும் கடினமானது. மலைப் பகுதிகள் நான்கு சக்கர வாகனங்களுக்கு ஏற்றவை அல்ல. டிராக்டர் பாதி வழியில் அவர்களை விட்டுவிடுகிறது. கட்டில்களில் கட்டி வைக்கப்பட்ட சடலங்களுடன் இரண்டு மணிநேரப் பயணம் தொடங்குகிறது.

இதர கிராமவாசிகள் எஹத்சமேதாவின் வெளிப்புறத்தில் சிதைகளை ஏற்பாடு செய்திருக்கிறார்கள். ஜோகா, பத்ரு (அப்பாவும் பையனும்) இருவரையும் ஒரே சிதையில் வைக்கிறார்கள். "ஆதிவாசிகளிடையே இது பழக்கம்தான். ஒருவர் இன்னொருவர்மீது அளவு கடந்த அன்பு வைத்திருந்தால் அவர்கள் இருவரையும் சேர்த்து எரிப்போம்" என்கிறார் கிராமவாசி ஒருவர்.

நீங்கள் ஆறு மணிநேரமாகச் சடலங்களுடன் இருக்கிறீர்கள். ஓராண்டுக்கு முன்னால் இதே போன்ற தருணத்தில் ஏற்பட்ட தயக்கம் ஏதும் இப்போது உங்களுக்கு இல்லை. புகைப்படம்

எடுக்கிறீர்கள், வீடியோ எடுக்கிறீர்கள். உங்களையே ஒரு சடலமாகக் கருதிக்கொள்கிறீர்கள். சிதையில் அவர்கள் வைக்கப்பட்டதும் அவர்கள் அருகில் உங்களையும் வைத்தால்தான் அன்றைய நாள் முடிவுக்கு வரும் என்று உங்களுக்குத் தோன்றுகிறது. மரங்கள் சூழ்ந்திருக்க, நெருப்பின் ஜுவாலைகள் மேலெழுகின்றன. கிராமவாசிகள் வீடு திரும்புகிறார்கள். ஜுவாலைகளுக்கு நடுவே கடந்த ஆண்டின் சிதைகள் உங்கள் முன் பளிச்சிடு கின்றன. எஹத்சமேதாவுக்கான சாலை சர்கேகுடாவிலிருந்து தொடங்குகிறது.

இது நினைவுகளில் மூழ்குவதற்கான தருணம் அல்ல. மாலை சூழத் தொடங்குகிறது. தில்லிக்குச் செய்தி அனுப்ப வேண்டும். மாவட்டத் தலைமையகத்தில்தான் இணையத் தொடர்பு இருக்கிறது. அங்கே செல்ல மூன்று, நான்கு மணிநேரம் பயணம் செய்ய வேண்டும். நாளைய செய்தித்தாளில் இந்தச் செய்தி வர வேண்டுமென்றால் நீங்கள் இந்தப் பிழம்புகளையும் நினைவுகளையும் காட்டிலேயே விட்டுவிட்டு உடனடியாகக் கிளம்பியாக வேண்டும். இங்கே ஒவ்வொரு உணர்ச்சியும் செய்தியாக மாறுகிறது. நாள் முழுவதும் நீங்கள் இருந்த மரணச் சூழலை இப்போது வெறிபிடித்த விரல்களால் 800 சொற்களுக்குள் வேக வேகமாகத் தட்டச்சு செய்ய வேண்டும். மின்னஞ்சலை 'அனுப்பு' என்னும் பெட்டியைச் சொடுக்குவதற்கு முன்பு புகைப்படங்கள் பற்றி விவரங்களைச் சேர்க்க வேண்டும்.

மரணம் 7

2012, பிப்ரவரி 22. சிரியாவில் இன்று மேரி கால்வின் கொல்லப்பட்டார். அவர் அசாத் அரசுக்கு எதிராக எழுதிவந்தார்.

பஸ்தரின் புல்வெளிகளினூடே அலைந்து கொண்டிருக்கும்போது நீங்கள் மேரியின் மரணத்தையும் பஸ்தாரின் மரணங்கள் அணிந்திருக்கும் பல்வேறு முகங்களையும் கற்பனை செய்து பார்க்கிறீர்கள்.

இரவில் சிந்தல்னர் காட்டுப் பாதையில் போய்க்கொண்டிருந்தபோது திடீரென்று உங்கள் மோட்டார் சைக்கிளின் முன்னால் சில உருவங்கள் தோன்றுகின்றன. அவர்களுடைய அரிவாள்களின் முனைகள் வண்டியின் விளக்கொளி பட்டு மின்னுகின்றன. அவர்கள் வயல்களிலிருந்து திரும்பும் விவசாயிகளாக இருக்கக்கூடும். ஆனால் யமதர்மராஜனிடமிருந்து அவசரச் செய்தி கொண்டுவரும் மரண தூதர்களாகவே அவர்கள் தோற்றமளிக்கிறார்கள்.

ஒரு மாதம் கழித்து, மார்ச் மாத இறுதியில் மரங்கள் இலைகளை உதிர்க்கின்றன. தரையில் அடர்த்தியாகப் பரவியிருக்கும் சருகுகளினூடே சின்னச் சின்னத் தீப்பொறிகள் படபடக்கின்றன.

தீப்பிழம்பு மரங்களினூடே வழுக்கிச் செல்கிறது. இங்கே யாராவது வெடிபொருள்களை

வைத்திருக்கிறார்களா? கண்ணிவெடி ஏதேனும் வெடித்து விட்டதா? புதிதாக வருபவர்களுக்கு ஆரம்ப நாட்களில் தோன்றும் எண்ணங்கள் இவை. பஸ்தரில் நெருப்பு என்பது மரணத்தின் அடையாளம். உலர்ந்த மூங்கில் இலைகளிலிருந்து கிளம்பும் பொறி காட்டில் பரவுகிறது. அது துப்பாக்கிச் சூட்டைப் போன்ற மாயத் தோற்றத்தை ஏற்படுத்துகிறது.

மாவோயிஸ்டுகள் இரண்டு விதமான கண்ணிவெடி களைப் புதைத்துவைக்கிறார்கள். ஒன்று தொலைவிலிருந்து வெடிக்கச் செய்யக்கூடியது. இன்னொன்று நேரடி அழுத்தத்தி னால் வெடிப்பது. இரண்டாவது வகைக் கண்ணி வெடிகள் காட்டுப் பாதைகளின் அடியில் புதைந்திருக்கின்றன. எப்போதிருந்து என்று யாருக்குத் தெரியும்? காட்டை அறிய வேண்டுமானால் இந்தப் பாதைகளின் வழியே பயணம் செய்துதான் ஆக வேண்டும். மறைந்திருந்து நடத்தப்படும் தாக்குதலில்தான் நீங்கள் கொல்லப்படுவீர்கள் என்பதல்ல. பூமிக்கு அடியில் புதைக்கப்பட்டு மறக்கப்பட்ட கண்ணி வெடிகூட வெடிக்கலாம். இருபுறமும் சீறிப் பாயும் குண்டுகளிலிருந்து நீங்கள் தப்பிக்கலாம். ஆனால் உங்களுக்காகக் காத்திருக்கும் கண்ணி வெடியிலிருந்து தப்பிக்க முடியாது.

காலையில் ஜாகிங் செய்யும்போதும் அது நடக்கலாம். ஒரு குளத்தின் அருகே நின்று மூச்சுவாங்குகிறீர்கள். திடீரென்று மூன்று திசைகளிலிருந்தும் சிப்பாய்கள் உங்களை நோக்கி அணிவகுத்து வருவதைப் பார்க்கிறீர்கள். 500 மீட்டர் தொலைவில் அவர்கள் இருக்கிறார்கள். பல விதமான துப்பாக்கிகள் அவர்களிடம் உள்ளன. குண்டுகளைப் பொழிய 51 மிமீ கனரகத் துப்பாக்கிகளை வைத்திருக்கிறார்கள். துப்பாக்கிகள் காற்றில் வேகமாக அசைகின்றன. அவற்றில் கிரானேடு லாஞ்சர்களும் தொலைநோக்கிகளும் பொருத்தப்பட்டிருக்கின்றன. தொலைநோக்கியினூடே நீங்கள் துல்லியமாகத் தெரிகிறீர்கள்.

அவர்கள் ஏதேனும் நடவடிக்கையை மேற்கொள்கிறார்களா? உங்களை எதிரியாகக் கருதுகிறார்களா? உங்கள் உடைகள் காட்டில் உங்களை அன்னியராகக் காட்டக்கூடும். ஆனால் நீங்கள் பார்க்க எதிரியைப் போல இல்லை. உங்கள்மீது சந்தேகம் வரலாம். ஆனால் கிரனேடு லாஞ்சர்களுடன் ஒரு பட்டாளமே உங்களை நோக்கி வர அது காரணமாக இருக்க முடியாது. சந்தேகம் ஏற்பட்டதற்காகவே யாரும் சுட்டுவிட மாட்டார்கள் அல்லவா? ஆனால், சுடுவார்கள். ஆயுதம் தாங்கிய படைவீரர்தான் எல்லோரைக் காட்டிலும் அச்சம் கொண்டவர். ஆயுதம் இல்லாதவர் தப்பிக்க ஆயிரம் வழிகளை யோசிப்பார். ஆயுதம்

தாங்கியவர் குண்டை மட்டுமே நம்புவார். அந்த உலோகத்தின் மினுமினுப்பு அவர்கள் சிந்தனைகளை மௌனமாக்கிவிடும். நினைவுகளை மறைத்துவிடும். பகுத்தறிவை மூடிவிடும்.

இப்போது 200 மீட்டர் தொலைவில் இருக்கிறார்கள். கமாண்டர் முன்னிலையில் இருக்கிறார். மற்றவர்கள் பின்னால் இருக்கிறார்கள். திறந்த மைதானத்தை நோக்கி அவர்கள் நகர்கிறார்கள். ஒரு சிப்பாய் நிற்கிறார். முழங்காலை ஊன்றி மண்டியிடுகிறார். துப்பாக்கியைத் தன் தோளில் வைத்துக் குறி பார்க்கிறார். நீங்கள் ஓடிவிடுவீர்கள் என்று அவர்கள் நினைக்கிறார்களா? நீங்கள் அங்கேயே நிற்கிறீர்கள். ஓட எங்கே இடம் இருக்கிறது? உங்களுக்குப் பின்னால் பெரிய குளம் ஒன்று இருக்கிறது. அந்தப் படையினர் உங்களுக்காகத்தான் வருகிறார்களா? பக்கத்தில் எங்காவது நக்சல்கள் ஒளிந்திருக்கிறார்களா? ஒருவேளை குளத்தின் மறுகரையில்? மரங்களின் சாரக்கட்டில்? படை மேலும் நெருங்குகிறது. மேலும் பலர் குறிபார்க்கிறார்கள். இங்கே மோதல் நிகழப்போகிறதா? எல்லாப் பக்கங்களிலிருந்தும் பாயும் குண்டுகள் உங்களைத் துளைக்கப் போகின்றனவா? மோதலை நேரடியாகப் பார்த்து எழுத வேண்டும் என்று நீங்கள் விரும்பியிருக்கிறீர்கள். ஆனால் அந்தத் தருணம் வரும்போது உங்கள் கையில் குறிப்பேடோ கேமராவோ இல்லை. அச்சம் உங்களைச் சூழ்ந்திருக்கிறது. மறைந்துகொள்ளப் பாறையோ குன்றோ அருகில் இல்லை. குண்டுகள் முழங்குவதற்கு முன் தரையில் படுத்துவிடுவது புத்திசாலித்தனமான செயலாக இருக்குமா? அல்லது சரணடை வதைக் குறிக்கும் விதத்தில் கைகளைத் தூக்கிவிடலாமா?

o

நூற்றுக்கணக்கான கிலோமீட்டர்களுக்கு அப்பால் பஸ்தருக்கு வடக்கில் ராய்ப்பூரில் மேஜர் சாப் வசிக்கிறார். அவருக்குச் சுமார் 50 வயது இருக்கும். அடிக்கடி அவர் பூங்காவின் பெஞ்சில் உட்கார்ந்திருப்பதைப் பார்க்கலாம். அல்லது வாசல் கதவருகே இருக்கும் வாட்ச்மேனுடன் பேசிக்கொண்டிருப்பார். அவர் வீட்டுக்கு எதிர்ப்புறத்தில் வசிக்கும் இளைஞர் ஒருவருடன் சில சமயம் பேசிக்கொண்டிருப்பார். மேஜருக்கு இரண்டு புகார்கள்தான். ஒன்று கடந்த சில நாட்களாக அவருக்கு உடம்பு சரியில்லை. கேள்விப்பட்டிராத வியாதிகளின் பெயர்களைச் சொல்கிறார். சட்டையைத் தூக்கி வயிற்றைக் காட்டி, தொப்புளுக்குக் கீழே சுட்டிக்காட்டுகிறார். இரண்டாவதாக, அண்மையில் அவர் குடும்பத்தில் யாரோ இறந்துவிட்டார்.

யார்? பாபாவா... அம்மாவாகவும் இருக்கலாம் தெளிவில்லாத சில பெயர்களை அவர் பட்டியலிடுகிறார்.

அந்த இளைஞரைச் சில நாட்கள் பார்க்காவிட்டால் அவர் வீட்டு வாசலுக்குப் போகிறார். எக்கி நின்றபடி உள்ளே எட்டிப் பார்க்கிறார். கதவைத் தட்டுவதே இல்லை. கதவைத் திறந்து உள்ளே வரக்கூடிய இயல்பு கொண்டவர் அல்லர், அவர். வாசல்புறச் சுவரின் மேலிருந்து கதவு, வரவேற்பறை ஆகியவற்றை எட்டிப் பார்ப்பதோடு சரி. பந்து பக்கத்து வீட்டில் விழுந்து விட்டால் உள்ளே போய்க் கேட்கப் பயந்துகொண்டு யாராவது வருகிறாரா என்று பார்த்தபடி வாசலிலேயே காத்திருக்கும் பையனைப் போலக் காத்திருப்பார்.

கதவு திறந்திருந்து, கூடத்தில் இருக்கும் நபரை அவரால் பார்க்க முடிந்ததும் கிசுகிசுப்பான குரலில், "பாபா நேற்று செத்துப்போய்விட்டார்... வயிற்றுக்குக் கீழே கடுமையான வலி ... டாக்டரைப் பார்க்க வேண்டும்" என்கிறார்.

யார் பாபா? அவர் எப்படி இறந்தார்? 'பையா' சரியான நேரத்தில் மருந்து கொடுக்கவில்லை.

துருப்பிடித்து, கிட்டத்தட்டச் செயலிழந்துபோன போலீஸ் ஜீப் ஒன்று மேஜர் சாபின் வீட்டு வாசலில் நிற்கிறது. இளநிலைக் காவலர் ஒருவரின் வீடுபோல இருக்கிறது. மேஜர் சாபின் தம்பியாக இருக்கலாம். இளைஞரின் வீட்டுத் தாழ்வாரத்திலிருந்து பார்த்தால் அவருடைய வீட்டு மொட்டை மாடி தெரியும். மொட்டை மாடியில் சூரிய ஒளியை அனுபவித்துக்கொண்டிருக்கையில் அவர் புன்னகைக்கிறார். அரிதாக வரும் புன்னகை. இளைஞனைப் பார்த்துக் கையசைக்கிறார்.

மேஜர் சாப்புக்கு பிஸ்கட்டுகள் பிடிக்கும். அவ்வப்போது இளைஞனின் வீட்டு வாசலுக்கு வந்து பிஸ்கட் கேட்கிறார். பிஸ்கட்டைப் பற்றிச் சுவையான கதை ஒன்று உள்ளது. ஒருமுறை பார்லே-ஜி பிஸ்கட் பாக்கெட் ஒன்று இளைஞனின் காரில் இருந்தது. மேஜர் சாப் மதில் சுவருக்குப் பக்கத்தில் வந்து நின்றபடி, "எனக்கு பிஸ்கட் வேண்டும்" என்றார். இளைஞன் சமையலறைக்குப் போய்த் தேடினான். "வீட்டில் பிஸ்கட் இல்லை" என்று சொன்னான். "இங்கே இருக்கிறது" என்றார் மேஜர். "எங்கே?" மேஜர் சாப் காரைச் சுட்டிக்காட்டினார்.

அவரைச் சந்தித்த பிறகு, அவர் ராணுவத்தில் மேஜராக இருந்திருப்பார் என்று அந்த இளைஞன் நினைத்தான். அல்லது இப்போது அவருக்கு மேஜர் சாப் என்ற பெயர் கிடைத்திருக்க வேண்டும். பிற பெயர்களைப் போலவே அந்தப் பெயரும் திரிந்தது.

வாட்ச்மேன் மேஜரை மேக்னடோ என்று மாற்றிவிட்டார். இப்போது அவர் மேக்னட்டோ சாப் ஆகிவிட்டார். மேக்னட்டோ என்பது ராய்ப்பூரில் இருக்கும் ஷாப்பிங் மால்.

மேஜர் சாப்பின் கல்லீரல் மிகவும் பலவீனமாக இருக்கிறது. அவர் முறையாகச் சிகிச்சை எடுத்துக்கொள்வதில்லை. மரணச் செய்தியாளர் சாட்டுக்குப் போகும்போதெல்லாம் அவர் மூச்சு பலவீனமானதொரு இழையில் தொங்குகிறது.

மரணத்தின் கதை 12

பஸ்தர் பயணத்தின் கதையும் பஸ்தர் கதையின் பயணமும் வழித்துணை அற்றவை. பஸ்தரில் வழித்துணையாக யாரும் இருக்க முடியாது. இங்கே எல்லோரும் தனியாகத்தான் இருக்கிறார்கள். ஒருவரை மற்றவருடன் பிணைக்கும் கயிறுகள் அனைத்தும் ஒளிரும் தோட்டாவை ஒருவர் எதிர்கொள்ளும்போது அறுந்துவிடுகின்றன. தோட்டாவைக் காணாத வீடுகள் சுக்மாவிலோ தண்டேவாடாவிலோ அதிகம் இல்லை. துப்பாக்கியிலிருந்து சீறும் உயிருள்ள தோட்டா அல்ல. சதைக்குள் புதைந்திருக்கும் உயிரற்ற தோட்டா.

நகரத்தில் அவர் பெயர் குற்றவியல் செய்தியாளர். பஸ்தரில் மரணச் செய்தியாளர். குற்றவியல் செய்தியாளர் ரத்தக் கறைகளின் வழியாக ஒரு கொலையைப் பின்தொடர்கிறார். மரணச் செய்தியாளர் புதிரைப் போலக் கலைந்து கிடக்கும் சடலத்தின் துண்டுகளை ஒட்டவைத்தபடி மரணத்தை ஆராய்கிறார்.

நல்ல நாவலாசிரியர்கள் தங்கள் பாத்திரங்களின்பால் சமஅளவில் அனுதாபம் கொண்டிருப்பார்கள்; ஆனால் மகத்தான நாவலாசிரியர் அனுதாபத்தை எதிர்த்துப் போராடுகிறார் என்று யாரோ சொன்னார்கள்.

அனுதாபம்தன்னுடையகதைக்குச்சேதம்ஏற்படுத்திவிடும்என்பதை மரணச் செய்தியாளர் உணர்கிறார். பஸ்தரில் தனிமையில் இருந்தபடி அவர் தன் கதையை எழுதுகிறார். அவர் முதுகில் சுமந்து செல்லும் பையில் காவல் நிலையத்திலிருந்து எடுத்த பிணக்கூராய்வு அறிக்கைகள் சிலவும் காயாத குருதியின் புகைப்படங்களும் காலியான வெடிகுண்டுப் பெட்டிகளும் இருக்கின்றன. அவரது நோட்டுப் புத்தகம் மயானங்களின் வாக்குமூலம்.

புனைகதை எழுத்தாளர் ஒரு சொல்லில் பல வாரங்களாக, ஏன் மாதங்களாகத் தங்கியிருக்கிறார். நாவலை எழுதுவதன் மூலம் மரணத்தை எழுதுவது குறித்த அச்சத்தைக் கடக்கிறார். அந்த நாவல் புனைவின் உச்சம். மரணத்திற்கும் மரணச் செய்தியாளருக்கும் பஸ்தர்தான் கடைசிக் களம். தன்னுடைய ஃபவுன்டன் பேனாவின் நுனியில் பிணங்களைச் சொருகியபடி வனாந்தரங்களினூடே அவர் அலைகிறார். பிணங்கள்தான் அவருக்கு ஒரே வழித்துணை.

○

கிட்டத்தட்ட உணர முடியாத அளவில், ஆனால் அழுத்தமாக, இதழியல் உங்கள் இருப்பை மௌனமாக்கிவிட்டிருக்கிறது. நீங்கள் திகைக்கவைக்கும் அவசரத்தில் வாழ்கிறீர்கள். உங்களைச் சுற்றியுள்ள ஒவ்வொன்றிலும் செய்தியை அடையாளம் காணத் துடிக்கிறீர்கள். ஏதேனும் முக்கியச் செய்தியைத் தவற விட்டுவிடுவோமோ என்ற பதற்றம் உங்களைப் பீடிக்கிறது. தற்கணத்தில், அதன் வெம்மை அல்லது குளிருக்கு உங்களை ஒப்புக்கொடுத்து வாழ்வதற்குப் பதில் மோப்ப நாயைப் போல ஏதேனும் ஒரு துப்பு அல்லது ரகசிய ஆவணத்தைத் தேடிக்கொண்டிருக்கிறீர்கள். புலன்களின் அதீதமான இந்த விழிப்புணர்வு உங்கள் இருப்பினூடே ஊடுருவும் அச்சத்தைத் தோற்றுவித்திருக்கிறது.

கடந்த சில ஆண்டுகளில் அற்புதமான அனுபவங்களைப் பெற்றிருக்கிறீர்கள். பத்திரிகையாளராக இல்லாமல் இவற்றை நீங்கள் பெற்றிருக்கவே முடியாது. என்றாலும் இந்த நினைவுகளுக்கு உரமூட்டுவதற்கான இடம் உங்கள் மனதிலோ உணர்விலோ இல்லை. ஒன்றிலிருந்து இன்னொன்று, அதிலிருந்து மற்றொன்று என்று செய்திகளிடையே தாவிக் குதிக்கிறீர்கள். வாழ்க்கையில் அடுத்தடுத்து, சில சமயம் ஒரே நேரத்தில் பல்வேறு காதல்களில் விழுபவர்களைப் போலச் செய்திகளோடு குலாவிக்கொண்டிருக்கிறீர்கள். தங்கள் காதலர்களுக்காக

வாழ்க்கை முழுவதையும் அர்ப்பணம் செய்ய விருப்பம் இருந்தும் புறத்தோற்றமாகிய உடலிலேயே திருப்தியடைந்து விடுவதால் காதலுக்கென்று எந்த இடமும் இல்லாமல் போகிறவர்களைப்போல ஆகிவிட்டீர்கள்.

கற்பனைக்குப் பிடிபடாத, வசீகரமான இந்தப் பிரபஞ்சம் உங்களைப் பொறுத்தவரை வெறும் செய்திக்கான சரக்காக, பெரிய தலைப்புடன் எழுத வேண்டிய செய்திக் கட்டுரையாகச் சுருங்கிவிட்டது. கடந்த காலத்தில் உங்களுக்கு இருந்த மானுட உறவுகள் அனைத்தும் 'செய்தி' என்னும் சாயம் படிந்தவை. யாருடனாவது ஒன்றாக அமர்ந்து சாப்பிடும்போதுகூட அதிலிருந்து ஏதாவது 'ஸ்டோரி' கிடைக்குமா என்ற எண்ணம் உங்களை விட்டு விலகுவதே இல்லை. நண்பர்களைச் சந்தித்துவிட்டு வந்த பிறகு "தலைப்பு என்ன?" என்னும் கேள்விதான் உங்களுக்குள் ஓடிக்கொண்டிருக்கிறது. ஒரு வியாபாரி தாஜ்மஹாலைப் பார்க்கப் போனால் இந்த நினைவுச் சின்னத்தை எப்படி விற்பது என்னும் கேள்விதான் அவர் மனதில் முதலில் உதிக்கிறது.

புனைகதையின் மீதான உங்கள் காதலின்போதும் இதேபோன்ற அனுபவம் உங்களுக்கு ஏற்பட்டது. ஒவ்வொரு மனிதரிடத்திலும் ஒரு கதாபாத்திரத்தைக் கண்டீர்கள். ஒவ்வொரு இதயத் துடிப்பிலும் நீங்கள் எழுதிக்கொண்டிருக்கும் கதைக்கான குறிப்புகளைத் தேடினீர்கள். ஒரு திரைப்படத்தின் மையக் கதாபாத்திரமாக வரும் நாவலாசிரியர் ஒருவர் தன்னுடைய கதைக்குப் புதிய இழைகளைச் சேர்ப்பதற்காகத் தன்னுடைய மகளுக்கு உடல் நலமில்லாமல் போக வேண்டும் என்று விரும்பியதை நீங்கள் அறிவீர்கள். ஆனால் புனைவெழுத்து என்பது தியானம் போன்றது.

வெளியுலகில் கதாபாத்திரங்களைத் தேடும் அதே வேளையில் உங்கள் சுயத்தைக் கரைத்துக்கொண்டு அந்தப் பாத்திரங்களின் வாழ்வினுள் ஆழமாகப் பயணம் செய்து அவர்களுடன் அந்தரங்கமாக உரையாடுவதே உங்கள் முயற்சியாக இருந்தது.

தன்னுடைய பாத்திரங்களைக் குறித்துத் தியானம் செய்யும் சொகுசான வாய்ப்பு ஒரு பத்திரிகையாளருக்கு இல்லை. பத்திரிகையாளரின் தொடர்புகளைக் குறிப்பிட 'சோர்ஸ்' (தகவல் ஆதாரங்கள்) என்னும் சொல்லை ஆங்கில மொழி பயன்படுத்துவது வருத்தத்திற்குரியது என்றாலும் பொருத்தமானதுதான். அழகான இந்த உலகின் பெரும் பகுதி உங்களுக்கு வெறும் 'சோர்ஸ்'தான்.

பத்திரிகையாளருக்கும் நாவலாசிரியருக்கும் இடையே உள்ள வித்தியாசம் இதுவாகவே இருக்கலாம். பத்திரிகையாளர்

புறத்தோற்றத்துடன் நின்றுவிடுகிறார். நாவலாசிரியர் ஆன்மாவுக்குள் பயணிக்கிறார். உடலைத் துறக்காமல் ஆன்மாவை ஸ்பரிசிக்க முடியுமா?[1]

---

1. வரையறுக்க முடியாததும் பல்வேறு பாத்திரங்களும் அவர்களுடைய அக உலகங்களும் கொண்ட மாயப் பிரபஞ்சமாக உருவெடுப்பதுமான படைப்பாற்றல் யாருக்குச் சொந்தமானது? பதின் பருவத்தில் புனைவுகளின் உலகில் ஈர்க்கப்பட்டதிலிருந்தே இந்தக் கேள்வி என்னை அலைக்கழித்துவருகிறது. படைப்பிற்குச் சொந்தம் கொண்டாடுவதற்கான விதை எங்கே இருக்கிறது?

   இதழியல் உலகினுள் நுழைந்து வேறொரு கேள்வியை எதிர்கொள்வது வரையிலும் பல ஆண்டுகளாக இந்தப் புதிர் எனக்குள் இருந்துவந்தது.

   இதழியல் என்பது உண்மைகளை மட்டுமே அடிப்படையாகக் கொண்டதாக இருந்தாக வேண்டும் என்பதால் புனைவும் இதழிலும் நேரெதிரான கதையாடல் வடிவங்களா? அல்லது, இதழியலில் கணிசமான அளவுக்குப் புனைவு இருக்கிறதா? அது இதழியலாளருக்கு மட்டுமே தெரிந்த புனைவா? இதழியலாளருக்கு நாவலாசிரியராக வேண்டும் என்ற ரகசிய ஆசை இருக்கிறதா? வெளியில் யாரிடமும் சொல்ல முடியாத, ஏன் தனக்குள்ளேயேகூட ஒப்புக்கொள்ள முடியாத ஆசையாக அது இருக்கிறதா? புனைவெழுத்தாளர் என்ற முறையில் நான் எனக்கே எனக்கான பிரபஞ்சத்தை எப்போதும் தேடிக்கொண்டிருந்தேன். இதழியலாளர் என்ற முறையிலும் நான் மாற்று உலகம் ஒன்றைத் தேடிக்கொண்டிருந்தேனா? இதழியலாளராகச் செயல்படும்போது தகவல்களை நான் கண்டுபிடிக்கவில்லை. ஆனால் அவற்றை அர்த்தப்படுத்தும் விதம் – கடைசி வார்த்தை – என்னுடையதாகவே இருந்தது. இப்போது இந்தக் கேள்வி என்னை உலுக்கியது: அது இதழியல் எழுத்தா அல்லது புனைவின் கதையாடலா?

   என்னுடைய அனுபவ உலகின் ஒரு பகுதி தன்னை வெளிப்படுத்திக் கொள்வதற்கு ஏற்ற களம் நாவல் உலகில் இல்லை என்பதை அறிந்துகொண்டு என்னுடைய செய்திக் கட்டுரைகளில் சந்தடியில்லாமல் வந்து அமர்ந்து கொண்டது என்பதை உணர்ந்தேன். ஸ்டெஃபான் ஸ்வீகின் *(Stefan Zweig)* குறுநாவலின் மையக் கதாபாத்திரம் சதுரங்கப் பலகையின் கறுப்பு, வெள்ளைக் காய்களாகக் கறாராகப் பிரிக்கப்பட்டதுபோல நானும் இதழியலாளர், நாவலாசிரியர் என்னும் என்னுடைய இரண்டு சுயங்களிடையே நடக்கும் போட்டியின் பார்வையாளராக இருந்தேன். இவை இரண்டும் நேர்த்தியாகப் பிரிக்கப்பட்டவை என்பதே பொதுவாக நிலவும் கண்ணோட்டம். ஆனால் இவை இரண்டுக்கும் பொதுவான அம்சங்கள் இருப்பதைக் கண்டேன்.

   ஒரு எழுத்தாளருக்குக் கிடைக்கும் பல்வேறு மனப்பதிவுகளை எழுத்தாளராகிய அவருடைய சுயம் அமைதியாகத் தள்ளிவைத்துவிடுகிறது. ஒருவரிடத்திலேயே நேரெதிரான தன்மை கொண்டதாகத் தோற்றமளிக்கும் இரண்டு எழுத்தாளர்கள் இருந்தால்? அவர்கள் இருவரும் எழுதுவதற்கான கச்சாப் பொருள்களைத் தனக்கே சொந்தமாக்கிக்கொள்ளச் சண்டையில் ஈடுபட்டால்? முடிவுறாத இந்தச் சண்டை சில சமயம் மோசமான நிலையை எட்டிவிடுகிறது. இந்தப் பிளவு சில சமயம் ஆழமாகி ஒருவரை ஒருவர் தாக்கிக்கொள்ளத் தயங்காத நிலைக்கும் போய்விடுகிறது.

கனவு 12

பஸ்தரில் என்னுடைய ஆரம்ப நாட்கள் நினைவில் அடிக்கடி மேலெழுந்து வருகின்றன. 2011, செப்டம்பர் 13 அன்றுதான் முதல் முறையாக தண்டேவாடாவிற்குச் சென்றேன். இந்த மாநிலத்தில் நான் கழித்த முதல் மாதம் அது.

மும்பையின் மழை, மோன்டானாவின் நிலப்பரப்பு ஆகிய இரண்டு நினைவுகளும் என் நினைவில் ஆழமாகப் பதிந்துள்ளன. சத்தீஸ்கருக்கு வந்த பதினைந்து நாட்களில் இவை என் நினைவகத்தில் ஒன்றின் மேல் ஒன்றாகப் பதிந்துவிட்டன.

மும்பையில் சாவகாசமான மழை. வெயிலடிக்கும்போதும் மழை தூறுவது நிற்கவில்லை. ஒரே இடத்தில் சிறிது நேரம் நின்றாலொழிய மழை பெய்வதை உணரவே முடியாது. அந்த அளவுக்குச் சன்னமான தூறல். சிறிது நேரம் கழித்து உடைகள் நனைந்திருப்பதைக் கண்டு வியப்படைவீர்கள். மோன்டனா நிலப்பரப்பு? அடர்த்தியான தோப்புக்கள், அருவிகள், குன்றுகள். பல மைல் தொலைவிற்குக் காட்டினுள் நடந்து சென்றாலும் சிறு முணுமுணுப்பைக்கூடக் கேட்க முடியாது. ஆறுகளும் நீரோடைகளும் உங்கள் நடைக்குத் தடைபோடும். கால்களை வருடும்.

அற்புதமான அழகு கொண்ட இரண்டு நதிகள் இணையும் இடத்தில் தண்டேவாடா இருக்கிறது.

நேரெதிர் பொருள்களைக் கொண்ட பெயர்கள் அவற்றுக்கு அமைத்திருக்கின்றன. தங்கிணி என்றால் கொட்டுபவள் என்று பொருள். சங்கிணி என்றால் புனிதச் சங்கை ஊதுபவள். ஆறுகளுக்கு அமைந்த தங்கிணி, சங்கிணி, உதந்தி, தல்பேரு, கங்கை, யமுனை, நர்மதை என்றும் அற்புதமான பெயர்களெல்லாம் அன்னையரின் பெயர்களாகவே இருக்க முடியும். இந்தப் பெயர்களே மரியாதையை ஏற்படுத்துகின்றன. கங்கையில் முழுகி எழுந்தால் உங்கள் பாவங்கள் கரைந்துவிடும். ஆனால் தங்கிணி உங்களைக் கொட்டும். தூண்டும். ஏக்கங்களை உருவாக்கும். சங்கிணி சங்கொலி எழுப்பி உங்களை வரவேற்கும். இங்குள்ள மக்கள் நன்கு யோசித்துத்தான் இந்தப் பெயர்களை வைத்திருக்கிறார்கள். இந்த இடம் உங்கள் மனதைக் கொள்ளைகொள்ளும். இன்னொரு ஆறின் பெயர் பயங்கரமானது. ஜோன்க் என்றால் ரத்தம் உறிஞ்சும் அட்டை என்று பொருள். ராய்ப்பூர், மஹாசமுந்த் மாவட்டங்களின் வழியாகப் பாயும் நதி இது. இதில் ஒருமுறை முங்கி எழுந்தால் அது உங்கள் உடலோடு நிரந்தரமாக ஒட்டிக் கொள்ளும். உங்களை விடாது. வாழவிடாது. இரவும் பகலும் ரத்தத்தை உறிஞ்சி எடுத்துவிடும். தேனீக்கள், குளவிகள் ஆகிய வற்றின் பெயர்களைக் கொண்ட ஆறுகளும் இங்கே உள்ளன.

பத்து நாட்களுக்கு முன்பு இரியா என்னும் புழுதி படர்ந்த ஆறு பல்ராம்பூர் போகும்போது மூன்று முறை என் வழியில் குறுக்கிட்டது. மழைக்குப் பிறகு ஏகப்பட்ட மணல் சேர்ந்து விட்டதில் ஆறு சாம்பல் நிறத்தில் உள்ளது. நதி உங்கள் கால்களைத் தழுவ வருகிறது. உங்கள் பாதைக்கு அது தடையும் போடுகிறது.

○

ஒரு மாதத்திற்குப் பிறகு. தண்டேவாடாவில் சரத் பூர்ணிமா தினத்தின் நள்ளிரவு. முர்கா பஜார் என்ற பெயரில் ஆதிவாசிகள் நடத்தும் வருடாந்தரத் தொழிற்கண்காட்சி நடைபெறுகிறது. ஜக்தல்பூரிலிருந்து தண்டேவாடாவிற்குச் செல்லும் சாலையை ஒட்டியிருக்கும் நீண்ட மைதானத்தில் தசராவுக்குப் பிறகு நடக்கும் கண்காட்சி இது. ஆண்களும் பெண்களும் சிறுவர்களும் சிறுமிகளும் வட்ட வட்டமாகக் கூடி நடனம் ஆடிக்கொண்டிருக்கிறார்கள். வயதான ஒரு பெண்மணி புடவையை வாரிச் சுருட்டிக்கொண்டு நடனமாடியவாறு வட்டத்திற்குள் வருகிறார். போதை தலைக்கேறிய ஒரு ஆண் மைதானத்தின் நடுவே உருண்டு புரள்கிறார். பாடலின் ஒலி அதிகரித்து வானைத் துளைக்கிறது. முரசுகள் ஒலிக்கின்றன. ஆவேசமான ஆட்டம் பூமியை நடுங்கவைக்கிறது.

ஆவேசமமான இந்தக் கொண்டாட்டம் இரவு முழுவதும் நீடிக்கும். மறுநாள் இரவும் தொடரும். ஒரு பக்கம் சீட்டுக்கட்டை வைத்துச் சூதாட்டம் நடக்கிறது. சோப்பு, பென்சில் டப்பா ஆகியவற்றின் மீது வளையத்தைத் தூக்கிப் போடும் விளையாட்டு நடக்கிறது. ரௌலட் விளையாட்டை வட்டத்திற்குப் பதில் சதுரமாக மாற்றி ஆடிக்கொண்டிருக்கிறார்கள். ரௌலட் விளையாட்டு பஸ்தருக்கு எப்படி வந்தது? சிலர் சிவப்புக் கொண்டை உள்ள தங்கள் சேவல்களைச் சண்டைக்குத் தயார் செய்கிறார்கள். சிறகுகளை நீவிவிட்டு நகங்களில் பிளேடுகளைக் கட்டிவிடுகிறார்கள். கொழுத்த சேவல்கள் ஒன்றையொன்று தாக்குகின்றன. கால்களில் இருக்கும் பிளேடினால் எதிரியின் மார்பைக் கிழிக்கின்றன. வெற்றிபெற்ற சேவல்களின் சொந்தக்காரர்கள் செத்துப்போன சேவல்களை வீட்டுக்குக் கொண்டுபோகிறார்கள்.

சண்டை ஏதும் ஏற்பட்டால் அதைச் சமாளிப்பதற்காகப் பாதுகாப்புப் படையினர் சாலையோரம் நிறுத்தப்பட்டிருக்கிறார்கள். சீருடை அணிந்த காவலர்கள் குறும்புக்கார இளைஞர்களைக் கண்டிக்கிறார்கள். அதையும் தீவிரமாக அல்லாமல் உற்சாகமாகவே செய்கிறார்கள். இந்த இரவு ஆதிவாசிகளுடையது. பவுர்ணமியின் முழு நிலவு இளைஞர்கள், இளம்பெண்கள்மீது இறங்கியிருக்கிறது. அச்சம் காணாமல் போயிருக்கிறது. பெண்கள் பெரிய பானைகளில் மஹுவாவையும் சோற்றையும் எடுத்துவந்து எல்லோருக்கும் இலவசமாகத் தருகிறார்கள். பெண்கள் இலைகளால் செய்த கோப்பைகளில் மஹுவா குடிக்கிறார்கள்.

இந்தக் கொண்டாட்டத்தைப் பார்த்த ஒருவரால் சில நாட்கள் கழித்துக் காவல் துறை வாகனம் ஒன்று இதே சாலையில் கண்ணி வெடிமீது மோதும் என்று சொல்ல முடியுமா? காட்டில் கொஞ்ச தூரத்தில் தார்ப்பாலின் கூடாரத்தின் கீழ் அடுத்த தாக்குதலுக்கான ஏற்பாடுகள் நடந்துகொண்டிருக்குமோ?

ரத்தமும் போதையும் இங்கே இரட்டையர்கள். துப்பாக்கிகள், மரணங்களைப் பற்றிய கதைகளை இந்த வனத்தால் தவிர்க்க முடியாது. ஆயுதமேந்தியவர்களின் போர்க்களமாக மாற வேண்டும் என்பது இந்த வனப்பகுதியின் விதிபோலும்.

○

சிதிலமான பள்ளிகள், குடிசைகள். ஆளரவமற்ற சமூக–வழிபாட்டுக் கூடங்கள். இடிந்த சுவர்களில் சாயம்போன புரட்சி முழக்கங்கள். எரிந்து சாம்பலான புதர்கள். மரங்களின்

தண்டுகளில் பதிந்த காலித் தோட்டாப் பெட்டிகள். தரையில் காய்ந்து கருத்த ரத்தத் திட்டுக்கள். பஸ்தரில் உள்ள நிலத்தின் நீண்ட பகுதிகள் தொலைந்துபோன ஒரு கலாச்சாரத்தின் தடயங்களைக் காட்டுகின்றன. சல்வா ஜூடும் இயங்கிய ஆண்டுகளில் மக்கள் இங்கிருந்து வெளியேறிவிட்டார்கள். வனவிலங்குகள் காற்றில் காணாமல்போய்விட்டன. பல மைல்கள் நடந்தாலும் ஒரு காகம்கூட உங்கள் பாதையில் எதிர்ப்படாது.

நாள் முழுவதும் ஒரு பறவையைக்கூடக் காணாத ஒரு மாலைப்பொழுதில் எனக்கு அது தோன்றியது. இந்தக் காட்டின் நிலத்தில் விஷ வித்து ஒன்று புகுந்துவிட்டது. அது எங்கிருந்து வந்தது என்பது காட்டிற்குத் தெரியாது. பல ஆண்டுகள் கழிந்து விட்டன. விதை முளைத்து மரமாக எழுந்ததுடன் தன் வேர்களை பூமிக்கடியில் காடு முழுவதும் பரப்பிவிட்டது. ஒட்டுண்ணியைப் போல அது மரங்கள், குன்றுகள், நீரோடைகளிடமிருந்து தனக்கான ஊட்டச்சத்தைப் பெறுகிறது. இவை தாம் விரும்பாமலேயே அந்த விஷ வித்தைப் பாதுகாத்து, அதன் விளைவாகச் சீரழிகின்றன.

இன்னொரு படிமமும் நினைவுக்கு வருகிறது. *2012*, ஏப்ரல். அந்தப் பையனின் கையில் இரண்டு பறவைகள் இருக்கின்றன. அவற்றின் கால்களையும் சிறகுகளையும் அவன் கட்டி வைத்திருக்கிறான். ஒரு பறவையை மென்மையாக நசுக்குகிறான். அவை மெல்லக் கத்துகின்றன. அழுத்தம் கூடுகிறது. பறவையின் கழுத்து முறிகிறது. அவன் நண்பர்கள் கை தட்டுகிறார்கள். இப்போது அடுத்த பறவையின் முறை. அது படபடக்கிறது. ஆனால் அதிக நேரம் தாக்குப்பிடிக்க முடியவில்லை.

அந்தப் பையனுக்கு ஐந்து வயது இருக்கும். அவன் நண்பர்களுக்கும் அதே வயதுதான் இருக்கும். இதுதான் தண்டகாரண்யத்தில் குழந்தைகளின் விளையாட்டு. பறவை களின் கொண்டைகள், பாம்புத் தோல், எருமைகளின் கொம்புகள்.

சற்றுத் தொலைவில் பெண்களும் சிறுவர்களும் கலங்கிய குட்டை ஒன்றிலிருந்து தண்ணீர் எடுத்து வருகிறார்கள். கோடைக்காலத்தில் குளங்கள் வற்றிவிட்டன. பல கிராமங்களுக்குத் தண்ணீருக்கு இது ஒன்றுதான் ஆதாரம். கால்நடைகள் நுழையாமல் தடுக்க மரக்கட்டைகளால் வேலி அமைத்திருக்கிறார்கள். கால்நடைகள் அதை மீறி உள்ளே வருகின்றன. செத்துப்போன பாம்பு ஒன்று பக்கத்தில் அழுகிக் கிடக்கிறது. அதன் நாற்றம் கிராமவாசிகளைத் தொந்தரவு செய்யவில்லை. அவர்கள் அந்தப்

பள்ளத்திலிருந்து தண்ணீர் எடுக்கிறார்கள். சிறிது நேரம் கழித்து ஒரு பெண் இரண்டு பையன்களைப் பார்த்துச் சாடை காட்டு கிறார். அவர்கள் நீண்ட குச்சியால் அதைத் தூக்கித் தொலைவில் வீசி எறிகிறார்கள்.

○

பஸ்தரின் குடிமக்கள் மரணத்தைப் பற்றிக் கவலைப்பட்டதே இல்லை. மரணத்தின் அணைப்பிலேயே வாழ்ந்துவந்தார்கள். அதிலிருந்து தப்பிக்க அவர்கள் விரும்பவில்லை. அதைத் தோற்கடிக்கும் ஆசையும் அவர்களுக்கு இல்லை. ஆதிவாசிச் சமூகங்கள் சிலவற்றின் சுவாரஸ்யமான மரபொன்று மரணத்துடனான அவர்கள் பந்தத்தைப் பொருத்தமாகப் பிரதிபலிப்பதாகத் தோன்றுகிறது. மரியாதைக்குரிய முதியவர் யாரேனும் இறந்துவிட்டால் புதிய துணியை அவர்மீது போர்த்திச் சடலத்தைத் தரையில் கிடத்துவார்கள். பெண்கள் பலரும் குதூகலமாக அந்தச் சடலத்தைத் தாண்டி பல்டி அடிப்பார்கள். சிலர் உடலின் மீதே விழுவார்கள், சிலர் பக்கத்தில் விழுவார்கள். கச்சிதமாக பல்டி அடித்துவிட்டால் இறந்தவரின் குடும்பத்தில் அடுத்த பிறவியில் பிறக்கலாம் என்பது அவர்கள் நம்பிக்கை.

மரணத்துடன் நெருக்கமும் நேசமும் கொண்ட இத்தகைய உறவு இப்போது அழிந்துவருகிறது. கடந்த நாற்பது ஆண்டுகள் மரணத்தின் மீதான ஆசையை அவர்களிடம் விதைத்திருப்பதே இதற்குக் காரணம். கடந்த காலத்தின் சுமையோ எதிர்காலம் குறித்த பொறுப்போ இல்லாத வாழ்வை அவர்கள் வாழ்ந்து வந்தார்கள். இப்போது அவர்கள் அழிவுக்கு எதிரானவர்கள் அல்லர். அவர்களுடைய மரண ஆசை எல்லையற்ற வானத்தில் அலைகிறது.

இவ்விஷயத்தில் ஆதிவாசிகளுக்குத் துணையாகக் காடு களில் புரட்சியாளர்களும் கதைசொல்லிகளும் இருக்கிறார்கள். புரட்சியாளர்கள் லட்சிய மரணத்தைக் கனவுகாண்கிறார்கள். கதைசொல்லிகளோ காவியம் படைக்கக் கனவுகாண்கி றார்கள். இந்தக் கனவுகள் அவர்களுக்கு ஊட்டமளிக்கின்றன. அவர்களையே உட்கொள்கின்றன.

பஸ்தர் என்பது இறந்தவர்களின் புலம்பல் மட்டுமல்ல. அவர்களுடைய ஏக்கங்களின் கதையும்தான். சில ஏக்கங்கள் தவிர்க்க முடியாத சிதைவுக்கு இட்டுச்செல்வதாக நினைவிடங்கள் கிசுகிசுக்கின்றன. வறண்டதும் குளிர்ந்ததுமான சிதைவு அல்ல. அனைத்தையும் விழுங்கிவிடும் காதல் உணர்வால் பீடிக்கப்பட்ட சிதைவு.

பஸ்தர் என்பது காத்திருக்கும் மரணத்தின் அழைப்பு மட்டுமல்ல. ஒருபோதும் பிடிகொடுக்காத, தூய்மையான அன்பின் ஈர்ப்பும்தான். அந்த அன்பின் நிழல் அடர்ந்த இலுப்பை / மஹுவா மரங்களினூடே வழுக்கிச் செல்கிறது.[1]

---

1. பலரும் அன்பை அல்ல; அதன் ஆற்றுப்படுத்தும் உறுதிமொழியின் பாதுகாப்பையே நாடுகிறார்கள். அன்புடன் அடிப்படையிலேயே முரண்படும் தங்களுடைய விபரீத சாகசங்களை நியாயப்படுத்திக்கொள்ள இது அவர்களுக்குத் தேவைப்படுகிறது.

இடப்பெயர்வு 7

சூரிய ஒளி நதியை ஒளிரச்செய்கிறது. சற்று நேரத்திற்கு முன் மொத்தக் காட்டின் மீதும் பனி மூடியிருந்தது என்பதை நம்புவது கடினம். காலை ஆறு மணி அளவில் நை பெராட் நதியைக் கடந்து சல்ஃபிகள் எடுப்பதற்காகத் தோப்பை அடைந்தோம். அடர்த்தியான வெண்ணிறப் பனி. நதியே கண்ணுக்குத் தெரியவில்லை. கிராமவாசிகள் ஐவருடன் நானும் போயிருந்தேன். உயரமான ஒரு மரத்தில் கட்டப்பட்டிருந்த நீளமான ஏணியின் மீது ஒருவர் ஏறினார். மரத்தின் உச்சியைப் பனி மேகங்கள் மூடியிருந்தன. அவர் ஏணியின் வழியே வானத்திற்குள் போய்விடுவார் என்று தோன்றியது. கிளையொன்றில் கட்டப்பட்டிருந்த பானையில் கள் சொட்டியிருந்தது. அந்தப் பானையை அவர் கீழே கொண்டுவந்தார்.

மஹுவாவும் சல்ஃபியும் பஸ்தரின் தேசிய பானங்கள். கல்யாணம், காதல், குடும்பத்தில் பத்து வயதுக் குழந்தை உட்பட நான்கு பேர் கொல்லப் படுதல் என்று எந்தச் சம்பவமாக இருந்தாலும் ஆண்களும் பெண்களுமாக மஹுவா அருந்தி அதன் போதையில் மூழ்கியிருப்பார்கள். வாழ்வையும் மரணத்தையும் கண்ணியமாக அணுக அவர்களுக்கு அது உதவுகிறது. கடந்த 30 ஆண்டுகளில் காட்டின் பல்வேறு பொக்கிஷங்கள் அழிக்கப்பட்டுவிட்டாலும் மஹுவா உயிர் பிழைத்திருக்கிறது. மஹுவா இல்லாவிட்டால் பஸ்தர்வாசிகள் எப்போதோ காணாமல் போயிருக்கக்கூடும். மஹுவா மார்ச்,

ஏப்ரல் மாதங்களில் மட்டுமே பூத்துக் குலுங்குகிறது. ஆனால் அதன் மணம் ஆண்டு முழுவதும் காட்டில் பரவுகிறது.

கிராமத்திற்குத் திரும்புகிறோம். குடித்திருந்த ஆண்கள் தரையில் படுத்திருந்தார்கள். வானொலியில் 'மேரி தேசிலுக்' பாடல் ஒலித்துக்கொண்டிருக்கிறது. இந்தச் சமயத்தில் அந்தப் பாடல் வேறொரு கிரகத்திலிருந்து வந்திருப்பதுபோலத் தோன்றுகிறது.

நேற்றிரவு சிம்ரி தன் குடும்பத்தைப் பற்றி என்னிடம் சொன்னார். கல்யாணத்திற்கு முன்பே, பதினாறு வயதில் தான் கர்ப்பமுற்றதாகச் சொன்னார். கிராமவாசிகள் 'மீட்டிங்' ஏற்பாடு செய்தார்கள். மாவோயிஸ்டுகள் மூலம் பஸ்தரின் சொற்களஞ்சியத்திற்கு வந்த சொல் அது. "யார் அவன்?" என்று கேட்டார்கள். விரைவிலேயே அந்தப் பெண் மங்களுடன் வாழத் தொடங்கினார். அவர்களுக்கு அதன் பிறகு இன்னொரு குழந்தையும் பிறந்தது. முறையான திருமணத்திற்கான அவசியம் எதுவும் இருக்கவில்லை. "பல குழந்தைகள் சின்ன வயசிலேயே செத்துப்போவதால் நாங்கள் நிறையக் குழந்தைகளைப் பெற்றுக்கொள்கிறோம். ஏழெட்டுக் குழந்தைகள் பிறந்தால் அதில் சில குழந்தைகள் தங்கும்" என்று கிராமவாசிகள் சொல்கிறார்கள். மங்களின் அண்ணன் சங்குவின் குழந்தை கடந்த ஆண்டு இறந்துபோனது. ஒரு குடும்பத்தில் ஆண்டுதோறும் மரணம் என்பது அங்கே சகஜம்.

மங்களின் தந்தை வெட்டி மாண்ட்வி சில ஆண்டுகளுக்கு முன்பு முடக்குவாதத்தால் பாதிக்கப்பட்டார். சுருட்டிவைத்த

மரணத்தின் கதை

துணி மூட்டை போலத் தோற்றமளிக்கும் அவர் நாள் முழுவதும் எரிந்துகொண்டிருக்கும் கணப்பின் அருகே அழுக்குப் படிந்த கந்தலான போர்வையின் மீது படுத்திருக்கிறார். அவருடைய உடைகள் அவரைவிடவும் எடை அதிகமாக இருக்கும் போலிருக்கிறது. கணப்பிலிருந்து வரும் புகையால் அவர் இருமுகிறார். ஆனால் அந்த இடத்தை விட்டு நகரவில்லை. ஒரு நாய் சோம்பலாக நடந்துகொண்டிருக்கிறது. கோழிகள் அவரைச் சுற்றி வருகின்றன. ஓலை வேயப்பட்ட அந்தக் குடிசையில் கணிசமாகக் கரி படிந்திருக்கிறது.

அவருக்குக் கடுமையாக வலிக்கிறது. ஆனால் அவர் குறைப்பட்டுக்கொள்வதை நான் கேட்டதில்லை. அவர் வாயிலிருந்து ஒரு வார்த்தைகூட வரவில்லை. அடிக்கடி எச்சில் துப்புகிறார். காட்டின் சொற்களஞ்சியத்தில் அவருடைய வலியைச் சொல்ல ஒரு வார்த்தை இல்லை. பஸ்தரின் உட்புறங்களில் வசிப்பவர் யாரேனும் எப்போதாவது அழுதோ, புலம்பியோ, புகார் சொல்லியோ நான் எப்போதாவது கேட்டிருக்கிறேனா? காவல் துறையில் துன்புறுத்தலுக்கும் சித்திரவதைக்கும் ஆளாகுபவர்கள் தங்கள் வலியை வெளிப்படுத்துவதுண்டு. ஆனால் திரும்பத் திரும்ப அதுபற்றிக் கேட்கும்போது மட்டுமே சொல்கிறார்கள். அபுஜ்மத்தில் இந்தக் கிராமத்திற்கு மூன்றாவது முறையாக வருகிறேன். பஸ்தரில் பல கிராமங்களில் தங்கியிருக்கிறேன். யாருமே தங்கள் சோகங்களை என்னிடம் பகிர்ந்துகொண்டதில்லை. அவர்கள் தங்களுக்குள்ளும் அதைப் பகிர்ந்துகொள்ளாமல் இருக்கக்கூடும்.

தங்களுடைய மனக்குறைகளைத் திரும்பத் திரும்பச் சொல்லிக்கொண்டிருப்பதற்கான வாய்ப்புகளை உருவாக்கிக் கொள்பவர்களை நான் பார்க்கிறேன். தங்களுடைய துரதிருஷ்டம் பற்றி, தங்கள் விதி எவ்வளவு மோசமானது என்றும் தன்னைச் சேர்ந்தவர்களே தன்னை ஏமாற்றியது பற்றியும் சொல்லிக் கொண்டிருப்பார்கள். பஸ்தரின் மக்களோ துயரம், பிரிவு, மரணம் ஆகியவற்றை ஆரவாரமில்லாமல் ஏற்றுக்கொள்கிறார்கள். அவர்கள் வாழ்வின் அசாத்தியமான தன்மை இழப்புடன் தொடர்புகொண்ட உணர்ச்சியை மழுங்கச்செய்துவிட்டதோ என்று நான் நினைத்ததுண்டு. அப்படி இருக்க வாய்ப்பில்லை. அனைத்தையும் உள்ளடக்கிய ஒன்றுமின்மையை அவர்கள் முழுமையாகத் தழுவிக்கொண்டிருக்கிறார்கள்.

○

சில ஆண்டுகள் கழித்து நான் மீண்டும் பாலிபெடாவுக்குச் சென்றேன். 2019, டிசம்பரில் அந்தக் கிராமமும் அதனை ஒட்டியுள்ள

பல கிராமங்களும் காலியாக இருந்தன. மங்களும் சிம்ரியும் ஆறு மாதங்களுக்கு முன்பு நாராயண்பூருக்குச் சென்றுவிட்டார்கள். அபுஜமத்தின் கடந்த நாற்பது ஆண்டுகளின் அடையாளச் சின்னம்போல அந்தக் குடும்பம் இருந்தது. அவர்கள் கதையை முதலிலிருந்து சொல்லிவிடுகிறேன். சிம்ரியின் அண்ணன் – அவர் பெரும் மங்கள்தான் – மாவோயிஸ்ட் கமாண்டராக இருந்தார். கட்சிரோலியில் காவல் துறையுடனான மோதலில் அவர் கொல்லப்பட்டார். பாலிபெடா கிராமத்தின் மையத்தில் கிளர்ச்சியாளர்கள் அவருக்கு நினைவிடம் கட்டினார்கள். 2014இல் நான் முதல் முறையாக அங்கே போனபோது சிம்ரி தன் அண்ணனைப் பற்றிச் சொல்லி என்னை அந்த நினைவிடத்திற்கு அழைத்துச் சென்றார். சிவப்பு நிறக் கல்லில் இருந்த அவர் பெயர் அழிக்கப்பட்டிருந்ததைப் பார்த்தேன். தங்களையெல்லாம் மாவோயிஸ்டுகளுக்குத் தகவல் சொல்பவர்கள் என்று காவல் துறை கருதும் என்பதால் கிராமவாசிகள் அதை அழித்துவிட்டார்கள் என்று சிம்ரி கூறினார்.

இதையெல்லாம் தாண்டி அவர்கள் அசலான ஆதிவாசி வாழ்க்கையைத் தொடர்ந்துவந்தார்கள். பெரும் சோகங்கள் அடுத்தடுத்து அவர்களைத் தாக்கும்வரை இது தொடர்ந்தது. 2018ஆம் ஆண்டில் ஒருமுறை வழக்கமான ரோந்துப் பணியின்போது சத்தீஸ்கர் காவல் துறை சங்குவின் அண்ணன் ராஜூவையும் மேலும் சிலரையும் கைதுசெய்து ஜக்தல்பூர் சிறையில் அடைத்தது. ஓராண்டிற்குப் பிறகு, 2019, ஜூன் 26 அன்று மாவோயிஸ்டுகள், காவல் துறைக்குத் தகவல் சொல்பவர் என்று குற்றம்சாட்டி சிம்ரியின் தம்பி ராம்ஜி வட்டேவை ஜன் ஆதாலத் கூட்டத்தில் கொலைசெய்தார்கள். கிராமவாசிகள் இந்தக் குற்றச்சாட்டை மறுத்தார்கள். கங்காரு நீதிமன்றம் பக்கத்திலுள்ள ஓரிச்சா பார் என்னும் கிராமத்தில் நடைபெற்றது. அந்த இளைஞனைக் கல்லால் அடித்துக் கொல்லும்படி கிராமவாசியிடம் மாவோயிஸ்டுகள் சொன்னதை நேரில் பார்த்த சாட்சிகள் என்னிடம் கூறினார்கள்.

பாலிபெடாவுக்கு நான் மீண்டும் சென்ற சமயத்தில் முதியவர்கள் மட்டுமே வசித்தார்கள். நாராயண்பூருக்குச் சென்றுவிட்ட இளைஞர்களால் அவர்களை உடன் அழைத்துச்செல்ல முடியவில்லை. மூழ்கும் படகிலிருந்து முதியவர்களையும் நோயாளிகளையும் முதலில் தூக்கி எறிவதே பொதுவான வழக்கம். முடக்குவாதத்தால் பீடிக்கப்பட்ட வெட்டி மாண்ட்வியின் நிலை மிகவும் அபாயக் கட்டத்தை எட்டியிருந்தது. காட்டில் அமைதியாக உயிரை விடும்படி அவர் தனித்து விடப்பட்டிருந்தார். அவருக்குப் பக்கத்தில் வீட்டில் லாலூ வட்டேயும் அவருடைய அம்மா காரி வட்டேயும் வெட்டிக்கு உணவு

அளித்துக்கொண்டிருந்தார்கள். நாய்கள், பன்றிகள், கோழிகள் அவரைச் சுற்றி வந்துகொண்டிருந்தன.

புதிதாகக் குட்டிக் குரங்கு ஒன்று வந்திருந்தது. அதன் கழுத்தில் யாரோ உலோக வளையத்தை மாட்டிவிட்டிருந்தார்கள். கொய்யா மரத்தின் கீழ் இருந்த வெட்டியின் கட்டிலைச் சுற்றிலும் அது குதித்துக்கொண்டிருந்தது.

குறிப்பிடத்தக்க இன்னொரு மாற்றமும் அங்கே தெரிந்தது. இறந்துபோன மாவோயிஸ்ட் மங்களின் பெயர் அவர் நினைவிடத்தில் மீண்டும் எழுதப்பட்டிருந்தது.

நாராயண்பூருக்குத் திரும்பியதும் சிம்ரியையும் அவர் கணவர் மங்களையும் தேடினேன். தங்களுடைய நதியையும் வனப்பகுதியையும் விட்டுச் செல்லும்படி நிர்ப்பந்திக்கப்பட்ட அவர்கள் இப்போது சிறிய குடிசையில் வசித்துவந்தார்கள். தினக்கூலிக்கு வேலை செய்தார்கள். எடையிழந்து, வழக்கமான உற்சாகத்தையும் இழந்திருந்தார்கள். சிம்ரி சில மாதங்களுக்கு முன்புவரை குடும்பத் தலைவியாக விளங்கினார். காட்டில் என்னைப் பிரமாதமாக உபசரித்து விருந்தளித்தார். இப்போது மஹுவா மரமொன்றின் கிளையைப் போலத் தோற்றமளித்தார்.

2015, டிசம்பர் 6. பாலிபடா கிராமம். அபுஜ்மத்.

மரணத்தின் கதை 13

பத்து ஆண்டுகளுக்கும் மேலாக – 2011 ஆகஸ்ட்முதல் 2021 ஜனவரிவரை – நான் பஸ்தருக்குப் பலமுறை சென்றிருக்கிறேன். ஒவ்வொரு முறையும் இதுதான் கடைசிப் பயணம் என்று தோன்றும். பஸ்தரைப் பற்றிய எல்லாக் கட்டுரைகளையும் செய்திகளையும் எழுதியாயிற்று; அவ்வளவுதான் என்று நினைப்பேன்.

சில ஆண்டுகளுக்கு முன்பு காட்டுக்குப் போகும்போதெல்லாம் நான் ஒரு மந்திரவாதியைச் சந்தித்தேன். அபாயகரமான பல வித்தைகளை அவர் கைவசம் வைத்திருந்தார். (உயிருக்கே ஆபத்து விளைவிக்கக்கூடிய செயல்களை 'வித்தைகள்' என்று அவர் குறிப்பிட்டார்.) அவர் கைகளையும் கால்களையும் சங்கிலிகளால் கட்டிப் பூட்டிவிட்டுப் பெரிய வைக்கோல் போர் ஒன்றில் அவரைத் தூக்கிப்போடுவார்கள். வைக்கோல் போரில் நெருப்பையும் பற்ற வைத்துவிடுவார்கள். அவர் அதிலிருந்து சேதமில்லாமல் எழுந்து வருவார். இன்னொரு வித்தை இப்படி இருக்கும். அவரை இரும்புச் சங்கிலிகளால் இறுக்கமாகக் கட்டி ஒரு பெட்டியில் வைத்துப் பூட்டிவிடுவார்கள். பிறகு அந்தப் பெட்டியின் மீது ஒரு லாரியை ஓட்டி அதைச் சிதற அடிப்பார்கள். லாரி பெட்டியை மோதுவதற்கு ஒரு கணத்திற்கு முன்பு பெட்டியிருந்து எப்படியோ வெளியே வந்துவிடுவார். இது கண்கட்டு வித்தையா? மாயையா? அவர் கைகள் சங்கிலியால்

கட்டப்படவில்லையா? ஏன் கடைசி நேரத்தில்தான் தப்பிக்கிறார்? கொஞ்சம் தவறினாலும் என்ன நடக்கும்?

“ஒன்றும் ஆகாது” என்றார் அவர். “இது அறிவியலுக்கு அப்பாற்பட்டது. கொஞ்சம் முன்னால்கூட நான் வெளியே வரலாம். ஆனால் கடைசி நொடியில் தப்பிப்பதுதான் என் வித்தை. இதில் அபாயம் இருக்கிறது. ஆனால் சாவை வெல்வதில் உள்ள சந்தோஷம் அதைவிடப் பெரியது” என்றார். தன்னுடைய விதியை மாற்றி எழுதுவதில் அவருக்கு இருந்த போதை இதைத் திரும்பத் திரும்பச் செய்யவைத்தது. தன்னையறியாமலேயே அவர் ஜான் டண் பிரபலமான கவிதையை எதிரொலித்தார். “சாவே நீ பெருமை கொள்ளாதே… சாவே நீ செத்துப் போ.”

காட்டுக்குச் செல்லும்போதெல்லாம் மந்திரவாதி நினைவுக்கு வருகிறார். ஏதோ ஒன்று நான் திரும்ப வரமுடியாதபடி செய்துவிடும் என்று ஒவ்வொரு முறையும் எனக்குத் தோன்றும். சுவடில்லாமல் மறைந்துவிடுவேன் என்று தோன்றும். எனினும் புரிந்துகொள்ள முடியாத ஒரு ஏக்கம் என்னை மீண்டும் இங்கே இழுக்கிறது.

❍

2019 டிசம்பரில் கடைசியாக நான் அபுஜ்மத்திற்குச் செல்லும்போது காட்டில் எக்கச்சக்கமாக மாட்டிக்கொண்டேன். என்னுடைய மோட்டார் பைக் ஆற்றின் நடுவே நின்றுவிட்டது. இடுப்புவரை இருந்த தண்ணீரில் ஓட்டிச் சென்றது என்னுடைய முட்டாள்த்தனம்தான். பாழாய்ப்போன அந்த வண்டியை அங்கே விட்டுவிட்டு அதை யாரிடமிருந்து இரவல் வாங்கினேனோ அவருக்குப் பணத்தைக் கொடுத்துவிட வேண்டியிருக்கும் என்று தோன்றியது – அதாவது நான் பத்திரமாகத் திரும்பிச் செல்ல முடிந்தால். என்னுடைய பல் உடைந்துவிட்டது. கடுமையான பல் வலி, வண்டி கைவிட்டுப் போகக்கூடிய நிலை, இப்போதைக்கு நகரத்திற்குத் திரும்பிப் போக முடியாத சூழல் ஆகியவற்றுக்கு நடுவே ஜோசஃப் ஜாப்ஸ்கியின் (*Jozet Czapski*) *‘Lost Time: Lectures on Proust in a Soviet Prison Camp’* என்னும் அற்புதமான நூலை வாசித்துக்கொண்டிருந்தேன். புரோஸ்ட் என்னும் எழுத்தாளர்மீது காதல் கொண்ட ஜாப்ஸ்கி இரண்டாம் உலகப் போரின்போது கைது செய்யப்பட்டு சோவியத் முகாமுக்குக் கொண்டுசெல்லப்பட்ட போலந்து அதிகாரிகளில் ஒருவர். சிறை வாழ்கைகையை உற்சாகமாகக் கழிப்பதற்காகக் கைதிகள் தினமும் மாலையில் கூடிப் பேசத் திட்டமிட்டார்கள். கூட்டத்தில் ஒவ்வொருவரும் ஒரு பொருள் குறித்துப் பேச

வேண்டும். ஜாப்ஸ்கி நவீன பிரெஞ்சு ஓவியம் பற்றிப் பேச முடிவு செய்தார். ஆனால் புரோஸ்ட் பற்றியும் அவருடைய மகத்தான நாவல் பற்றியுமான உரைகள் மூலம் தொடங்கலாம் என்று நினைத்தார். பேசுபவர்கள் யாரிடமும் எந்தப் புத்தகமும் கைவசம் இல்லை. நினைவிலிருந்துதான் பேச வேண்டும். இப்படித்தான் நினைவுகளின் சாதனையாக விளங்கும் ஒரு நாவலைப் பற்றிய தன்னுடைய மனப் பதிவுகளைக் கைதி ஒருவர் நினைவுகூரும் மகத்தான உரைத்தொடர் தொடங்கியது.

புரோஸ்டின் படைப்புகள் மீதான தன்னுடைய மனப் பதிவுகளையும் விளக்கங்களையும் முன்வைத்து நாவலாசிரியரை நினைவுகூர்ந்த ஜாப்ஸ்சி இவ்வாறு எழுதினார்: "நூல்கள், செய்தித்தாள்கள், இயல்பு வாழ்க்கை குறித்த லட்சக்கணக்கான பதிவுகள் ஆகியவற்றிலிருந்து விலகியிருப்பது நம் நினைவுகளைத் தூண்டிவிடுகிறது."

உலகிலிருந்து மிகவும் விலகி, மின்சாரம், தொலைபேசி, இணையம் ஆகியவை இல்லாத நிலையில் காட்டிலேயே தொலைத்துவிடுவோமோ என்ற எண்ணத்துடன வாழ்ந்து கொண்டிருக்கும்போது நான் அந்தப் புத்தகத்தைப் படிக்கையில் கடந்த எட்டு ஆண்டுகளைப் பற்றிய நினைவுகளை அசைபோட்டுக் கொண்டிருந்தேன். முதல் வாசிப்பில் நான் தவறவிட்டுவிட்ட ஒரு பத்தி இப்போது என் கண்ணில் பட்டது: "ஆசாபாசங்களும் குறுகிய தன்முனைப்பும் கொண்ட நிலையிலிருந்து விலகி, தன்னை முழுமையாக விழுங்கி, சிதைத்து, ரத்தத்திலேயே ஊறிப்போகுமளவிற்கு மகத்தானதொரு பணியில் முழுமையாகத் தன்னை ஈடுபடுத்திக்கொள்ளும் நிலைக்கு மெதுவாகவும் வலியுடனும் ஏற்படும் மாற்றத்தைப் படைப்பாற்றல் கொண்ட ஒவ்வொருவரும் மேற்கொள்ள வேண்டும்" என்று ஜாப்ஸ்சி எழுதியிருந்தார். பிறகு அவர் கோதேயை மேற்கோள் காட்டியிருந்தார்: "படைப்பாற்றல் கொண்ட ஒருவரின் வாழ்க்கை வரலாறு அவருடைய 35ஆவது வயதுவரையிலும்தான் கணக்கில் எடுத்துக்கொள்ளப்பட வேண்டும். அதன் பிறகு அது அவருடைய வாழ்க்கைக் கதையல்ல. தன்னுடைய பணியின் சாராம்சத்துடனான அவருடைய போராட்டமே அதன் மையமாக இருக்க வேண்டும் அது மேலும் மேலும் ஈர்க்கக்கூடியதாகவும் இருக்க வேண்டும்."

குளிர்ச்சியான அந்த இரவில் திறந்த வெளியில் நான் படுத்திருந்தபோது இந்தச் சொற்கள் என் முதுகெலும்பில் அதிர்வலையை உண்டாக்கின.

○

வேகமாகப் பரவிவரும் பிளேக் நோயிலிருந்து தன் ராஜ்யத்தைக் காப்பாற்றுவதற்காகவும் தன்னுடைய சாவைத் தள்ளிப் போடுவதற்காகவும் மரணத்துடன் சதுரங்க விளையாட்டில் ஈடுபட்ட ஒரு போர்வீரனின் கதை நினைவுக்கு வந்தது. ஆயிரத்தோரு இரவுகள் தொடர்ந்து கதை சொல்வதன் மூலம் மரணத்தை வென்ற ஒரு ராணியும் நினைவுக்கு வந்தாள்.

ஆனால் சில கதைகள் உங்களைக் காப்பாற்றுவதற்குப் பதில் மரணத்திற்கு அருகில் உங்களை இட்டுச் செல்லும். அவை *doomed script*இல் பதிவுசெய்யப்பட்டிருப்பதால் கதைசொல்லியே அந்தக் கதையின் முதல் இரையாகிவிடுகிறார். மரணமில்லாத வாழ்வை விரும்பிய ஒரு இளவரசி தனது கண் இமைகளில் நெடுங்கணக்கின் சிறப்பு எழுத்துக்களை அணிந்திருந்தாள். அதைப் படிப்பவர் உடனடியாக இறந்துவிடுவார். இளவரசியின் பார்வையிழந்த வேலையாட்கள் ஒவ்வொரு இரவிலும் அந்த எழுத்துக்களை எழுதி அவற்றை அவள் இமைகளின் மீது வைப்பார்கள். அவளுடைய வேலையாட்கள் காலையில் அவளைப் பார்க்கும்போது தங்கள் கண்களை மூடிக்கொண்டே அந்த எழுத்துக்களை அகற்றுவார்கள். இதன்மூலம் அவள் தன்னுடைய ஆகப் பலவீனமான தருணத்தில் தன்னுடைய எதிரிகளிடமிருந்து தன்னைக் காத்துக்கொள்வாள். அவள் தூங்கும்போது யாரும் அவளைத் தாக்க முடியாது. ஒருநாள் அவளுடைய வேலையாட்கள் அவளுக்குச் சிறப்பான பரிசைக் கொண்டு வந்தார்கள். இரண்டு கண்ணாடிகள் தான் அந்தப் பரிசு. ஒன்று வருங்காலத்தினுள் சில கணங்கள் முன்னகரச் செய்யும். இன்னொன்று கடந்த காலத்தினுள் சில கணங்கள் பின்னோக்கி அழைத்துச் செல்லும். கண்ணிமைகள் கழுவப்படாமல் அவள் படுக்கையிலேயே இருக்கும்போது வேலையாட்கள் அந்த இரு கண்ணாடிகளையும் அவள் முன் வைத்துவிட்டார்கள். இளவரசி வியப்படைவாள் என்று அவர்கள் நினைத்தார்கள். அவள் கண்ணாடியில் அந்த எழுத்துக்களைப் படித்தாள். அவை அவளுடைய எதிர்காலத்திலும் பிறகு இறந்த காலத்திலும் சிக்கியிருந்தன. அவளுடைய நிகழ்காலமாக அவை மாறவே இல்லை. அவளுடைய நிகழ்காலம் அசைக்க முடியாதது. ஆனால் அவளுடைய கடந்த காலமும் எதிர்காலமும் அப்படி அல்ல. கடந்த காலத்திலும் வருங்காலத்திலும் இருந்த எழுத்துக்கள் அவளைக் கொன்றன. தனக்கு மேல் சுற்றிக்கொண்டிருந்த மரணத்தில் சிக்கி நொறுங்கிப்போனாள்.

நெருப்பில் குதிக்கும் மந்திரவாதி. தன்னுடைய வாழ்க்கை வரலாற்றை நிராகரிக்கும் கலைஞன். சதுரங்கம் விளையாடும்

போர்வீரன். மரணத்தின் போர்வைக்குள் தூங்கச் செல்லும் இளவரசி... பஸ்தரின் கதை எங்கே புதைக்கப்பட்டிருக்கிறது?

அதற்கு உரிமைகோரும் இன்னொரு பொருள் இருக்கிறது. நாட்குறிப்பின் பக்கங்கள்.

2014, அக்டோபர் 14. ராய்ப்பூர் அண்டை வீட்டில் யாரோ இறந்துவிட்டார். யாரென்று எனக்குத் தெரியாது. மரணச் செய்தியைக் கொண்ட அட்டையை செக்யூரிட்டி கொடுத்தார். அதில் ஒரு பெயர் அச்சாகியிருந்தது. நான் இங்கே மூன்று ஆண்டுகளுக்கு மேலாக வசிக்கிறேன். ஆனால் இறந்தவர் யாரென்று என்னால் அடையாளம்காண முடியவில்லை. மொட்டையடித்திருந்த சிலரைக் கடந்த சில நாட்களில் கவனித்தேன். அவர்களை அடையாளம் கண்டுகொண்டேன். இறந்தவர்களின் குடும்பத்தை அடையாளம் காண முடிந்தது. ஆனால் இறந்தவரின் முகம் நினைவுக்கு வரவில்லை.

பதிமூன்றாம் நாள் சடங்கு விருந்தில் கலந்துகொள்ள வேண்டுமென்று அண்டை வீட்டாரும் செக்யூரிட்டியும் வற்புறுத்தினார்கள். நான் தயங்கினேன். என்றாலும், வேலை முடித்து வீடு திரும்பியதும் அவர்கள் வீட்டுக்குப் போனேன். இறந்தவரின் உறவினர்கள் என்னை வரவேற்றார்கள். உணவு பரிமாறப்படும் கூடத்தைச் சுட்டிக்காட்டிச் சாப்பிடச் சொன்னார்கள். இறந்தவரின் படம் மாலையிட்டு வைக்கப்பட்டிருக்கிறதா என்று பார்த்தேன். என்னால் கண்டுபிடிக்க முடியவில்லை. தரையில் இருந்த பாயில் உட்காரச் சொன்னார்கள். எனக்குப் பக்கத்திலோ என்னைச் சுற்றியோ இருந்த யாரையுமே எனக்குத் தெரியவில்லை. பூரி, காய்கறிகள், வெங்காயம் ஆகியவற்றைப் பரிமாறினார்கள். எனக்குப் பசித்தது. அதன் பிறகு நான் தயங்கவில்லை. எனக்குச் சற்றும் அறிமுகமில்லாத அந்த இறந்தவரின் நினைவாக விருந்துண்டேன்.

நூலாசிரியர் பின்னுரை

ஆகஸ்ட் 2011இல் நான் முதன்முதலில் பஸ்தாருக்கு வந்தபோது, பீஜப்பூர் மாவட்டத் தலைமையகத்தைத் தாண்டியதும் சாலைகள் கொஞ்சம் கொஞ்சமாக மறைந்து காடுகள் தொடங்கின. பத்ரகாளி வனப்பகுதியில் நக்சல்கள் தாக்குதல் பற்றிச் செய்திக் கட்டுரை எழுதுவதற்கு சிந்தவாகு ஆற்றில் படகில் செல்ல வேண்டியிருந்தது. அந்தக் காலத்தில் நீச்சல் தெரியாதவர்கள் படகில்தான் நதிகளைக் கடக்க வேண்டும். ஆனால் 2021ஆம் ஆண்டு ஜனவரி மாதம் பஸ்தருக்கு நான் கடைசியாகச் சென்றபோது, ஒரு புதிய பாலத்தின் மீது டாப் கியரில் ஆற்றைக் கடந்தேன். சாலைகள், போலீஸ் முகாம்கள் அமைப்பதற்காக இப்பகுதியின் காடுகள் அழிக்கப்படுகின்றன. பீஜப்பூரில் உள்ள ஃபண்டாரி கிராமத்தை அபுஜ்மத்துடன் இணைக்கும் இந்திராவதி ஆற்றின் மீது 650 மீட்டர் நீளமுள்ள பாலம் அமைக்கப்பட்டுள்ளது. அதைப் பாதுகாப்பதற்காக சி.ஆர்.பி.எஃப். படைப்பிரிவொன்று ஆற்றையொட்டி முகாமிட்டிருந்தது.

மறுபுறத்திலிருந்து, அதாவது நாராயண்பூர் மாவட்டத்திலிருந்து அபுஜ்மத் நகருக்குள் நுழையும்போது சோன்பூர் கிராமம்தான் மாநிலத்தின் கடைசி எல்லையாக இருந்தது. குருஸ்னார்தான் கடைசிக் காவல் நிலையம். குருஸ்னாரிலிருந்து சோன்பூர்வரை பதினெட்டு கிலோமீட்டர் நீளத்திற்கு முன்பு நீரோடைகளும்

பெரிய பாறைகளும் நிறைந்திருந்தன. இப்போது பளபளக்கும் சாலை இருந்தது. சோன்பூரில் ஹெலிபேட்கூட இருந்தது. மகாராஷ்டிரத்தில் உள்ள கட்சிரோலியுடன் இப்பகுதியை இணைக்கக்கூடிய சாலையின் மூலம் அரசு வனப்பகுதிக்குள் ஊடுருவத் தொடங்கியது. அவர்கள் கூறியதுபோல அபுஜ்மத் நகரில்தான் இறுதிப் போர் நடக்கப்போகிறது என்றால், அதற்கான களம் தயாராகிக்கொண்டிருந்தது.

காடுகள் முன்பைவிடவும் வலுவானதாக மாறியிருப்பதையும் கண்டேன். உட்பகுதிகளில் பல கிராமங்கள் காலியாகியிருந்தன. சோன்பூர் காவல் சாவடியின் உதவியுடன் காவல் துறையினர் இந்தப் பகுதியில் ரோந்துப் பணிகளை அதிகரித்திருந்தார்கள். ஆதிவாசி இளைஞர்களில் பலர் இப்போது சிறைகளில் இருக்கிறார்கள். பயந்துபோன கிராமவாசிகள் பலரும் நாராயண்பூருக்குச் சென்றுவிட்டார்கள். காவல் துறையினருக்கும் மாவோயிஸ்ட்டுகளுக்குமிடையே மோதல் ஏதும் நடக்காத இந்தக் கிராமங்களிலிருந்து நடந்த முதல் மாபெரும் இடப்பெயர்வு இது. சோன்பூரில் நடக்கும் வாரச் சந்தைக்குப் போகக் கிராமவாசிகள் பயன்படுத்திவந்த காட்டுப் பாதைகள் தற்போது வெட்டி வீழ்த்தப்பட்ட மரங்களாலும் பெரிய குழிகளாலும் தடை ஏற்பட்டுள்ளது. கிளர்ச்சியாளர்கள் பதுங்கியிருக்கப் பாதுகாப்பான இடமாகவே இவை காணப்பட்டன.

இதனால்தான் அரை நூற்றாண்டைக் கடந்துவிட்ட மாவோயிஸ்ட் கிளர்ச்சியின் எதிர்காலத்தைக் கணிக்க முடியாமல் இருக்கிறது. 1967, மே 25 அன்று டார்ஜிலிங்கின் நக்சல்பாரி கிராமத்தில் சாரு மஜும்தாரின் தலைமையில் விவசாயிகள் நில உரிமையாளர்களைத் தாக்கியபோது மாவோயிஸ்ட் இயக்கம் உதயமாயிற்று. அந்த எழுச்சியை மேற்குவங்க அரசு மூன்றே நாட்களில் அடக்கியது. அந்த மாநிலத்தில் இருந்தது சிபிஐ (மார்க்சிஸ்ட்) கட்சியின் ஆட்சி என்பதுதான் இதில் நகைமுரண். கட்சியின் பெரும்புள்ளி ஜோதிபாசு அப்போது துணை முதல்வர். அந்த எழுச்சி அடக்கப்பட்டாலும் 'நக்சலைட்' என்னும் சொல் மக்களின் கவனத்தையும் அறிவுஜீவிகளின் கவனத்தையும் பெற்றது. தொடக்க ஆண்டுகளில் அது பெரும் எண்ணிக்கையில் இளைஞர்களை ஈர்த்தது. கலைஞர்கள் பலரின் கவனத்தையும் பெருமளவில் கவர்ந்தது. சத்யஜித் ரே, மிருணாள் சென் போன்றவர்கள் நக்சலைட்டுகள் தொடர்பான கதைகளை வைத்துப் படம் எடுத்தார்கள்.

அந்தக் கிளர்ச்சிக்குப் பிறகு மேற்கு வங்கம், பிகார், ஆந்திரப் பிரதேசம் ஆகிய மாநிலங்களில் பல இடங்களில்

கெரில்லா மண்டலங்கள் தோன்றின. அதே நேரத்தில் கம்யூனிசப் புரட்சியாளர்களின் அனைத்திந்திய ஒருங்கிணைப்புக் குழுவும் (AICCR) அமைக்கப்பட்டது. பிறகு அதன் தலைவர்கள் அந்த அமைப்பைக் கலைத்துவிட்டு சிபிஐ (மாவோயிஸ்ட்-லெனினிஸ்ட்) கட்சியை 1969, ஏப்ரல் 22 அன்று சாரு மஜும்தார் தலைமையில் அமைத்தார்கள்.

இந்தக் கட்சி தொடங்கியதிலிருந்தே பல்வேறு இடதுசாரிக் குழுக்களிடையே சகோதர யுத்தங்கள் நடந்துவந்தன. சிபிஐ (எம்.எல்.) தோன்றிய சிறிது காலத்திற்குள்ளாகவே அக்கட்சிக்கும் சிபிஐ (எம்) கட்சிக்கும் இடையே முதல் ஆயுதப் போர் நடந்தது. ஆயுதப் போராட்டத்தை ஆதரித்த தலைவர்களிடையேயும் அதற்கான வியூகம் குறித்துக் கருத்தொற்றுமை காணப்படவில்லை. அவர்களில் பலர் தனித்தனிக் குழுக்களை அமைத்துக்கொண்டிருந்தார்கள். அத்தகைய தலைவர்களில் ஒருவரான கனாய் சட்டர்ஜி 1969 அக்டோபரில் மாவோயிஸ்ட் கம்யூனிஸ்ட் சென்டர் (எம்சிசி) என்ற அமைப்பை உருவாக்கினார். இது பல பதிற்றாண்டுகளாக பிகாரிலும் ஜார்க்கண்டிலும் ஆயுதப் போராட்டங்களை நடத்திவந்தது. இன்னொரு தலைவரான என். பிரசாத் 1978இல் பிகாரில் சிபிஐ (எம்எல்) ஒற்றுமைக் குழு என்னும் அமைப்பைத் தொடங்கினார். 1980இல் கொண்டப்பள்ளி சீதாராமய்யா சிபிஐ (எம்எல்) மக்கள் யுத்தக் குழு என்னும் அமைப்பைத் தொடங்கினார். உயர் மட்டக் கல்லூரிகளில் படிக்கும் பிரகாசமான மாணவர்களும் இளைஞர்களும் பெருமளவில் சேர்ந்த நிலையில் மக்கள் யுத்தக் குழு விரைவிலேயே மிகுந்த கட்டுப்பாடும் அறிவார்த்தமான வலிமையும் கொண்ட இயக்கமாக உருவெடுத்தது. தண்டகாரண்யத்தில் போராட்டத்தைத் தலைமையேற்று நடத்துமளவுக்கு இது வளர்ந்தது. சிபிஐ (எம்எல்) ஒற்றுமைக் குழு பின்னாளில் சிபிஐ (எம்எல்) கட்சி ஒற்றுமை என்பதாகப் பெயர் மாற்றம் பெற்றது. 1998இல் இது மக்கள் யுத்தக் குழுவுடன் தன்னை இணைத்துக்கொண்டது.

இதற்கிடையே, சிபிஐ (எம்எல்) கட்சியிலிருந்து பிரிந்து சென்ற ஒரு குழு 1974இல் சிபிஐ (எம்எல்) விடுதலை என்னும் அமைப்பைத் தொடங்கியது. தேர்தலைப் புறக்கணிப்பது என்னும் தன்னுடைய தொடக்க கால வியூகத்தை மாற்றிக்கொண்டு தேர்தல் அரசியலில் ஈடுபட்டது. முன்னாள் நக்சலைட் ராமேஸ்வர் பிரசாத் 1989இல் ஆரா தொகுதியிலிருந்து மக்களவைக்குத் தேர்ந்தெடுக்கப்பட்டார். அப்படித் தேர்வான முதல் முன்னாள் நக்சலைட் இவர்தான். அதன் பிறகு பிகார், ஜார்க்கண்ட்

பகுதிகளைச் சேர்ந்த முன்னாள் கிளர்ச்சியாளர்கள் பலரும் மைய நீரோட்ட அரசியலில் இணைந்தார்கள். இவர்களில் மிகவும் குறிப்பிடத் தகுந்தவர் சிபிஐ (மாவோயிஸ்ட்) கட்சியின் முன்னாள் கமாண்டர் கமலேஸ்வர் பைத்தா. இவர் ஜார்க்கண்ட் முக்தி மோர்ச்சாவில் இணைந்து, 2009இல் பாலமு மக்களவைத் தொகுதியில் போட்டியிட்டு வென்றார். தேர்தலின்போது இவர் சிறையில் இருந்தார். புரட்சி, சித்தாந்தத்தைக் கைவிட்ட இத்தகைய தலைவர்கள் தங்கள் முன்னாள் தோழர்களிடமிருந்து கடுமையான விமர்சனத்தை எதிர்கொண்டார்கள்.

இவற்றுக்கு நடுவே மக்கள் யுத்தக் குழு தண்டகாரண்யத்தில் தன் தளத்தை வலுவாக நிலைப்படுத்திக்கொண்ட அதே வேளையில் இந்தியாவின் மத்திய, தெற்குப் பகுதிகளிலும் புதிய புரட்சிக் குழுக்கள் தொடர்ந்து உருவாயின. மக்கள் யுத்தக் குழுவில் ஆதிவாசிகள் பெருமளவில் இணைந்தார்கள். இந்த அமைப்பு 2000ஆவது ஆண்டில் அரசுடன் நேரடியாக மோதுவதற்காக மக்கள் விடுதலை ராணுவத்தை அமைத்தது. பிறகு இது மக்கள் விடுதலை கெரில்லா ராணுவம் எனப் பெயர் மாற்றம் பெற்றது. இந்தப் போரில் ஆதிவாசிகள் முன்களச் சிப்பாய்களாகக் களமிறங்கினார்கள்.

நாடு முழுவதும் சிதறிக் கிடந்த இந்தக் குழுக்கள் ஒன்றுபட்ட அமைப்பை உருவாக்க வேண்டும் என்னும் தேவையை உணர்ந்தன. எம்சிசியும் பஞ்சாபில் ஷம்ஷேர் சிங் தலைமையில் இயங்கிவந்த புரட்சிகர இந்திய கம்யூனிஸ்ட் சென்டர் (மாவோயிஸ்ட்) கட்சியும் 2003இல் இணைந்தன. இவை அடுத்த ஆண்டே மக்கள் யுத்தக் குழுவுடன் இணைந்து சிபிஐ (மாவோயிஸ்ட்) கட்சி உருவானது. 2014இல் தெற்கு தீபகற்பத்தில் பிரதானமாகச் செயல்பட்டுவந்த சிபிஐ (எம்எல்) நக்சல்பாரி என்னும் கட்சியும் சிபிஐ (மாவோயிஸ்ட்) கட்சியுடன் இணைந்தது. அதன் பிறகும் ஜார்க்கண்டிலும் பிகாரிலும் பல்வேறு ஆயுதக் குழுக்கள் இருந்தாலும் சிபிஐ (மாவோயிஸ்ட்) கட்சியே கெரில்லாக் கட்சிகளில் முதலிடத்தில் இருந்தது.

1969இலேயே கனாய் சட்டர்ஜி எம்சிசியைத் தோற்றுவித்து விட்டார் என்றாலும் சிபிஐ (மாவோயிஸ்ட்) கட்சி உருவாவது வரையிலும் கிளர்ச்சியாளர்கள், நக்சல்கள் என்றே பெரும்பாலும் அழைக்கப்பட்டார்கள். அதன் பிறகு மாவோயிஸ்டுகள் என்னும் பெயர் புழக்கத்திற்கு வந்தாலும் நக்சல், மாவோயிஸ்ட் ஆகிய இரண்டு சொற்களுமே கிளர்ச்சியாளர்கள் மத்தியிலும் அரசு மட்டத்திலும் பொதுவெளியிலும் புழங்கிவருகின்றன.

2004–2014 காலகட்டத்தில் அரசுக்கும் மாவோயிஸ்டு களுக்குமிடையே ஆகக் கடுமையான மோதல்கள் நடந்தன. 2020 பிப்ரவரி வரையிலும் சத்தீஸ்கரில் மட்டும் இந்த மோதல்கள் 4,337 உயிர்களைக் குடித்திருக்கின்றன. இதில் 1046 பேர் நக்சல்கள், 1164 பேர் பாதுகாப்புப் படையினர், காவல் துறைக்குத் தகவல் தெரிவிப்பவர்கள் 42 பேர், அரசு ஊழியர்கள் 56 பேர், பொதுமக்கள் 1669 பேர். 2019, டிசம்பர் வரை நாடு முழுவதும் கொல்லப்பட்டவர்கள் எண்ணிக்கை 8197. மூன்று பெரிய நிகழ்வுகள் இருதரப்பிலும் வன்முறை திடீரென்று அதிகரிக்கக் காரணமாக அமைந்தன. 2005இல் இரு பெரும் கிளர்ச்சிக் குழுக்கள் ஒன்றிணைந்தன, 2005இல் சல்வா ஜுடும் இயக்கம் தொடங்கப்பட்டது, பிரதமர் மன்மோகன் சிங் மாவோயிஸ்டுகளை 'உள்நாட்டுப் பாதுகாப்புக்கு மாபெரும் அச்சுறுத்தல்' என்று குறிப்பிட்டார். கிளர்ச்சியாளர்களின் கோட்டையான மத்திய இந்தியாவில் சுரங்கத் தொழில் தொடங்குவதற்கான அனுமதியைப் பெறப் பல நிறுவனங்கள் தீவிரமாக முனைந்தன. தேசத்தின் நுரையீரலாக விளங்கும் வனப்பகுதியைச் சுத்தம் செய்ய உறுதிபூண்ட அரசு மத்திய இந்தியாவில் தன் படைகளை இறக்கியது.

இரு குழுக்களும் இணைந்து பத்து ஆண்டுகளுக்குப் பிறகு மாவோயிஸ்டுகள் வெல்ல முடியாத சக்தியாகத் தோற்றமளித் தார்கள். அறிவுஜீவிகளின் துணை, அர்ப்பணிப்புணர்வு கொண்ட தொண்டர்கள், ஆயுத பலம் ஆகியவை அவர்களிடம் இருந்தன. அரசின் பாதுகாப்பு அமைப்புகளை அவர்கள் விருப்பம்போலத் தாக்கினார்கள். சிறைச்சாலைகளைச் சூறையாடிக் கைதிகளை விடுவித்தார்கள். மாவட்ட ஆட்சியர்களையும் சட்டமன்ற உறுப்பினர்களையும் கடத்தினார்கள். கண்டுபிடிக்கக் கடினமான கண்ணிவெடிகள் தண்டகாரண்யத்தில் அதிகரித்தன. இவை பாதுகாப்புப் படையினருக்குப் பெரும் சேதங்களை ஏற்படுத்தின.

ஆனால் இந்திய அரசு மிகவும் பெரியது. அரசியல் சாசனத்தின் வலிமையும் கலாச்சார ஒருங்கிணைவும் கொண்டது. தொடக்கத்தில் ஏற்பட்ட பின்னடைவுக்குப் பிறகு அரசு படைகளை அதிகமாக இறக்கியது. தற்போது நூற்றுக்கும் மேற்பட்ட மத்திய ஆயுதக் காவல் படையணிகளும் பல்வேறு மாநிலங்களைச் சேர்ந்த எண்ணற்ற காவல் படையணிகளும் போர்க்களத்தில் குவிக்கப்பட்டுள்ளன. மாவோயிஸ்டுகளைக் கையாளும் விஷயத்தில் அரசியல் கட்சிகளிடையே மாறுபட்ட அணுகுமுறைகள் உள்ளன. மாநில அரசுகள் சில சமயங்களில் மாவோயிஸ்டுகளின்பால் மென்மையாக

நடந்துகொண்டன. பஸ்தர் போன்ற இடங்களில் பாஜக உடனடி லாபங்களுக்காக மாவோயிஸ்ட் கெரில்லாக்களுடன் ரகசியத் தொடர்புகள் வைத்திருந்தது. ஆனால், ஒரு விஷயத்தில் அரசியல் கட்சிகளிடையே கிட்டத்தட்ட ஒருமித்த கருத்து இருந்துவருகிறது: நக்சலைட்டுகளை நசுக்க வேண்டும்; இந்த முயற்சியின் பக்க விளைவாக நிகழும் சேதத்தைப் பற்றி, அதாவது ஆதிவாசிகளின் உயிரிழப்புப் பற்றிக் கவலைப்படக் கூடாது என்பதே அந்தக் கருத்து.

மன்மோகன் சிங் பிரதமராகவும் ப. சிதம்பரம் உள்துறை அமைச்சராகவும் இருந்த ஐக்கிய முற்போக்குக் கூட்டணி (ஐமுகூ) அரசு மாவோயிஸ்டுகளுக்கு எதிரான கடுமையான போரை முன்னெடுத்து மாவோயிஸ்ட் கிளர்ச்சியாளர்களை மிகக் கொடூரமாகக் கொன்றது. 2010இல் அரசுக்கும் சிபிஐ (மாவோயிஸ்ட்) கட்சிக்கும் இடையே பேச்சுவார்த்தை நடந்துகொண்டிருந்தபோது பாதுகாப்புப் படையினர் மாவோயிஸ்ட் தூதர் ஆசாத் என்கிற சாருகேசி ராஜ்குமாரைக் கொன்றார்கள். “பெருநகரங்களிலும் சிறுநகரங்களிலும் உள்ள சிபிஐ (மாவோயிஸ்ட்) கட்சியினரின் சித்தாந்திகளும் ஆதரவாளர்களும் அரசைப் பற்றி மோசமாகச் சித்தரிக்கவும் பொய்த் தகவல்கள் மூலம் அரசை இழிவுபடுத்தவும் திட்டமிட்ட, முயற்சிகளை எடுத்துவருகிறார்கள்... இந்தச் சித்தாந்திகள்தான் மாவோயிஸ இயக்கத்தை உயிர்ப்புடன் வைத்திருக்கிறார்கள். மக்கள் விடுதலை கெரில்லாப் படையினரைக் காட்டிலும் இவர்கள் பல விதங்களிலும் அபாயமானவர்கள்” என்று 2013ஆம் ஆண்டு நவம்பர் மாதம் ஐமுகூ அரசு உச்ச நீதிமன்றத்தில் அழுத்தம் திருத்தமாகக் கூறியது. அதுபோலவே கடந்த ஐந்து ஆண்டுகளில் நரேந்திர மோடி அரசாங்கம் எழுத்தாளர்களையும் சமூகச் செயல்பாட்டாளர்களையும் இழிவுபடுத்த ‘நகர்ப்புற நக்சல்கள்’ என்ற சொல்லைப் பரவலாகப் பயன்படுத்தியது. அவர்களில் பலரைச் சிறையில் அடைத்தது.

மேற்கு வங்கத்தின் இடது முன்னணி அரசு, ஆந்திரப் பிரதேசத்தின் காங்கிரஸ் அரசு, சத்தீஸ்கரின் பாஜக அரசு உள்ளிட்ட பல்வேறு மாநில அரசுகளின் செயல்பாடுகளைப் பார்க்கும்போது இந்தியாவின் அரசியல் நிர்வாக அமைப்பு நக்சல் பிரச்சினையை அதன் அனைத்துச் சிக்கல்களுடன் புரிந்துகொண்டதே இல்லை என்று தெரிகிறது. கிளர்ச்சியாளர் களுடன் பேச்சுவார்த்தை நடத்த அரசு மிக அரிதாகவே முயற்சி எடுத்திருக்கிறது. அமைதிக்கான செயல்முறைகளில் பொதுவான நபர்களைப் பயன்படுத்தவும் அது முனைந்ததில்லை.

இவர்கள்தாம் அரசுக்கும் நக்சல்களுக்கும் இடையே பாலமாகச் செயல்பட்டு, இரு தரப்பினரையும் தத்தமது இறுக்கங்களைத் தளர்த்திக்கொண்டு பேச்சுவார்த்தைக்கு வருவதற்கு வழி ஏற்படுத்தியவர்கள்.

சட்ட விரோத நடவடிக்கைகள் (தடுப்புச்) சட்டம், 1967இன் கீழ் சிபிஐ (மாவோயிஸ்ட்) கட்சியும் அதன் அனைத்துப் பிரிவுகளும் தடைசெய்யப்பட்டுள்ளன. இடதுசாரித் தீவிரவாதத்தால் பாதிக்கப்பட்டவை எனக் கேரளம் முதல் உத்தரப் பிரதேசம், பிகார் வரை 90 மாவட்டங்களை மத்திய உள்துறை அமைச்சகம் வகைப்படுத்தியிருக்கிறது. இந்த மாவட்டங்கள் மத்திய அரசிடமிருந்து நிதியுதவி, படையணிகள் உள்ளிட்ட சிறப்பு உதவிகளைப் பெறுகின்றன.

கடந்த சில ஆண்டுகளாக மாவோயிஸ்ட் இயக்கம் பின்னடைவைச் சந்தித்துவருகிறது. இதற்கு மூன்று பெரிய காரணங்களைக் குறிப்பிடலாம்: மாவோயிஸ்ட் இயக்கத்தால் அடுத்த தலைமுறைத் தலைமையை உருவாக்க இயலவில்லை; இணையமும் சந்தையும் ஆதிவாசிகளை வெளியுலகிற்கு இழுக்கின்றன. தலைமறைவு கெரில்லா இயக்கத்திற்கு மிக அத்தியாவசியமான நகர்ப்புற நடுத்தர வர்க்கத்தின் உதவி குறைந்துவருகிறது.

வன்முறை குறைந்திருந்தாலும் மாவோயிஸ்டுகள் மறைந்துவிடவில்லை. கிளர்ச்சியாளர்கள் மகாராஷ்டிரம், மத்தியப் பிரதேசம், சத்தீஸ்கர் ஆகிய மூன்று மாநிலங்கள் இணையும் புள்ளியில் காட்டுப் பகுதிகளில் புதிய தளங்களை உருவாக்கிவருகிறார்கள். மறுபடியும் பஸ்தர் ஆதிவாசிகள் தெற்குப் பக்கம் வந்திருக்கிறார்கள். படித்த நக்சல்கள் நாற்பது ஆண்டுகளுக்கு முன்பு ஆந்திரப் பிரதேசத்திலிருந்து பஸ்தருக்கு வந்து அதை கெரில்லாத் தளமாக மாற்றி, ஆதிவாசிகளைப் போராளிகளாக்கினார்கள். பஸ்தர்வாசியான ராம்லு கோர்சா 2019ஆம் ஆண்டு அக்டோபரில் கைதுசெய்யப்பட்டார். சித்தாந்த அறிவும் ராணுவப் பயிற்சியும் பெற்ற ஆதிவாசிகள் தற்போது இன்னொரு பழங்குடி நிலத்தை மாற்றும் நோக்கத்துடன் தென்னகத்திற்கு வந்துகொண்டிருப்பதையே இது உணர்த்துகிறது.

கர்நாடகம் – கேரளம் – தமிழ்நாடு ஆகிய மாநிலங்கள் சந்திக்கும் இடங்களை ஒட்டிக் கடந்த சில ஆண்டுகளாக நக்சல் செயல்பாடுகள் அதிகரித்துவருகின்றன. வனப் பகுதிகளிலிருந்தபடி செயல்படும் இடதுசாரித் தீவிரவாதிகள் இந்த மாநிலங்களைச் சேர்ந்தவர்கள். சிபிஐ (மாவோயிஸ்ட்)

கட்சியின் முதுநிலை கமாண்டரான ராம்லு கோர்சா பஸ்தரில் பத்தாண்டுகள் செயலாற்றிய பிறகு 2015இல் இந்த மாநிலங்களுக்கு அனுப்பப்பட்டார். ராம்லு ஆதிவாசிகளில் அரிதானவர். அவருக்குத் தமிழ், மலையாளம், கன்னடம் உள்ளிட்ட ஆறு மொழிகள் தெரியும். 2012இல் கிளர்ச்சியாளர்கள் தங்கள் ஆட்களை இந்தப் பகுதிகளுக்கு அனுப்பத் தொடங்கினார்கள். இந்தப் பகுதிகளில் "பணியர், அடியர், காட்டு நாயக்கர், குறிச்சியார் என்பன உள்ளிட்ட சில பழங்குடிச் சமூகங்கள் ஆயிரக்கணக்கான ஆண்டுகளாக வாழ்ந்துவருகிறார்கள்" என்று மாவோயிஸ்ட் ஆவணங்கள் கூறுகின்றன. இந்தச் சமூகங்கள் பல நூற்றாண்டுகளாக அனுபவித்துவரும் சுரண்டல்களையும் உரிமை மறுப்புகளையும் விரிவாகக் குறிப்பிடும் இந்த ஆவணம், இன்னொரு மாவோயிஸத் தளம் அமைப்பதற்கான சூழல் இங்கே சாதகமாக உள்ளதாகக் குறிப்பிடுகிறது. போர்க்கள அனுபவம் வாய்ந்த கிளர்ச்சியாளர்களை இப்பகுதிகளில் அடிக்கடி பார்க்க முடிகிறது. மத்தியக் குழு உறுப்பினர் குப்புசாமி தேவராஜ் 2016ஆம் ஆண்டு நவம்பரில் காவல் துறையுடனான 'மோத'லில் கொல்லப்பட்டார்.

தண்டகாரண்யத்தில் மாவோயிஸ்டுகள் இன்னமும் பெரிய அளவிலான பகுதிகளைத் தங்கள் கட்டுப்பாட்டில் வைத்திருக்கிறார்கள். அவர்களுக்கு இங்கே வலுவான தொண்டர் பலமும் இருக்கிறது. தற்போது இங்கே அமர்த்தப்பட்டிருக்கும் பாதுகாப்புப் படையினரை (தற்போதுள்ள நிலையில்) இன்னும் பத்து ஆண்டுகளுக்கு எதிர்த்து நிற்கும் அளவிற்கு மாவோயிஸ்டுகளிடம் ஆயுதங்கள் உள்ளன. புறச்சூழல்கள் மாறினால் – அப்படி மாறும் என்று மாவோயிஸ்டுகள் நம்புகிறார்கள் – அவர்களால் இந்தப் போரை மேலும் நீட்டிக்க முடியும். குண்டுகளை வீசிக் காட்டையும் அதன் குடிமக்களையும் ஒரேயடியாக அழித்துவிடுவது என்று அரசு முடிவுசெய்தாலொழிய இந்தப் போரை நீட்டிப்பதைத் தவிர்க்க முடியாது. பத்தாண்டுகளுக்கு முன்பு இப்படி ஒரு திட்டத்தைப் பாதுகாப்புப் படைகளின் உயர்மட்டக் குழு விவாதித்தது. கடைசியில், அதைக் கைவிடுவது என்னும் விவேகமான முடிவை எடுத்தது.

21ஆம் நூற்றாண்டின் புறச் சூழல் எப்படி இருக்கும்? அனுபவம் மிகுந்த மாவோயிஸ்ட் சித்தாந்தி ஒருவரிடம் ஒருமுறை இந்தக் கேள்வியை முன்வைத்தேன். அவர் பதிலுக்கு இந்தக் கேள்வியை முன்வைத்தார்: "நேரு ஒருகாலத்தில் உங்களுக்கு மிகவும் விருப்பமான தலைவர். சுதந்திர இந்தியாவிற்கான

அடித்தளத்தை அமைத்த உங்களுடைய முதல் பிரதமர் திடீரென்று வில்லனாகச் சித்தரிக்கப்படுவார் என்று நீங்கள் எப்போதாவது கற்பனை செய்திருக்கிறீர்களா?"

அவருடைய சொற்கள் வெற்றுச் சவடாலாகவே இருந்தன என்றாலும் அவருக்குச் சொல்ல என்னிடம் எந்தப் பதிலும் இல்லை. எனக்குத் தெரிந்ததெல்லாம் இதுதான்: ஒரு நாட்டின் ராணுவம் போரில் வெற்றிபெறவில்லை என்றால் அது தோற்றதாகப் பொருள். கெரில்லாப் படை தோற்கவில்லை என்றால் வென்றதாகப் பொருள்.

காலச்சுவடு பப்ளிகேஷன்ஸ் (பி) லிட்.
Published by Kalachuvadu Publications Pvt. Ltd.,
669, K.P. Road, Nagercoil 629001, India
Phone: 91-4652-278525
e-mail: publications@kalachuvadu.com

01/2025/S.No. 1128, kcp 5583, 18.6 (3) 1k